பாயசம்

ஆசிரியரின் காலச்சுவடு வெளியீடுகள்

நாவல்
- அமிர்தம்
- மோக முள்
- மலர் மஞ்சம்
- அன்பே ஆரமுதே
- அம்மா வந்தாள்
- உயிர்த் தேன்
- செம்பருத்தி
- மரப்பசு
- நளபாகம்

சிறுகதை
- கொட்டு மேளம்
- சிவப்பு ரிக்ஷா
- சிலிர்ப்பு
- தி. ஜானகிராமன் சிறுகதைகள் (முழுத் தொகுப்பு)
- கச்சேரி (தொகுக்கப்படாத கதைகள்)

குறுநாவல்
- அடி
- தி. ஜானகிராமன் குறுநாவல்கள் (முழுத் தொகுப்பு)

பயண நூல்
- நடந்தாய்; வாழி, காவேரி! (சிட்டியுடன்)
- கருங்கடலும் கலைக்கடலும்

வாழ்வியல் சித்திரம்
- அபூர்வ மனிதர்கள்

கட்டுரைகள்
- தி. ஜானகிராமன் கட்டுரைகள்

பாயசம்

தி. ஜானகிராமன் (1921–1982)

தஞ்சை மாவட்டம் மன்னார்குடியை அடுத்த தேவங்குடியில் பிறந்தவர். பத்து வருடங்கள் பள்ளி ஆசிரியராகப் பணியாற்றியவர். பின்பு அகில இந்திய வானொலியில் பணியாற்றி ஓய்வுபெற்றார். கர்னாடக இசை அறிவும் வடமொழிப் புலமையும் பெற்றிருந்தவர்.

1943இல் எழுதத் தொடங்கிய தி. ஜானகிராமன், 'மோக முள்', 'அம்மா வந்தாள்', 'மரப்பசு' உள்ளிட்ட ஒன்பது நாவல்கள், நூற்றுக்கும் மேற்பட்ட சிறுகதைகள், மூன்று நாடகங்கள், நான்கு பயண நூல்கள் ஆகியவற்றை எழுதினார். சிட்டியுடன் இணைந்து எழுதிய 'நடந்தாய் வாழி காவேரி' பயண இலக்கிய வகையில் முக்கியமான நூலாகக் கருதப்படுகிறது.

'மோக முள்', 'நாலு வேலி நிலம்' ஆகியன திரைப்படமாக்கப்பட்டுள்ளன. 'மோக முள்', 'மரப்பசு', 'அம்மா வந்தாள்', 'செம்பருத்தி' ஆகிய நாவல்களும் பல சிறுகதைகளும் இந்திய, ஐரோப்பிய மொழிகளில் மொழிபெயர்க்கப்பட்டிருக்கின்றன.

1979இல் 'சக்தி வைத்தியம்' சிறுகதைத் தொகுப்புக்கு சாகித்ய அகாதெமி விருது வழங்கப்பட்டது.

தி. ஜானகிராமன்

பாயசம்

காலச்சுவடு பதிப்பகம்

அன்பார்ந்த வாசகருக்கு,

வணக்கம்.

காலச்சுவடு நூலை வாங்கியமைக்கு நன்றி.

நூலின் உள்ளடக்கம், உருவாக்கம், அட்டைப்படம் இன்ன பிற அம்சங்கள் பற்றிய உங்கள் கருத்துகளையும் ஆலோசனைகளையும் காலச்சுவடு வரவேற்கிறது. தகவல், எழுத்து, வாக்கியப் பிழைகள் தென்பட்டால் கட்டாயம் தெரிவித்து உதவுங்கள். நூல் தயாரிப்பில் கடும் குறைபாடு இருப்பின் மாற்றுப் பிரதி உங்களுக்குக் கிடைக்கக் காலச்சுவடு ஏற்பாடு செய்யும்.

மின்னஞ்சல்: *publisher@kalachuvadu.com*

காலச்சுவடு நாகர்கோவில் தலைமையகத்துக்கும் கடிதம் அனுப்பலாம்.

தங்கள்

எஸ்.ஆர். சுந்தரம் (கண்ணன்)

பதிப்பாளர் — நிர்வாக இயக்குநர்

பாயசம் ♦ சிறுகதைகள் ♦ தி. ஜானகிராமன் ♦ © உமாசங்கரி ♦ முதல் பதிப்பு: ஜூலை 2022, இரண்டாம் பதிப்பு: டிசம்பர் 2022 ♦ வெளியீடு: காலச்சுவடு, 669, கே.பி. சாலை, நாகர்கோவில் 629001

paayasam ♦ Short Stories ♦ Thi. Janakiraman ♦ © Umashankari ♦ Language: Tamil ♦ First Edition: July 2022, Second Edition: December 2022 ♦ Size: Demy ♦ Paper: 18.6 kg maplitho ♦ Pages: 320

Published by Kalachuvadu, 669 K.P. Road, Nagercoil 629001, India ♦ Phone: 91-4652-278525 ♦ e-mail: publications@kalachuvadu.com ♦ Printed at Mani Offset, Chennai 600077

ISBN: 978-93-5523-098-0

பொருளடக்கம்

பதிப்புரை: தீரா வியப்பின் கதைகள்	9
கடன் தீர்ந்தது!	15
நானும் எம்டனும்	33
அத்துவின் முடிவு	48
கொட்டு மேளம்	60
பஞ்சத்து ஆண்டி	77
வேண்டாம் பூசனி!	95
சிலிர்ப்பு	108
பொட்டை	122
கோபுர விளக்கு	134
சத்தியமா!	146
பரதேசி வந்தான்	156
முள் முடி	167
அக்பர் சாஸ்திரி	177
கோவிந்தராவின் மாப்பிள்ளை	188
நாய்க்கர் திருப்பணி	196
கள்ளி	206
கோதாவரிக் குண்டு	218
வெங்கிடிசார் ஏன் ஓடினார்!	229

ஸ்ரீராமஜெயம்	240
பிடி கருணை	249
யோஷிகி	260
ஸ்டீஎன் = ரபெ $\sqrt{5\text{ஆர்} \times \text{க}}$	273
சாப்பாடு போட்டு நாற்பது ரூபாய்	282
பாயசம்	299
கிழவரைப் பற்றி ஒரு கனவு...	309

பதிப்புரை

தீரா வியப்பின் கதைகள்

தி. ஜானகிராமனின் தேர்ந்தெடுத்த சிறுகதை களின் தொகுப்பை எழுத்தாளரும் அதைவிட முதன்மையாக ஜானகிராமனின் தீவிர வாசகராக அறியப்பட்டவருமான பிரபஞ்சன் 2006ஆம் ஆண்டு முதன்முதலாக நூலாகக் கொண்டுவந்தார். 'சிலிர்ப்பு' என்ற தலைப்பில். தொகுப்பில் 27 கதைகள் இடம்பெற்றுள்ளன. முதலில் 'காலச்சுவடு அறக்கட்டளை' வெளியீடாகவும் தொடர்ந்து 'காலச்சுவடு பதிப்பக' வெளியீடாகவும் வந்த 'சிலிர்ப்பு' இதுவரை பதினொரு பதிப்புகளைக் கண்டிருக்கிறது. நவீனத் தமிழிலக்கியச் சூழலில் குறிப்பிடத் தகுந்த நடவடிக்கை இது. அத்துடன் முன்னோடி எழுத்தாளர் மறைந்து நான்கு பதிற்றாண்டுகளுக்குப் பிறகும் காலப்பொருத்தம் உடையவராகத் தொடர்கிறார்; புதிய வாசகர்கள் அவரைக் காலத்தைக் கடந்த படைப்பாளராகக் கருதுகிறார்கள் என்ற உண்மைகளையும் இது எடுத்துக் காட்டுகிறது.

'சிலிர்ப்பு' தொகுப்பின் வாசக வரவேற்புக்கு தி. ஜானகிராமனின் கலை மேதைமை முதற் காரணம் என்றால் பிரபஞ்சனின் துல்லியமான தேர்வு இன்னொரு காரணம். 'ரத்தத்தாலும் சதையாலும் நுண் உணர்வாலும் ஓசை தவிர்த்த ஓசையாலும் உருவான' ஜானகிராமன் கதைகளின் மாயாலோகத்தை மனதுக்குள் கொண்டிருந்தவர் என்ற நிலையில் உருவான கதைத் தேர்வு பிரபஞ்சனுடையது. இதுவரை

கண்டெடுத்துத் தொகுக்கப்பட்டுள்ள ஜானகிராமன் கதைகளின் எண்ணிக்கை 135. மிகச் சிறந்த கதைகளும் சிறந்த கதைகளும் சாதாரணக் கதைகளும் இந்த எண்ணிக்கையில் அடங்கும். தி. ஜானகிராமனின் சிறுகதைகளின் இலக்கியப் பெறுமதியை நிறுவும் கதைகளையே பிரபஞ்சன் தொகுத்திருப்பது அவரது ரசனையையும் பார்வையையும் காட்டுகிறது. தி. ஜானகிராமனின் நிகரற்ற பெரும்பான்மைக் கதைகளை இந்தத் தொகுப்பு உள்ளடக்கியிருக்கிறது. அந்த வகையில் முன்மாதிரித் தொகுப்பாகவும் கவனம் பெறுகிறது.

சர்வ லட்சணங்களும் பொருந்திய தொகுப்பு இப்போதும் கிடைப்பதாகவே இருக்கும் நிலையில் தேர்ந்தெடுத்த கதைகளின் இன்னொரு தொகுப்புக்கு அவசியம் உண்டா என்ற கேள்வி எழுவது இயல்பு. தொகுப்பாளன் என்ற நிலையில் எனக்கு எழுந்த முதல் கேள்வியும் அதுவே, நடைமுறை சார்ந்தும் இலக்கிய அடிப்படையிலும் வெவ்வேறு காரணங்களைப் பதிலாகக் காண்கிறேன்.

'சிலிர்ப்பு' தொகுப்பு வெளிவந்து ஏறத்தாழப் பதினைந்து ஆண்டுகள் ஆகிவிட்டன. காலப் பழக்கத்தால் தொகுப்புக்குப் புராதனச் சாயல் படிந்துவிட்டிருப்பதாகத் தோன்றுகிறது. புதிய வரிசையில் கதைகள் அமைந்த ஒரு தொகுப்பு வாசிப்பில் மாற்றத்தை அளிக்கலாம் – புத்தக அலமாரியைக் கலைத்து மீண்டும் நிரல்படுத்தினால் புதுத் தோற்றம் ஏற்படுவதுபோல – என்ற எண்ணத்தைக் கொடுத்தது.

'காலச்சுவடு பதிப்பகம்' வாயிலாக முன்னோடி எழுத்தாளர்கள், சமகால எழுத்தாளர்கள் பலரதும் தேர்ந்தெடுத்த சிறுகதைகளின் தொகுப்புகள் வெளிவந்திருக்கின்றன. தேர்ந்தெடுத்த சிறுகதைகள் என்ற வகையிலும் கிளாசிக் சிறுகதைகள் என்ற வகையிலும் அவை வெளியாகியுள்ளன. இவற்றில் சில அந்தந்த ஆசிரியர்களின் முழுத் தொகுப்புகள் வெளியான பின்னர் தொகுக்கப்பட்டவை. கனத்த தொகுதியின் பாரத்தைச் சுமக்க வருந்துபவர்களுக்காகவும் ஓர் ஆசிரியரை எளிதில் அணுக விரும்பும் புதிய வாசகர்களுக்காகவும் தொகுக்கப்பட்ட நூல்கள் இவை. இவற்றின் பட்டியலே இலக்கிய சுவாரசியம் அளிப்பது. ஐந்து அல்லது ஆறு தலைமுறையைச் சார்ந்த ஏறத்தாழ இருபது எழுத்தாளர்களின் தேர்ந்தெடுத்த கதைகளின் தொகுப்புகள் இதுவரை வெளிவந்திருக்கின்றன. வெவ்வேறு தலைமுறையினரான இலக்கியவாதிகளும் ஆர்வலர்களும் கதைகளைத் தேர்ந்தெடுத்துத் தொகுத்திருக்கிறார்கள், ஓர் ஆசிரியரது கதைகளின் எண்ணிக்கை மாற்றமில்லாத ஒன்றுதான்.

அவற்றிலிருந்து தொகுப்பாளர்கள் தேர்ந்தெடுக்கும் கதைகள் ஓரளவுக்கு மாறுபட்டவை. தொகுப்பாளரின் ரசனையையும் விருப்பத்தையும் அடிப்படையாகக் கொண்டவை. 'காலச்சுவடு' வெளியீடாக வந்துள்ள புதுமைப்பித்தனின் தேர்ந்தெடுத்த கதைகள் அடங்கிய இரு தொகுப்புகளை உதாரணமாகச் சொல்லலாம். 'ஒருநாள் கழிந்தது', 'எப்போதும் முடிவிலே இன்பம்' ஆகிய இரு நூல்கள். புதுமைப்பித்தனின் மொத்தச் சிறுகதைகள் 97இலிருந்தே இரு தொகுப்புகளுக்குமான கதைகள் தேர்ந்தெடுக்கப்பட்டுள்ளன. இரு தொகுப்புகளிலும் இடம் பெற்ற கதைகளும் உள்ளன. எனினும் இரு தொகுப்புகளும் வெவ்வேறான வாசிப்பனுவத்தை அளிக்கின்றன. கதைகள் வரிசைப்படுத்தப்பட்ட விதமும் தொகுப்பாளர்களின் ரசனையும் மாறுதலான அனுபவத்துக்குக் காரணங்கள். தி. ஜானகிராமன் கதைகளில் அதுபோன்ற சாத்தியத்தைக் காணும் விருப்பமே இந்தத் தொகுப்புக்கான இன்னொரு காரணம். உபரிக் காரணம் தி. ஜானகிராமன் வாசகனாக எனக்குள் எழுந்த இலக்கிய வீம்பு.

காலச்சுவடு பதிப்பகத்தின் தேர்ந்தெடுத்த சிறுகதைகள் வரிசையில் சில எழுத்தாளர்களுக்கு இரண்டு தொகுப்புகள் வீதம் வெளிவந்திருக்கின்றன. புதுமைப்பித்தன், ('ஒருநாள் கழிந்தது', 'எப்போதும் முடிவிலே இன்பம்') சுந்தர ராமசாமி, ('அழைப்பு', 'வாசனை'), அ. முத்துலிங்கம் ('கொழுத்தாடு பிடிப்பேன்', 'புவியீர்ப்பு கட்டணம்') ஆகியவை அந்தத் தொகுப்புகள். தமிழில் மாபெரும் சிறுகதைக் கலைஞர்களில் ஒருவராக நான் மதிக்கும் தி. ஜானகிராமனுக்கு ஒரு தொகுப்புத்தான் என்பது மனக்குறையாக இருந்தது. 'தி. ஜானகிராமன் சிறுகதைகள் – முழுத் தொகுப்பு' பணியின்போதே தேர்ந்தெடுத்த சிறுகதைகள் தொகுப்புக்கான மானசீகத் திட்டமும் உருவானது. ஏற்கெனவே குறிப்பிட்டதுபோல துல்லியமான தொகுப்பான 'சிலிர்ப்பு' இருக்கும்போது இன்னொரு தொகுப்பை முன்வைப்பதன் நியாயம் தெளிவாகவில்லை. எனவே கதைகளைத் தேர்ந்தெடுத்து வரிசைப்படுத்திய பின்னர் திட்டத்தைக் கைவிட்டேன்.

தி.ஜானகிராமன் நூற்றாண்டையொட்டி அவரது படைப்புகள் மறுவாசிப்புக்கும் புது வாசிப்புக்கும் உள்ளாயின. கதைகள் புதிய கோணங்களில் விளக்கப்பட்டன. சில கதைகளுக்கு ஆசிரியரே கற்பனை செய்திராத வியாக்கியானங்கள் சொல்லப்பட்டன. 'இசைப் பயிற்சி' என்ற கதை தலித் ஆதரவு நிலைப்பாட்டைக் கொண்டதாகவும் 'சிவப்பு ரிக்ஷா' பெண்ணியத்துக்கு அழுத்தம் கொடுக்கும் கதையாகவும் விளக்கப்பட்டன. இந்தப் பின்புலத்தில் இன்னொரு பார்வையில்

தேர்ந்தெடுத்த கதைகளின் தொகுப்புக்குப் பொருத்தமும் தேவையுமிருப்பதை உணர்ந்தேன். கைவிட்ட திட்டத்தைச் செயல்படுத்த விரும்பினேன். முன்னர் தேர்ந்தெடுத்திருந்த சில கதைகளை நீக்கியும் வேறு கதைகளைச் சேர்த்தும் தொகுப்பை வடிவமைத்தேன். இரண்டு வகையான கதைகள் தொகுப்பில் தவிர்க்கப்பட்டிருக்கின்றன. இசையை மையமாகக் கொண்ட கதைகளும் ஆண் – பெண் உறவையும் விழைவையும் அவற்றின் சிக்கலையும் கருப்பொருளாகக் கொண்ட கதைகளும் இதில் இடம்பெறவில்லை (இசையை ஆதாரமாகக் கொண்ட கதைகளின் தனித் தொகுப்பு வெளிவரலாம்).

தி. ஜானகிராமன் எழுதிய ஒன்பது நாவல்களும் சந்தேகமின்றி ஆண் பெண் உறவின் சுரங்களையும் அபசுரங்களையும் பற்றிப் பேசுபவைதாம். அவரது முக்கியமான குறுநாவல்களும் அதே மையப் பொருளைக் கொண்டவைதாம். அதன் விளைவாகவே அவரது எழுத்துக்கள் பாலியல் வேட்கையைச் சித்தரிப்பவை என்ற பிழையான கருத்து நிலவியது. இந்தக் கருத்துக்கு இன்று இலக்கியம் சார்ந்தோ தார்மீக அடிப்படையிலோ பொருத்தப்பாடு இல்லை. தொகுக்கப்பட்டிருக்கும் மொத்தக் கதைகளில் பத்து விழுக்காடு அளவிலான கதைகள் மட்டுமே ஆண் பெண் உறவின் சிக்கலைச் சித்தரிப்பவை. முழுத் தொகுப்புக்கு எழுதிய முன்னுரையில் இதைக் குறிப்பிட்டுமிருக்கிறேன். ('தி.ஜானகிராமன் சிறுகதைகள் – முழுத் தொகுப்பு', பக்: 25, முதல் பதிப்பு 2013). அந்த வரிகளை எழுதும் நொடியில்தான் தி. ஜானகிராமனின் சமூகச் சார்புக் கதைகள் என்ற யோசனையும் அதை எடுத்துக்காட்டும் கதைகளின் வரிசையும் உருவானதை நினைவுகூர்கிறேன்.

தனது எழுத்துக்களைப்பற்றி தி. ஜானகிராமன் அதிகம் பேசியதில்லை. நாவல்களில் 'அம்மா வந்தாள்', 'மோக முள்' இரண்டைப் பற்றி மட்டுமே குறிப்பிட்டிருக்கிறார். ஆனால் சிறுகதைகளைப் பற்றிக் கொஞ்சம் அதிகமாகவே பேசியிருக்கிறார். தன்னுடைய சில கதைகளின் தோற்றுவாயைப் பற்றி 'சிறுகதை எழுதுவது எப்படி?' கட்டுரையிலும் பிறரது கதைகளைப் பற்றி முன்னுரை, மதிப்புரைகளிலும் தனிக் கட்டுரைகள் ஒன்றிரண்டில் பொதுவாகச் சிறுகதைகள் பற்றிய கருத்துக்களையும் முன்வைத்திருக்கிறார். ஆனால் அவை இலக்கண விளக்கங்கள் அல்ல; எழுத்தனுபவத்திலிருந்து திரண்ட சான்றுகள்.

'சக்தி வைத்தியம்' தொகுப்புக்காக தி. ஜானகிராமனுக்கு (1979இல்) சாகித்ய அகாதமி விருது வழங்கப்பட்டது. அதை

ஏற்றுக்கொண்டு ஆற்றிய உரையில் தனது சிறுகதைகளின் இயல்பாகக் குறிப்பிட்ட சொற்கள் அவரது கதையுலகின் ஆதார விசையை இனங்காட்டுகின்றன.

(ஒரு சிறுவனைப்போல), நான் அன்றாட உலகைப் பார்த்து வியக்கிறேன், சிரிக்கிறேன். பொருமுகிறேன். நெகிழ்கிறேன், முஷ்டியை உயர்த்துகிறேன், பிணங்குகி றேன். ஒதுங்குகிறேன். சில சமயம் கூச்சல் போடுகிறேன். இந்த 'சக்தி வைத்தியம்' என்ற சிறுகதை தொகுப்பு மற்ற தொகுப்புகளைப்போல மேற்கண்ட சேஷ்டைகள் அடங்கிய தொகுப்புத்தான்.

இந்த வரிகளையே அவரது எல்லாக் கதைகளுக்கும் பொருத்தலாம். ஓர் எழுத்தாளரின் சேஷ்டைகளாக அவர் குறிப்பிடுபவற்றை மனிதர்களின் ஆதார இயல்புகளாகப் பார்க்கும் செயலின் பயனே இந்தத் தொகுப்பு. மனிதர்களின் நேர் இயல்புகளும் கோணல் குணங்களும் எதிர் நடவடிக்கைகளும் இந்தக் கதைகளில் வெளிப்படுகின்றன. மனிதர்களின் இந்த உணர்வுநிலைகளை அனுதாபத்துடனும் கரிசனத்துடனும் அணுகியதுதான் தி. ஜானகிராமனின் கலைநோக்கு என்று இந்தக் கதைகள் நிறுவுகின்றன.

இந்தத் தொகுப்பு உருவாக என்னுடன் பணியாற்றியவர்கள் பலர். ஹெமிலா கணினிப் படியைத் தயாரித்து அளித்தார். செந்தூரன் மெய்ப்புப் பார்த்தார். அரவிந்தன் மேலாய்வு செய்தார். ஜெபாவும் மணிகண்டனும் இறுதி வடிவை உருவாக்கினர்.

தி. ஜானகிராமனின் 'பாயசம்' சிறுகதைக்கு இயக்குநர் வசந்த் சாய் திரை வடிவம் அளித்திருந்தார். அதில் இடம்பெற்ற காட்சியின் ஒளிப்படத்தை முகப்பாகப் பயன்படுத்திக்கொள்ளவும் அனுமதியளித்தார். தி. ஜானகிராமன் கோட்டோவியத்தை மு. சுந்தரன் தீட்டினார். கலா முருகன் பதிப்புப் பணிகளை ஒருங்கிணைத்தார்.

தொகுப்புப் பற்றிய யோசனைக்கு கண்ணனும் தொகுப்புக்கு உமாசங்கரியும் இசைவளித்தார்கள்.

இவர்கள் அனைவருக்கும் மனமார்ந்த நன்றி.

கோவை
11 ஜூன் 2022

சுகுமாரன்

கடன் தீர்ந்தது!

"மாமா, நீங்களே இப்படி ஏமாந்து போவதுன்னா என்னாலே நம்பவே முடியலியே! மூணு வருசமாச்சுங்கிறீங்க. ஒரு நாளாவது என்கிட்ட ஒரு வார்த்தை சொல்லணும்னு தோணலியா?"

"அங்கேதானே பய ஜாக்கிரதை பண்ணிக்கிட்டான்? 'ரத்ன தேசிகர்கிட்ட வாய் விட்டுடாதீங்க. விட்டீங்களோ. போச்சு! மோசம்'னு தேள் கொட்றாப்போலக் கொட்டிக்கிட்டேயிருந்தான். நானும் அதைப் புடிச்சுக்கிட்டேன்."

"நானும் நெனச்சு நெனச்சுப் பார்க்கறேன், மாமா – ஆற மாட்டேங்குது. நீங்கதான் இல்லேன்னா, அண்ணி சொல்லக் கூடாதா? இல்லே, உங்க தம்பியாவது சொல்லக் கூடாதா? எங்கிட்ட இல்லாத நம்பிக்கை அந்தக் காலி மேலே விழுந்திடிச்சே உங்களுக்கெல்லாம்! இந்த வட்டாரத்திலே குழி நாலரை ரூபாய்னு சொன்னா எந்தப் பித்துக்குளியாவது நம்புவானா? இந்த ஊரிலே பிறந்த குழந்தை நம்புமா! அகவிலை முக்கால் ஒரு ரூபாய்னு வித்தபோதே குழி அஞ்சு ரூபாய்க்குக் குறைஞ்சு வித்ததுண்டா? ஓசைப்படாம இருபத்தி நாலாயிர ரூபாயைத் தூக்கிக் கொடுத்திட்டீங்களே. என்னடா, முன்னெப்பின்னே தெரியாதவன் ஒருத்தன் சொல்றானே, யாரையாவது கலந்துக்கிட்டுக் கொடுப்போம்னு யோசிக்கறதில்லே? இதென்ன பச்சைப் புள்ளை ஏமாறுறாப் போலல்ல இருக்கு? அண்ணி! எங்கிட்ட உங்களுக்கும் ஒரு வார்த்தை சொல்லணும்னு தோணலியா!" என்று ஆற்ற மாட்டாமல் குமுறிக்கொண்டு, தூணில்

சாய்ந்துகொண்டிருந்த மீனாட்சி அக்காளைப் பார்த்தார் ரத்ன தேசிகர்.

"நீ போட்டிக்கு வந்திட்டா, குழி நாலரை ரூபாய்க்கு வாங்க முடியுமா? அதான் சொல்லலே. 'ஆத்தா புடவை கொடுத்தா, அப்பன் குதிரை கொடுத்தான்னு சொல்லுங்கற சேதியா? நானும் இந்த மூக்குத் திருகு, இந்தச் சேப்பு ஓலை, இதைத் தவிர மீதியெல்லாம் கழட்டிக் கொடுத்திட்டேன்" என்று சொல்லிக்கொண்டே தொண்டையை அடைத்துக்கொண்டு வந்த அழுகையை அடக்க முடியாமல் உள்ளே போய்விட்டாள் அண்ணி.

ரத்ன தேசிகர் கல்லாய்ச் சமைந்துபோய்விட்டார். கட்டிலில் படுத்துக் கொண்டிருந்த சுந்தர தேசிகர் கண்ணிலிருந்து கரகர வென்று நீர் பெருகிற்று.

"ரத்னம், நிலத்தை வித்தேன், பாங்குப் பணத்தையும் எடுத்தேன். அதோடு நிற்கலை. அவ நகை ஜாடா எடுத்து அவன் கையிலே கொடுத்திட்டேன். நாலாயிர ரூபாய்க்கு அவ மேலே நகையிருந்தது. சும்மா ஆத்திலே போடறாப்போல எல்லாத்தையும் பிடுங்கிப் போட்டிட்டேன். இன்னிக்குத்தான் அவ இரண்டாவது மனுசன் காதிலே இந்தச் சேதியைப் போட்டிருக்குறா. அவளும் யார்கிட்டாவது சொல்லித் தீர்த்துத்தானே ஆகணும்? இப்பச் சொன்னதைத் தவிர வேறு ஒரு பிராணிகிட்ட அவ சொன்னதில்லை. அவளுக்கே தாங்க மாட்டாமெ சொல்லிப்பிட்டா. என்னாலே எத்தனை பேர் மனசு கசந்திருக்கு பாரு. என் சம்சாரம் போயிட்டுப் போறான்னு வச்சுக்குவம். என் தம்பி, அவன் சம்சாரம், அவன் பிள்ளை குட்டிங்க – ஒருத்தரைக் கலக்காமெ, குடும்பத்துக்குப் பெரியவன்னு ஒரு நிலையை எவ்வளவு தூரம் உபயோகப்படுத்திக்கணுமோ அவ்வளவும் செஞ்சு எல்லாத்தையும் அழிச்சுப்பிட்டேன். ஆனா இந்தக் குடும்பத்திலே ஒருத்தராவது, 'இப்படிச் செஞ்சிப்பிட்டியே!'ன்னு என்னை இன்னும் ஒரு வார்த்தை கேட்டதில்லை. அதுவரைக்கும் நான் கொடுத்து வச்சவன்தான்! ஆனா நாளைக்கு நான் தெய்வத்துக்குப் பதில் சொல்லித்தானே ஆகணும்? நானும் நெனச்சு நெனச்சுப் பார்க்கறேன்; இவ்வளவு முட்டாளா இருக்க முடியுமா ஒரு மனுஷன்னு! எனக்கு எப்படிக் கல்லுக் கல்லா ரூபாயைத் தூக்கிக் கொடுத்தேன்னு புரியவே இல்லை. சொக்குப் பொடி போட்டு மயக்கிப்பிட்டானா? அல்லது வேலைக்காரன்தான் நம்ம புத்தியைக் கெடுத்துச் சந்தியிலே இழுத்துக்கிட்டுப் போயிட்டானா? ஒண்ணுமே புரியலை" என்று பிரமித்துப்போய்ச் சாய்ந்துவிட்டார் சுந்தர தேசிகர்.

தி. ஜானகிராமன்

ரத்ன தேசிகர் கீழே கிடந்த கடுதாசிக் கட்டிலிருந்து ஒவ்வொரு கடுதாசாக எடுத்து வாசித்துப் பார்த்தார். ஒன்றிலாவது ராமதாஸ் நாயுடுவின் பெயரைக் காணவில்லை. 'பணம் வந்தது. வந்தனம். சீக்கிரம் சாஸனம் எழுதி முடிக்க ஏற்பாடு செய்துவிடுவோம்!' பணம் பெற்றுக்கொண்டேன். இன்னும் ஒரு வாரம் அல்லது இரண்டு வாரத்தில் சாஸனத்தை எழுதி, ரிஜிஸ்டர் செய்து விடலாம்!' என்று மொட்டையாகத் தொகையைக்கூடக் குறிப்பிடாமல், கடைசியில், 'இப்படிக்கு, கந்தசாமி' என்று கடிதங்கள் முடிந்திருந்தன. ஒவ்வொரு 'கடுதாசியிலும் மேலே 'மயிலாப்பூர்' என்று கண்டிருந்தது. விலாசம் இல்லை. இந்தக் கந்தசாமி யார்? கந்தசாமி என்று யாராவது ஓர் ஆள் உண்மையாகவே இருக்கிறானா என்று ரத்ன தேசிகருக்குச் சந்தேகம் எழுந்தது. இந்தக் கந்தசாமி யார் என்பது கடவுளுக்குத்தான் தெரியும். அவருக்கே தெரியாமலும் இருக்கலாம். அந்த மாதிரி ஓர் ஆசாமியையே அவர் படைக்காமல் இருந்திருந்தால்? ஆகவே ராமதாஸ் நாயுடுவைக் கேட்டால்தான் தெரியும். ராமதாஸ் கம்பி நீட்டிவிட்டான். இரண்டு மாதமாகத் தலைமறைவாகச் சுற்றிக்கொண்டிருக்கிறான். அவன் பெண்டாட்டியைக் கேட்டால், 'எனக்குத் தெரியாது' என்ற பதிலைத் தவிர வேறே ஒன்றும் கிடைக்கவில்லை.

கீழே கிடந்த முப்பது முப்பத்திரண்டு கடிதங்களையும் மாறி மாறிப் பார்த்துக்கொண்டிருந்தார் ரத்ன தேசிகர். இருபத்துநாலாயிரம் வாங்கிக்கொண்ட சுவடே அதில் காண வில்லை. மொத்தமாகப் பணம் பணம் என்றுதான் கண்டிருந்தது. தப்பித் தவறியாவது, 'ராமதாஸ் நாயுடு மூலம் பெற்றுக்கொண்டேன்' என்று ஒரு கடிதத்திலாவது கண்டிருக்கக் கூடாதா? தரித்திரம் பிடித்த சட்டத்திற்குச் சாட்சி வேண்டுமே! சாட்சியை வைத்துக்கொண்டுதான் கொலை செய்ய வேண்டுமென்று சொல்லுகிற சட்டத்திற்கு எப்படிப் பதில் சொல்வது? ரத்ன தேசிகர் திகைத்தார், எவ்வளவு அழகாக ஏமாற்றியிருக்கிறான் என்று.

நாள்தவறாமல் வீட்டு வாசலில் பாராக் கொடுத்துக் கொண்டிருந்த ராமதாஸ் இரண்டு மாதமாக மறைந்துவிட்டான். அதிலேயே ஏக்கம் பிடித்துவிட்டது சுந்தர தேசிகருக்கு. 'பணம் போய்விட்டது, சர்வமும் தொலைந்துவிட்டது' என்ற அதிர்ச்சியில் அவர் விழுந்துவிட்டார்; படுத்துக் கிடக்கிறார். திரும்பி வராது என்று வேறு சொல்லிவிட்டால் ஆள் பிழைப்பது துர்லபம். ரத்ன தேசிகருக்கு இன்னது செய்வது என்று தெரியவில்லை.

வெகு நாழிகை இருவரும் ஒன்றும் பேசவில்லை. கடைசியில், "மாமா, போலீஸிலே எழுதி வச்சு, ஆள்மேலே வாரண்டுக்

கிளப்பித்தான் ஆகணும். நீங்க கவலைப்படாமெ இருங்க. நான் பார்த்துக்கிறேன். கொஞ்சம் முன்னாடி சொல்லியிருந்தா இவ்வளவுக்கு வந்திராது. போவுது; நடந்து போன சமாச்சாரத்தைப் பத்திப் பேசுறதிலே புண்ணியமில்லை. அதைரியப்படாமெ இருங்க."

"அதைரியம் என்னப்பா? எனக்கு ஒண்ணும் ஆசையில்லை, சொத்தைக் காப்பாத்திக்க வேணும்னு. என் சொத்தினாலே இன்னொரு ஜீவன் திருப்தியடைஞ்சு சந்தோஷமடைஞ்சா அதுவே எனக்குத் திருப்தி. ஆனா இது முழுக்கவா என் சொத்து? தம்பி இருக்கிறான். அவன் பெரிய சம்சாரி. என் வார்த்தைக்கு ரெண்டு சொல்ல மாட்டான். அவனை நினைச்சாத்தான் எனக்கு ஆறவே மாட்டேங்குது!"

"சும்மா அதை நினைச்சுக்கிட்டு நொந்துக்காதீங்க. நம்ம கையிலே என்ன இருக்கு? ..."

"சரி அப்பா, எல்லாத்துக்கும் வலது கை மாதிரி இருந்து வரே நீ. உன்னை நம்பாமெ போனதுக்கு ஆண்டவன் என்னைச் சரியானபடி தண்டிச்சுப்பிட்டான். உங்கிட்டப் பேசுறத்துக்கே கூசுது எனக்கு."

"அப்படி எல்லாம் சொல்லாதீங்க, மாமா! என்னமோ காலக்கோளாறு. நம்ம செயலிலே என்ன இருக்கு? அப்ப வரட்டா?"

"சரி."

சுந்தர தேசிகர் சூன்யத்தைப் பார்த்துக்கொண்டு உட்கார்ந்திருந் தார். அந்தி மயங்குகிற வேளை. தொலைவிலிருந்து மாதாகோயில் மணியின் ஓசை கம்பீரமாக மிதந்து வந்துகொண்டிருந்தது. முற்றத்துக்கு மேலே ஒரே ஒரு நக்ஷத்திரம் முளைத்துப் பளிச்சிட்டுக் கொண்டிருந்தது. அவருடைய படிப்பு, விவேகம், அறிவு ஒன்றும் சொந்த விஷயத்தில் உபயோகமில்லாமல் போய்விட்டது அவருக்கு வியப்பை அளித்தது.

வயது அறுபது ஆகிறது; சைவ சித்தாந்தத்தில் கரைகண்டவர். தேவாரம் பாட ஆரம்பித்தால் மூன்று ஸ்தாயி பேசும் அந்தச் சாரீரம். பிசிரில்லாமல் தம்புராவுக்கு ஜீவா பிடித்தாற்போலப் பேசி நாதமாகப் பொழியும். ஊரில் அண்ணன் தம்பிச் சண்டைகள், புருஷன் பெண்டாட்டித் தகராறுகள், சொத்துப் பிரிவினைகள், நல்ல நாள் பார்த்தல் எல்லாம் அவருடைய யோசனையை நாடி வந்தவண்ணமாக இருக்கும். தர்மத்திலிருந்து இழை தவறாதவர் என்ற கௌரவ புத்தியால், ஊருக்குப் பெரியவர்

என்ற ஸ்தானத்தைக் கொடுத்து, அவரைப் போற்றிவந்தார்கள். கொஞ்சம் சொத்து சுதந்திரம் இருந்தது அவருக்கு. ஏமாற்றுவதற்கு இவரைத்தானா பார்த்தான் ராமதாஸ் நாயுடு!

ராமதாஸுக்கும் அவருக்கும் நெருக்கமான சிநேகம் இருந்ததே இல்லை. அப்பாமங்கலத்திலுள்ள அந்த ஐயாயிரம் ஆறாயிரம் பேரையும் அவருக்குத் தெரியும். ஊருக்குப் பெரியவர் என்று எல்லோரும் அவருக்குக் கும்பிடு போடுவது வழக்கம். அந்த மாதிரி ஆட்களில் ஒருவன்தான் ராமதாஸ்.

என்னவோ திடீரென்று ஒரு நாளைக்கு அவன் அவரைத் தொத்திக் கொண்டுவிட்டான்.

ஒருநாள் இதேமாதிரி அந்தி மயங்குகிற வேளை. வாசல் திண்ணையில் உட்கார்ந்து ஒரு கிராம்பைச் சுவைத்துக்கொண்டு ஏதோ ராகத்தைத் தொண்டைக்குள் மனம் செய்துகொண்டிருந்தார் அவர். ராமதாஸ் வாசலில் போய்க்கொண்டிருந்தான். வெகு நாளாக அவனைப் பார்க்கவில்லை அவர்.

"என்ன ஐயா, ராமதாஸ் செளக்கியமா? என்ன, கண்ணிலியே காணோம்?" என்று சொல்லி அவனைக் கூப்பிட்டார்.

"காணாமே என்னங்க?" என்று செருப்பை வாசலிலேயே கழற்றிவிட்டு வந்து உட்கார்ந்தான்.

"செளக்கியந்தானே?"

"செளக்கியந்தானுங்க."

"சவுக்க மரம் எப்படி விக்குது இப்ப?"

"சவுக்க மரமா? நான் கடையை எடுத்து ஒரு வருஷம் ஆகப்போவுதே!"

"கடையை எடுத்துப்பிட்டீரா? எனக்குத் தெரியவே தெரியாதே! ஏனையா!"

"ஒண்ணும் புண்ணியமில்லிங்க. பாடு ஜாஸ்தி, பலன் குறைச்சல்."

"உம்மாலே சும்மா இருக்க முடியாதேய்யா! கடையை எடுத்திட்டு என்ன பண்ணுறீர்?"

"ஏதோ கமிஷன் வியாபாரம் மாதிரி செய்துட்டிருக்குறேன். நிலம் கிலம் முடிச்சுக் கொடுக்குறேன். ஏதாவது தரகு வருதுன்னா."

"பாடு குறைச்சல், பலன் ஜாஸ்தி."

"உம். அப்படி ஒண்ணும் கொந்தி எறிஞ்சிடலைங்க. ஏதோ வயித்துக்குப் போதும்."

"அட, வருஷத்துக்கு நாலு தரகு கிடைச்சாப் போதுமே ஐயா!"

"அது சரி."

"ஒரு மாசம் அலைஞ்சாலும் பதினோரு மாசம் சும்மா உட்கார்ந்திருக்கலாமே!"

"அது சரிங்க."

"நூறு இருநூறுன்னு வாங்குறீரா, ஆயிரம் இரண்டாயிரம்னா?"

"உம். ஆயிரத்துக்குப் போனா நான் ஏன் இப்படி இருக்கேன்? அந்த மாதிரி வாங்கினா நாலு வீடு வாங்கிப் போட்டுட மாட்டேனா! ஏதோ இப்ப ஒரு நல்ல 'சான்ஸ்' வருது. எந்த மகராஜன் கொடுத்து வச்சிருக்கானோ! அவன் வாங்கினா நமக்குப் பெரிசா எதையாவது கண்ணிலே காணலாம். அப்படிப் புதையல் மாதிரி ஒரு தசை வருது. யார் காத்திட்டிருக்கானோ?"

"நிலமா, வீடா?"

"நிலந்தானுங்க. கண்ணான நிலம். இரு போகம்; ஒரே தாக்காக ரெண்டரை வேலி. குருவை இருபது, தாளடி இருபது காணும். எந்தப் பஞ்சத்திலேயும் இரண்டு போகமும் சேர்ந்து முப்பத்தஞ்சுக்குக் குறையாது."

"ஸ்தலம் எங்கே இருக்கு?"

"இதோ இருக்குங்க, புங்கஞ்சேரியிலே."

"புங்கஞ்சேரியா? அப்பக் கேட்பானேன்? இருபதும் விளையும், முப்பதும் விளையும். என்ன விலை?"

"நாலரை ரூபாய்."

"ஆ!"

தேசிகருக்குத் தூக்கி வாரிப்போட்டது.

"என்ன ஐயா இது, புங்கஞ்சேரியிலா! நாலரை ரூபாயா!"

"உஸ், சத்தம் போடாதீங்க; காரியம் கெட்டுப்போயிடும்."

தேசிகர் குரலைத் தாழ்த்திக்கொண்டார்.

"என்ன ஐயா இது, புரளி பண்றீரு! அந்தத் திக்கிலே பதினஞ்சு ரூபாய்க்குக் குறைஞ்சு நிலம் ஏதுய்யா?"

தி. ஜானகிராமன்

"இங்கே வாசலிலே இருந்துக்கிட்டுப் பேசக் கூடாது. உள்ளே வந்தீங்கன்னாச் சொல்றேன்."

"சரி, உள்ள போவோம், வாரும்" எழுந்து உள்ளே போனார் தேசிகர். அப்பொழுது ராமதாஸின் மனச்சாட்சி எழுந்து, சற்றுப் படம் எடுத்து ஆடிற்று. அதை ஓங்கி அடித்துப் படுக்கப் போட்டுவிட்டு, முழு மூச்சில் இந்த வேஷத்தைப் போட்டு, ஆடிவிடுவது என்று இறங்கிவிட்டான் அவன். தேசிகரைத் தொடர்ந்து உள்ளே போனான். ஒரு நாற்காலியைக் காட்டினார் அவர்.

"பரவாயில்லை" என்று கீழே உட்கார்ந்தான், ராமதாஸ்.

"ராமதாஸ், நீர் என்ன புதிர் போடுறீரா? புத்தி ஸ்வாதீனமில்லாமெ பேசுறீரா? ஒண்ணும் புரியவில்லையே எனக்கு."

"அதாங்க, இது நம்புறத்துக்கு லாயக்கில்லாத சேதிதான். ஆனா கொடுத்துவச்சவன் நம்புவான்."

"நிஜமாவா? நாலரை ரூபாயா!" என்று களங்கமற்ற வியப்புடன் கேட்டார் தேசிகர்.

"ஆமாம்; உடைமைக்காரரு மதராஸிலே ஏதோ கம்பெனியிலே வேலையா இருக்காரு. குத்தகைக்காரன் தவிசல் பண்ணிக்கிட்டேயிருக்கான். அவரும் பட்டணத்திலேயே வீடு கீடு கட்டிக்கிட்டுத் தங்கிடலாம்னு நினைக்கிறாரு. கொஞ்சம் புது மோஸ்தரான ஆளுன்னு வச்சுக்குங்களேன். பரம்பரையா வந்த சொத்து. அவரு தகப்பனாரும் மதராஸிலேயே உத்யோகம் பாத்துச் செத்துப்போயிட்டாரு. பட்டணத்திலேயே பிறந்து வளர்ந்திட்டாரு இவரு. ஊர் நிலைமை தெரியாதவரு. அநுபோக பாத்யம் கொண்டாடப் போறானேன்னு குத்தகையை மூணு நாலு கை மாத்தினாரு. நாலஞ்சு தடவை அதுக்காக இந்தப் பக்கம் காலடி எடுத்து வச்சிருக்காரு. அதைத் தவிர ஊர் நிலைமை ஒண்ணும் தெரியாதவரு. இப்பக்கூட நிலம் எங்கே இருக்குன்னு யாராவது காட்டினாத்தான் தெரியும். நம்பிக்கையா அவருக்கு ஒரு ஆளு, கண்டு முதலைப் பார்த்து நெல்லோ, நீரோ, காசோ அனுப்பறதுக்குக் கிடைக்க மாட்டேங்கறான். ஊரோடேயே ஒட்டாதவனுக்கு எங்கேயிருந்து இதுக்கெல்லாம் ஆள் கிடைப்பானுங்க? அவருக்குப் பட்டணத்திலேயே இருக்கணும்னு ஆசை. வித்திடேறங்கிறாரு. இதான் கதை. போன வாரம் போயிருந்தேன். சொன்னாரு. விலை கேட்டதுக்கு நாலரை ரூபாய்னாரு. எனக்கே நம்ப முடியவில்லை. நிலவரம் தெரியாதவருன்னு பேச்சுக் கொடுத்ததிலே தெரியவந்தது. ஏதோ இருபது இருபத்தஞ்சாயிரம் முடைபோல் இருக்கு.

பாயசம் 21

நறுக்குன்னு நாலரை ரூபான்னுட்டாரு போங்களேன். நானே இரண்டாம் பேர் அறியாமெ தளுக்கா அழுக்கிப்பிடலாம்னு பார்த்தேன். இருபதினாயிரத்துக்கு நான் எங்கே போவது? நம்மை நம்பி யாராவது இந்தத் தொகையைக் கொடுக்கப் போறானா? அதெல்லாம் நடக்கிற பேச்சில்லை. சரிதான், நம்ம தலையிலே எழுதினது ஏதோ ஆயிரம் இரண்டாயிரம் தரகுதான்னு முடிவு கட்டிப்பிட்டேன். நான் ஆசைப்படறது வேறே ஒண்ணுமில்லைங்க. அட, நமக்குத்தான் முடியலெ. நமக்கு வேணுங்கப்பட்டவுங்க யாருக்காவது முடிச்சு வைக்கலாமேன்னுதான். அதுக்குப் பாருங்க நமக்கு நம்பிக்கையா ஆள் இல்லை. நிர்வாணத் தேசத்திலே கோவணங் கட்டினவன் பைத்தியக்காரன்'னு சொல்றாப்போல, புங்கஞ்சேரியிலெ நாலரை ரூபாய்க்கு நிலமிருக்கின்னா யாராவது காது கொடுத்துக் கேக்கற சேதியா அது? இதுக்கு இடையிலே உள்ளூர்க் கழுகு ஒண்ணு அங்கே போய் வட்டம் போடுது."

"அது யாரு?"

"எல்லாம் உங்க ஆளுதான்; ரத்ன தேசிகரு. ஒரு வாரத்துக்குள்ளாற இரண்டு தடவை பட்டணம் போயிட்டு வந்திட்டாரு. புங்கஞ்சேரிச் சாலையிலெ முந்தாநா பாத்தேன். 'எங்கே இப்படி'ன்னு கேட்டேன். 'சும்மாதான் காத்தாட வந்தேன்'னாரு. காத்து வாங்க நம்மூரிலியா இடமில்லே? எங்கிட்டக் காது குத்தினாரு. நானும் சரிதான்னு கேட்டுக்கிட்டு வந்திட்டேன்."

"ரத்னம் இறங்கிட்டானா? அப்பக் கட்டாயம் அவனுக்குத்தான் சேரப்போவது அது."

"சேர்ந்திடுமா அது? அவரு ரத்னம், நான் ராமதாஸ்! நம்ப ரானாவுக்கு ஒரு கால் இருக்குங்க."

"சரிதான் ஐயா, நீர் எப்படி முந்திக்க முடியும்?"

"ஒரு மூவாயிரத்தை அட்வான்ஸ் கொடுத்து, ஆணி அறையறாப்போல அறைஞ்சுப்பிட்டா அப்புறம் ரத்னமாவது, வைடூரியமாவது?"

"உம்மாலே முடியுமா அது?"

"ரூபா இருந்தா முடியாமெ என்ன?"

"எத்தனை ரூபாய்!"

"மூவாயிரம் இருந்தாப் போதும்."

"சரி, கவலைப்படாதீர். நாளைக்குச் சாயங்காலம் நாலு மணிக்கு வாரும்."

தி. ஜானகிராமன்

"யாருக்கு?"

"இங்கே ஒருத்தருக்கு?"

"யாருக்கு? சொல்லுங்களேன்."

"அட, நமக்குத்தான்னு வச்சுக்குமேன்."

"அப்படியானா சரி. பாலிலே பழம் விழுந்தாப்போல ஆச்சு. நானும் அதுதான் எதிர்பார்த்தேன். ஆனால் விஷயத்தை வெளியிலே விட்டுடாதீங்க. ஜாக்கிரதை!"

"ஜாக்கிரதையா இல்லாமே வேறே எப்படிய்யா இருக்க முடியும், இந்தச் சமாசாரத்துலே?"

"என்னமோ, என் பதட்டம், என் கவலை, சொல்லி வைக்கிறேன்."

"கவலைப்படாதீர். நாளைக்கு நாலு மணிக்கு வாரும்."

மறு நாளைக்குப் பாங்கியில் ஆபத்து சம்பத்திற்காக வைத்திருந்த இரண்டாயிரம் ரூபாயை எடுத்துவிட்டார் தேசிகர். இரும்புக்கடை வைத்தியநாத பிள்ளையிடம் நோட்டெழுதிக் கொடுத்து ஓராயிரத்தை வாங்கினார். எல்லாம் பகல் சாப்பாட்டிற்குள் முடிந்துவிட்டது. மாலை நாலு மணிக்கு ராமதாஸ் மூவாயிரத்தையும் வாங்கிக்கொண்டு போனான்.

"அநேக நமஸ்காரம் ... பணம் வந்து சேர்ந்தது ... சீக்கிரம் சாஸனம் செய்ய ஏற்பாடு செய்கிறேன். மற்றவை நேரில்.

ரா. கந்தசாமி"

அன்று சாயங்காலம் இருட்டுகிற சமயத்திற்கு ராமதாஸ் வந்தான். அவன் பெயருக்கும் ஒரு கடிதம் வந்திருந்தது. அதை எடுத்து அவரிடம் காட்டினான்.

மறுநாளைக்கு மறுநாள் மயிலாப்பூரிலிருந்து ஒரு கடிதம் வந்தது:

"... பணம் வந்தது. தேசிகருக்கும் இன்று கடிதம் எழுதி யிருக்கிறேன். சீக்கிரமே சாஸனத்திற்கு ஏற்பாடு செய்வோம். தேசிகருக்கு நிலங்களைக் காண்பிக்கவும்.

ரா. கந்தசாமி"

"நிலத்தைப் பார்க்கிறது என்னையா? எல்லாம் நீர் சொன்னா சரி!" என்றார் தேசிகர்.

"அது முறையில்லீங்க. எல்லாத்துக்கும் ஒரு தடவை பார்த்துவிடறதுதான் நல்லது. பார்க்காமெ எந்தக் காரியமும்

செய்யப்படாதுங்க. நாளைக்குத் திருப்தியில்லாமெப் போச்சுன்னா?"

"சரிய்யா. உம்ம இஷ்டத்தைத்தான் கெடுப்பானேன்? என்னிக்கிப் போகலாம்?"

"எப்ப வந்தாலும் நான் தயார்."

"வியாழக்கிழமை போவமா?"

"உம், ஆனா விடியற்காலமே அல்லது இருட்டுற நேரத்துக்குப் போனா நல்லது. கையெழுத்தாகி ரிஜிஸ்டர் ஆற வரைக்கும் மூட்டமா இருக்கிறதுதான் தேவலாம்."

"சரி, வியாழக்கிழமை விடிகாலம் வர்றேன்."

வியாழக்கிழமை இருள் பிரிவதற்கு முன்னேயே வண்டியைக் கட்டித் தாமே ஓட்டிக்கொண்டு சென்றார் தேசிகர். ஊர்க்கோடியில், சாலையில் நின்றுகொண்டிருந்த ராமதாஸ் வண்டியில் ஏறிச் சாரத்தியத்தைத் தான் ஏற்றுக்கொண்டான். நாற்பது வருஷ காலத்தில் அன்று தான் தேசிகருக்குப் பிராதஸ்நானம் தவறிவிட்டது.

புங்கஞ்சேரி நாலு மைலில் இருந்தது. விடிய விடிய வண்டி புங்கஞ்சேரி எல்லையை அடைந்தது. ஜிலுஜிலுவென்று காலைக்காற்று, குளிர்ந்து அடித்துக்கொண்டிருந்தது. வலியன் குருவி ஊருக்குமுன் எழுந்து ஊரை எழுப்பிக்கொண்டிருந்தது. காலையின் மௌனம், குளிர்ந்த காற்று, மனசில் இருந்த எழுச்சி, எல்லாம் தேசிகருக்குப் பிராதஸ்நானம் தவறிப்போனதற்கு ஈடு கட்டிவிட்டன.

"அட, இதோ நிக்கிறாரே!" என்று வண்டியை நிறுத்தினான் ராமதாஸ்.

"யாரு?"

"நிலத்துக் குத்தகைக்காரருங்க. இங்கேயே இறங்கிப்பிடலாங்க. வண்டியை இங்கேயே அவுத்துப்போடலாம். இதோ இருக்கு. போய்ப் பாத்துப்பிட்டு உடனே திரும்பிடலாம். சும்மா மரத்திலே மாட்டுத்தலைக் கயிற்றைக் கட்டிப்பிட்டுப் போகலாம்."

"சரி."

நாலு வயல் கடைக்கு அப்பால் இருந்தது அந்த இரண்டரை வேலித் தாக்கும். வரப்பின்மேல் மூவரும் நடந்து வந்து நின்றார்கள்.

தி. ஜானகிராமன்

"நமக்கு ரொம்ப வேண்டியவருங்க குத்தகைக்காரரு. ஓய், குத்தகைக்காரரே, உங்க நிலத்துக்கு இனிமே முதலாளி இவுங்கதான்!"

"தெரியுதுங்க."

தேசிகர் கருகமரத்தடியில் நின்று பார்த்தார். பயிர் கருகருவென்று கரும் பச்சையாக வாளித்து வளர்ந்து காலைக் காற்றில் அலையாடிக் கொண்டிருந்தது.

"காவேரிப் பாசனம் பாசனந்தான். பயிர் எப்படி ஓய்யாரமா, மதம் புடிச்சாப்போல நிக்குது பாரும்! குத்தகைக்காரரே, கண்டு முதல் சுமாரா எப்படியிருக்கும்?"

"குருவை, பதினெட்டு இருபதுக்குக் குறையாது. தாளடி பதினாறு பதினேழுக்குக் கீள போனதில்லை."

"குத்தகை?"

"இருபத்தஞ்சு."

"அதிகந்தான்."

"நீங்க சொல்றீங்க. முதலாளிக்கு ரொம்பக் குறைச்சல்னு எண்ணம். கிஸ்தியும் நீயே கட்டிப்பிடுங்கிறாரு. இது உலகத்தில் இல்லாத சேதியா இருக்கு. கிஸ்தியைக் கூடவா குத்தகைக்காரன் கொடுப்பான்? அதாங்க தவிசல்! நெல்லுக்காச்சி மரம் எங்கே இருக்குன்னு கேட்கிறவங்களுக்குப் பாடுபடறவன் அருமை, வழக்கம் முறை ஏதாவது தெரியும்படி என்னமாங்க சொல்றது. அவருபாட்டுக்குக் கேக்குறாரு."

"இனிமே அந்தக் கவலை ஏன் ஐயா, உமக்கு? புது முதலாளி எப்படின்னு கொஞ்ச நாளில் தெரிஞ்சு போயிடுது."

"நெலம் நல்லாத்தான் இருக்கு. விளைச்சலும் நல்ல விளைச்சலாகத்தான் சொல்றாரு குத்தகைக்காரரு!" என்று பயிரின் கரும் பசுமையைக் கண்டு பூரித்துக்கொண்டே சொன்னார், தேசிகர்.

"அதெல்லாம் உழைப்பிலே சளைக்கிற ஆளு இல்லீங்க குத்தகைக்காரரு. குத்தகை நிலந்தானேன்னு சோம்பிச் சோம்பி மயங்குற ஆளு இல்லே" என்றான் ராமதாஸ்.

"எதுக்காகச் சோம்புறதுங்க! பூமாதேவி 'இந்தா இந்தா'ன்னு கொடுக்கக் காத்துக் கிடக்குறா. அவளுக்கு வேணுங்கிற தீனியைக் கொடுத்தாக் கைநிறைய வாரிக் கொடுக்கிறா, தாயி. உள்ளே கிடக்குது புதையல். அதுக்குக் கொஞ்சமாவது நாம பிரயாசைப்பட வேண்டாங்களா? சோம்பினா அது தெரியாத்தனம் இல்லே?"

"நீ சொல்றே தம்பி! உன் மாதிரி எல்லாரும் இருந்தா நம்ம தேசத்திலே சாப்பாடு ராஜாங்கத்துக்குக் தலைவலியைக் கொடுக்குமா? உழைக்காமலே வாயிலே சோறு வந்து விழணும்னு நாம் தூங்கறோம். அதான் தேசமே தவிக்குது" என்று சொல்லிவிட்டுத் தேசிகர் நிலத்தைப் பார்த்துக்கொண்டே இருந்தார்.

"என்னமோங்க. வஞ்சனையில்லாமல் உழைக்கிறேன். சொந்தக் கொளந்தை மாதிரி நெனச்சுத்தான் செய்நேத்தி செய்யறேன். குத்தகை தக்கணும்; ஆண்டவன் செயல்."

"கவலைப்படாதையா! வஞ்சனையில்லாமல் உழைச்சா உன்னை விட்டு ஏனையா குத்தகையை மாத்தறேன்?"

"ஓய், நீர் ஒண்ணும் சொல்ல வாண்டாம். அதெல்லாம் அவங்களுக்குத் தெரியும்" என்றான் ராமதாஸ்.

சற்று நேரம் கழித்து மூவரும் சாலைக்குத் திரும்பினார்கள்.

வண்டி கிளம்பிற்று. ஊர்க்கோடியில் தலைக்கயிற்றைத் தேசிகர் கையில் கொடுத்துவிட்டு, "மறுபடியும் சொல்றேன்னு நெனச்சுக்காதிங்க. யார்கிட்டேயும் சேதியை வெளியிலே விட்டுடாதிங்க. முக்கியமா ரத்ன தேசிகர் காதுக்கு எட்டிச்சோ, போச்சு!" என்று எச்சரித்துக்கொண்டே இறங்கினான் ராமதாஸ்.

"எனக்கென்ன பைத்தியமா? இதுக்கு என்னையா கவலை?" என்று தைரியம் சொன்னார் தேசிகர்.

வண்டி போய்விட்டது. கத்தியை எடுத்து ஒரு கருகக் குச்சியை நறுக்கிக் கடித்துக்கொண்டு வாய்க்கால் கரையில் நின்றான் ராமதாஸ். அவன் நெஞ்சு தேசிகரை நினைத்துக் கழிவிரக்கத்தில் கசிந்தது. குற்றம் செய்கிற குறுகுறுப்பு அங்கே இல்லை. 'இவ்வளவு நம்பிவிட்டானே பாவி!' என்று வருத்தப்பட்டான்.

தேசிகர் பார்த்த அந்த இரண்டரை வேலித்தாக்கும் புங்கஞ்சேரிக் கொங்கணேசர் கோயில் நிலம். அந்தக் 'குத்தகைக்காரன்' தஞ்சாவூரில் மாட்டுத் தரகு செய்துகொண் டிருந்தவன். ராமதாஸிடம் பத்து ரூபாய் 'பீஸ்' வாங்கிக்கொண்டு குத்தகைக்கார வேஷம் ஆடிவிட்டு அடுத்த பஸ்ஸில் தஞ்சாவூர் போய்விட்டான்.

'பாவிப் பய, துரதிர்ஷ்டக்கார மனுசன்! இப்படி ஏமாந்துபோகிறானே! இதோடு இந்த நாடகம் சாயம் வெளுத்துவிட்டால்கூடப் பிழைத்துவிடுவான்' என்று ஒரு நிமிஷம் தோல்வியைக்கூட விரும்பினான் ராமதாஸ். தேசிகருடைய குழந்தைத் தன்மை ஒரு கணம் அந்த நிலைக்குக்

தி. ஜானகிராமன்

கொண்டுவந்துவிட்டது அவனை. அந்த எண்ணத்தை உலுக்கி, உதறி எறிவது சற்றுக் கஷ்டமாகத்தான் இருந்தது அவனுக்கு.

தேசிகர் அன்று இரவு தூங்க நேரம் பிடித்தது. இரண்டரை வேலி நிலம் ஒரே தாக்காகத் தம்மை அணுகி வருவது கண்டு அவர் நெஞ்சு எழுச்சியில் மகிழ்ந்து படபடத்தது.

ராமதாஸ் நாள் தவறாமல் வந்து அரைமணி நேரமாவது பேசிவிட்டுப் போய்க்கொண்டிருந்தான். பதினைந்து நாள் கழித்து ஓர் எண்ணாயிரம் கேட்டான். தேசிகர் உடனே நஞ்சையும் புஞ்சையுமாய் இருந்த குடும்பச் சொத்தான பன்னிரண்டு மா நிலத்தையும் குழி பதினைந்து ரூபாய் என்று உச்சிக் கிரயத்தில் விற்று ரொக்கத்தை வாங்கி எண்ணாயிரத்தை ராமதாஸ் கையில் கொடுத்துவிட்டார். அதற்குள் மயிலாப்பூரிலிருந்து ஒரு கடிதம் வந்துவிட்டது. வைத்தியநாத பிள்ளையின் கடனை உடனே தீர்த்துவிட்டார் தேசிகர்.

ஒரு மாதம் ஆகிவிட்டது. மயிலாப்பூர்க்காரருக்கு இன்னும் ஒழியவில்லை. ஆனால் ராமதாஸ் முதல்தர நெல்லாக நாலு வண்டியும் தேசிகர் பசுக்களுக்கும் எருமைகளுக்கும் வைக்கோல் போரும் போட்டுவிட்டுப் போனான்.

நாலு மாதம் ஆயிற்று. இன்னோர் ஆயிரம், இன்னொரு நாலாயிரம் ராமதாஸ் கைக்குப் போயிற்று. கடிதத்துடன்தான். இரண்டாம் போகம் கண்டு முதலுக்குப் பிறகு இன்னொரு நாலு வண்டி நெல் வந்துவிட்டது. தேசிகருக்குச் சாப்பாட்டுக் கவலை ஒழிந்தது. மாயவரத்துப் பாதிரிப் பழம் தேசிகருக்கு உயிர். நாலைந்து கூடைகள் வந்தன. மதுரை மலை மாவடு அவருக்கு இரண்டாவது உயிர். அவருடைய அந்தரங்க ருசிகளை எல்லாம் வெகு குறிப்பாக அறிந்து நிறைவேற்றிவந்தான் ராமதாஸ்.

"ஓய், நீர் ரொம்ப இங்கிதம் தெரிஞ்ச ஆளையா!" என்று ஒருநாள் அவர் கொடுத்த 'சொட்டு' அவன் மனச்சாட்சி மீது புண்ணில் 'சொட்டு'க் கொடுத்தாற் போல் விழுந்தது. சுரீர் என்று அந்த வலியைப் பொறுத்துக்கொண்டு நிமிர்ந்துகொண்டான்.

நிலம் விற்ற ரொக்கம் முழுவதும் கரைந்துவிட்டது. ஆனால் பன்னிரண்டு மாநிலத்துப் பணத்தில் வரவிருந்த இரண்டரை வேலி நிலம் அணுகிக்கொண்டே இருந்ததே தவிர, கைக்கு எட்ட வில்லை.

தேசிகர் மயங்கினார்.

ராமதாஸ் காளவாய் மாதிரி பணம் கேட்டுக்கொண் டிருந்தான். கொடுத்த பணத்தை வாங்குவதற்காகவாவது இன்னும்

பாயசம் 27

கொடுத்தால்தான் நல்லது என்று தேசிகருக்குத் தோன்றிவிட்டது. மீனாட்சியம்மாளின் கை வளையல், அட்டிகை, மூன்று வடம் சங்கிலி, அந்த நாளில் அணிந்திருந்த புல்லாக்கு ஒவ்வொன்றாகக் கடுதாசாக மாறிக் கை மாறிற்று. இரண்டு வருஷம் ஆகிவிட்டது. மயிலாப்பூர்க்காரர் இதோ, இதோ என்று மன்னிப்புகள் கேட்டுக் கேட்டுக் கடிதம் எழுதிக்கொண்டேயிருந்தார்.

இன்னோர் ஆறு மாதம் ஆயிற்று. சாப்பாட்டுக் கவலை இல்லை. ஏராளமாக நெல்லும் நீரும் வீட்டில் நிறைந்து கிடந்தது. எங்கிருந்து வந்ததோ!

திடீரென்று ராமதாஸ் நின்றுவிட்டான்.

தேசிகருக்கு தளர்ச்சி கண்டது. ஜுரம் வந்தது. நெஞ்சு திகிலுற்றது. படுத்துவிட்டார். ரத்ன தேசிகர் அவருக்கு ஒன்று விட்ட அத்தை மகன், அடுத்த ஊரிலிருந்து அவரைப் பார்க்க வந்தபோது, "ரத்னம், இந்த ராமதாஸை உனக்குத் தெரியுமா?" என்று சாதாரணமாகக் கேட்டு வைத்தார்.

"தெரியும்!"

"ஆள் எப்படி?"

"ஏன், ஏதாவது கடன் கிடன் கொடுத்திருக்கீங்களோ?"

"என்னப்பா, அப்படிக்கேட்டே!"

"பின்னே ராமதாஸைப் பத்தி யார் விசாரிப்பாங்க! நூறு இருநூறு கொடுத்திருந்தா, பேசாமே ஒரு முழுக்குப் போட்டுட்டு முளிச்சிடுங்க. இனிமே கொடுக்க வாணாம்."

தேசிகருக்குப் பகீரென்றது. ஒரு மணிநேரத்தில் எல்லா வற்றையும் கக்கி உருகிவிட்டார்.

ரத்ன தேசிகருக்கு மண்டையில் அடித்தாற்போல் இருந்தது. மொட்டைக் கடுதாசிகளும் முட்டாள்தனமும் அவரை அதிரச் செய்து நடுக்கிவிட்டன. ஒன்றும் ஓடவில்லை அவருக்கு.

போலீஸில் பதிவு செய்தார். மறுநாள் ஊர் சலசலத்துவிட்டது. தேசிகரைக் கூட்டம் கூட்டமாக வந்து துக்கம் விசாரித்தார்கள். வேடிக்கை பார்த்தார்கள். அவருடைய உயிர் சாகசத்துடன் உடலில் ஒட்டிப் பிடித்துக்கொண்டிருந்தது. பஞ்சாயத்து போர்டு தலைவர் கண்ணுசாமிப் பிள்ளை, குப்புசாமி டாக்டர், சுப்பட்டா இன்னும் நாலைந்து பேர் கீழே உட்கார்ந்திருந்தார்கள்.

"இந்தக் காலத்திலே தகப்பன் பிள்ளையை நம்ப மாட்டேங்கறான். பெண்டாட்டி, பிள்ளை, அண்ணன், தம்பி

தி. ஜானகிராமன்

ஒருத்தரையும் நம்ப மாட்டேங்கறாங்க. இப்படி ஒரு அல்காப் பயலை நம்பிவிட்டீர்களே!"

"உங்களைப் போய் ஏமாத்தினானே, பாவி, பாவி! அவனை உசிரோட வச்சு வச்சுக் கொல்ல வாண்டாம்?"

"அந்தப் பய ஹோட்டல்லெ எப்படிச் சாப்பிட்டான் தெரியுமா? தினந்தோறும் இரண்டு ஜாங்கிரி, இல்லாட்டி இரண்டு அல்வா, டிக்ரி காப்பி இப்படில்ல முழுங்கினான்? பாவி, பாவி!"

"என்ன வேட்டி! என்ன சட்டை! பெண்டாட்டியை அழைச்சிக்கிட்டு அமாவாசைக்கு வேதாரண்யம் போனான். சிவராத்திரிக்கு ராமேசுரம் போனான்."

திகைப்பும் குரோதமும் பரிவும் தேசிகர் முன் தாறுமாறாக ஆடிக்கொண்டிருந்தன.

"என்னடா இப்படி பேசறேனேன்னு நீங்க நெனைக்கலாம். என் பணத்தைக் கொண்டு இவ்வளவு சந்தோஷம் ஒத்தன் அடைஞ்சான்னா அது எனக்கு ஒரு திருப்தியாகத்தான் இருக்கு. என் கண்ணுசாமிப்பிள்ளை, நான் சொல்றது எல்லாம் உங்களுக்குச் சம்மதமில்லைபோல் இருக்கு. நீங்க எல்லாரும் இவ்வளவு ஆத்திரப்படறபோது நான் பேசுகிறது ருத்ராக்ஷப் பூனை மாதிரி இருக்கும். 'இந்தப் பழம் புளிக்கும் டாங்கிற போக்கிலே நான் சொல்லல்லே. உண்மையாகவே எனக்கு ஒரு திருப்தி உண்டாகத்தான் செய்யுது. இந்தப் பணம் போனா என்ன? என் நடராஜன், சபாபதிப் பெருமான் எனக்கு வேறெ கொடுத்திட்டுப் போறான். கட்டாயம் கொடுப்பான். 'ஐயோ, அத்தனையும் போயிடுச்சே!'ன்னு இடிஞ்சுபோய் முதல்லே உட்காரத்தான் உட்கார்ந்தேன். ஆனா யோசிச்சுப் பாக்கறப்ப, பரவாயில்லேன்னு தோணுது. நான் இப்பக் கவலைப்படலே. என் பணம் நிச்சயம் வரும்."

"அதுக்காக அந்தப் பயலை ஒண்ணுமே செய்யாமெ விட்டுவிடுகிறதா?"

"நான் அப்படிச் சொல்லலையே, மோசடி பண்ணுகிறவனைத் தண்டிச்சுத்தான் ஆகணும். ராஜாங்கம் அவனத் தண்டிக்கணும்னுதான் நான் விரும்புகிறேன். நான் சொல்ல வந்தது, என் மனசிலே ஏற்பட்ட ஒரு எண்ணத்தைத்தான்!"

ஆனால் ராமதாஸின் ரத்தத்தையே குடித்துவிடத்தான் துடித்தது ஒவ்வொரு நெஞ்சும்.

இருபது நாள் கழித்துச் சிதம்பரத்திற்குப் பக்கத்தில் ராமதாஸ் பிடிபட்டுவிட்டான். விலங்கிட்டு இழுத்து வந்தார்கள். "பணமாவது, வாங்கிக்கவாவது? தேசிகர்கிட்டயா! இது என்னையாது புதிரா இருக்கு!" என்று அவன் முகம் ஆச்சரியக்குறி போட்டுக் கேட்டது. அதன் பலனாக, நகக் கண்ணில் ஊசி ஏறிற்று. முதுகு பட்டையாகத் தடித்தது. முகம் வீங்கிற்று.

இந்தக் கட்டத்தை அவன் எதிர்பார்க்கவில்லை. மடத்து நாய் மாதிரி எலும்பு கடகடக்க அடிபடும் கட்டம் அவன் போட்ட திட்டத்தில் இல்லை. ஜாமீன் கொடுத்து வெளியே வந்தான்.

கேஸ் நடந்துகொண்டிருந்தது. அந்தக் கடிதங்கள் தான் எழுதினவை அல்ல என்று பொய்ச் சத்தியம் செய்தான். அன்று வெளியே வரும்போது கண்ணுசாமிப் பிள்ளை அவன் மீது கோர்ட் வாசலில் காறி உமிழ்ந்தார்.

கையில் இருந்த ஐந்நூறு, ஆயிரமும் தீர்ந்துவிட்டது.

தலைவலி என்று ஒருநாள் படுத்தான் ராமதாஸ். நிற்காத தலைவலி அது. வளர்ந்தது; காய்ச்சல் கண்டது; பூச்சி வெட்டின வெண்டைச் செடி போல விறுவிறுவென்று வாடி உடல் தேயத் தொடங்கிற்று. படுத்த படுக்கை ஆகிவிட்டான். மருந்து வாங்கக் காசு இல்லை. அடிபட்டு அடிபட்டு வாலைச் சுருட்டி வதங்கி மடிந்திருந்த உள் மனம் ஓங்கி ஜ்வாலை விட்டு எரிந்தது. அதை அடித்து உட்கார வைக்க அவன் மனசு தெம்பு இழந்துவிட்டது. பிழைக்கிற குணம் தெரியவில்லை. மூன்று வாரம் ஆகவில்லை. இன்றைக்கோ, நாளைக்கோ என்று பொழுதை எண்ணும் நிலை நெருங்கிவிட்டது.

அன்று காலை எட்டு மணி இருக்கும்.

"வெந்நீர்" என்றான் ராமதாஸ்.

"அவங்க வந்திருக்காங்க" எனப் பதறினாள் அவள்.

"யாரு?"

"தேசிகரு!"

"ரத்ன தேசிகரா?"

"இல்லே, நம்ம தேசிகரு."

"ஆ!"

அவன் வாய் மூடுவதற்குள் சுந்தர தேசிகர் உள்ளே வந்துவிட்டார். சுற்றுமுற்றும் பார்த்தார். கந்தல் துணிகளும்

அழுக்குத் துணிகளும் தேயும் உடலும் நாற்றம்வீசி வயிற்றைக் கலக்கின. ராமதாஸின் மனைவி ஒன்றும் புரியாமல் விழித்தாள். ஒரு நாற்காலி காட்டினாள், அவரை அமரச் சொல்லி.

"ராமதாஸ், உனக்கு உடம்பு சரியா இல்லை. கவலைக்கிடமாயிருக்கு என்று சொன்னாங்க. பார்த்துவிட்டுப் போகலாம்னு வந்தேன். அதுமட்டும் இல்லெ. உன்னிடம் ஒரு முக்கியமான சேதி பேசணும்."

ராமதாஸ், கயிற்றுக் கட்டிலில் படுத்திருந்தான். சற்று எழுந்து தலையணையில் சாய்ந்தாற்போல உட்கார முடியாமல் அவனுக்குத் தெம்பு செத்துவிட்டது.

"ராமதாஸ், உன்னைப்போல ஒரு கெட்டிக்காரனை நான் பார்த்திருக்கேன்னு நினைக்கலை. இந்த உலகத்திலே சுகம் அடையறதுக்காகப் பாடுபடறாங்க, உழைக்கறாங்க. ஆனா உன்னைப்போல இவ்வளவு சுலபமாக அதை அடைஞ்சவர்கள் ரொம்ப ரொம்பக் கொஞ்சம். ஆனா கடைசியில் மாட்டிக்கவும் மாட்டிக்கிட்டே. எனக்கு ஐயிச்சதுன்னா உனக்குத் தண்டனை கொடுப்பாங்க. ஆனா எனக்கு ஐயிக்கும்னு நான் நம்பவில்லை. அவ்வளவு சாமர்த்தியமா நீ என்னை ஏமாத்திப்பிட்டே. ஆனா, கேஸ் உனக்கு ஐயிச்சுதுன்னா உன்னைப்போலத் துர்பாக்கியசாலி ஒருத்தரும் இருக்க முடியாதுன்னுதான் எனக்குத் தோணுது. எந்தத் தப்பு, குத்தம் பண்ணினாலும் அதுக்குப் பிராயச்சித்தம் பண்ணி இந்த உடம்பையும் நெஞ்சையும் வருத்தித்தான் ஆகணும், மனுஷன். இல்லாட்டா பாவம் பின்னாலே வந்து வந்து அறுக்கும். ஆனா இப்ப உன் நிலையைக் கேட்டுதான் ஓடி ஓடி வந்தேன். கேஸ் யாருக்கு ஐயிச்சா என்ன? இப்ப உன் பிராணன் போயிக்கிட்டிருக்கு. நீ நல்ல வழி தேடிக்காமெ போயிடப் போறேன்னு நான் ஓடி வந்தேன். நம்ம சாஸ்திரங்களிலே வாங்கின கடனைத் திருப்பிக் கொடுக்காமெ செத்துப்போகக் கூடாதுன்னு சொல்லியிருக்கு. இப்ப உன் கடனை நீ தீத்துப்பிடணும், நானும் பாக்கி இல்லேன்னு குறையிலாமெ மனசாரச் சொல்லிடணும். இப்பொ அதுக்குத்தான் நான் வந்தது. நீ என் பணத்தை வச்சுக்கிட்டுப் பழைய கடனெல்லாம் அடச்சே. சுகமாகவும் இருந்தே. எல்லாம் கேள்விப்பட்டேன். எனக்கு ரொம்பத் திருப்திதான். ஆனாக் கடனை அடைக்காமெ போகக் கூடாது. அக்கம் பக்கத்திலே விசாரிச்சேன். டாக்டருக்குக்கூடப் பணம் உன்னாலே கொடுக்க முடியலேன்னு சொன்னாங்க. அதனாலே ஒண்ணே ஒண்ணு கேக்கறேன். உன் கையிலே இருக்கிறது ஏதாவது கொடு, போதும். அஞ்சு அல்லது ஒரு ரூபா கொடுத்தாலும் போதும். நான் சந்தோஷமா வாங்கிக்கிட்டு, உன்

பாயசம்

கடன் தீர்ந்து போச்சுன்னு என் தேவார ஆணை, லோகமாதா ஆணையாச் சொல்லிப்பிடறேன். என்ன? அதுக்குத்தான் நான் வந்தது" என்று தேசிகர் நிறுத்தி, பதிலுக்குக் காத்துக்கொண்டிருந்தார்.

ராமதாஸுக்கு இவ்வளவையும் மனத்தில் வாங்கிக் கொள்ளச் சற்று நேரம் பிடித்தது. மருண்டு விழித்தான். அவன் உயிர் நெருப்பில் விழுந்து துடித்தது.

"நான் நெசமாகத்தான் இதைச் சொல்கிறேன். ஏதாவது கொடு போதும். இருபதினாயிரத்துச் சொச்சமும் தீர்ந்து போச்சுன்னு மனசாரச் சொல்லிப்பிட்டுப் போயிடறேன்."

விம்மியழும் குரல் கேட்டது. திரும்பிப் பார்த்தார் அவர். ராமதாஸின் மனைவி, உடல் குலுங்க, வாய்விட்டு வரும் அழுகையை அடக்க முடியாமல் அடக்கிக்கொண்டு அவனருகே வந்தாள். அவன் பக்கத்தில் துவண்டு, சீம்பித் தொங்கிய வலது கையை எடுத்து உள்ளங்கையில் எதையோ வைத்துத் தேசிகரை நோக்கிக் கையை இழுத்து அவர் பக்கமாக நீட்டினாள்.

அவர், கையைப் பிடித்து அந்த இரண்டணாவை வாங்கிக்கொண்டார்.

"அம்மா, இனி ஏன் அழறே? பேசாம இரு. என் கடன் தீர்ந்து போச்சு. பராசக்தி கேக்கச் சொல்றேன். உன் புருஷன் கடனைப் பூராவும் தீர்த்துவிட்டான். கவலைப்படாதே! அவனும் கவலைப்பட வேண்டாம். நான் போய்வாரேன்" என்று வெளியே போய்விட்டார்.

கல்கி, அக்டோபர் 1950

தி. ஜானகிராமன்

நானும் எம்டனும்

இந்தப் பஞ்சப்பாட்டுப் பாடிப் பாடி அலுத்துவிட்டது. இல்லையே இல்லையே என்று ஏங்கிக்கொண்டே இருப்பதற்காகவா ஜன்மம் எடுத்தோம்? சாருதத்தன் தூக்கு மேடைக்குப் போகும்பொழுது, 'வறுமையே, நான் செத்துப் போவதைப் பற்றிச் சற்றுகூட வருந்தவில்லை. உன்னை நினைத்தால்தான் எனக்குத் துன்பம் உண்டாகிறது. ஐயோ, நான் போய்விட்டால் உனக்கு நெருங்கிய நண்பன் வேறு யார் இந்த உலகத்தில் கிடைக்கப்போகிறான்?' என்று, தாரித்திரியத்தை அனாதையாக விட்டுவிட்டுப் போவதை நினைத்துப் புலம்பினான். 'சாருதத்தா, உனக்கு ஏன் கவலை? நான் வந்துவிட்டேன். நீ போய்விட்டால் சிநேகத்திற்கே பஞ்சம் வந்துவிடுமென்று நினைந்துவிட்டாயே.'

"என்னங்க யோசிக்கிறீங்க?"

"ஒண்ணுமில்லை."

"பின்னே ஒண்ணுமில்லாமையா யோசனை பண்றீங்க? எனக்கு நாளியாச்சில்ல?"

"வேறு எல்லார்கிட்டேயும் வாங்கிட்டு வாங்களேன்; அப்புறம் பாத்துக்கலாம்."

"எல்லாரும் கொடுத்துட்டாங்க. நீங்கதான் பாக்கி."

"யாரு கொடுத்தா?"

"பின்னே நான் பொய்யா சொல்றேன்!... நோட்டு பேசுதா இல்லையா?"

நோட்டு நன்றாகத்தான் பேசுகிறது. கண்ணுச்சாமிப் பிள்ளை இருநூறு ரூபாய், மகாலிங்க மழவராயர் இருநூறு ரூபாய், வைத்தியநாதக் கண்டியர் நூற்றைம்பது, கருப்பையாக் கோனார் நூற்றைம்பது, லேண்டு லார்டு குப்புசாமி ஐயங்கார் நூற்றைம்பது, நெல் மிஷின் நடேசையர் நூறு, காபி ஹோட்டல் அம்பி ஐயர் நூறு, மிலிட்டேரி ஹோட்டல் குப்புராவ் நூறு. கெடிகார வியாபாரம் ஜானகிராம் நாயுடு நூறு – இப்படி நூறு ரூபாய்ப் புள்ளிகளே இருபது இருந்தன. பிறகு ஐம்பது, நாற்பது, இருபது – பத்துத்தான் கடைசித் திட்டம்.

நோட்டு நன்றாகத்தான் பேசுகிறது. எனக்குத்தான் பேச முடியாமல் நாக்கு உள்ளே போய்விட்டது.

"இருக்கட்டுமே, இன்னும் நாலு பேரைப் பாத்துட்டு வாங்களேன்."

"நாலு பேரைப் பாத்திட்டு உங்க கிட்ட வரணும். நீங்க அஞ்சு ரூவாயைக் கொடுத்திட்டுப் போடான்னு என்னை விரட்டிரணும். அதானே சொல்றீங்க?"

"அப்படீன்னா – நீங்க என்னை அஞ்சு ரூபாய் கொடுக்கணும்ம்னு எதிர்பார்க்கறேளா?"

"உங்களுக்குக் கொடுக்கறத்துக்கு இஷ்டம் இல்லைன்னா சொல்லிடுங்க, நறுக்குன்னு. எழுந்திரிச்சுப் போயிடறேன். ஏன் வீண் பேச்சு?"

பட்டென்று, 'இஷ்டமில்லை' என்று சொல்லிவிடலாம். அவ்வளவு தைரியமும் கண்டிப்பும் இருந்திருந்தால், பத்து வருஷமாகவா மளிகைக் கடைக் குமாஸ்தாவாக இருக்க வேண்டும்? இத்தனை நாள் தனிக் கடையே வைத்திருக்கலாமே.

'என் நிலைமைக்கு அஞ்சு ரூபாய் கொடுக்க முடியுமா, நீங்களே யோசித்துப் பார்த்துச் சொல்லுங்கோ?"

"ஐயா, பத்து ரூபாய்க்குக் குறைச்சலில்லாமே வாங்கிக்கிட்டுப் போகலாம்னு வந்திருக்கேன். நாட்டியமா, டீ பார்ட்டியா? வெள்ளத்திலே அடித் துண்டைக்கூடப் பறிகொடுத்திட்டு நிக்கிறாங்கையா. நீங்கள்ளாம் இப்படிச் சண்டித்தனம் பண்ணினா அப்புறம் எங்கையா போறது நான்?"

"நீங்கள்ளாம்னா என்ன? இங்கே என்ன கொல்லையிலே காய்க்கிறதா?"

"சரி, கடையிலே காய்க்கிறதுன்னு வச்சிக்குங்களேன். எழுந்திருங்க, போய்க் கொண்டாங்க சொல்றேன்."

தி. ஜானகிராமன்

"இப்பக் கையிலே தம்பிடி கிடையாது."

"என்னது!"

"ஆமாம்."

"தம்பிடி கிடையாதா?"

"தம்பிடின்னா தம்பிடிகூட இல்லை."

"நீங்கதான் பேசறீங்களா?"

"நான்தான், கைலாசந்தான் பேசறேன்."

"என்னையாது, பிரளி பண்றீங்க?"

"பிரளி என்ன? இருக்கறத்தைச் சொல்றேன். கையிலே காலணா இல்லை."

"சரி, எப்ப இருக்கும்?"

"..."

"சரி, இதிலே கையெழுத்துப் போடுங்க. நாளைக்கு வந்து வாங்கிக்கறேன்."

"நாளைக்கு மாத்திரம் ஆகாசத்திலேருந்து குதிச்சுடப் போறதா?"

"உங்களுக்குக் குடுக்கணும்னு மனசு இருந்தா எங்கேருந்தாவது குதிச்சுருமையா."

"ம், ம், குதிக்கும் குதிக்கும்!"

"ஐயய்ய. பெருத்த மோசமாப் போயிடிச்சே. ஏது ஏது!... போடுங்கையா கையெழுத்தே."

பிள்ளை நோட்டை நீட்டும்பொழுது அது நோட்டாகத் தோன்றவில்லை எனக்கு. ஆந்திர தேசத்து கிருஷ்ணா நதியே கரைபுரண்டு அலையெறிந்து, என்னை என் உண்டிப் பெட்டியில் உள்ள பத்து ரூபாய் நோட்டுடன் அடித்துப் போக வருவதுபோல் இருந்தது. வேதனையுடன் நோட்டை வாங்கிக் 'கைலாசம், மளிகைக் கடை ரூ. 5 – 0 – 0' என்று போட்ட பொழுது, 'இவ்வளவுதான் தெரியுமா உங்களுக்கு?" என்று பிள்ளை அதட்டினார்.

"இந்தாங்கோ. பேசாமே நோட்டை வாங்கிக்குங்கோ."

"அஞ்சுக்கு முன்னாடி ஒரு கோட்டை இழுங்க சொல்றேன்."

"ஏன், பின்னாடி இழுத்தால் சந்தோஷக் குறைச்சலா இருக்கப் போறதோ உங்களுக்கு?"

பாயசம் 35

"சந்தோஷமாகத்தான் இருக்கும். ஆனா இதுக்கேதான் ஊர் கூடிச் செக்குத் தள்ளவேண்டியிருக்கே. சரி, நான் திருத்திரட்டுமா?"

"என்ன திருத்தப் போறேள்?"

"பதறாதீங்க," என்று 5க்கு முன் ஒரு கோட்டைப் போட்டு 5ஐச் சுழியாகத் திருத்தினார் பிள்ளை.

"பேஷாகத் திருத்திக்குங்கோளேன். கொடுத்தாத்தானே?"

"கொடுக்காட்டிப் போனா யாரு வுடப்போறாங்க ... சரி, நாளைக்குக் காலமே பத்து மணிக்கு வரேன்."

பிள்ளை ரப்பர் பூஸ்ஸை மாட்டிக்கொண்டு கிளம்பினார். வாசல் வரையில் அவரைக் கொண்டுவிடப் போனேன்.

'கிடுகிடு, கிடுகிடு, கிடுகிடு, கிடு' என்று, ஹோட்டல் அம்பி ஐயர் பையன் எம்டன் மூச்சுப் பிடித்துக்கொண்டே, கட்டிக்கொண்டு தொங்கின நான்கு பையன்களையும் நாய்க் குட்டியை இழுக்கிறாற்போல, தரதரவென்று இழுத்துக்கொண்டு போய்க் கோட்டைத் தொட்டுவிட்டான். கோலாகலம் காதைப் பிளந்தது.

"ஏலே, எம்டன்டா!" என்று எம்டன் கட்சிப் பையன்கள் ஓர் ஓரத்தில் நின்றுகொண்டு கால் கீழே படாமல் குதித்தார்கள்.

இதைப் பார்த்து ரஸித்தார் பிள்ளை. அவர் எம்மை விட்டுக் கண்ணெடுக்கவில்லை. எம்டனுக்குப் பதின்மூன்று வயசு இருக்கும். மஞ்சள் நிறம். பூதாகாரமான தேகம். கைகள் தொடையளவு இருக்கும். நீல நிக்கர், கூடை மாதிரி இடுப்பு, சட்டி மண்டை, செம்பட்டை மயிர், மேலெல்லாம் மினுமினுவென்று தங்க மயிர். இந்த உடம்பைத் தூக்கிக்கொண்டு அவன் நடக்கிறதே ஒரு பெரிய சாதனை. ஆனால் அவன் பூனைக் கண்ணால் பார்த்துக்கொண்டே குண்டு குண்டென்று ஓடிக்கொண்டிருந்தான்.

"ஐயரே, எனக்கு ஒரு யோசனை தோணுது. இந்தப் பையனை சலாங்குடி ஆடவைச்சு டிக்கட் வைச்சோம்னா, உங்க மாதிரி மூஞ்சியைத் தூக்காமே எல்லாரும் காசைக் கக்குவாங்க. இது யார் பையன்?"

"ஹோட்டல் அம்பி ஐயர் கொடுக்கு."

"அப்படிச் சொல்லுங்க. அதானே! என்னடான்னு பாத்தேன். உளுத்த மாவு சேராட்டி உடம்பு இப்படியா மினுக்கும்?"

"பிள்ளைவாள் கண் பட்டுடப் போறது. ஒரே பிள்ளை அவன்."

தி. ஜானகிராமன்

"எலே டில்லி, ஏந்திர்றா. நீ பொழச்சுட்டே!" என்று எம்டன் குரல் கொடுத்ததும், திண்ணையிலிருந்து வந்தான் டில்லி. அவனுக்குப் பிழைத்துவிட்டதில் எல்லையில்லாத சந்தோஷம். ஆனால் அவன் உடம்பில் எலும்புதான் இருந்தது. ஆறு மாசம் பட்டினி கிடந்தவன் மாதிரி முட்டிக்கால் தட்டிக்கொண்டே அவன் வந்து நின்றான்.

"வாங்க வாங்க. டில்லி மட்டம் வரது பார்ரா" என்று எதிர்க்கட்சி, இரைக்கு நப்புக் கொட்டிற்று.

"எலே, டில்லி! நீ சும்மா இர்றா. நான் போய்ட்டு வறேன். நான் போகச் சொன்னாத்தான் நீ போகணும்" என்று உத்தரவு போட்டுவிட்டு எம்டன் கிளம்பினான்.

பளபளவென்று திரண்டிருந்த மஞ்சள் துடைகளில் நாலு தட்டுத் தட்டிவிட்டு, 'கிடுகிடு, கிடுகிடு'வென்று எதிர் வியூகத்தில் புகுந்துவிட்டான். உடனே, பாய்ந்து கவ்வுவதற்குத் தயாராக முறைத்துக்கொண்டிருந்த புலிகள் தாறுமாறாகச் சிதறி ஓடின. கையை நீட்டிக்கொண்டே ஓர் ஆளைத் தட்டி விட்டு எம்டன் கோட்டுக்கு வந்துவிட்டான்.

"எலே, ராஜா, நீ எழுந்திர்றா, நீ பொழச்சுட்டே."

ராஜா வந்தான். அதாவது நோஞ்சான்களுக்கு ராஜா இவன். டில்லியைப்போல இவனுக்குச் சூணா வயிறு இல்லை. ஆனால் எலும்புகள் டில்லியின் எலும்புகளோடு போட்டி போட்டுக்கொண்டு தோலை முட்டின.

எதிர்க் கட்சி படையெடுத்தது.

"நாலு பக்கம் பாத்தாலும் நாதியத்த வீடுதான்
நாம தாண்டா இந்த இடிஞ்ச நாதியத்த வீட்டுக்கும்
வளைகளுக்கும் மகாராஜா என்று சொல்லி வந்துதாம்
சுண்டெலீ, சுண்டெலீ, சுண்டெலீ, சுண்டெலீ!"

திடீரென்று பாட்டு நின்றுவிட்டது. பின்பக்கமாக ஒரே பிடி. எம்டன் எதிர்பாராமல் திடீரென்று அமுக்கிவிட்டான். மூச்சு நின்றுவிட்டது.

"சுண்டெலீ மாட்டிக்கிச்சுரா பொறியிலே. கத்து, கத்து, கீச்சு, கீச்சினு" என்று டில்லி எம்டனை வந்து கட்டிக்கொண்டான். அவனைக் கட்டிக்கொண்டால் எதிரியைக் கட்டிக்கொள்வதாக அவன் பாவனை.

"எலே சம்பத்து, ஏந்திர்றா, நீ பொழச்சுட்டே" என்று எம்டன் கத்தினதும், ஒரு பையன் – ஏழு வயிருக்கும் – ஓடி வந்தான்.

"என்னாங்க இது. எம்டன் ஆளுங்க எல்லாம் ம்யூஸியத்திலேருந்து ஓடி வந்தாப்பலே இருக்கே!" என்று கேட்டார் பிள்ளை.

"எம்டன் ஒத்தன் போறாதா எங்க கட்சிக்கு?" என்று செத்துப்போய்த் திண்ணையில் உட்கார்ந்திருந்த ஒரு பையன் பதில் கொடுத்தான்.

"நீ எம்டன் கட்சியா?" என்று கேட்டார் பிள்ளை.

"ஆமாம்."

"உன் பெயரென்ன?"

"சோனி. பள்ளிக்கூடத்திலே அட்டண்டென்ஸிலே வீரராகவன்னு கூப்பிடுவா."

"பள்ளிக்கூடத்திலே சோனீன்னு கூப்பிட மாட்டாங்களா?"

"ம்ஹம்."

"ஏன்?"

"கூப்பிட்டா ஒரே குத். இப்படி ஒரு குத் விட்டேன்னா" என்று இடது கையை முருங்கைக்காய் மாதிரி ஓங்கினான் அவன். "அப்பாடியோவ்!"

பிள்ளையோடு சேர்ந்து பையனும் சிரித்தான். "ஏலே, சோனி, எழுந்திர்றா, நீ பொழச்சுட்டே."

"ம்ஹம், பலே! யார் செத்தா?"

"எல்லாம் போயிடிச்சி, ஐயா ஒத்தர்தான் பாக்கி" என்று எதிர்க் கட்சியில் நின்றுகொண்டிருந்த ஒரே பையனைப் பார்த்து எம்டன் சிரித்தான்.

தனிப்போராட்டம் நடத்தப் போகும் எதிர்க்கட்சியின் கடைசி நம்பிக்கை, முன் ஜாக்கிரதையாகத் தூரத்தில் நின்றுகொண்டிருந்தது.

எம்டன் புறப்பட்டான் "கிடுகிடு, கிடுகிடு!"

"ஏலே எம்டன்! என்ன நீயே வந்திண்ட்ருக்கே; நானும் ஒரு நாழியாப் பாக்கறேன்."

எம்டன் கோட்டுக்குத் திரும்பி வந்து சொன்னான். "ஏண்டா, என் கட்சியிலே வாண்டு நண்டுகளையெல்லாம் போட்டுண்டிருக்கேன். அவங்க வெறும்னே வெறும்னே வர முடியுமா? இந்த அழுகுணிப் பேச்செல்லாம் பேசக்கூடாது."

"ஏலே, யாரைச் சொல்றே அழுகுணீன்னு? இனிமே சொன்னயோ தெரியுமா?"

தி. ஜானகிராமன்

"நீ இப்ப என்ன சொல்றே?"

"வேறே யாரையாவது வரச் சொல்லு."

"சரிடா – இதோரு அழு மூஞ்சி – ஏய், நீ போடா டில்லி."

குடு குடு நாதா, குளஞ்சி நாதா
கொட்டையில்லாப் பழம் என்ன பழம்?
வாழைப்பழம். தோலைக்கடி
பூசணிக்காய், காம்பைக் கடி
உங்கப்பனுக்கம் ஆயிக்கும் ஒரு பணம்
தண்டம்
தண்டம் தண்டம் தண்டம்

என்று பெரிய பாட்டாகப் பாடிக்கொண்டு கோட்டுக்கு ஒரு சாண் தூரத்திலேயே நாட்டியமாடிவிட்டுத் திரும்பிவிட்டான் டில்லி.

"ஒன்ஸ்மோர்."

"ஏன், சிங்கம் களைச்சுப் போச்சோ?" என்று நையாண்டி செய்தான் டில்லி.

"ஆமாண்டி சிங்கி. உனக்கு ஆறுபேர் கூட இருக்காங்க, நீ பேச மாட்டியா?"

"எலே சும்மாயிருடா டில்லி" என்று சொல்லிவிட்டு எம்டன் கஜேந்திரன் மாதிரி புறப்பட்டு ஒரு கை வீச்சில் எதிரியைத் தொட்டுவிட்டுக் கோட்டுக்கு வந்துவிட்டான்.

அவ்வளவுதான், "கேம், கேம்" என்று எம்டன் கட்சி ஈர்க்குச்சி கள் முழுதும் ஆகாசத்தில் குதித்தன. டில்லி முட்டிக்காலைத் தட்டிக்கொண்டு குதித்தவன் கீழே விழுந்துவிட்டான். ஒரே ரகளைப் பட்டது.

பிள்ளை விழுந்து விழுந்து சிரித்தார். எதிர்க் கட்சிச் சிங்கத்திற்கு எரிச்சல் வந்துவிட்டது. "எலே எம்டன் என்ன, பிரமாதமாக் குதிக்கிறே? படிப்பிலே ஒரு மார்க் வாங்கறத்துக்கு யோக்யதை இல்லை. கணக்கிலே சைபர், ஹிஸ்டிரிலே ஒண்ணரை, இங்கிலீஷிலே சூட்டா. பள்ளிக்கூடத்திலே ஜயராம் நாயுடுகிட்ட நீ வாங்கற உதை எங்களாலே எண்ண முடியல்லே; என்ன குதிக்கறே?"

"எலே நானா குதிக்கறேன். எங்க கட்சிப் பசங்களெல்லாம் குதிக்கறாங்க. அதுக்கு நான் என்ன பண்றது?"

"அதெல்லாம் இருக்கட்டும்; படிப்பிலெ நாலு மார்க் வாங்கறத்தெப் பாரு."

"நீ போடா, நீ படிச்சுக் கிழிச்சுட்டாயே. இவர் பெரிய ஸி.வி. ராமன்! போடா; தோக்கறதையும் தோத்துட்டு அநாவசியப்

பாயசம் 39

பேச்சுப் பேசறான். நீ இப்ப மார்க் வாங்குடா இதிலே. பள்ளிக்கூடத்து மார்க்கை அப்புறம் பாத்துப்பம்."

"எலே, என்ன ஜாஸ்தி பேசறே?"

"சரி, நீ விளையாடப் போறயா இல்லையா? போங்கடா எல்லாரும் அந்தப் பக்கத்துக்கு."

"முடியாது."

"நீ ஆடலியா?"

"இல்லே."

"அப்ப நீ அந்தண்ட போ."

"போக முடியாது."

"முடியாதுன்னா?"

"முடியாதுன்னா முடியாது. நீ யார் சொல்றத்துக்கு?"

"ஏண்டா வீம்பு பிடிக்கிறே?"

"நான் வரேன். காலையிலே பத்து மணிக்கு வரேன்" என்று சொல்லிவிட்டுப் பிள்ளை இறங்கிப் போனார்.

"நீ போறயா மாட்டியா?"

"மாட்டேன்."

"இழுத்துப் போட்டுடுவேன்."

"அடி சிங்கம், எங்கே போடு பாப்பம்?"

அவ்வளவுதான். அவனை அப்படியே குண்டுக் கட்டாகத் தூக்கி என் வீட்டுத் திண்ணையில் கொண்டு வைத்துவிட்டான் எம்டன். கூச்சலும் கரகோஷமும் மறுபடியும் எழும்பின.

"எலே, எலே!" என்று அகற்றப்பட்டவன் ஆத்திரத்துடன் ஒரு பாய்ச்சல் பாய்ந்து எம்டனின் ஆடு சதையைப் பல்லால் கவ்விவிட்டான். "ஏய் விடு விடு, கடிக்காதே!" என்று கத்திப் பார்த்தான் எம்டன். பயனில்லை. கடைசியில் வீசி ஒரு உதறு உதறியதும் அப்பால் போய் விழுந்தான் பையன்.

"நாய் மாதிரி கடிக்கிறாண்டா."

"வைடா நாலு" என்று பையன்கள் ஆளுக்கு ஒன்றாச் சாத்தினார்கள்.

"எலே, அடிக்காதிங்கடா. பாருங்கோ மாமா, நாய் மாதிரிக் கடிக்கிறதை" என்று என்னிடம் வந்தான் எம்டன்.

தி. ஜானகிராமன்

"எலே, என்ன நாய் நாய்ங்கறே? பல்லை ஒடைச்சுப்பிடுவேன்; தெரியுமா?" என்று உதை வாங்கினவன் மீண்டும் கிளம்பினான்.

"ஏ, காலி, நீ சும்மா இருக்கமாட்டே?" என்று நான் அதட்டிய பிறகுதான் அவன் அடங்கினான். முழுவதும் அடங்கிவிடவில்லை. "பூசணிக்கா, சித்தானைக் குட்டி, சைனா குண்டு!" என்று எம்டனை நோக்கி வாய்ப்பாணமாக எறியத் தொடங்கினான்.

"ரத்தம் வரது மாமா" என்றான் எம்டன்! பார்த்தேன். பல் ஆழப் பதிந்து ரத்தம் கசிந்துகொண்டிருந்தது. பக்கத்துத் தெருவிற்கு டாக்டர் வீட்டிற்கு அழைத்துப் போனேன். அவர் ஒரு இன்ஜக்ஷனைப் போட்டு, மேலுக்கும் மருந்து போட்டு அனுப்பினார். கூட வந்த பட்டாளத்தைச் சிரமப்பட்டுத்தான் கலைக்க வேண்டியிருந்தது.

"இந்தப் பயலுக்கு நாலு குடுத்தாத்தான் புத்தி வரும்" என்று வரும்போது சொன்னேன்.

"எதுக்கு மாமா? ஒரு அடி தாங்கமாட்டான் இந்தப்பய. ஆனா ஒரு அடி அடிச்சுட்டா, கப்பிக்கல்லு, உலக்கை எது ஆப்பிட்டாலும் எடுத்து மேலே வீசிப்பிடுவான். அடிக்கறதை அடிச்சிட்டு அழ வேறு அழுவான். அவன் அப்பா இருக்காரே சுப்பண்ணா அவருக்குக் கோவம் வந்துதோ இவனைக் கொன்னு குழியை வெட்டி மூடிப்பிடுவார். அன்னிக்கிச் சம்பத்தை அடிச்சுட்டான் இந்தப் பய. அவன் சுப்பண்ணா மாமாகிட்ட அழுதுண்டே போய், 'அடிச்சிப்பிட்டான், உங்க நாராயணன்'னு சொல்லிப்பிட்டான். அவ்வளவுதான். அன்னிக்கு ஒரு விசிறிக் காம்பு முறிய முறிய அடிச்சிருக்கார் பாருங்கோ, பாவமாயிருந்தது. முதுகு மூஞ்சியெல்லாம் பூரான் கடிச்சாப்பலே தடிச்சுப் போயிடுத்து" என்றான் எம்டன்.

○

டாக்டர் வீட்டுக்குப் போனதில் அரைமணி காபிக்குத் தாமதமாகி விட்டது.

"இன்ஜக்ஷன் பண்ணணுமா இதுக்கு? அவ்வளவுக்கு என்ன?" என்று கௌரி கேட்டாள்.

"ஏதாவது விஷம் கிஷம் இருக்கலாம். முன்னாடி ஜாக்கிரதை பண்ணிக்கிறது நல்லதுதானே."

"இந்த டாக்டருக்கெல்லாம் இன்ஜக்ஷன் போடாட்டா தூக்கம் வராது. அந்தக் கடியையும் வாங்கிண்டு பேசாமெ இருந்துதே இந்த எம்டன், அந்தச் சமத்தை எங்க போய்ச் சொல்றது..! சாயங்காலம் யாரு வந்திருந்தா?"

கடைசிக் கேள்வியைக் கேட்டதும் என்னை அறியாமல் மறைந்திருந்த சோகம் திடீரென்று வயிற்றைப் புரட்டிக் கலக்கிற்று.

"உண்டிப்பெட்டியைக் கொண்டா."

"எதுக்கு?"

"கொண்டாயேன்."

உண்டிப்பெட்டி வந்தது. சின்னப் பெட்டி. பரம்பரையாக வந்த குடும்பக் கஜானா. திறந்தேன். பத்து ரூபாய் நோட்டுக் கிடந்தது.

"இதோ பார்க்கிறார் பார், ஜார்ஜ் ராஜா. என்ன ராஜா வேண்டியிருக்கு? நமக்கு வேஷ்டி சட்டை வாங்கிக் கொடுக்கக்கூட மனசில்லை அவருக்கு."

"என்ன, சுத்திச் சுத்தி மூக்கைத் தொட்டாறது?"

"ஒண்ணுமில்லே. ஒரு வருஷமா, ஒரு நல்ல நாலு முழத்தையும் ஒரு கிழிசல் நாலு முழத்தையும் கட்டிண்டு காலத்தை ஓட்றேனா? இப்பவும் அப்படியே இருங்கிறார் இவர்."

"ஏனாம்?"

"ஆந்திராவிலே புயலடிச்சு வெள்ளம் வந்து அரைத்துணிகூட இல்லாமல் பறக்கிறாளாம் ஜனங்கள். அங்கே போகணுங்கறார். என்னத்தைச் சொல்றது?"

"கொடுக்க முடியாதுன்னு சொல்றது."

"எப்படிச் சொல்றது?"

"தனக்கு மிஞ்சித்தான் தர்மம். நம்ப கஷ்டத்தைத் தீர்க்க யார் கொடுக்கப் போறா? உங்க வேஷ்டிக்கு மூட்டுப்போட, தையக்கூலி ஓர் அணாவுக்குப் பிரயோஜனமுண்டோ இந்த மனுஷாளாலே?"

"அது அவாளுக்குத் தெரியலியே. முதலாளி பண்ற பளாக் மார்க்கட்டிலே எனக்கும் பங்குண்டுன்னு நெனச்சிண்டிருக்கா எல்லாரும். எதாவது பங்குன்னு வாயைத் திறந்துடுவமோன்னு பயந்துண்டு, சம்பளத்தை நாப்பது ரூபாயிலேருந்து அறுபதா உசத்திப் போட்டுட்டார் முதலாளி. அவர் பண்ற அகட விகடமெல்லாம் ஊருக்கா தெரியப்போறது?"

"சரி, இப்ப என்ன பண்ணப் போறேள்?"

"கையில் தம்பிடி இல்லைன்னு சொல்லி அனுப்பிச்சுட்டேன்."

தி. ஜானகிராமன்

"போறது. அதாவது சொல்லத் தெரிஞ்சுதே."

"அதுக்குக்கூட வாயில்லையா எனக்கு? எட்டு வருஷமா எந்தச் சாமான் கேட்டாலும் இல்லை இல்லேன்னு குறவன் மாதிரின்னா பழக்கமாயிருக்கு."

"நல்ல வேளையாப் பொழச்சேள்."

"யாரு?"

"என்ன?"

"நானா பொழச்சேன்? நாளைக்கு வரேன்னு சொல்லி விட்டுப் போயிருக்கார்ரீ. கையெழுத்துப் போட்டுட்டேன். இப்ப சத்தியாச் சொல்லியனுப்பிச்சிருக்கேன். அவ்வளவுதான்."

"கையெழுத்துப் போட்டுட்டேளா, எத்தனைக்கு?"

"5ன்னு போட்டேன். 10ன்னு திருத்திண்டிருக்கார்."

"அப்ப நீங்க ஈன்னு இளிச்சுண்டிருந்தேளா?"

"இளிக்கலை. கொடுக்க முடியாதுன்னேன்."

"யாரு அந்தத் தடியன்?"

"தடியனா? பர்மா ஷெல் கண்ணுசாமி பிள்ளை! மூணு லக்ஷம் சொத்து இருக்கு அவருக்கு! ஊரிலேயே அவர்தான் பணக்காரர்."

"மூணு லக்ஷம் உள்ளவன், உங்க பத்து ரூபாயையும் சேர்த்துப் போட்டுடறதுதானே?"

"அப்படி எல்லாருக்கும் போட்டா, நம்ம மாதிரி கடையிலே கணக்கு எழுதலாம்."

"சரி, அந்தப் பத்து ரூபாயை இப்படிக் கொடுங்கோ!"

"ஏன்?"

"கொடுங்கோ, சொல்றேன்."

கொடுத்தேன்.

"நாளைக்கு அவன் வரட்டும். போடா வேலை மெனக்கட்டவனேன்னு நாலு பாட்டுப் பாடி அனுப்பறேன்."

"அம்மா, பரதேவதே!"

"பின்னே என்ன?"

"உங்கிட்டச் சொன்னதே தப்பு."

"பின்ன யார்கிட்டச் சொல்லி அழப் போறேள்? தூக்கிக் கொடுத்துட்டு, இப்படிப் பரதேசி மாதிரி கந்தலைக் கட்டிண்டு அலையுங்கோ. அய்யர்வாள், அய்யர்வாள்ணு ஊரெல்லாம் கெட்டிமேளம் அடிக்கிறது. இந்த மடிச்ச வேஷ்டியை வீசி எறிய நாள் வரலை. எதுக்கு இந்த ரெண்டுங்கெட்டான் செல்வாக்கு?"

"சேது உடையார் ஜாதகம் பார்த்துட்டு அதைத்தான் சொன்னார்; 'உங்களுக்கு ஜீவேஜி இராது. ஆனா லக்ஷ்மிப் பிரபுவுடைய செல்வாக்கு இருக்கும்'ணு."

"அதை நெனச்சுண்டு பூரிச்சுண்டிருந்தா சரியாப் போயிடும்! ஐய, இந்த ஜாதகப் பேச்சை எடுக்கறபோது எனக்கு வயத்துலே மொளகாயை அறச்சுத் தடவினாப்பல இருக்கு. இந்த அதிசயத்தை ஜோஸ்யனா சொல்லணும்! நமக்குத்தான் தெரிஞ்சிருக்கே, ஜாதகம்! நான் சொல்றேன். நீங்களும், இந்த அசடு இருக்கே எம்டன் அதுவும் ஒண்ணு. கால்லே கடியை வாங்கிண்டு, திருப்பி நாலு வாங்கத் தெரியாமே முழிச்சதே. அதுவும் நீங்களும் ஒண்ணு. ஊரிலே இருக்கிறவன்லாம் உங்க தலையிலே மொளகாயை அறச்சுத்தடவட்டும். நீங்க அசையாம கட்டிண்டு நில்லுங்கோ. எனக்கென்ன? குழந்தைக்குப் புதன்கிழமை பள்ளிக்கூடத்துச் சம்பளம் கட்டணும். நீங்க எக்கேடு கெட்டுப் போங்கோ."

"அப்படீன்னு ரூபாயைச் சுருட்டிண்டு போறியே இஞ்ச போட்டுடு அதை."

"முடியாது."

○

ராத்திரித் தூக்கம் வரவில்லை. எண்ணெய் தேய்த்துக்கொண்டு நாளாகிவிட்டது. கண்ணெல்லாம் பொங்கிற்று. புரண்டு புரண்டு படுத்துதுதான் மிச்சம். தலையணைக்கு அடியிலிருந்த பொடி மட்டையை எடுத்து எடுத்து எத்தனை தடவைதான் போடுகிறது? ராத்திரிக்குப் பொடி காணுமோ காணாதோ என்று பயம் வந்துவிட்டது.

மனோராஜ்யம் விரிந்தது. 'தனியாக பிஸினஸ் பண்ண வேண்டும். நம்மை நம்பி இரண்டாயிர ரூபாய் யாராவது கடன் கொடுத்தால் போதும். ஒரு மளிகைக்கடை, ஒரு சிமின்ட் ஏஜன்ஸி, ஒரு சர்க்கரை ஏஜன்ஸி, ஒரு இரும்புக் கடை, ஒரு 'ஷாப்பு'க் கடை, பேப்பர் வியாபாரம். ஒரு ஜில்லாவுக்குத் தனி உரிமை போதும். ஒரு ஒன்பது வால்வு ரேடியோ; ஒரு கார்; ஒரு சினிமா எடுக்க வேண்டும்; சம்பளத்தை வாரியிறைக்க வேண்டும் ...'

தரித்திரங்களின் மனோராஜ்யத்திற்குக் கரையேது?

தி. ஜானகிராமன்

மணி பன்னிரண்டுக்கு மேல் இருக்கும். தென்னங்கீற்றுத் தான் சலசலத்துக்கொண்டிருந்தது.

வாய் கடுக்கத் தொடங்கிவிட்டது. சினிமாக் கொட்டகைப் பக்கம் போய், ஒரு ஆவர்த்தனம் வெற்றிலைச் சீவல் போட்டுக் கொண்டு வந்து மறுபடியும் படுக்கையில் உட்கார்ந்தேன்.

"அந்த எம்டனும் நீங்களும் ஒண்ணு."

எனக்குச் சிரிப்பு வந்தது. என்னையும் எம்டனையும் பக்கத்தில் பக்கத்தில் சேர்த்து வைத்து மனசில் பார்த்துக்கொண்டேன். கொழுகொழுவென்று தொந்தி வளைய, மஞ்சள் முகத்தில் எண்ணெய் வழிய, நீல நிக்கருடன் எம்டன்! பக்கத்தில் கச்சலாக, கறுப்பாக, உயரமாக, பித்த நரைத் தலையுடன், வெற்றிலை வாயுடன் நான்.

எம்டன் மண்டு. கணக்கில் சைபர், இங்கிலீஷில் ஸூட்டா, ஹிஸ்டரியில் ஒண்ணரை.

நான் ஜகப்புரட்டுகள் பண்ணி இன்கம்டாக்ஸ் மோப்ப நாய்களை ஏமாற்றி முதலாளிக்கு லக்ஷக்கணக்கில் பணம் சேர்த்துக் கொடுத்தவன்.

நானும் எம்டனும் ஒன்று.

போட்டோ பிடித்துக்கொள்வதற்காக நானும் எம்டனும் நிற்கிறோம். எதிரேயுள்ள காமிராவுக்குப் பின்னால் கறுப்புத் துணியில் தலையை விட்டுக்கொண்டு நிற்கிறாள் கௌரி.

விடியற்காலையில் விழிப்புக் கொடுத்துவிட்டது. பத்து நிமிஷத்திற்கு ஒரு முறை விழித்துப் பூனைத் தூக்கம் தூங்கியதில் அலுப்புத் தட்டிவிட்டது. எரிச்சலுடன் பாயைச் சுருட்டினேன்.

O

காபி ஆயிற்று. எட்டு மணி இருக்கும்.

"மாமாவ்."

ஓ, சனிக்கிழமையா!

உள்ளே எம்டனும் கோஷ்டியும் வந்தார்கள். வால் கிண்ணத்தில் எண்ணெயும் ஓர் அரப்புப்பொட்டலமும் ஏந்தி வந்தான் எம்டன். கூட வந்த சைனியம் அலுமினியம் பித்தளைக் கிண்ணங்களில் எண்ணெயும், மரவைகளில் அரப்புமாகக் கூச்சல் போட்டது.

"இதோ வந்துட்டேண்டாப்பா." நானும் எண்ணெய் சீயக்காயுடன் கிளம்பினேன். நாராயணன் – கடித்த பையன்

– என்னிடம் பேச்சுக் கொடுத்துக்கொண்டே, தன்னை நல்லவனாக்கிக்கொள்ளப் பிரயத்தனம் செய்துவந்தான்.

நாவல் மரத்தை உலுக்கிப் பழம் தின்றுவிட்டு மீண்டும் கிளம்பிற்று, படை.

மேலெல்லாம் தாறுமாறாக எண்ணெயை வழிய விட்டுக்கொண்டு, காவேரியை இரண்டு பண்ணத் தொடங்கி விட்டன எல்லாம். ஒரே பாட்டு, கூத்து, நீச்சல், குதியல். காவேரிக்கு வாயிருந்தால் அழுதுதான் இருக்கும். கற்றுக் குட்டிகள் துறையோரமாகச் சுற்றிச் சுற்றி வந்துகொண்டிருந்தன.

"ஏய் எம்டன் குதிக்கிறாண்டோய்!" பார்த்தேன். அத்தி மரத்தில் பட்டாளத்தில் பாதி அமர்ந்திருந்தது.

எம்டன் குதித்தான் பர்வதம் மாதிரி.

"ஹேய் ஹேய்!"

வரிசையாகக் குதித்துக்கொண்டிருந்தார்கள். "மாமா, ஏக், க்ஊ, மாமா!"

"மாமா, மாமா, நாராயணன் ஆத்தோட போறான். மாமா, மாமா, கைலாச மாமா!"

திரும்பிப் பார்த்தேன். நாராயணனைக் காணவில்லை.

"எங்கேடா போறான்?"

"அதோ முழுகறான்."

"இப்பக் கத்தினான்."

"அதோ தெரியறான்."

நாராயணன் கால் அண்டாத ஆழத்தில் போய்க்கொண் டிருந்தான்.

என் உடல் துடித்தது. பரந்தது. கால் துடித்தது.

நீந்தத் தெரியாது எனக்கு.

பக்கத்தில் ஆள் யாருமில்லை.

"நாராயணா!" என்று சத்தம் போட்டேன்.

"நான் போய் இழுத்துண்டு வரேன் இருங்கோ" என்றான் எம்டன்.

"உனக்கு முடியுமாடா?" என்றேன். அவனுக்கு முடியுமா? முடியும் என்றுதான் எனக்குத் தோன்றிற்று.

தி. ஜானகிராமன்

எம்டன் நீந்திப் போனான். போய்க்கொண்டே இருந்தான். நாங்கள் பார்த்துக்கொண்டே இருந்தோம்.

○

நாலு பெற்றோர்களும் அலறினார்கள்.

"குழந்தே, சங்கரா!"

"நாராயணா, இப்படி விட்டுட்டு போயிட்டியேடா."

தெரு அல்லோலகல்லோலப்பட்டது.

"கௌரீ, எம்டன் ஆத்தோட போயிட்டாண்டி!" என்று வீட்டு வாசலில் வந்து கத்தினேன். என் தொண்டை உடைந்தது. குழந்தை மாதிரி அழுதேன்.

"துறையிலே பெரியவாளே இல்லியா?" என்று சற்று நாழிகை கழித்துக் கேட்டாள் கௌரீ.

"நான்தான் இருந்தேன்."

"நீங்க பெரியவாங்கறது தெரிஞ்சிருக்கே. நீஞ்சத் தெரிஞ்சவா இல்லியா?"

"ம் ஹ ம்."

சோனிகளை வைத்துக்கொண்டு ஜயக்கொடி நாட்டுகிற எம்டன் போய்விட்டான். "யாரோ, பாசத்திற்கு அப்பாலுள்ள உயிரை மீட்கப் போய்விட்டான் எம்டன். இவனுக்கு யார் இந்த வித்தை சொல்லிக் கொடுத்தார்கள்?"

"எம்டனும் நானும் ஒண்ணுன்னியே."

சொந்தக் குழந்தை செத்துப் போயிருந்தால்கூட அவள் அவ்வளவு ஏங்கியிருக்கமாட்டாள்.

"உசிரையே பலி கொடுத்துட்டானே, ஆளை இழுத்துண்டு வரேன்னுட்டு. அவனும் பெரியவனாய்ப் போய், சம்பாதிச்சால் பத்து ரூபாயைப் பெரிசாய் மதிச்சிருப்பானோ?"

"அதான் பெரியவனா ஆகாமலே தப்பிச்சுனுட்டான்."

மணிக்கொடி, 1950

அத்துவின் முடிவு

"சார், இவளை நான் ஒரு நாளைக்குச் சந்தியிலே நிறுத்தி வைக்காட்டா, என் பேர் அத்து இல்லை – அது எப்படி நிக்க வைக்கப் போறேனோ, எனக்குத் தெரியாது. ஆனால் கட்டாயமா ஒரு நாளைக்கு நிறுத்தத்தான் போறேன், அவ ரொம்பக் கஷ்டப்படப் போறா, பாரும்…"

"ஓய், அப்படியெல்லாம் பேசாதீரேயா! நீர் என்ன, தாலி கட்டின புருஷனாகவா பேசுகிறீர்? என்னையாது தத்துப் பித்துன்னு."

"தத்துப் பித்துன்னா? ஓய், இந்த உப்புமாவைத் தின்னு பாருங்காணும். அப்பாமங்கலம் அர்த்த நாரீச்வரையர், அப்பா செத்துப் போனபோது வச்சுட்டுப் போன ஆறு ஏக்கரைப் பத்து வருஷத்தில் அறுபத்தினாலு ஏக்கராவாகப் பெருக்கின அர்த்த நாரீச்வரையர், ஒளரோரா இன்ஷ்⁴ரன்ஸ் கம்பெனிக்கு ஐம்பது லக்ஷம் ரூபாய் பாலிசி ஒரு வருஷத்தில் சேர்த்துக் கொடுத்த அர்த்த நாரீச்வரையர், அப்பாமங்கலம் பர்மனென்ட் பண்ட் டைரக்டர் அர்த்தநாரீச்வரையர் – இந்த உப்புமாவைத்தான் திங்கணுமா? நீர் கொஞ்சம் இதைத் தின்னு பாருமே. பாருமேன்னா பார்க்கணும், ம், பாரும், சொல்றேன்" என்று ஒரு பிடி உப்புமாவை என் கையில் வைத்து அழுத்தினார் அத்து.

"என்னையா, பேசாமல் கையில் வச்சுண்டு உட்கார்ந் திருக்கிறீர். சாப்பிட்டுப் பார்த்துச் சொல்லும். நான் உம்மை உபசாரம் பண்ணலை.

தி. ஜானகிராமன்

நடப்பைத் தெரிஞ்சுக்கணும்னுதான் சொல்றேன். போட்டுண்டு பாரும்" என்று மேலும் மேலும் தூண்டவே, உப்புமாவை வாயில் போட்டுக்கொண்டேன்.

அரிசி உப்புமா. களி களியாக நெஞ்சைப் போய் அடைத்தது. ஒரே ஜல பக்குவம். எண்ணெய் வாசனை, ஐன்மாந்தர வாசனையாக மிகச் சிரமப்பட்டுக் கண்டுபிடிக்க வேண்டிய அளவுக்கு வீசிற்று.

"ஓய், கைலாசம், உம்ம மனச்சாட்சிக்கு விரோதமில்லாமல் சொல்லும். அதுலே ஏதாவது கடுகு, கருவேப்பிலை இதுகளுடைய நிழல் விழுந்திருக்கான்னு – ஏனய்யா, எனக்கு இருக்கிற சொத்துக்கு இந்த உப்புமாவை ரெண்டு முட்டை நெய்யை ஊத்திப் பண்ணினாத்தான் என்ன? பாங்கிலெ இருக்கிற பணச் சுவரு திடிதுடுன்னு இடிஞ்சா விழுந்திடும்..? சம்பாதிச்சாப் போறாது ஐயா! சாப்பிடக் கொடுத்து வைக்கணும்" என்று சொல்லிக்கொண்டு வந்த அத்துவின் நெஞ்சு அடைத்துத் தழுதழுத்தது. கண்களில் இரண்டு சொட்டுக் கண்ணீர் மல்கி நிறைந்தது. சட்டென்று அவர், மேல் வேஷ்டியால் கண்ணைத் துடைத்துக்கொண்டார். 'இத்தனை பலஹீனமான நெஞ்சா!' என்று எனக்கே ஆச்சரியமாயிருந்தது. சமாதானப்படுத்த முயன்றேன்.

"போனால் போகிறது ஐயா. இதுக்காக ஒருத்தர் மனசைப்போட்டு அலக்கழிச்சுப்பாளா? வீட்டிலே பண்ணிக் கொடுக்காட்டா, 'சீ, நாயே போ, நீ பண்ணிப் போடக் கொடுத்து வைக்கலை'ன்னு நெனச்சுண்டு ஹோட்டல்லேருந்து வரவழைத்துச் சாப்பிட்டுப் போவீரா? இதுக்காகக் கண்ணாலெ ஜலம் விடறீரே, பச்சைக் குழந்தை மாதிரி. மனுஷ்ய வாழ்க்கைன்னா எல்லாம் பொருந்தியிருக்குமா? ஒண்ணு இருந்தா ஒண்ணு இராது, ஒண்ணு பாதியாயிருக்கும். எல்லாம் சுகஜந்தானே. இப்ப என்ன நடந்துடுத்து, பிரமாதமா நெனச்சு உருகி, இளகிக் கஷ்டப்படறதுக்கு! ஏனய்யா!"

"இல்லையா, சொல்றேன் உமக்கு – 'இவ்வளவு இருந்தும் வீட்டிலேருந்து சாப்பிடக் கொடுத்து வைக்கலை பாரும்' என்கிறதுக்காகச் சொல்ல வந்தேன். நீர் சொல்றாப்போல, 'சீ நாயே, எனக்குப் பண்ணிப் போடக் கொடுத்து வைக்கலை'ன்னு சொல்லிப்பிட்டு ஹோட்டல்லெ வாங்கிச் சாப்பிடத்தான் போறேன். இருந்தாலும் ஒரு பேச்சுக்குச் சொல்ல வந்தேன். மனுஷ்யனுக்குச் சுகங்கிறது பணத்திலா இருக்கு? நீரும் இருக்கீர். மளிகைக்கடை குமாஸ்தாதான். அறுபது ரூபாய்தான் சம்பளம். இருந்தாலும் புடலங்காயை இளசாப் பொறுக்கி வாங்கி, நெய்யிலேன்னாய்யா பொரிச்சுப் போடறாள், உம்ம சம்சாரம்...

பாயசம்

அன்னிக்கிக் கொடுத்தீரே, என்னமா இருந்தது தெரியுமோ! ஓய், உம்ம சம்சாரம் தங்கக் கம்பியய்யா! ரொம்ப அடங்கின சரக்கு. நான் அன்னிக்கு அந்தப் பொரியலை எடுத்துண்டு உள்ளே போய்க் காமிச்சேன். அந்தப் பிசாசு என்ன சொல்லித்துத் தெரியுமோ? 'சம்பாதிக்கிறது அம்பி அரணாக் கயிற்றுக்கு போராட்டாலும் இந்தத் திமிருக்குக் குறைச்சல் இல்லை'ன்னு சொன்னாய்யா அவ! எனக்கு அப்படியே மென்னியைத் திருகிப் போட்டுடலாமான்னு வந்துடுத்து. பாரும், தனக்குப் பண்ணிப்போடத் துப்பில்லைன்னாலும், பிறத்தியாருக்கு நொட்டை சொல்றதை... ம். பணமா சொத்து? பக்கத்திலே இருக்கிற மனுஷாள்ன்னா சொத்து" என்று முடித்தார் அத்து. அத்துவுக்கு, 'பணமா சொத்து' என்று சொல்லுகிற அளவுக்கு ஞானோதயம் ஆகிவிட்டதா என்று வியப்பாகத்தான் இருந்தது எனக்கு. உடனே கேட்டேன். "அப்படியானால் இந்தப் பர்மனண்ட் பண்ட் மானேஜிங் டைரக்டர் வேலையைக் கொடுத்துடும். இந்த இன்ஷுரன்ஸ் ஏஜண்ட் உத்தியோகத்தையும் விட்டுடும்" என்று.

அத்து சிரித்துக்கொண்டார். "விடாமலா போகப்போகிறேன்? அதுக்கு ஒரு டயம் வரணும் என்று எதிர்பார்த்துண்டுதான் இருக்கேன்" என்று சொன்னார். (அப்புறம் இரண்டு வீடு வாங்கி விட்டார் அவர்.)

பர்மனண்ட் பண்ட் ஆபீஸில் ஏதோ 'செக்' மாற்றப்போன போது இந்தப் பேச்சு நடந்தது. அப்போது இடைவேளை. இரண்டு குமாஸ்தாக்களும் காபி சாப்பிடப் போயிருந்தார்கள். அத்து உப்புமாவைச் சுவைக்க ஆரம்பித்தவர் தம் வேதனைகளைக் கொட்டித் தீர்த்துவிட்டார்.

சற்றுக் கழித்து – இடைவேளை முடிந்ததும் – ப்யூன் ஒரு பெரிய– இரண்டு மூன்று மணு எடையுள்ள – நோட்டை அவர் முன்னால் கொண்டு வைத்தான். அத்து அதில் முனைந்து விட்டார்.

அவர் சொன்னதில் என்ன தப்பு இருக்கிறது? பணம் சொத்தா? மனுஷ்யர்கள் சொத்தா?

அத்துவுக்கு மைதாஸின் ஸ்பர்சம் இருந்தது. அவர் தொட்டதெல்லாம் பொன்னாகத்தான் கொழிக்கும். அவர் தலைப்பட்டு, பிதிரார்ஜிதமான ஒன்றரை வேலி நிலத்தைப் பத்துவேலி நிலமாக ஆக்கிவிட்டார். அவர் அடிக்கடி கனவு கண்டுகொண்டிருந்த லக்ஷ்யமும் அவருக்குக் கிடைத்து விட்டது – "பத்துவேலி நன்செய், ஆயிரம் மூங்கில் கொத்து, ஆயிரம் தென்னை மரம், இரண்டு ஏகர் கறிகாய்க் கொல்லை! இவ்வளவும் இருந்தால், ஒரு மனுஷன் யாரை ஐயா லக்ஷ்யம் பண்ணணும்? லக்ஷ்யம்

தி. ஜானகிராமன்

ரூபாய் சம்பளம் வாங்கினாலும் உத்தியோகம்னா கைகட்டிச் சேவகந்தானே?" என்று உலகத்திலுள்ள உத்தியோக வர்க்கத்தையே மட்டந் தட்டிக்கொண்டிருப்பார். அத்துவுக்குப் பல வழிகளில் சம்பாத்தியம் – மாட்டுத் தரகு, கமிஷன், வியாபாரம், இன்ஷூரன்ஸ் ஏஜன்ஸி, முத்திரை ஸ்டாம்பு விற்பனை, வீட்டு வாடகை – இன்னும் எவ்வளவோ சம்பாத்தியங்கள். அப்பாமங்கலத்தில் அவருக்குப் பதினைந்து வீடு இப்பொழுது.

எனக்குப் பிரமிப்பாகத்தான் இருந்தது. பத்து வருஷம் முன்னால் நான் மளிகைக் கடை குமாஸ்தாவாகப் பதவி ஏற்றபோது அத்துவிற்கு ஒன்றரை வேலி நிலந்தான். இப்போது அத்துவிற்கு ஐந்தாறு 'லகாரம்' என்று ஊரெல்லாம் சொல்லிற்று. அவரே நான்கு லகாரத்திற்குக் குறையாது என்று புன்சிரிப்புடன், பூரிப்புடன், சொல்லியிருக்கிறார். சாமர்த்தியத்திற்கும் அதிர்ஷ்டத்திற்கும் இனிமேல் அவர் மாதிரி பிறந்து வந்தால் தான் உண்டு.

சொல்லிக்கொண்டே போகலாம். அவருக்குச் சொத்துச் சேரும் அதிர்ஷ்டத்தைச் சொல்வதா? மனைவி வாய்த்த அதிர்ஷ்டத்தைச் சொல்வதா? பிள்ளைகள் பிறந்த அதிர்ஷ்டத்தைச் சொல்வதா?

"ஐயா" என்று யாராவது வாசலில் கூப்பிடுகையில், "யார்?" என்று அவள் கேட்டுக்கொண்டு வரும்போது யாரும் திகைத்துத்தான் போவார்கள். பளீர் என்று ஒரு சிவப்பு; கருகருவென்று சிற்றலையிட்ட கூந்தல்; கறுப்புப் பட்டுப் புடைவை; மத்தாப்பூவாகப் பூரிக்கும் தோடு; ஏதோ தேவதை வருவதுபோல்தான் இருக்கும். ஏழெட்டுக் குழந்தைகளுக்குத் தாய் என்று சத்தியம் செய்தால்தான் நம்ப முடியும். முதல் பிள்ளை இன்ஜினீயரிங் வாசிக்கிறானே, அவனுக்கு இருபத்தொரு வயது – அடுத்த பிள்ளை, வைத்தியக் கல்லூரி – பதினெட்டு வயது. அப்புறம் சின்னஞ் சிறியதாக ஐந்து. ஆனால் இத்தனை பேருக்கும் மூத்த சகோதரி மாதிரி, இப்போது தான் மணமாகிப் புக்ககம் சென்ற மூத்த சகோதரி மாதிரி இருப்பாள் அவள்; அந்த அம்மா. அந்த வம்சத்திற்கே கட்டு விடுகிறது, கிழடு என்கிற செய்திகளே தெரியாதாம்! இப்பேர்ப்பட்ட மனைவி.

பிள்ளைகள்? நடக்கிற நடையும், பேசுகிற பேச்சும், பழகுகிற தோரணையும் பெரிய மனுஷன் வீட்டுக் குழந்தைகள் என்று நூறு கஜத்தில் சொல்லிவிடலாம். முதல் பையனும் அடுத்த பையனும் அடுத்தடுத்து இன்டர் பரீட்சையில் மாகாண முதல்வர்களாகத் தேறிப் பிரமிக்க அடித்தார்கள். ஊர் எரிச்சலைக் கிளப்பிவிட்டார்கள்.

பாயசம்

இப்பேர்ப்பட்ட அத்து, அதிர்ஷ்டமே வடிவெடுத்து வந்த அத்து!

இந்த அத்துவுக்கு மற்ற பணக்காரர்கள் மாதிரி சொத்தை அனுபவிக்க முடியாமல் நீர் ரோகமா, வயிற்றுவலியா, ஒன்றும் இல்லை. நிறையச் சாப்பிட வேண்டும். மல்கோவாவும் ஆப்பிளும் பால்கோவாவும் பாதுஷாவுமாகச் சாப்பிட வேண்டும் என்ற ஆசை. அவரும் சாப்பிடத் தயார்தாம்.

கொடுக்கிறவர்கள்தாம் இல்லை! அந்தத் தேவதைக்குச் சமைத்துப்போட முடியாது என்று ஒரு சமையற்காரன் இருக்கிறான். அத்துவின் நோக்கம் அவளுக்கு முடியாது என்று அல்ல. சமையற்காரன் வந்தால் இரண்டு கறி, இரண்டு கூட்டு, மத்தியான்ன டிபன் – இப்படி ஏதாவது கிடைக்கும் என்றுதான். ஆனால் தேவதை ஒரு யுக்தி செய்துவிட்டது. சமையற்காரன் சமையலுக்கு அடுப்பு மூட்டும்போது, இரண்டு முட்டை நல்லெண்ணெய், நாலு கடுகு, வெந்தயம் – இந்தச் 'சாமான்'களைக் கொடுத்துவிட்டுக் கூடத்திற்கு வாரப்பத்திரிகைகள் வாசிக்கப் போய்விடும். ஆக, அத்துவிற்குக் கிடைப்பது கொத்தவரைக்காய் வதக்கல், அவரை வற்றல் குழம்பு, இந்த இரண்டுந்தான். குழம்பும் ரசமும் சேர்ந்து ஒரே வேளையில் வரா – இரண்டு எதற்காக? இரவு பட்ஜட் – கொல்லைக் கத்திரிக்காயைச் சுட்டு ஒரு தொகையல், மிளகு ரசம், காய்ச்சின அப்பளம். தேவதையின் அப்பாவே ஊரிலிருந்து வந்தால் கூட அந்த ராத்திரி பட்ஜட்டில் பருப்போ, குழம்போ சேர்ந்துவிடாது.

இதற்குப் பயந்துகொண்டே சின்ன விடுமுறைகளுக் கெல்லாம் மதராஸ் ஹாஸ்டலிலேயே தங்கிவிடுவார்கள் முதல் இரண்டு பையன்களும். கோடை விடுமுறை வந்தால், வந்து நாலைந்து நாள் இருந்துவிட்டு, எங்காவது போய் விடுவார்கள்.

இதுவும் ஓர் அதிர்ஷ்டந்தான். யாருக்குக் கிட்டும்?

"இந்தாரும், எண்ணிப் பாரும். ஐந்நூறு இருக்கா பாரும்?" என்று அந்த ரொக்கத்தை மீண்டும் எண்ணிக் கொடுக்க ஆரம்பித்தார் அத்து. பணத்தை எண்ணுவதில் என்ன சுருக்கு! என்ன லாவகம்!

ஆறு மாதம் ஆகவில்லை இது நடந்து. எனக்கும் ஞாபகம் இருக்கிறது. ஒவ்வொரு பேச்சும் கண்ணீரும் அப்படியே ஞாபகம் இருக்கின்றன.

ஒரு மாதம் லீவு எடுத்துக்கொண்டு போய் எங்கெங்கேயோ சுற்றி வந்தேன். போகும்போது பாங்கிற்குப் போய் அத்துவிடம் சொல்லிக்கொண்டுதான் போனேன்.

தி. ஜானகிராமன்

"பழனிக்குப் போறீரா? எனக்கு ஒரு சேர் பஞ்சாமிர்தம் வாங்கிண்டு வாரும்" என்று பணமும் கொடுத்தார் அத்து.

பஞ்சாமிர்தம் வாங்கிக்கொண்டுதான் வந்தேன்.

ஆனால் பஞ்சாமிர்தம் சாப்பிடும் நிலையில் இல்லை அத்து. அவருக்கு டி.பி.யாம். பத்து நாளாகப் படுத்த படுக்கையாம். நாலு நாளைக்கு ஒரு முறை அரைப்படி, கால்படி என்று ரத்தமா வாந்தி எடுக்கிறாராம். எக்ஸ்ரே எடுத்ததில் இடது பக்கம் முழுவதும் அரிக்கப்பட்டு, வலது பக்கத்திலும் பாதி பிடித்து விட்டது. மனுஷ்யன் பிழைத்தால் புனர்ஜன்மம். பிழைக்கிறது எங்கே?

இரண்டு வருஷமாகவே வியாதி இருந்திருக்கிறாற்போல் இருக்கிறது. மனுஷன் வெளியே சொல்லவில்லை. டாக்டரைக் கேட்டேன்.

"கொல்லையில் கத்தரிக்காய் காய்க்கிறது என்று கத்தரிக்காய்த் தொகையல், எலுமிச்சங்காய் காய்க்கிறது என்று ஒருநாள் பார்த்தாற்போல டிபனுக்கு எலுமிச்சங்காய்ச் சாதம், அல்லது அரிசி உப்புமா. ஓர் உத்தரணியாவது, பாலும், தயிரும் உடம்பில் சேரவேண்டாமா, சார்? அந்த அம்மா குறும்பை வாங்கியினாலேதான் நெய் போடுவாங்களாம். மனுஷ்யனுக்கு டி.பி. ஏன் வராது? இந்தச் சொத்து நமக்கு இருந்தா நம்மைக் கட்டிப் பிடிக்க முடியுமா, ஏன் சார்?"

"அதுதான் நமக்குக் கொடுக்கலை."

டாக்டர் சிரித்தார். அத்துவைப் போய்ப் பார்த்தேன். ஆறுதல் சொன்னேன்.

"ஓய், நீர் ஒண்ணும் கவலைப்படவாண்டாம். டாக்டர் போடற இன்ஜக்ஷன் டி.பி.க்காகப் புதிசாகக் கண்டுபிடிச்சிருக்காளாம். இன்னும் ஒரு மாசத்திலே உடம்பு கல்லு மாதிரி ஆயிடும், கவலைப்படாதீர்."

"என்னமோ நீங்களெல்லாம் பகவானைப் பிரார்த்திச்சுக்குங்கோ."

"பேஷா. ஸ்வாமி கட்டாயம் உம்மைக் காப்பாத்துவார். நிறையப் பாலும் தயிரும் சாப்பிடும்."

"சாப்பிடாமலா? இப்ப ஒரு பசுமாடு வாங்கிக் கட்டி யிருக்கேன். நீர் பாக்கலையே, முந்தாநாள்தான் சிங்காரம் கொடவாசல்லேருந்து ஓட்டிண்டு வந்தான். நானூறு ரூபாய். காலமே பதினாலு சேர், ராத்திரி பன்னிரண்டு சேர் கறக்கறது. பாதிப்பாலை நான்தான் சாப்பிடறேன்."

பாயசம்

"எல்லாப் பாலையும் சாப்பிடும், நீர் கவலைப்பட்டுண்டு இன்னும் உடம்பைக் கெடுத்துண்டூடாதீர். ஒரு பயமும் இல்லை. நான் வரட்டுமா?"

"சரி, அடிக்கடி வந்து பார்த்துட்டுப் போங்கோ. உங்களுக்கு நான் சொல்ல வேண்டியதில்லை. உம்ம மாதிரி மித்ராள்தான் எனக்கு ஆறுதல்."

இதைச் சொல்லும்போது நான் அவரைப் பார்த்தேன். எல்லையில்லாத வேதனை எலும்பு முட்டும் அந்த முகத்தில் படர்ந்திருந்தது.

வெளியில் போய் ஜன்னல் வழியாக ஒருமுறை பார்த்து விட்டுப் போனேன். எத்தனை ஹார்லிக்ஸ், ஓவல்டின் டப்பாக்கள், எத்தனை ஆரஞ்சு ஆப்பிள்கள்! இதெல்லாவற்றையும் அப்பொழுதே சாப்பிட்டிருந்தால்..? சாப்பிட யார் விட்டார்கள்?

இந்தத் தகப்பனாரைப் பார்க்க, மதராஸிலிருந்து பையன்கள் வரவில்லை. இதைப் பற்றி அவர்களுக்குச் செய்தியே போகவில்லையாம். "அதுகள் வந்து என்ன பண்ணப் போறது? படிக்கிறபோது இந்தக் கவலை வேறா?" என்று தேவதை சொல்லிவிட்டது.

இரவு காமிரா உள்ளில் உட்கார்ந்து பேப்பர் படித்துக்கொண் டிருந்தேன். சங்கரி வந்தாள்.

"உங்க சிநேகிதருக்கு என்னமா இருக்கு உடம்பு?"

"ஏதோ இருக்கு. டாக்டர் இன்ஜக்ஷன் கொடுத்துண்டு வரான். ரத்தவாந்தி நின்னுருக்காம். ஆரஞ்சா உரிச்சுத் தின்கறார் மனுஷன்."

"அவர் சீக்காப் படுத்துண்டதிலேருந்து அந்த மாமி அவரைப் பார்க்கவே இல்லையாம்."

"பார்க்கவே இல்லைன்னா?"

"அவளுக்கு அம்மாஞ்சி யாரோ திருச்சினாப்பள்ளியிலே டாக்டராய் இருக்கானாம். அவன் அவரைப் பார்க்க வந்தானாம். ஊருக்குப் போகச்சே, 'இது ஒட்டுவாரொட்டி, அதிகமா நெருங்கப்படாது. குழந்தைகளை ஜாக்கிரதையாய்ப் பார்த்துக்கணும்னு சொல்லிவிட்டுப் போனானாம். அம்மாமி அதைக் கெட்டியாய் பிடிச்சுனுட்டா. ஒரு மாசமா அந்த மாடிப்படியே ஏறலியாம் அவ."

"சாதம் யாரு போடறா?"

தி. ஜானகிராமன்

"சிங்காரந்தான். மாமி சாதத்தைப் பிசைஞ்சு ஒரு பாத்திரத்தில் அவன்கிட்டக் கொடுத்தனுப்பறாளாம்."

"சே சே, இராது."

"அப்படித்தான் நடக்கிறதாமே!"

"சும்மா? யாராவது சொல்லுவா! ஒண்ணுன்னா பத்துச் சொல்லும் ஊரு. உனக்கு யார் சொன்னா?"

"அந்த மாமிதான்."

"யாரு, மாமியா!" எனக்குத் தூக்கி வாரிப் போட்டது.

"மோர்ப் பணம் கொடுக்கப் போனேன். அப்ப அந்த மாமிதான் சொன்னா."

இப்பொழுது நம்பாமல் என்ன செய்வது? சங்கரி பொய் சொல்ல மாட்டாள். வீண் வம்பு பிடிக்காது அவளுக்கு.

"அந்த மாமி ரொம்ப வைதீகமாச்சே?"

"அதுக்காக உயிர் மட்டமாய் போயிடுமா!"

"சிங்காரம் மட்டும்?"

"அவன் வேலைக்காரன். அவன் போனா யாருக்கு நஷ்டம்? அவளும் செத்துப் போனாக் குழந்தைகளை யார் காப்பாத்துவான்னு எண்றாளோ, என்னமோ?"

எனக்கு வயிற்றைக் கலக்கிற்று. 'வாழ்க்கையில் இவ்வளவு கொடுமை தென்படுமா?' என்று நினைக்கும்போது உடல் சிலிர்த்தது.

இரவு தூக்கம் பிடிக்கவில்லை. வெகுநாழிகை கழித்துத் தூங்கின தாலேயே, அதிகாலையில் விழிப்புக் கொடுத்து விட்டது. இருள் பிரியவில்லை. எழுந்து பல் தேய்ப்பதற்காகக் கொல்லைப் பக்கம் போனபொழுது, அடுத்த வீட்டுக்கொல்லையில் வெந்நீர் அடுப்பு, திகுதிகுவென்று எரிந்து கொண்டிருந்தது.

சிங்காரம் ஓலைகளை உள்ளே தள்ளித் தள்ளி நெருப்பை ஓங்க விட்டுக்கொண்டிருந்தான்.

"யார்றாது, சிங்காரமா?"

"சாமி!"

"என்னடா பண்ணிண்டிருக்கே?"

"ஒண்ணுமில்லைங்க. ஐயருக்குக் கஞ்சி வச்சிக்கிட்டிருக்கேன். ரொம்பப் பசிக்கிறதுன்னாங்க."

"நீ எதுக்காக வைக்கணும்?"

"பின்னே யாரு வப்பாங்க?"

"என்னதாது? சேதியை நல்லாச் சொல்லு. அம்மா தூங்கறாங்களா?"

"அம்மா முளிச்சுக்கிட்டிருந்தாலும் நான்தான் வக்கணும். ஐயருக்காக ஒரு செட்டுப் பாத்திரம் எடுத்துக் கொடுத்து, அன்னன்னிக்கித் தேவையான பாலு, விறகு, அரிசி எல்லாம் கொடுத்திருவாங்க. இந்த அடுப்பிலே அதெல்லாத்தையும் வச்சுக்கிட்டு ஐயருக்கு வேணுங்கறத்தை நான் பண்ணிப்போட வேண்டியது. இந்தப் பாத்திரங்களை வேறு பாத்திரங்களோடு கலக்கக்கூடாது. கொல்லையிலேயும் இதை வைக்கக் கூடாது. ஆத்தங்கரைக்குப் போய்த்தான் வெளக்கிட்டு வரணும். பதினஞ்சு நாளா நான்தான் ஐயருக்குச் சமையல்காரன்."

"ஏன் இப்படி?"

"அது என்னமோ!"

"இது ஐயருக்குத் தெரியுமோ?"

"நான் சொல்லலே. ஆனா, சாப்பிடுகிறபோது ஐயருக்குத் தெரியாமலா இருக்கும்?"

வாழ்க்கையில்தான் நம்ப முடியாத நிகழ்ச்சிகளெல்லாம் நிகழ்கின்றன. அந்த அம்சத்தில் கதையோ கற்பனையோ வாழ்க்கைக்கு உறைபோடக் காணாது என்றுதான் தோன்றிற்று.

சங்கரியிடம் இதைச் சொன்னேன். பொறி கலங்கிவிட்டார் போல் சிறிது நேரம் சூன்யத்தைப் பார்த்துக்கொண்டு நின்று விட்டு, "நாம் இந்த வீட்டை காலிபண்ணி விடணும். பக்கத்து வீட்டிலே இந்த மாதிரி தெய்வத்துக்கு அடுக்காத சேதி நடக்கறபோது, எப்படிச் சகிச்சிண்டிருக்கிறது? கட்டின பெண்டாட்டி இப்படி இருக்கிற இடத்துக்கிட்ட வாழறதே பாவம். நீங்க வேறு வீடு பாருங்கோ" என்று தழுதழுத்தாள்.

"எனக்கு எப்படி வயத்தைக் கொதிக்கிறது தெரியுமோ? அப்படியே அவளைப் பிடித்து இரண்டாகக் கிழிச்சுப் போட்டுடணும்போல் பத்திண்டு வரது. நீங்க போய் அவரோட பேசறது கூட அவளுக்குப் பொறுக்காதே" என்றாள் மேலும்.

அவள் சொன்னது உண்மைதான். அன்று அத்துவைப் பார்க்கப் போனபோது, மாடிப்படி ஏறுமுன், "டாக்டர் அதிகமாப் பேச்சுக் கொடுக்க வாணாம்னாராம். அம்மா சொல்லச் சொன்னா" என்று அத்துவின் மூன்றாவது பையன் சொன்னான்.

தி. ஜானகிராமன்

"சரி, சும்மாப் பாத்துட்டு வந்துடறேன். ரொம்ப நெருங்கிப் பழகிவிட்டோம்டாப்பா. மனசு கேக்க மாட்டேங்கறது. இதோ வந்துடறேன்" என்று சற்று இரைந்தே சொல்லிவிட்டுப் போனேன்.

அத்துவின் முகத்தில் மனுஷ்யக் களையே இல்லை. மரவட்டையாகச் சுருண்டு கிடந்தார். என்னைக் கண்டவுடன் தட்டுத்தடுமாறி எழுந்து தலையணைமீது சாய்ந்துகொண்டு உட்காரும்படி நாற்காலியைக் காட்டினார். குரல் கம்மி விட்டிருந்தது. "நெஞ்சு பாறையாகக் கட்டியிருக்கு" என்று மட்டும் சொல்லிவிட்டுப் பேசாமல் இருந்தார்.

"பசி இருக்கா?"

தலையாட்டல்.

இருக்கிறது என்ற அர்த்தத்தில் தலையாட்டல்.

"இருமல்?"

"கைலாசம், ஒண்ணொண்ணாக் கேக்கிறீரே என்ன? இருமல் தணிஞ்சா என்ன, டெம்பரேச்சர் குறைஞ்சா என்ன? நான் பிழைச்சு யாருக்கு என்ன சாதிக்கப் போறேன்? நான் சீக்கிரமாப் போகணும்னு நீங்கள்ளாம் பகவானைப் பிரார்த்திச்சுக்குங்கோ."

"அப்படியெல்லாம் பேசாதீர்யா. டாக்டரைப் பார்த்தேன். ரொம்பக் குணமாயிருக்குன்னு சொன்னார்."

"ஏன் வீண்பேச்சு? நான் சொல்றபடி பகவானைப் பிரார்த்திச்சுக்குங்கோ. ஒரு மாசமா அவள் என்னை வந்து பாக்கலை. மாடிக்கு ஏறமுடியாமல் அவளுக்கும் டி.பி. வந்துடுத்துப் போல் இருக்கு. அவளுக்கு வந்து பாக்கணும்னு தோணினாலும் தோணும். அதுக்கு முன்னாலே நான் போயிடணும்..."

அவர் கண்களில் கரகரவென்று நீர் வழிந்துகொண்டிருந்தது.

என்ன பேசுகிறது? பேசாமல் உட்கார்ந்திருந்தேன்.

"இப்பவே எனக்கு ஈச்வர தரிசனம் கிடைக்கணும்" என்று சொல்லிவிட்டுப் படுத்துக்கொண்டார் அத்து. நான் எழுந்து வந்தேன்.

உடம்பு மிகவும் கேவலமாகிவிட்டது. டாக்டர் ஆஸ்பத்திரிக்குத் தூக்கிப் போகச் சொன்னான். கும்பகோணத்திற்குத் தூக்கிக் கொண்டு போனார்கள். நிலைமையைப் பார்த்துவிட்டு, "இடமில்லை" என்று திருப்பி அனுப்பிவிட்டான் கும்பகோணத்து டாக்டர். மோட்டார் அத்துவுடன் திரும்பிற்று. ஆனால் அவரை மாடிக்கு ஏற்ற முடியவில்லை. கீழேயே கூடத்தில் போட்டார்கள்.

மீண்டும் வந்த உள்ளூர் டாக்டர் இரண்டு, மூன்று நாள் கெடு வைத்துவிட்டான்.

இப்போது சமையல் உள்ளைத் தாண்டி வருவதில்லை தேவதை.

மூன்று நாள் கெடுவைக் கேட்டதும், தெருவில் உள்ளவர்கள் கடைசிமுறையாக, ஒவ்வொருவராக வந்து பார்த்துவிட்டுப் போனார்கள். வாசல் நிலை ஓயவில்லை. வெளியே வருபவர்கள் மனம் போனபடி "இன்னும் அஞ்சுநாள்", "ஏதுய்யா காலமே வரையில் தாங்கினால் போறாதா?", "அப்படிச் சொல்றதுக்கில்லை" என்று தவணை சொல்லிக்கொண்டே போய்ச் சேர்ந்தார்கள்.

தந்தி பறந்தது. மதராஸிலிருந்து பையன்கள் வந்துவிட்டார்கள்.

கோவிந்தவன்னி, சுப்பட்டா உடையார், பஞ்சாயத்துத் தலைவர் கண்ணுசாமி எல்லோரும் பார்த்துவிட்டுப் போனார்கள். அவர்களுக்கு ஏதோ கடன் கொடுக்க வேண்டுமாம் அத்து.

அன்று காலை சிங்காரம் வந்தான். அழுதுகொண்டே நின்றான்.

"என்ன சமாசாரம். ஏன், முடிஞ்சு போயிடுத்தா?"

"இல்லீங்க. காலமே ஐயா வாயிலே ஈ மொச்சுக்கிட்டிருந்தது. விசிறினேன். 'என்னடா விசிறல், இன்னும் செத்தக் கழிச்சு இழுத்துப் போடணும், விசிறல் என்ன வேண்டிக்கிடக்கு?'ன்னு ஒரு சத்தம் போட்டாங்க அம்மா. அப்புறம் உத்தரணியாலே ஒரு வாய் தண்ணி ஊத்தினேன். 'ஏய் பாவி, உன்னாலெதான் நல்லாப் போகிற உசிரும் நின்னு நின்னு கஷ்டப்பட்டுண்டு போறது. ஏன் தண்ணியைக் கொடுத்து, போகிற உசிரை, வச்சு வச்சுக் கொல்றே. நீ போ வெளியே'ன்னாங்க அம்மா. நானும் சும்மா இருக்கலை, 'ஏ பிசாசே, அந்த மவராசன் காசை வாங்கிப் பொளச்சேன். தண்ணி கொடுக்கிறேன். நீ சும்மாக் கிட'ன்னு சொல்லிப்பிட்டு நான் வெளியே வந்திட்டேன். புள்ளைங்களைக் கூப்பிட்டு, 'அப்பாக்கு ஆளுக்கு ஒரு வா தண்ணி ஊத்துங்க'ன்னு சொல்லிவிட்டு வந்திட்டேன்" என்று அழுதான் சிங்காரம்.

சங்கரியும் நானும் வாயடைத்து நின்றோம்.

பிற்பகல் மூன்று மணிக்கு அழுகைச் சத்தம் கேட்டது. வாசலுக்கு ஓடினோம்.

ஸ்ரீமதி அத்து வாசலில் விழுந்து அழுதுவிட்டு, தான் இனிமேல் ஸ்ரீமதியில்லை என்று காண்பித்துவிட்டு அலங்கோலமாக உள்ளே சென்றாள்.

தி. ஜானகிராமன்

சவம் புறப்பட்டது. ஏகக் கூட்டம். அப்பாமங்கலமே திரண்டு பின்னால் போயிற்று.

ஆற்றங்கரை முக்கில் குடியானவர் தெருவே திரண்டு நின்று கதறிக்கொண்டிருந்தது. தாய்கள் அழுததைக் கண்டு சேய்கள் சேர்ந்து கதறின.

சேரியிலிருந்து ஒரு கூட்டம் கூடி நின்று அழுதுகொண்டிருந்தது. அத்துவுக்கு வியாதிக் காலத்தில் சுச்ரூஷை செய்த, தோட்டி பேச்சிமுத்து மயானப் பாதையை ஒரு சருகில்லாமல் சுத்தம் செய்து வைத்திருந்தான்.

மனித வெள்ளம் மௌனமாக மயானத்தை நோக்கி ஊர்ந்தது.

அப்பாமங்கலத்தில் யாருக்கும் இப்படி நடந்ததில்லை. ஈமக்கிரியைகள் முடிந்தன.

ஒரு மாசம் ஆயிற்று.

அத்துவின் கடன் மூன்று லக்ஷமாம்! அவர் வாங்கின வீடுகள், நாலுவேலி நிலம் எல்லாம் கடன் வாங்கி வாங்கினவையாம். ஆறு வருஷ வட்டி விஷமாக ஏறியிருந்தது.

ஒரு மாசக் கடைசியில் ஆயிரம் தென்னையும், ஆயிரம் மூங்கில் கொத்தும் பத்துவேலியும் சேர்ந்து நிர்மாணம் செய்து வைத்த லக்ஷியம் இடிந்து விழுந்தது. ஒரு வீடு மிச்சம். மேல் படிப்பை முடிக்க அதையும் விற்க யோசனை செய்துகொண்டிருந்தான் பெரிய பிள்ளை.

"அவளைச் சந்தியிலே நிறுத்தி வைக்காட்டா என் பேர் அத்து இல்லை" என்று பாங்கியில் சொன்னாரே அத்து!

அத்து சாமர்த்தியசாலிதான்!

காதம்பரி, 1950

கொட்டு மேளம்

டாக்டர் வரும்போது ஒன்பது மணிக்கு மேல் ஆகிவிட்டது. கம்பவுண்டரின் முகத்தைப் பார்த்தார்.

"ஐயாவுக்கு ரொம்பப் பசி போல் இருக்கு. என்ன செய்ய? நாழியாயிட்டுது."

"அதெல்லாம் ஒண்ணும் இல்லீங்க!"

"என்ன ஒண்ணும் இல்லீங்க? உம் மூஞ்சிதான் ஆறு மாசம் பட்டினி கிடந்தவனாட்டம் இருக்கே. என்ன செய்ய? கல்யாணம் பண்ணிக்கப் போறவன் கடைக்குப் போனா, நேரந்தான் ஆவுது. நீ கல்யாணம் பண்ணிக்கப் போறபோது, இப்படித்தானே அலைஞ்சிருப்பே?"

"நீங்க நேரம் களிச்சு வந்தீங்கன்னு நான் இப்பச் சொன்னேனா?"

"நீ சொல்லித்தான் பாரேண்டா. நான் அப்படித்தான் வருவேன். என்ன தபாலா, மேஜைமேலே?"

"ஆமாம் இன்னிக்கு மெயில் நானூறு நிமிஷம் லேட்டாம்."

"நல்ல வேளை. நானூறு வருஷம்ணு சொல்லாம இருந்தியே. அட, கர்னல் சுந்தர தாண்டவனா? ஏய் பார்த்தியாடா பத்திரிகையை? கர்னல் சுந்தர தாண்டவன் அனுப்பிச்சிருக்காரு. இவர் யார் தெரியுமா? எங்க அண்ணிக்கு அத்தை மகன். என்னைவிட ஒரு வருஷம் சின்னவரு. மகளுக்குக்

தி. ஜானகிராமன்

கல்யாணம் பண்றாராம். மருமவனும் லேசுப்பட்டவன் இல்லை. சப் கலெக்டர். நீயும் நானும் இருக்கேமே. அம்பது ரூபா சம்பளத்துக்கு நீ எங்கிட்டச் சேவகம் பண்ணறே. நான் ஜெனரல் ஆஸ்பத்ரியும் இருபத்துமூணு டாக்டரும் இருக்கிற இந்த ஊரிலே இருநூறு ரூபாய்க்கு மோளம் அடிக்கிறேன். இவனைப் பார்த்தியா? கர்னல் ஆயிட்டான். நீ ஏண்டா நிக்கறே? என் பேச்சைக் கேட்டுக்கிட்டு நின்னா வயிறு ரொம்பிடுமா? போயிட்டு வா."

புன்சிரிப்புச் சிரித்துக்கொண்டே ஜீவரத்தினம் நகர்ந்தான்.

"போன தடவை தம்பிக்குக் கல்யாணம்னு பத்திரிகை அனுப்பிச்சிருந்தான். அப்ப மேஜராயிருந்தான். இப்பக் கர்னலாப் போயிட்டான். ஜீவரத்தினம், உனக்கு எங்கடா இதெல்லாம் புரியப் போறது? நீ எட்டாம் கிளாசுக்கு அப்பாலே எட்டிப் பார்த்ததில்லெ. என் மாதிரி எம்.பி.பீ.யஸ். எல்லா வருஷமும் முதல் பிரைஸ் அடிச்சுப் பாஸ் பண்ணிவிட்டுக் கடைசியில் சாண் ஏறி முழும் சறுக்கற வித்தையிலே அடி பட்டவனாயிருந்தாத் தெரியும்."

டாக்டர் உட்கார்ந்துவிட்டார். அவருடைய உற்சாகத்தில் பனி படர்ந்துவிட்டது. வரிசை வரிசையாக வந்த தோல்விகளின் ஏக்கம் அவரை அழுத்திற்று. அவரோடு படித்தவர்கள் அவரைப் போலச் சாண் ஏறி முழும் சறுக்காமல் முழும் முழுமாக ஏறிவிட்டார்கள். அவரைச் சறுக்கிவிட்டது எது என்று புரியவில்லை. சகபாடிகளின் முகங்களும் மலர்ச்சிகளும் அதிகாரமும் மோட்டார்களும் அவர் கண்முன் ஊர்ந்துகொண்டிருந்தன.

"என்ன டாக்டர் சார், திரும்பியே பாக்கமாட்டீங்க போல இருக்கே."

"அட பார்வதியா, நீ எப்ப வந்தே?"

"நான் வந்து இரண்டு நிமிஷமாச்சு. நீங்க திரும்பிப் பாக்கற வழியாயில்லே. கூப்பிட்டு விட்டேன்!"

"ஒண்ணுமில்லே. என்னமோ யோசிச்சுக்கிட்டே இருந்தேன்."

டாக்டர் முகம் சுண்டிக் கிடந்தது.

"முன்னுக்கு வரது எப்படன்னு யோசிச்சுக்கிட்டிருந்தேன்."

"வழி கிடைச்சுதா?"

"இன்னும் கிடைக்கவில்லை."

"ஏன்?"

"ஏனா? என்னா?"

பாயசம்

கொட்டு மேளச் சத்தம் கேட்டது. வெறும் மேளச் சத்தம் இல்லை. நாயனக்காரன் என்ன வாசிக்கிறான் என்று புரியவில்லை. டடிம் டகு டகு, டடிம் டகு டகு என்று ஒரே சொல்லைத் திருப்பித் திருப்பி நாலைந்து தவுல்காரர்கள் சேர்ந்து அடித்துப் பிளந்துகொண்டு வந்தார்கள். அந்தச் சத்தம் 'எல்லையில்லாத வஸ்துவான சங்கீதத்தையே விழுங்கிவிட்டேன்!' என்று ஏப்பம் விட்டுக்கொண்டே தெருக்கோடியிலிருந்து டாக்டர் வீட்டு வாசலை நோக்கி நகர்ந்து கொண்டிருந்தது.

டாக்டர் உடனே எழுந்து வாசலுக்கு ஓடிவிடவில்லை. அவர் இந்தச் சத்தத்திற்கெல்லாம் அசைகிறவர் அல்ல.

'டாக்டர் வீடு நல்ல 'ஷுகரில்' இருக்கிறது' என்று ஐம்பது வருஷம் முன்னால் அவர் தந்தை அந்த வீட்டை வாங்கியபோது எல்லோரும் சொல்லுகிற வழக்கம். தெருவின் மேலக்கோடி வீடு அது. வாசற்படி இறங்கி இரண்டடி மேற்கே நடந்தால் ராஜவீதி. தெருவைப் பார்த்துக்கொண்டு வைகுண்டநாதர் கோயில் கொண்டிருந்தார். பெருமாள் கொஞ்சம் பெரிய புள்ளி. முந்நூறு வேலி நிலம், மூன்று நான்கு லட்சத்திற்கு நகைகள், இரண்டு பெரிய பிரகாரங்கள், வெள்ளி வாகனங்கள், தங்கத்தில் கருட வாகனம். இவ்வளவு சம்பிரமங்களும் உண்டு. ஆறு கால பூஜை அவருக்கு நடந்ததில் ஆச்சர்யம் இல்லை. நாகஸ்வர வித்தைக்கே பிரமாணமாக விளங்கின கிருஷ்ணன் கோயில் மேளக்காரன் – பரம வைஷ்ணவன் என்று அவனைச் சொல்வது வழக்கம் – ஆறு கால பூஜைக்கும் அவன்தான் சேவகம் செய்வான். நாத வெள்ளமாகப் பொழிவான். பொழுது புலருவதற்கு முன்னால் அவன் வாசிக்கிற பௌளி ராகத்தையும் மலயமாருதத்தையும் கேட்டுக்கொண்டுதான் டாக்டர் படுக்கையை விட்டு எழுந்திருக்க வேண்டும். மறுபடியும் ஒன்பது மணி பூஜை, உச்சி காலம், மாலை, இரண்டாம் காலம், அர்த்த ஜாமம்; எல்லா வேளைகளிலும் கால நியதியை ஒட்டி ராகங்களில் சஞ்சரித்துக்கொண்டிருப்பான். கல்யாண மண்டபத்தின் எதிரொலியில் அந்தச் சங்கீதம் விம்மி வளர்ந்து ஆகாய வெளியெல்லாம் முழங்கும்.

மாலை வேளையில் கோயில் நகராக்காரன், மான்யத்திற்கு வஞ்சனை பண்ணிவிடாமல் அரை மணிநேரம் கெத்துவைத்து ஊரையே கிடுகிடுக்க அடித்துவிடுவான்.

டாக்டர் இருக்கிற தெரு ராஜ வீதி நான்கிற்கும் மையமானது. மேல வீதியையும் கீழ வீதியையும் இணைக்கும் வீதி அது. கல்யாண ஊர்வலங்கள் நாலு வீதியையும் சுற்றக் கூடாது என்று ஒரு கட்டுப்பாடு இருந்தது. நாலு வீதி ஊர்வலம் வைகுண்டநாதருடைய தனி உரிமை. மனிதன் மனிதன்தான் என்று இடித்துக்

தி. ஜானகிராமன்

காட்டுவதற்காக, கல்யாண ஊர்வலங்கள் நாலு வீதியையும் சுற்றாமல் டாக்டர் இருக்கிற மைய வீதி வழியாகப் போகவேண்டும் என்று வரைசெய்து வைத்திருந்தார்கள். ஆக, நாலு வீதியில் எந்த முடுக்கில் கல்யாணம் நடந்தாலும், அந்த ஊர்வலங்கள் டாக்டர் வீட்டு வாசலை மிதித்துத்தான் ஆகவேண்டும். ஊர் பெரிய ஊர். வருஷத்திற்கு ஐம்பது கல்யாணம் என்பது குறைந்த கணக்கு.

அதைத் தவிர, நாலு வீதியிலும் உள்ள சின்னக் கோயில் கடவுள்கள், வைகுண்டநாதருக்கு அபசாரம் செய்துவிடாமல் இருப்பதற்காக இந்தப் பவனி வருகிற விஷயத்தில் மனிதர்கள் மாதிரியே நடந்துகொண்டார்கள்.

டாக்டருக்குக் கொட்டு மேளம் மூச்சுக் காற்றாக மாறிவிட்டது. நாதக் கடலில் அவருடைய உள்ளம் ஆறு காலமும் முழுகிக் கிடந்தது. மற்றவேளைகளில் நாத வெள்ளம் இல்லா விட்டாலும், கொட்டு மேளமாவது அவர் காதை அறைந்து கொண்டிருக்கும். அவர் காது காய்த்துப் போய் விட்டது. குருதியையும் பிணிகளையும் கண்டு காய்த்துப்போன உள்ளம் போலவே, அபஸ்வரங்களுக்கும் சத்தங்களுக்கும் அவர் செவி காய்த்துப் போய்விட்டது. கொட்டு மேளம் இல்லாவிட்டால் அவருக்கு வேலை ஓடுவதுகூடச் சந்தேகந்தான்.

இந்தத் தவுல் சத்தத்துக்கா அவர் அசையப்போகிறார்?

திடீரென்று அந்தத் தவுல் சத்தத்துக்கிடையே 'ஜே! ஜே!' என்று கோஷம் எழுந்தது. டாக்டர் அசைந்து கொடுத்தார்.

"பார்வதி? அது என்ன சத்தம்? வேல் வேலா, ஜே ஜேயா?"

பார்வதி உற்றுக் கேட்டாள். இரண்டு பேரும் மூச்சை அடக்கி மனத்தைச் செலுத்தினார்கள். புரியவில்லை.

"யாருக்கு ஜயகோஷம்? முருகனுக்கா மனுஷனுக்கா?"

"இன்னிக்கிக் கிருத்திகைகூட இல்லையே. கிருத்திகையா யிருந்தாலும், ராத்திரியா காவடி தூக்குவார்கள்?"

"ஸ்வாமி புறப்பாடோ என்னவோ?"

"அதுக்கு இத்தனை தவுல் என்னாத்துக்காம்?"

"அதுவும் சரிதான்!"

"இதைக் கண்டுபிடிக்க ஒரே வழிதான் தோணுது."

"நானும் அதான் நெனச்சேன். வா." – இருவரும் எழுந்து வாசலுக்குப் போனார்கள்.

தெருப்பாதியில் காஸ் விளக்குகள் வரிசையும் கும்பலுமாக நகர்ந்து வந்துகொண்டிருந்தன. இருபது கஜத்துக்கு முன்னால், நாலு விளக்கை வைத்துக்கொண்டு பொய்க்கால் குதிரை ஜோடி டம் டிம் டகுடகு என்று கிறுக்கட்டி ஒலித்த ஒற்றைக் கொட்டுக்கு இசைவாக ஆடிக்கொண்டிருந்தது.

"என்னாப்பா சத்தம்?" என்று வாசலில் ஓர் ஆளைப் பார்த்துக் கேட்டார் டாக்டர்.

"எலக்ஸனுங்க! ஆமாம். நம்ப விறகுவாடி மாரியப்ப பிள்ளை ஜெயிச்சுப்பிட்டாரு."

"மாரியப்பபிள்ளை ஜெயிச்சுப்பிட்டாரா?"

"ஆமாங்க."

"போடு சக்கை."

பொய்க்கால்குதிரை போனதும், கொட்டு மேளம் வாசலுக்கு வந்துவிட்டது. நாயனம் நாலு ஜோடி. தவுல்காரர்கள் எட்டுப் பேர். அதே டடிம் டகு டகுவைப் பிளந்துகொண்டே வந்தார்கள். தவுல்காரர்களுக்கு அந்தக் கலையே தேகப்பயிற்சியாகவும் அமைந்துவிட்டதை நினைத்து வியந்தார் டாக்டர். கல்லுக்கல்லாக மின்னும் முண்டாக்கள், வயிறு மார்பெல்லாம் கண்டு கண்டாகத் தசைகள்; அகன்ற வைரம் பாய்ந்த மார்பு, மெல்லிய கழுத்துச் சங்கிலி, தலையில் ஒரு சொருக்கு, மேலெல்லாம் வேர்வை – தவுல் சொன்னபடி கேட்காமல் என்ன செய்யும்?

வாத்தியக்காரர்களுக்குப் பின்னால், 'மாரியப்பருக்கு ஜே! மாரியப்பருக்கு ஜே!' என்று ஒரு பெரிய கூட்டம் கோஷம் போட்டுக் கொண்டு வந்தது. மாரியப்பபிள்ளை மோட்டாரில் உட்கார்ந்திருந்தார். அவர் முகத்தைப் பூ மாலைக்கிடையே தேடிக் கண்டுபிடிக்க வேண்டியிருந்தது. புஸ்தி மீசை; ஜவ்வாதுப் பொட்டு; கையைப் பார்த்தால் ஜிப்பாதான் போட்டுக் கொண்டிருப்பார் போல் இருந்தது. டாக்டரைப் பார்த்து ஒரு கும்பிடு போட்டார் மாரியப்பர். டாக்டர் அதைவிடப் பெரிய கும்பிடாக போட்டபோது இரண்டு கை நீளம் கிண்டலும் அதில் இருந்ததை மாரியப்பர் அந்த நிலையில் கவனிக்கவில்லை.

ஊர்வலம் வந்த சுருக்கில் தேய்ந்துவிட்டது. காஸ் விளக்குகள் மறைந்ததும் இருள் சற்று அதிகமாகவே இருந்தது. அந்த இருளில் இன்னொரு கூட்டம் கூச்சல் போட்டுக்கொண்டே வந்தது.

முப்பது நாற்பது வாண்டுப்பயல்களும், சோதாக்களுமாகக் கூடிக்கொண்டு, 'ஐராவதத்துக்கு ஜே! தியாகி ஐராவதத்துக்கு

ஜே!' என்று கத்திக்கொண்டு வந்தார்கள். டாக்டர் வீட்டு வாசல் விளக்கொளிக்கு முன் வந்ததும், 'இருங்கடா, டாக்டர் ஐயாகிட்டே ரெண்டு வார்த்தை பேசிக்கிட்டு வரேன்' என்று பித்துக்குளி ஐராவதம் நின்றான். கழுத்தில் ஏழெட்டு அரளிப் பூ மாலைகள், மார்பு நிறைய சந்தனம்; ஐராவதம் சிரித்தான்.

"டாக்டர் சார், கும்பிடறேன்!"

"என்ன, முதலியாரா? வாங்க."

"அரளிப்பூ மாலையையும் சந்தனத்தையும் கண்டு என்னமோ ஏதோன்னு பயந்திடாதிங்க; விரலுக்குத் தகுந்த வீக்கம். அவ்வளவுதான்."

"ஒண்ணும் புரியலியே!"

"என்ன புரியலே? 'தியாகி ஐராவதத்துக்கு ஜே!'ன்னு கூப்பாடு போடறாங்களேன்னு யோசிக்கிறீங்களா? ஆமாங்க டாக்டர். நான் மூளையைத் தியாகம் பண்ணிவிட்டேன். மாரியப்ப பிள்ளையைப் பாருங்க – என்னமோ பார்லிமெண்டுக்குச் செலவு பண்றாப் போலப் பண்ணிக்கிட்டு வராரு. இத்தோட விட்டுங்கிறீங்களா? நாலு ஐதை நாயனம், பொய்க்கால் குதிரை, இன்னும் கூச்சல் போடறவங்களுக்கெல்லாம் ஸ்வீட்டு, காரம், காபி எல்லாம் வாங்கிக் கொடுத்தாகணும். கடாசியிலே என்னடாய்யான்னு பார்த்தாத் துக்கினியூண்டு ஊர்லே துக்கினியூண்டு ஏளாவது வார்டுக்கு மெம்பர் – எனக்குப் பாருங்க, செலவே இல்லாம எல்லாம் ஆயிடிச்சி. இந்த அரளிப்பூ மாலையெல்லாம் சத்யமா தம்பிங்க வாங்கிப் போட்டதுதான். நான் காசே கொடுக்கலை. கடாசியிலெ இதையும் சொல்லிப்பிடறேன். மாரியப்ப பிள்ளைக்கு எதிராக நான் ஏன் நின்னேன் தெரியுமா? புத்தி நிதானமா இருக்கறவங்களாமே ஓட்டுக்கொடுக்கறது, புத்தி நிதானமாயிருக்கறவங்களையே தேர்ந்து எடுக்கறதுன்னா, புத்தியில்லாதவங்க கதி என்னா ஆவறதுன்னு என்னை நிக்கச் சொல்லித் தம்பிங்களாம் தொந்தரவு பண்ணிட்டாங்க. ஆயிரத்துத் தொளாயிரத்து இருபத்தெட்டாம் வருஷத்துலெ மாரியப்ப பிள்ளை கடையிலே நாலு மணு விறகு வாங்கினேன். 'மீதி மூணரையணா சில்லறை இல்லே. அப்புறம் வா, தாரேன்'னாரு, இன்னம் கொடுக்கப்போறாரு. நான் அந்தக் கோவத்துனாலெ அவருக்கு எதிராக நிக்கலெ. உள்ளதைச் சொல்லிப்பிடணும் பாருங்க. சரி, நாளியாச்சு, நான் வரட்டுங்களா?"

"செய்யுங்க. எலெக்ஷனானத்துக்கு காபி, கீபி ஒண்ணும் கிடையாதா?"

பாயசம் 65

"அது நீங்கள்ள வாங்கிக் கொடுக்கணும்" என்று கழுத்தை ஒடித்து நீட்டிக் கண்ணைச் சிமிட்டிவிட்டு நகர்ந்தான் ஐராவதம்.

ஐராவதம் உண்மையாகவே பைத்தியமா என்று டாக்டருக்குச் சந்தேகம் வந்துவிட்டது.

உள்ளே வந்ததும், "பார்வதி, அதோ அந்தப் பீரோவைத் திறந்து அடித்தட்டிலே சிகப்பா, சின்னதா ஒரு நோட்டு இருக்கும். அதை எடேன்" என்று சாவியைக் கொடுத்தார்.

"பதினெட்டாவது பக்கத்தைப் புரட்டு. என்ன எழுதியிருக்கு?"

"மாரியப்ப பிள்ளை — முந்நூறு ரூபாய்ன்னு போட்டிருக்கு."

"போட்டிருக்கறது என்ன? நான் எழுதினதுதான் அது. இது ரொம்ப ரகசியமான தஸ்தாவேஜி. அதனால்தான் உனக்குக் காண்பிக்கணும்னு எடுக்கச் சொன்னேன். இந்த மாரியப்பன் என்னோடெ வாசிச்சவன். அஞ்சாங்கிளாஸ் மட்டும் வாசிச்சு விட்டுட்டான். நான் டாக்டர்னு போர்டு போட்டுத் தொழில் பண்ண ஆரம்பிச்சதுலேருந்து எங்கிட்டத்தான் வைத்தியம் பாத்துக்கிட்டு வராண். ஆனா ஆச்சரியத்தைப் பாரு! காணாக்காசு எனக்குக் கொடுக்கணும்னு அவனுக்குத் தோணினதேயில்லெ!"

"என்னது!"

"வைகுண்டநாதர் சாட்சியாகக் கொடுத்ததே இல்லை."

"ஏன் கொடுக்கலெ?"

"வைகுண்டநாதரைத் தான் கேக்கணும்."

"எலக்ஷன்லெ ஏகச்செலவு பண்ணியிருக்கிறாரே."

"எனக்குக் கொடுக்கத் தோணலை. அவ்வளவுதான்."

"நீங்க முந்நூறு ரூவா ஆகிறவரையிலெ அவரைச் சும்மாவா விட்டு வச்சிருந்தீங்க."

"இன்னமும் சும்மாத்தான் விடப்போறேன்."

"எதுக்காக?"

"பார்வதி, நான் பணம் வரலைங்கிற கோபத்தினாலெ சொல்லலெ. மனிதன் எப்பேர்ப்பட்டவன்னு சொற்றதுக்காகத் தான் இதை எடுத்துக் காமிச்சேன்."

"இன்னமும் எனக்குப் புரியலெ. இவ்வளவு செலவு செய்யறவரு ஏன் உங்களுக்குப் பணம் கொடுக்கலெ?"

"அதைத்தான் நான் இப்ப யோசனை பண்ணிக்கிட்டிருக்கேன்."

தி. ஜானகிராமன்

"நீங்க கேக்கலையா?"

"பில் ஒழுங்கா அனுப்பிக்கறேன்."

"இப்பவும் நீங்கதானே டாக்டரு அவருக்கு?"

"இப்பவும் நான்தான்."

"அவர் வரபோது வாயைத் திறந்து கேட்கக் கூடாதா?"

"பில் அனுப்பிச்சாச்சு. வாயை வேறே திறக்கணுமா?"

"கடன், கேக்காம போச்சுன்னு வசனம் சொல்லுவாங்க. சில ஆளுங்க கேட்டால் ஒழியக் கொடுக்க மாட்டாங்க."

"மாரியப்பன் கேட்டாலும் கொடுக்கப் போறதில்லை. சாதாரணமாக, டாக்டர் என்றால் இந்தக் காலத்திலே மதிப்பு அதிகந்தான். எந்த உயிரையும் கூண்டை விட்டுப் போயிடாமல் பிடித்து நிறுத்துகிறவன் டாக்டர். உயிர், உடல் ரகசியம் எல்லாம் தெரிந்தவர். சாமான்ய மனிதர்களுக்கு – அதாவது டாக்டரல்லாத மனிதர்களுக்கு – இல்லாத சக்தியெல்லாம் அவருக்கு உண்டு. ரொம்பச் சின்ன டாக்டருக்குக்கூட இந்தப் பெருமை உண்டு. அதனால்தான் டாக்டரிடம் ஒரு மரியாதை, பயம் எல்லாம் வைத்திருக்கிறார்கள். அப்படிப்பட்ட ஒரு டாக்டரை முந்நூற்றுச் சொச்ச ரூபாய்க்கு நாமம் சாத்தலாம் என்று மாரியப்பன் முடிவு கட்டிவிட்டான். மாரியப்பன் என்ன கருமியா? ஐராவதம் சொன்னாப்பலே, துக்கினியூண்டு ஊரிலே துக்கினியூண்டு ஏழாவது வார்டுக்குப் பார்லிமெண்டுக்குச் செலவு பண்றாப் போலப் பண்ணிவிட்டான். என்னைக் கண்டால் கொடுக்க வேண்டாம் என்று தோன்றியிருக்கிறது அவனுக்கு. அவ்வளவுதான்."

"உங்களைக் கண்டால் மாத்திரம் அப்படித் தோணுவானேன் அவருக்கு?"

"பார்வதி, அதிர்ஷ்டம் என்று சொல்லுகிறார்கள். அந்த வார்த்தை பல பேருக்குப் பிடிக்கிறதில்லை. சோம்பேறிகளின் மந்திரம் என்று நினைக்கிறார்கள். சோம்பேறிகள் சொல்லிச் சொல்லி அந்த வார்த்தைக்கே கெட்ட பெயர் வந்துவிட்டது. ஆனால் எனக்கு அந்த வார்த்தைதான் உயிர். மனிதனுக்குத் தன் முயற்சி அவசியம் என்பதை ஒப்புக்கொள்ளுகிறேன். ஆனால் முயன்றால் மனிதன் நூறு மைல் வேகத்தில் ஓட முடியுமா? அதற்கு ரெயிலும் விமானமும் வேண்டும். தானாக இந்த உடம்பை வைத்துக்கொண்டு அந்த வேகத்தில் ஓடுவதற்குத் தவம் வேண்டும்; உறுதி வேண்டும்; அந்தத் தவம் செய்ய நீண்ட வாழ்வு வேண்டும். எல்லா மனிதர்களுக்கும் இந்தச் சக்திகள் கிட்டுமா? என்னைப் போன்ற சாமான்யமான மனிதர்களுக்கு

அதிர்ஷடந்தான் தேவை. அசாதாரணமான திறமையும் சக்தியும் உள்ளவர்கள் சொந்த முயற்சியால் முன்னுக்கு வந்துவிடுகிறார்கள். அப்படி இல்லாத என்னைப் போலொத்தவர்களுக்கு நான் சொன்ன அதிர்ஷடந்தான் வேண்டும். அது எனக்குக் கிடையாது. இருந்திருந்தால் அது மாரியப்பன் காதில் போய், "ஏண்டா பயலே; டாக்டர் பணத்தை இன்னும் கொடுக்கலே?" என்று கட்டாயமாகக் கேட்டிருக்கும். அதிர்ஷடத்தை நம்பி நாளை ஓட்ட வேண்டுகிறவர்களில் நானும் ஒருவன்."

"மாரியப்ப பிள்ளை முந்நூறு ரூபாய் கொடுக்காவிட்டால் குடி முழுகிப் போய்விடாது. உங்களுக்கு என்ன அதிர்ஷடக் குறைவு வந்துவிட்டது இப்போது?"

"இதோ பாரு, கல்யாணப் பத்திரிகை வந்திருக்கிறது."

"இது யாரு? கர்னல் சுந்தர தாண்டவனா?"

"அவன் மகளுக்குக் கலியாணம். மருமவன் யாருன்னு பாத்தியா?"

"மருதவாணன் எம்.ஏ., ஐ.ஏ.எஸ்., சப் கலெக்டர்."

"நீ என்ன நினைக்கிறே?"

"இரண்டு இடமும் பெரிய இடந்தான்."

"இந்தச் சுந்தர தாண்டவன் எனக்கு ஒரு வயசு சின்னவன். நாற்பத்திரண்டு வயசாகிறது. எங்க அண்ணன்தான் அவனுக்கு மிலிடரியிலே வேலை பண்ணி வச்சாரு. அந்தக் காலத்துலெ வெள்ளைக்காரன் ஆண்ட காலத்துலே – நாமெல்லாம் ராணுவ ஆபீசரா ஆறதுன்னா ஜலஸ்தம்பனம் வாயுஸ்தம்பனம் பண்ணுகிற மாதிரிதான். அண்ணன் மனசு வச்சாரு; தாண்டவன் மிலிடரி ஆபீசராயிட்டான். அவன் புத்திக்கும் சாமர்த்தியத்திற்கும் எடை போட்டு வேலை கொடுக்கிறதுன்னு ஆரம்பிச்சா – அதை நான் சொல்லுவானேன்? ரெயில் போர்ட்டர் எல்லாம் சண்டைக்கு வந்திடுவாங்க. அதாவது அவன் அப்பன் இருந்த நிலையிலே சொல்றேன். இப்ப அவன் கெட்டிக்காரனா மாறியிருக்கலாம். என்ன சிரிக்கிறே? நீயானும் சிரிக்கிறே. இந்த மாதிரி வேடிக்கையாப் பேசறேன்னு. பேசிட்டுத்தான் நான் பெருமாள்கோயில் தேர் மாதிரி இருந்த இடத்துலேயே உட்கார்ந்துக்கிட்டிருக்கிறேன். இல்லாட்டி, நானும் இப்பக் கர்னலாயிருக்க வேண்டியவன் தான்."

"யாராவது ஆபீசரைப் பார்த்து ஏதாவது இந்த மாதிரி பேசினீங்களாக்கும்?"

"ஆபீசர்கிட்ட பேசலே. ஆபீசர் பெண்ஜாதிகிட்டப் பேசினேன். பிடிச்சுது சனி. வெறெ யாரும் இல்லெ. எங்க அண்ணிகிட்டத்தான்.

தி. ஜானகிராமன்

என் கூடப் பிறந்த அண்ணன் பெண்ஜாதி கிட்டத்தான் பேசினேன். இந்தத் தாண்டவன் என் அண்ணிக்கு அத்தை மகன். அண்ணாரு அப்ப மீரத்திலே இருந்தாரு. அண்ணி ஊருக்கு வந்திருந்தா. நான் இன்டர் பரீட்சைக்குப் போயிட்டே இருந்தேன். அண்ணி ஊருக்குக் கிளம்பற அன்னிக்கி இந்தத் தாண்டவன் வந்து சேர்ந்தான். அவனையும் கூட அளச்சிக்கிட்டு அவனை மிலிடரியிலெ இழுத்து விடறதாக ஏற்பாடு பண்ணியிருந்தாங்க அண்ணி. சாப்பிடறப்போ வேடிக்கையாப் பேசிக்கிட்டிருந்தேன் நான். 'மிலிடரி டிபார்ட்டுமென்டே அண்ணி ஆளாவே போயிடும் போல இருக்கே'ன்னு சிரிச்சுக்கிட்டே சொன்னேன். உலகத்துலே எப்பவும் அண்ணிங்களே ஒரு தனி ஜாதீன்னு எனக்கு எண்ணம். கொழுந்தன் சொல்றதெல்லாம் அவகளுக்குத் தேனா இருக்கும். பெத்த புள்ளை மாதிரி கொழுந்தனை மதிக்கிறவ அண்ணிதான்னு எனக்குத் தீர்மானம். எங்க அண்ணியும் அப்படித்தான் இருப்பாங்க. ஆனா அந்தச் சமயத்துலெ அண்ணி சிரிக்கலெ. மொலு மொலுன்னு அம்மாகிட்டப் போய்ப் பிடுங்கித் தின்னுக்கக் கிளம்பிட்டாங்க. 'அம்மா, நாங்க என்னம்மா பண்ணுவோம்? அவுங்க அவுங்க தலையெளுத்துப்படிதானே நடக்கும்? உங்க பெரிய புள்ளைக்குக் கத்தியும் கபடாவும் எடுத்துச் சண்டை போட்டுப் பொளைக்கணும்னு இருக்கு. எப்படியோ வயித்தை வளக்கிறோம். காக்கிச் சட்டைதான் எங்களுக்குக் குலதெய்வம். அதுதான் எங்களுக்குச் சோறு போடுது. அது ஒண்ணும் ஈனாயமா, கௌரவக் குறைச்சலாகப் படலெ. அவுங்க அவுங்க மனுசங்களை அவுங்க அவுங்க கவனிச்சுக்கறதும் என்ன தப்பு? மறுபடியும் சொல்றேன், தின்ன உப்புக்கு உளைக்கிறாங்க அவங்க. அந்த மாதிரி வேலை ஈனாயமாப் படலெ அவுங்களுக்கு. அப்படி நெனச்சிக்கறவங்க வேறே வேலைக்குப் போகூட்டுமே, இந்த உலகம் எவ்வளவோ பெரிசு' அப்படி இப்படன்னு பொரிஞ்சு கொட்டிப்பிட்டா. நான் அப்படியே பிரமை புடிச்சாப் போல உக்காந்துப்பிட்டேன். அப்ப அம்மாகூடச் சொன்னாங்க.

"என்னம்மா சொல்லிப்பிட்டான், சிறிசு. அண்ணியாச்சேன்னு வேடிக்கையாய்ப் பேசிட்டான். நானும் கேட்டுக்கிட்டுத்தான் இருக்கறேன். தவறுதலா ஒண்ணும் சொல்லிவிட்டதாகத் தெரியலியே"ன்னு சொன்னாங்க அம்மா.

"வேடிக்கையாவது? என்ன பச்சைக் குளந்தையா? இடம் பொருள் ஏவல் இருக்கு எல்லாத்துக்கும்" என்று திருப்பினாள் அண்ணி.

"அடியம்மாவே. என்னென்னமோ பேசக் கிளம்பிட்டியே?... ஏய் துரைசாமி, துடைப்பக்கட்டே. உனக்குக் குட்டிச்சுவருக்கு

பாயசம் 69

ஆவுறாப்பலே வயசாச்சே, நாக்கை அடக்கி ஏண்டா பேசத் தெரியலே?"ன்னு அம்மா என்னைக் கோவிச்சிட்டாங்க.

"அண்ணியை ரெயில் ஏற்றிவிடும்போது மன்னிப்புக் கேட்டுக் கொண்டேன். அண்ணி முகங்கொடுத்தே பேசலை. போய் என்ன வத்தி வச்சாங்களோ? அண்ணன் ஆறுமாசம் காயிதமே போடலை. அப்புறம் ஒருவருசமும் காத்துக்கிட்டிருந்தேன். சரி, காக்கிச்சட்டைக்கு நாம் கொடுத்து வக்கலேன்னு டாக்டருக்குப் படிச்சேன். கர்னல் அதிர்ஷ்டம் மலை ஏறிடிச்சி."

"அதிர்ஷ்டம் என்ன செய்யும்? நீங்க கொஞ்சம் ஜாக்கிரதையாப் பேசியிருக்கணும்."

"அந்த அஜாக்கிரதையைத்தான் நான் அதிர்ஷ்டம்ன்னு சொல்றேன்."

"சண்டை நடக்கிறபோது டாக்டரெல்லாம் போனாங்களே."

"அதுவா? நான் வெள்ளைக்காரன் சண்டையிலே சேர்றுக்கு இஷ்டமில்லாமெ, போகலேன்னு சில பேரு சொல்லிக்கிறாங்க. அதுவும் உண்மைதான். ஆனால் சண்டைக்கு முந்தியே எனக்குக் காக்கிச்சட்டை கசந்து போச்சு. ஒரு தடவை இந்தியா முழுக்கச் சுத்தினேன். புனாப்பக்கம் போனேன். என் சிநேகிதன் ஒருத்தன் லெப்டினன்டா இருந்தான். ஒரு சிறுபையனைச் சிப்பாய் ஆஸ்பத்திரியிலே வேலைக்கு வச்சிருந்தான். அந்தப் பையன் திடீர்னு ஒரு நாளைக்கு அழுதுகொண்டு வந்தான். நானும் சிநேகிதனும் பேசிக்கிட்டிருந்தோம். இந்தப் பையன் வேஷ்டி கட்டிக்கிட்டு அவன் ஆபீசர் – ஒரு மேஜர் – அவன் முன்னாலே போய்நின்னாளாம். 'என்னப்பா, கௌபீனம் கட்டிக்கிட்டு வரதுதானே, மரியாதைகெட்டவனே! ஆபீசருக்கு முன்னாடி வர டிரஸ்ஸாடா இது?'ன்னு கேட்டானாம் அந்த மேஜர். பையன் சுடச்சுட பதில் கொடுத்திருக்கான். 'மேஜர் ஐயா, நம்ம தேசத்துலே கௌபீனங் கட்டிக்கிட்டு அலையறவங்களுக்கு மதிப்பு அதிகம். அந்த மதிப்புக்கூட இந்த வேட்டிக்குக் கொடுக்க மாட்டேங்கறீங்களே!'ன்னு சொல்லியிருக்கான் பையன். 'வாயை மூடுடா பிச்சைக்காரப் பயலே!'ன்னு கத்தினான் ஆபீசர். 'ஒரு ஆபீசர் வாயிலிருந்து வர வார்த்தையா இது?'ன்னு பையன் கேட்டிருக்கான். உடனே அந்த ஆபீசர் எழுந்து பளார் பளார்னு இரண்டு கையாலேயும் மாறி மாறி அந்தப் பையனைக் கன்னத்திலே இழுத்துப்பிட்டான். பையன் அழுதுகொண்டே ஓடி வந்துவிட்டான். அதுக்கு என் சிநேகிதன் என்ன சொன்னான் தெரியுமா? 'போடா போக்கத்த களுதை! அவன் சொன்னானாம், இவன் எதிர்த்துப் பேசினானாம். பணிஞ்சு போகாத நாயில்ல

நீ? மேலே இருக்கறவங்க சொன்னா என்னடா குடி முழுகிப் போச்சு? இடைவெட்டுப்பண்ணிவிட்டு இஞ்ச வந்து அளுவிறியே? உனக்கு வேலை பண்ணிவச்சதற்கு நல்ல கைம்மாறுடா. ஏண்டாலே, எதிர்த்துப் பேசினயே, உனக்கு வேலைக்குச் சிபார்சு பண்ணினேனே நான்; என்னைப்பத்தி அவன் என்ன நினைச்சுப்பான்னு யோசிச்சியாடா, பிச்சைக்காரப்பயலே!'ன்னு ஒரு மணி நேரம் குலைச்சுத் தள்ளிப்பிட்டான். அவன் சொன்னதை நான் இப்ப முழுக்கச் சொல்லலே. புழுத்த நாய் குறுக்கே போகாது, அந்த மாதிரி வசவுகள். நான் அப்படியே அதிர்ந்து போயிட்டேன். பையனும் இடிந்து போய் நின்றான். என் நண்பன் எப்படி இவ்வளவு மூர்க்கனானான்? ராணுவத்து வெள்ளைக்காரன் சகவாசமா? அப்புறம் அந்தப் பையன் தனியாக என்னிடம் வந்தான். 'ஸார், உங்க சிநேகிதர்தான் வேலை பண்ணி வச்சாரு. அதை நெனைக்காட்டி நான் சோத்துக்குப் பறக்கணும். இருந்தாலும் என் மனசிலே பளுவை யாருகிட்ட பாத்யத்தோட சொல்லி இறக்கிக்கறது? இந்த ஊர்லே இவருதானே எனக்கு எல்லாம். இவர்கூட இப்படிப் பேசிப்பிட்டாரு பாத்தீங்களா? நான் சின்னப் பையன்தான். ஆனா எனக்கும் சின்னதா ஒரு நெஞ்சு சின்னதா ஒரு சுய மரியாதை எல்லாம் இருக்குதால்லியா?' என்று என்னிடம் வந்து வேதனைகளைச் சொல்லித் தீர்த்துக்கொண்டான். மறுநாளைக்கே கால்கடுதாசையும் நீட்டிவிட்டு, நான் வரும் போது என்னோடு ஊருக்குக் கிளம்பி வந்திட்டான். அன்னிக்கி முடிவு கட்டினேன், 'இந்தக் காக்கிச் சட்டை போடக் கூடாது'ன்னு. 'மிலிடரிக்குப் போறதைவிட மிருகத்தனம் கிடையாது'ன்னு அன்னக்கி முடிவு கட்டினேன். மிலிடரியிலே இருக்கறவங்க எல்லோரும் மிருகம்னு நான் இப்பச் சொல்ல வரலை. அப்படி நினைக்கவும் இல்லை. என்னைப் பத்தினவரையில் நம்ம சிநேகிதன் அடிச்ச கூத்தும், பையன் சொன்ன சொல்லும் என்னை உலுக்கி விட்டிடிச்சு. அந்தப் பையன் யார் தெரியுமா? நம்ம கம்பவுண்டர் ஜீவரத்தினம்தான்."

"நம்ம கம்பவுண்டரா, ஜீவரத்தினமா?"

"ஆமாம்."

"அவரும் சோடைதான்னு சொல்லுங்க."

"ஏன்!"

"இல்லை. இவ்வளவு துடியாயிருந்தவரா மாரியப்ப பிள்ளையை அறஞ்சு பணத்தை வாங்காம இருக்கார் இன்னமும்?"

"பார்வதி, ஜீவரத்தினத்தை மருந்து கலக்கிற வேலைக்குத்தான் வச்சிருக்குறேன். கணக்கும் நிலுவையும் என் வேலை.

"உங்க அதிர்ஷ்டத்தை யாராவது சரிப்படுத்திடப் போறாங்களேன்னு பயமாக்கும் உங்களுக்கு!"

"மாரியப்பனை ஒரு கோடியாகத்தானே காட்டினேன். நம்ம அதிர்ஷ்டம் மாரியப்பனுக்கு அந்தப் புத்தியைக் கொடுத்திருக்கறப்போ, ஜீவரத்தினமா அதை மாற்றிவிட முடியும்? அப்புறந்தான் நான் சறுக்காமல் ஏறியிருக்கக் கூடாதா? நானும் பெரிய டாக்டர் வேலைக்கெல்லாம் எழுதிப் போட்டேன். ஆனா என் அதிர்ஷ்டம் எனக்கு முந்தியே ரெயில் ஏறிப் போக ஆரம்பிச்சிது. வைகுண்டநாதருக்கு என்னை விட இஷ்டமில்லேன்னு தெரிஞ்சுக்கிட்டேன். இந்த ஊர்தான், இந்த வீடுதான் நமக்குச் சரீன்னு தங்கிப்பிட்டேன். பேப்பரைப் பார்க்கறபோது கொஞ்சம் நப்பாசை தட்டும் அடிக்கடி. ஆனா ஒரு ஆச்சரியம் பாரு. எந்த வேலைக்கும் நம்மை விட ஒண்ணு இரண்டு வயசு குறைச்சலாகவே கேப்பாங்க எல்லாரும். இந்தப் பய எங்கயாவது அப்ளிகேஷன் போட்டுறப் போறானோன்னு பயந்துக்கிட்டே விளம்பரம் கொடுத்தாப் போலத் தோணும். ஆச்சுடாப்பா, நானும் நாளைக் கடத்திப்பிட்டேன். இன்னமே இந்த நப்பாசையே வராது. முப்பத்தஞ்சு, இல்லாட்டி நாற்பது வயசுக்கு மேலே ஒருத்தருமே வாண்டாமாம் இப்ப" என்று இடி இடித்தாற் போலச் சிரித்தார் டாக்டர். அவர் முகம் மலர்ந்துவிட்டது.

"காலம் ஒத்துக்கறதுன்னு சொல்றாங்களே, அதுதான் இது. நீ கூட எட்டாங் கிளாசுக்கு இங்கிலீஷ்ப் பாடம் சொல்லிக் கொடுப்பியே, 'லேட் லத்தீப்னு' அது நான்தான். இப்பத்தான் லேட் லத்தீபானதும் நல்ல காரியம்னு தெரியுது" என்று பார்வதியைப் பார்த்துச் சிரித்தார்.

"தாமதமா இருக்கிறவங்களும் நல்லாத்தான் இருப்பாங்க" என்று சிரித்தாள் பார்வதி. "அது சரி, மாரியப்பனை ஒரு கோடியாய்க் காட்டினேன்னு சொன்னீங்களே. வேற எதாவது வரவேண்டியது இருக்கா?"

"பார்வதி, நீ கேக்கறதைப் பாத்தா எனக்குச் சந்தேகமா யிருக்கே!"

"என்ன?"

"இன்கம் டாக்ஸ்காரன் மாதிரி கணக்குக் கேக்கிறியேங்கறேன். கலியாணம் ஆறுக்கு முந்தியே இப்படிக் கணக்குக் கேக்கக் கிளம்பிட்டா, அப்புறம் நான் எங்கே போறது? பேசாம, கல்யாணப் பெண்ணா, லக்ஷணமா வெக்கப்பட்டுக்கிட்டு இருப்பியா! அதோ பாரு, அந்தச் சேப்பு நோட்டு முளுக்க வராத

கடன் எல்லாம் எழுதி வச்சிருக்கேன். பத்துப் பதினஞ்சுன்னு வராத கேசு ஐந்நூறு இருக்கும். சேர்மன் மாரியப்ப பிள்ளைக்கு அடுத்தாப்பலே பாரு, இருக்கா? எவ்வளவு!"

"நாலாயிரம்."

"விச்வலிங்கமையர்தானே?"

"ஆமாம்."

"பத்திரிகை நடத்தப் போறேன்னு நாலாயிரம் கை மாத்துக் கேட்டாரு. கொடுத்திருக்கேன். அதுதான் நல்ல புள்ளி."

"கைமாத்தாவா?"

"கைமாத்துத்தான்."

"பத்திரம் கித்திரம் கிடையாதா?"

"இந்தா, சும்மா இரேன். ரொம்ப அவசரம்னு கேட்டாரு. கொடுத்தேன். ஆறு வருஷமாச்சு. நான் பட்டணம் போற போதெல்லாம் அவரைப் போய்ப் பார்க்க ஒழியறதில்லை. போன வருஷம் போனபோது நேரம் இருந்திச்சு. போனேன். ஆபீஸ்கிட்டப் போறப்போ பணத்துக்கு வந்திருக்கானோன்னு பயந்துக்கப் போறாரேன்னு திரும்பிட்டேன்."

"நீங்க பயப்படலியாக்கும்?"

"கேளேன். இரண்டு மாசம் முந்தி, பேச்சு வாக்கிலே, 'நீங்க ஒரு கார் வாங்கப்படாதா?'ன்னு கேட்டியா? எனக்கும் அது சரீன்னுதான் பட்டுது. போனவாரம் ஜீவரத்தினம் பட்டணம் போயிட்டு வந்தான் பாரு. அப்ப ஒரு வார்த்தை கேளுடாப்பான்னு சொல்லியிருந்தேன். போய்க் கேட்டானாம். 'டாக்டர் பணம் பத்திரமா இருக்குன்னு சொல்லு. என் பிராணன போறதுக்குள்ள நான் கொடுத்திடப் போறேன்'னு சொன்னாராம் என்று டாக்டர் இடிச் சிரிப்புச் சிரித்துக்கொண்டே, "அவரு தீர்க்காயுசா இருக்கட்டும். காரில்லாம காலா ஒடிஞ்சு போச்சு? எப்படியாவது பத்திரிகை நடந்தாச் சரி" என்று முடித்து மூச்சுவிட்டார். மறுபடியும் சிரித்தார். பார்வதிக்கு அமிருத பானம் செய்கிற மாதிரி இருந்தது அந்தச் சிரிப்பு.

"அந்த நோட்டுத்தான் உனக்கு ஸ்ரீதனம். நீ எடுத்துக்க."

"நீங்க எனக்கு ஸ்ரீதனம் கொடுக்க வாண்டாம். நான் உங்களைத்தான் கல்யாணம் பண்ணிக்கப்போறேன். இந்தச் சேப்பு நோட்டையோ, உங்க அதிர்ஷ்டத்தையோ கல்யாணம் பண்ணிக்க வரலை."

பாயசம்

"அப்படி வா வழிக்கு; அப்ப நிச்சயமா என்னைத்தான் கல்யாணம் பண்ணிக்கப்போறேன்னு முடிவு பண்ணிப் பிட்டியா?"

"ஐயோ, இதென்ன இரைச்சல்! நாலு தெருவுக்குக் கேக்குதே!"

"வாடாய்யா, இப்பல்ல கல்யாணப் பொண்ணா லட்சணமாயிருக்கு. கொஞ்சங்கூட வெக்கப்படாம கல்யாணம் பண்ணிக்கிடலாம்னு பாத்தியா?"

பார்வதி முகம் சிவக்கத் தலை குனிந்து ஸ்டெத்தாஸ்கோப்போடு விளையாடிக் கொண்டிருந்தாள்.

"என்னமோ பிரசங்கம் பண்ணிப்பிட்டேன்னு நெனச்சுக்காதே. ஏதுக்குச் சொல்ல வந்தேன்னா, முன்னுக்கு வரதுங்கறது சில ஆட்களுக்குத்தான் முடியும். மாரியப்பன் மாதிரிதானே கொட்டு மேளம் கொட்டிக்கணும். இல்லாட்டி இன்னொருத்தரை விட்டு, 'இவரு இந்திரன் சந்திரன்'னு கொட்டச் சொல்லணும். மாரியப்பன் மாதிரி நம்மாலே செஞ்சுக்க முடியாது. எங்கண்ணாரும் எனக்காகக் கொட்ட மாட்டேன்னிட்டாரு. நான் சொல்றது சரிங்கறதுக்குச் சாட்சி பாரு. கோயில்லெ கொட்டு மேளம் கொட்டுது. அர்த்த ஜாமக் கொட்டு மேளம். நம்மைப் படச்ச பெருமாளுக்கே கொட்டு மேளம் கொட்ட வேண்டியிருக்கு. இல்லாட்டி அவரு காலமே எழுந்திரிக்கறதும் தூங்கப் போறதும் யாருக்குத் தெரியும்? நாம் பாட்டுக்குத் தூங்கிக்கிட்டே கிடப்போம். கொட்டு மேளம் கொட்டினாத்தான் ஜயிக்கலாம். ஜயிச்சாலும் கொட்டு மேளம் கொட்டலாம்."

"அப்பன்னா நீங்க தோல்வியடைஞ்சவரா!"

"நான் இப்ப அந்த மாதிரியா பேசறேன்? கொட்டு மேளம் ஆண்டவனுக்குத்தான் வேணும்; எனக்கு வேண்டியதில்லே. நான் அவரைவிட உசத்தி, தெரியுமா?"

டாக்டர் அகந்தையே உருக்கொண்டு ஓங்கி நின்றார். உலகத்தின் சிறுமையெல்லாம் அவர் காலடியில் கிடந்தது. பார்வதி அவரேயே பார்த்துக்கொண்டு விசுவரூபம் எடுத்து நின்ற அவருடைய வெற்றியைப் பார்த்துக்கொண்டு நின்றாள். அர்த்தஜாமக் கொட்டு மேளம் திடீரென்று ஓய்ந்தபோதுதான் அவள் விழித்துக்கொண்டு, "டாக்டர், நான் உங்களுக்குத் தகுதியானவள்தானா?" என்று தழுதழுத்தாள்.

"சீ சீ பைத்தியம்! இந்தப் பொம்மனாட்டித்தனந்தானே வாணாம்னு சொல்றேன்!" என்று டாக்டர் அவள் முகத்தைத் தட்டிக்கொடுத்தார்.

தி. ஜானகிராமன்

டாக்டருக்கு அன்று இரவு தூக்கம் பிடிக்கவில்லை. உடலிலும் அயர்வு இல்லை. எழுச்சிகொண்டு, மொட்டை மாடிக்குப் போய் அங்குமிங்கும் அலைந்துகொண்டிருந்தார். வராத கடன், சருக்கல்கள், கிட்டாத வாழ்வு – எல்லாத் தோல்விகளும் திரண்டு வந்து வெற்றியாகவே காட்சியளித்தன. அண்ணியிடம் போய், 'அண்ணி, நான் பைத்தியக்காரன். குழந்தை மாதிரி உளறிவிட்டேன்' என்று மன்னிப்புக் கேட்க வேண்டும் போல் இருந்தது. விசுவலிங்கம் ஐயரிடம் போய், 'உங்களுக்கு எவ்வளவு பணம் வேண்டுமானாலும் தருகிறேன். கவலைப்படாதீங்க' என்று சொல்ல வேண்டும் போல் தோன்றிற்று. நிறைவும் திருப்தியும் நக்ஷத்திரங்களைப் போல அவருடைய நெஞ்சு வெளியை நிறைத்துக்கொண்டிருந்தன. அவர் நெஞ்சு பொங்கி வழிந்தது. 'எடுத்த காரியம் யாவினும் வெற்றி; விடுத்த வாய்மொழிக் கெங்கணும் வெற்றி' என்று பிலகரி ராகத்தில் வீர ரசத்துடன் பாடிக்கொண்டிருந்தார்.

அவர் ராகத்திற்குக் கீழ்ப்படிந்து பொழுதும் புலர்ந்து விட்டது. சற்று முன் கறுத்து மங்கி நின்ற கருமேகத் துண்டுகள், அவருடைய தோல்வி வெற்றியானது போல, கதிரொளி பட்டுத் தகதகவென்று தங்கமாகக் கனிந்தன.

o

கல்யாணப் பதிவு ஆபீசை விட்டு வெளியே வரும்போது டாக்டருக்குக் கொஞ்சம் மனசு சிரமமாகத்தான் இருந்தது. கனிந்த குரலில் சொன்னார்: "பார்வதி, ஆயுளிலேயே கல்யாணம் முக்கியமான கட்டம். அதுக்குக் கூடக் கொட்டு மேளம் இல்லாம போயிடிச்சுப் பாத்தியா?"

பார்வதி – அவர் முகத்தைப் பார்த்தாள்.

"அந்தக் கல்யாணத்தைக் கூடக் கொட்டு மேளம் இல்லாமல் நடத்திவிட்டோம் என்று நான் அகம்பாவப்பட்டுக் கிட்டிருக்கேன்! நீங்க அங்கலாய்க்கிறீங்க."

"சபாஷ்!" என்றார் டாக்டர்.

"என்ன சபாஷ்? தோத்துப்போன பேச்சுப் பேசி விட்டுச் சபாஷாம்?"

"நானா தோத்துப் போயிட்டேன். பார்வதி இதைப் பாரு, மாரியப்பனுக்குச் சேர்மனாயிடிச்சாம். இன்னிக்கி அதுக்காக மறுபடியும் ஊர்வலம் விடப்போறாங்களாம். என்ன செய்யறேன் பாரு!"

"என்ன செய்யப் போறீங்களாம்?"

"பாரேன்."

இரவு சேர்மன் மாரியப்பபிள்ளை ஊர்வலம் போனபோது, 'தர்ம வைத்தியசாலை' என்று டாக்டர் வீட்டு வாசலில் வெளிச்சப்பலகை தொங்குவதைப் பார்த்துப் பிள்ளைவாள் யோசனையில் ஆழ்ந்துவிட்டார்.

மொட்டை மாடியில் டாக்டரும் பார்வதியும் அந்த முகத்தைப் பார்த்துக்கொண்டுதான் இருந்தார்கள்.

"மாரியப்பன் யோசிக்கிறான் பாத்தியா?"

"டாக்டரையா பிழைக்கத் தெரியாதவர்னு யோசிக்கிறாரு" என்று பார்வதி சிரித்தாள்.

கலைமகள், செப்டம்பர் 1951

தி. ஜானகிராமன்

பஞ்சத்து ஆண்டி

அடுத்த வீட்டிலோ, எதிர் வீட்டிலோ சத்தம் போடுவது போல இருந்தது:

"எழுந்திரிய்யா, நல்லாப் படுத்துத் தூங்கறே! தூக்கு சொல்றேன், இந்த மூட்டை, முடிச்சு, பானை, சட்டி எல்லாத்தையும். கிளம்புங்க... ம்! வரவச் சத்திரமாப் போயிடுச்சு, இந்தத் திண்ணை... எழுந்திருக்க மாட்டீங்க?... இன்னிக்கிப் புரட்டாசி சனிக்கிழமை."

இரைச்சல் அதிர அதிரக் கேட்டது. நன்னையனுக்குத் தன்னைப் பார்த்துத்தான் இவ்வளவு சத்தமும் என்று நிச்சயம் வந்தது. கண்ணைப் பிட்டுக்கொண்டான். ஒட்டுத் திண்ணையில் ஓர் அடுக்கை வைத்துச் சாணத் தண்ணீர் கரைத்துக்கொண்டிருந்தாள், வீட்டுக்கார அம்மாள். உடனே வாரிச் சுருட்டிக்கொண்டு எழுந்து, பெரிய பானையையும் தூங்கிக்கொண்டிருந்த பெரிய குழந்தையையும் தோளில் சார்த்தித் திண்ணையை விட்டுக் கீழே இறங்கினான் அவன். அதற்குள் அவன் பெண்டாட்டி, கைக்குழந்தை, இரண்டாவது மூட்டை இரண்டையும் எடுத்துக் கொண்டு நடந்தாள். இரைச்சலில் விழித்துக்கொண்ட நடுக்குழந்தை அவர்களுடைய அவசரத்தைக் கண்டு பரபரவென்று எழுந்து, அவர்களைத் தொடர்ந்தது. நன்னையன் அடுத்த வீட்டுத் திண்ணையில் கைச்சுமைகளை இறக்கி, வேட்டியை இறுகக் கட்டிக்கொண்டு, மீண்டும் நடந்து, எதிர்த்த சாரியில் ஆறேழு வீடு தள்ளியிருந்த பிள்ளையார் கோயில் திண்ணைக்குப் போய்ச் சேர்ந்தான்.

முதுகில் வெயில் விழத் தூங்குகிறவனை எழுப்புவது போல் அவள் எழுப்பினாளே தவிர, அப்படி ஒன்றும் கண் விழிக்க நேரமாகிவிடவில்லை. இருள் சற்றே பிரிந்திருந்தது. சல்சல்லென்று ஒவ்வொரு வாசலிலும் கேட்ட, சாணி தெளிக்கிற ஓசை கொஞ்சம் கொஞ்சமாக இருளை விரட்டிக்கொண்டிருந்தது.

கோயில் திண்ணைமீது போட்டதும் குழந்தைகள் மீண்டும் சுருண்டு துயிலில் ஆழ்ந்துவிட்டன. நன்னையனுக்குக் கண்ணெல்லாம் பொங்கிற்று. அவனுடைய பெண்டாட்டிக்கும் கண் திறக்க முடியாமல் பொங்கிற்று. இரவு இருவரும் சாப்பிடவில்லை. இராக்காலப் பிச்சையாகக் கிடைத்த பழைய சோறு குழந்தைகளுக்கே சரியாகக் காணவில்லை. நாலு நாளாக ஒரு வேளைச் சாப்பாடுதான்; அதுவும் அரை வயிற்றுக்கு. ஆறாப் பசி, அடி வயிற்றில் அனலாகக் குமைந்தது. இப்படியே இன்னும் ஒரு வேளை இருந்தால் குமட்டல் கிளம்பிவிடும். தலை கனத்தது. வறட்சியினால் முணு முணு என்று வலித்தது. கண்ணைக் கசக்கித் தேய்த்துத் தெருவைப் பார்த்ததும், அந்த அம்மாள் கிழமை சொல்லிக் கூச்சல் போட்டது நினைவுக்கு வந்தது.

புரட்டாசி சனிக்கிழமைதான். உலகத்துப் பிச்சைக்கார ரெல்லாம் ஊரிலே கூடிவிட்டார்கள். ஒரு பெரிய ஆண்டிக் கூட்டம் போய்க் கொண்டிருந்தது. எத்தனை ஆண்டிகள்! நாற்பது ஐம்பது இருக்கும்! பொழுது புலருவதற்கு முன்னால் எத்தனை ஆண்டிகள்! இவர்கள் எப்போது கண் விழித்தார்கள்? இரவு எங்கே படுத்திருந்தார்கள்? எங்கிருந்து வந்தார்கள்? பல் தேய்க்கவில்லையா? எல்லாம் ஒரே வார்ப்பு! வெளுத்துப்போன காவித்துணி. கழுத்தில் கொட்டை, கையில் ஓடு, பாதிப் பேர் மொட்டை, பாதி பரட்டை. படுகிழங்கள், கண் குருடு, கால் விந்தல்! – முன்னை வினைப் பயன்கள் ஊர்வலம் போவதுபோல் இருந்து நன்னையனுக்கு.

திண்ணையில் உட்கார்ந்தவாறே அவன் கேட்டான்:

"சாமி, எங்கே போறீங்க?"

"சிவகுரு செட்டியார் வீட்டிலே கொடுக்கறாங்க."

"என்ன கொடுக்கறாங்க?"

"வற்ற பரதேசிங்களுக்கெல்லாம் ஒரு சல்லி, ஒருபிடி அரிசி. போறோம்."

"சல்லியா?"

"ஆமாம்."

தி. ஜானகிராமன்

"சல்லிக் காசு யாருக்குய்யா ஆம்பிடுது இப்ப! பெரிய தர்மந்தான் போ!"

"கட்டின வீட்டுக்கு யார்தான் பஞ்சு சொல்ல முடியாது?" என்று கூட்டத்தோடு நடக்கப் பெருநடை போட்டான் பரதேசி.

நன்னையன் கூட்டிப் பார்த்தான். அவன், பெண்டாட்டி, மூன்று குழந்தைகள் – ஐந்து பிடி அரிசியும் ஐந்து சல்லியும் தேறும்; கைக்குழந்தையையும் ஆளாக மதித்தால்.

"அஞ்சு பிடி அரிசி, ஒரு வயித்துச் சுவரிலே ஒட்டிக்கக் காணுமா?" என்று கேட்டுக்கொண்டான்.

"எல்லாரும் போறாங்களே. நீங்களும் போய்ப் பாருங்களேன்" என்று யோசனை சொன்னாள் மனைவி.

"போய்ப் பாருங்களேனா? நீ வரலியா?"

"என்னாலே நடக்குறதுக்கு இல்லே. மூட்டை முடிச்செல்லாம் தூக்க முடியாது. இந்த மூணும் சுருண்டு சுருண்டு தூங்குது. வயித்துலே காத்துத்தான் இருக்கு. அதுக எப்படி நடக்கும்?"

அவன் மட்டும் எழுந்து நகர்ந்தான். அதற்குள் சிவகுரு செட்டியார் வீட்டு வாசலில் ஆண்டிகள் 'க்யூ' வரிசையில் உட்கார்ந்துவிட்டார்கள். உட்கார்த்த ஒழுங்கைப் பார்த்தால் தொன்றுதொட்ட வழக்கமாகத் தோன்றிற்று. புரட்டாசியில் மட்டும் இல்லை. எல்லாச் சனிக்கிழமைகளிலும் சிவகுரு இந்தத் தர்மத்தைச் செய்கிறாராம். நாற்பது ஐம்பது பேருக்குப் பிறகு, கடைசி ஆளாக உட்கார வேண்டும் என்று நினைத்தபோது, நன்னையனின் காலும் உள்ளமும் ஏழெட்டு மைல் நடந்து வந்தது போலக் களைத்துவிட்டன.

இவர்களோடா உட்கார வேண்டும்? பன்ன இருந்தாலும் அவன் பஞ்சத்து ஆண்டிதான். சுபிட்சம் என்ற வாடையை நுகராத இந்தப் பரம்பரை ஆண்டிகளோடா உட்கார வேண்டும்! உட்கார்ந்தாலும் மோசமில்லை. முகம் தெரியாத ஊர்தானே? ஆனால் செட்டியார் இன்னும் வாசலுக்கு வரவில்லை. ஒரு மணி நேரம் செல்லுமாம். பூஜையில் உட்கார்ந்திருக்கிறாராம். வெயில் கூடக் கிளம்பவில்லை. வேறு எங்கே போவது? நன்னையன் உட்கார்ந்தான். தான் வேறு என்ற தன்மையுடன், உள்ளம் குன்ற, உடல் குன்ற, ஓர் அடி தள்ளினாற் போல் உட்கார்ந்துகொண்டான். பரதேசிகளில் பலர் தூங்கி வழிந்துகொண்டிருந்தார்கள். அவனுக்குப் பக்கத்தில் இருந்த பரதேசிக்குக் கிராப்புத் தலை, சீவாத பரட்டைக் கிராப்பு; சீசாவுக்குள் விட்டுக் கழுவுகிற பிரஷ் மாதிரி. கழுத்தில் கொட்டை; தடிப்பயலாக வளர்ந்திருந்தான்.

பாயசம்

"சாமிக்கு எந்த ஊரு?" என்று அவன் கேட்டான். நன்னையனுக்கு அவனோடு பேசுவதற்கே கௌரவக் குறைச்சலாக இருந்தது பதில் சொல்லவில்லை.

"உங்களைத்தாங்க. எந்த ஊரு உங்களுக்கு?"

"ஏன்?"

"கேட்கக் கூடாதுங்களா?"

"சேலம்."

"சேலமா? ஏ அப்பா? ரொம்பத் தொலையான ஊராச்சே."

"ஆமாம்."

"எங்கே இம்மாந் தூரம்?"

வரிசையில் உட்கார்ந்த பிறகு, பதில் சொல்லாமல் எப்படி இருக்க முடியும்?

"ஆமாம், என்ன செய்யுறது? பிளைப்புப் போயிடிச்சு. பிச்சைக்குக் கிளம்பியாச்சு."

"அப்படின்னா வேற பொளப்பு உண்டுன்னு சொல்லுங்க!"

"இருந்தது. இப்ப இல்லே ..."

"என்ன! வெள்ளாமையா?"

"நெசவு."

"நெசவா? வேட்டி புடவையெல்லாம் நெய்வழுனு சொல்லுங்க."

"துண்டு துப்பட்டிகூட நெய்வோம். நூல் இல்லே. எத்தினி நாளைக்கு இருக்கிறதை வித்துத் திங்க முடியும்! மூக்குலே, கையிலே இருக்கிற வரைக்கும் நகைதான். வித்துக் காசாக்கிட்டா, ரெண்டு நாள் சோறுதானே! தீந்துது. இப்படிப் பண்ணிக்கிட்டே வந்தா, அப்புறம் விக்கிறதுக்கு என்ன இருக்கும்?"

"ஏன் நூல் கிடைக்கலே?"

"என்னமோ கிடைக்கலே."

"வேறெ பிளைப்புக் கிடைக்கலியோ?"

"வேறெ ஏதாவது தெரிஞ்சால்ல செய்யலாம்? வேட்டி புடவை நெய்யத் தெரியும். பொழுதெல்லாம் தறியிலே உக்காந்து, ரத்தம் செத்த கூட்டம் நாங்க. கோடாலி, மண்வெட்டி தூக்க முடியுமா? ஓடியாடி வேலை செய்ய முடியுமா?"

தி. ஜானகிராமன்

"பாவம்!"

அதற்குள் அவனை அடுத்து உட்கார்ந்திருந்த ஓர் ஒற்றைக் கண்ணன் சொன்னான்: "பிச்சை எடுக்க மட்டும் தெம்பு வேண்டியதில்லைன்னு இதுக்கு வந்தீங்களோ? இதுவும் லேசுப்பட்டதில்லே. எங்களைப் பாரு. இன்னிக்கு ஒரு ஊரு. சாயங்காலம் ஒரு ஊரு, ராத்திரி வேறெ ஊரு, நாளைக்குக் காலமே எத்தனையோ தூரம் போயிருப்போம். இதுக்கும் ஓடியாடிப் பாடு பட்டாத்தான் உண்டு."

பரம்பரைப் பிச்சைக்காரனின் தொழில் அபிமானத்துடன் பேசின அவனுடைய குரலில் கற்றுக்குட்டியைக் கண்டு அசட்டையும் ஆதரவும் தொனித்தன.

"இன்னிக்குத் தஞ்சாவூருன்னா, நாளைக்குக் கும்மாணம், நாளை ராத்திரி திருட மருதூரு, நாளைத் தெறிச்சு மாயாவரம், அப்பறம் சீயாளி, கனகசபை, இப்படி நாளுக்கு ஒரு சீமையாப் பறக்கிறோம் நாங்க. நீங்க என்னமோ உடம்பு முடியலேன்னு பிச்சை எடுக்க வந்தேங்கிறீங்களே; என்னத்தைச் சொல்றது?"

"இப்படியே நடந்து நடந்து உயிரை விடவா நாம் பிறந்திருக்கோம்?"

"நடந்தாத்தான் சோறு உண்டு. ஒரே ஊரிலே சுத்திச் சுத்தி வந்தா, சனங்களுக்குக் கச்சுப் போயிடும்... சும்மாக் குந்தியிருக்கிறது சோம்பேறிப் பிச்சைக்காரங்களுக்குத்தான். சாமிங்க, சிவனடியாருங்க இவங்களுக்கெல்லாம் யாத்திரைதான் கொள்கை."

'நீ பிச்சை எடுக்க லாயக்கில்லை' என்று சொல்லாமல் சொல்வதுபோல் இருந்தது. நன்னையனுக்கு இருப்புக்கொள்ள வில்லை. 'எப்பொழுதுமே பிச்சையா எடுக்கப் போகிறோம்? ஏதோ சோதனைக் காலம்! ஹூம். வெட்டிப் பயல்கள்' என்று மனத்திற்குள் சபித்துக்கொண்டே எழுந்தான்.

"என்ன அண்ணே, எழுந்துக்கிட்டீங்க?"

"இருங்க, பல் தேய்ச்சிட்டு வந்திடறேன்" என்று எழுந்தான் அவன். தெருக்கோடி திரும்பி, ஆற்றங்கரை நடப்பில், குறுக்கே ஓடிய வாய்க்காலில் இறங்கினான். மதகின் மீது ஒரு செங்கல் துண்டை உரைத்துப் பல்லை விளக்கி, முகத்தைக் கழுவிக் கொண்டான். ஒரு கை தண்ணீர் மொண்டு விழுங்கினான். அது நெஞ்சையும் மார்பையும் அடைத்து, உயிரைப் பிடிப்பதுபோல் வலியைக் கொடுத்தது. நல்ல பசியில் வெறும் வயிற்றில் தண்ணீர் ஊற்றிய அதிர்ச்சி அது. மெதுவாக அதை உள்ளே இறக்கி,

பாயசம்

வாய்க்கால் கரையிலேயே ஒரு நிமிஷம் உட்கார்ந்தான். மீண்டும் எழுந்து, வயிறு கொண்ட மட்டும் தண்ணீரைக் குடித்துவிட்டுத் தெருவை நோக்கித் திரும்பினான்.

சனிக்கிழமை; போட்டி ஏராளம். அதையும் மிஞ்சினால்தான் வயிற்றில் ஏதாவது போட முடியும். போட்டியை மிஞ்ச ஒரு வழிதான் உண்டு. உண்மையைக் கலப்படமில்லாமல் சொல்ல வேண்டும். பிச்சை நமக்குத் தொழில் அல்ல என்று படப்படச் சொல்ல வேண்டும். அப்படித்தான் கருணையை எழுப்பலாம்.

வெயில் வந்துவிட்டது. சிவகுரு செட்டியார் இன்னும் பூஜையில்தான் இருக்கிறார். பத்துப் பதினைந்து வீட்டைக் கடந்து சென்றான் அவன். அங்கும் ஒரு போட்டி காத்திருந்தது. ஒரு குரங்காட்டி, குச்சியை இரண்டு முழ உயரத்தில் பிடித்து, லங்கையைத் தாண்டச் சொல்லிக்கொண்டிருந்தான். லங்கையையா சமுத்திரத்தையா என்று யோசிக்காமல் குரங்கு தாண்டித் தாண்டிக் குதித்தது. வேடிக்கை பார்க்கச் சிறுவர்களின் கூட்டம். ஒரே சிரிப்பு, கூச்சல்! மிகப் பெரிய போட்டி இது! நன்னையன் இன்னும் இரண்டு வீடு தள்ளிப் போய் நின்றான்.

வீடு பெரிய வீடு. வார்சலில் கொட்டகை. அங்கே சாய்வு நாற்காலியை மேற்கே பார்க்கப் போட்டுச் சாய்ந்திருந்தார் ஒரு பெரியவர்.

"அம்மா!" என்று நன்னையன் கூப்பிட்டான்.

"ஏனையா அம்மாவைக் கூப்பிடறே? ஐயா ஒண்ணும் கொடுக்க மாட்டாருன்னா? கண்ணைப் பிட்டுக்கறத்துக்கு முன்னாடி வந்து நிக்கிறியே; விடியட்டுமேன்னு காத்திருந்தியா முகதரிசனம் கொடுக்க! ஐயா எழுந்தவுடனே நல்ல பண்டமாப் பாத்துக் கண் விளிக்கட்டுமேன்னு வந்தியாக்கும்? எனக்கு ஒண்ணும் புரியலியே. சும்மா நின்னுக்கிட்டே இருந்தா? பதில் சொல்லுய்யா... விடியக்காலமே, எழுந்திருக்கறத்துக்கு முன்னாடி வந்து நிக்கிறியே?... என்ன எண்ணம்ணு கேக்கறேன். பேசாமே நின்னுக்கிட்டே இருந்தா...? பேசு... இப்பத்தான் படுக்கையிலேருந்து எழுந்து மூஞ்சியைக் களுவிக்கிட்டு வந்து சாஞ்சிருக்கேன். மூஞ்சியைக் காட்டுறியே. நீ என்ன குத்துவிளக்கா? கண்ணாடியா? கட்டின பொஞ்சாதியா? சொல்லு –"

மூச்சுவிடாமல் பேசிக்கொண்டே இருந்தார் அவர். பதில் சொல்லு சொல்லு என்று சொன்னாரே தவிர, அது வருவதற்கு இடங்கொடுக்காமல் பேசிக்கொண்டே இருந்தார். ஒரு பாக்கு வெட்டு நேரம் சும்மா இருந்தால் அவன் ஆரம்பிக்கலாம்; அவர் நிற்கவில்லை.

தி. ஜானகிராமன்

"ஏனையா, கோளி கத்தறத்துக்குள்ளாற இந்தத் தாடி, மீசை, கிளிசல், கையிலே ஒரு இளிக்கிற சொம்பு – இப்படி வந்து நிக்கிறியே... உடனே போட்டுடுவாங்கன்னு நினைக்கிறியா? இல்லை சொல்லேன்? பேசாமடந்தையா நிக்கிறியே."

நன்னையனுக்கு, "நீங்க பேசாமெ இருந்தா போதும் நான் போயிடறேன். சும்மா அலட்டிக்காதீங்க" என்று சொல்லிவிட்டுப் போய்விடலாம்போல் இருந்தது. ஆனால் அதற்கும் அவர் விடவில்லை. திருப்பித் திருப்பி அவன் கண்ணாடியாக, குத்துவிளக்காக, கட்டின பெண்டாட்டியாக இல்லாததை, நாலைந்து தடவை இடித்துக் காட்டிவிட்டு, "உனக்குத்தான் வேலை. எங்க வீட்டுலெ ஒருத்தருக்கும் வேலையே கிடையாது. பத்துப் பசை தேய்க்கிறது, முகங்களுவறது எல்லாத்தையும் அப்படி அப்படியே போட்டுட்டு, உன்னை வந்து உபசாரம் செய்யணும்; இல்லியா?" –

அப்பாடா!... கொஞ்சம் ஓய்ந்துவிட்டார்.

"இல்லீங்க" என்று சொல்ல வாயெடுத்தான் நன்னையன். ஆனால் மறுபடியும் அவர் பிடித்துக்கொண்டு விடப்போகிறாரே என்று பயந்து நேராக விஷயத்துக்கு வந்துவிட்டான்.

"நம்பளுக்குத் தொழில் நெசவுங்க. நமக்குச் சேலம். தறியிலே நெசுக்கிட்டு மானமாப் பொளச்சிக்கிட்டிருந்தோம். ஏளெட்டு மாசமா நூலே கிடைக்கலே. வேலை இல்லேன்னிட்டாங்க. இருந்ததை வித்துச் சாப்பிட்டோம். இங்க ஏதாவது வேலை கிடைக்குமான்னு வந்தோம். இங்கேயும் அப்படித்தான் இருக்கு. மூணு நாள் கோயில்லே தேசாந்திரிக் கட்டளைக்குச் சீட்டுக் கொடுத்தாங்க. மூணு நாளுக்கு மேலே கிடையாதாம். அப்பாலெ நிறுத்திட்டாங்க. நாலு நாளாக் கால்வயித்துக்குக் கூடக் கிடைக்கலே. மூணு பச்சைக் குளந்தை பட்டினி கிடக்கு. நேத்திலேருந்து நானும் வீட்டிலேயும் பட்டினிங்க" என்று மூச்சு விடாமல் சொல்லித் தீர்த்தான்.

"இப்ப என்னை என்ன பண்ணச் சொல்லுறே? தறியும் நூலும் வாங்கித் தரச் சொல்றியா?"

"நாம்ப அப்படிக் கேக்கலாம்களா? குளந்தைகளைப் பார்க்க வளங்கிலீங்க – ஏதோ கொஞ்சம் வயித்துக்கு?"

"இந்தா பாரு, எனக்கு இப்ப ஒரு சந்தேகம் வந்திடிச்சு. இந்தச் சேலம் டவுனு இப்ப இருக்கா. இல்லை ஈ காக்காய் இல்லாமெ ஒரே பொட்டைக்காடாப் போயிடிச்சான்னு தெரியலே. நானும் ஆறு மாசமாப் பாக்கறேன். லக்ஷம் பேரு உன்மாதிரி வந்திட்டாங்க.

நூல் இல்லை, வேலையில்லேன்னு வயித்தை எக்கிக்கிட்டு வந்து நிக்கிறாங்க. என்ன சொல்றே?"

"அப்பறம் என்னத்தைச் சொல்றதுங்க?"

"என்னத்தைச் சொல்றதுங்களா? நான் சொல்றேன் கேளு. பிச்சைக்கும் முதல் போட்டுத்தான் ஆகணும். அதோ பாரு அநுமார் நிக்கிறாரு. அவருதான் அவனுக்கு முதல்."

திரும்பிப் பார்த்தான் நன்னையன். குரங்காட்டி அவர் பேசுவதைக் கேட்ட வண்ணம் நின்றுகொண்டிருந்தான்.

பெரியவர் சொன்னார்:

"அந்த அநுமார் அவனுக்கு முதல். இன்னும் கொஞ்ச நாளியிலே பாரு: அந்த அலுமினிய ஜோட்டி நிறைய அரிசி ரொப்பிக்கிட்டுப் போயிடுவான். அவன் பொளைக்கிறவனா, நீயா? இந்த உலகத்திலே எந்தத் தொழிலுக்கும் முதல் வேணும்டாப்பா, முதல் வேணும்; பாம்பாட்டியும் குரங்காட்டியும் ஜாலராப் போட்டுக்கிட்டுப் பாடணும்; இல்லாட்டிக் கொத்தமல்லி கறிவேப்பிலை விக்கணும். இல்லாட்டி, மூட்டைதான் தூக்கலாம். அதுக்கும் உங்கிட்ட முதல் இல்லே. எலுமிச்சம்பழத்தை நறுக்கிப் பத்துநாள் புரட்டாசி வெயில்லே காய்ப்போட்டது போல நிக்கறே."

ஒரு கணம் மௌனம்.

'குரங்காட்டியைவிடவா மட்டமாகப் போய்விட்டோம்!' அவனுக்குத் தொண்டையை அடைத்தது. சேலம், தறி, அவன் குடியிருந்த வீடு, பசுமாடு, முற்றத்தில் சாயம் நனைத்துத் தொங்கின நூல் பத்தை – எல்லாம் அவன் கண்முன் ஒருமுறை வந்து போயின. 'எங்கோ பிறந்து, எங்கோ தொலைவில் வாழ்ந்து, யாரோ முகம் தெரியாதவரிடம் பாட்டு வாங்கிக்கொண்டிருக்கிறோமே! எதனால்? எதற்காக?' அவன் கண் நிரம்பிற்று. உதட்டைக் கடித்தால் கண்ணீர் தெறித்துவிடுமென்று மூச்சைப் பிடித்து நிறுத்தி, வாயைத் திறந்து கண்ணீரைக் கன்னத்தில் சொட்டவிடாமல், தேக்கினான்.

"என்ன சொல்றே?" என்று வழக்கமான கேள்வியைக் கேட்டார் அவர்.

இதற்கு என்ன பதில் சொல்வது? கண்டம் நடுங்கிற்று. அவன் பேசாமல் நின்றான்.

"சும்மா நின்னுக்கிட்டே இரு" என்று எழுந்து உள்ளே போய்விட்டார் அவர்.

குரங்காட்டி கேட்டான்: "நெசவு வேலையா உங்களுக்கு?"

நன்னையன் தலையை ஆட்டினான்.

தி. ஜானகிராமன்

"காலங் கெட்டுப் போச்சுய்யா. இந்த மாதிரி அவதியை யும் பஞ்சத்தையும் ஒருநாளும் பார்த்ததேயில்லை. பாயிலே கிடந்தவங்க எல்லாரையும் தரையிலே உருட்டிச்சே இந்தப் பாவி மவன் பஞ்சம். தருமம் கெட்ட உலகம்!" என்று, நொடித்தவன் நிலைமையை மனத்தில் வாங்கி, இரக்கம் சொல்லி, அவனையே பார்த்துக்கொண்டு நின்றான் குரங்காட்டி. 'நாங்கதான் இப்படியே பிறந்திருக்கோம். நீயும் இப்படி ஆகணுமா, கண்ணராவி!' என்று அவன் மனம் கண்ணின் வழியாகச் சொல்லிற்று. அந்தப் பார்வையைப் பார்த்ததும் ஆடிக்கொண்டிருந்த நன்னையன் பொல பொலவென்று கண்ணீர் உகுத்தான்.

சற்றுக் கழித்துப் பத்துப் புது இட்லி, இரண்டு வயிற்றுக்குப் பழைய சோறு – எல்லாவற்றையும் எடுத்துக்கொண்டு வந்து போட்டாள் பெரியவர் மனைவி. குரங்காட்டிக்கும் குரங்குக்கும் இரண்டு இட்லி கிடைத்தன.

"இந்தா பாரு! நித்யம் கிடைக்கும் இந்த மாதிரின்னு நெனச்சுக்காதே. நாளைக்கு வந்தியோ கெட்ட கோபம் வந்திடும்! போ, பொளைக்கிற வளியைப் பாரு" என்று வாசல் நிலைப்படியிலிருந்தே சொல்லிவிட்டு அவனுடைய கும்பிடைக்கூப் பார்க்காமல் பெரியவர் உள்ளே போய்விட்டார்.

நன்னையன் கோயில் திண்ணையை நோக்கி நடந்தான்.

"இந்தா, இதை வாங்கிக்க."

அவன் பெண்டாட்டிக்கு அதைப் பார்த்ததும் சோற்றுக் களஞ்சியத்தில் குதித்துவிட்டாற்போல் இருந்தது.

"ஏது இத்தினி? கிளப்புலே வாங்கினீங்களா?"

"கிளப்புலெ வாங்கும்படியாத்தானே இருக்குறோம் இப்ப! பிச்சைதான்! வாங்கி வை."

பெரிய குழந்தை, பலகாரத்தை வளைத்துக்கொண்டது. நடுக்குழந்தை, "அப்பா, குரங்குப்பா!" என்று கத்திற்று. குரங்காட்டி, திண்ணை ஓரமாக நின்றுகொண்டிருந்தான்.

"என்னாப்பா?"

"ஐயா, நீங்க பொளைக்கத் தெரியாதவங்க. அவங்க கொஞ்சம் சோறும் பலகாரமும் கொடுத்தாப் போதுமாய்யா? அப்படியே இன்னும் நாலு வீட்டிலெ அரிசியும் வாங்கியாரக் கூடாது? ராத்திரிப் போதுக்கு, மறுபடியும் ஒரு நடை அலையணுமால்லியா?"

"நீ சொல்லு. உனக்கென்ன? நேத்து மத்தியானமே புடிச்ச எல்லா வயிறும் காயுது. இப்ப இதைத் திங்கிறது. அப்புறம் பாத்துக்கறோம்."

குரங்காட்டி சற்று நேரம் பேசாமல் இருந்துவிட்டுப் பிறகு சொன்னான்:

"இந்த ஊரிலே யாரையாவது தெரியுமா உங்களுக்கு?"

"ஊரே புதிசு. ஏன்?"

"இல்லே, கேட்டேன். ஒரு சேதி சொல்லணும்."

"என்ன சேதி!"

"சொன்னாக் கோவிச்சுக்க மாட்டிங்களே?"

"சேதியைச் சொல்லேன். கோவிச்சுக்கறது என்ன?"

"சரி, சோறு தின்னுட்டு வாங்க. இங்க ஒருத்தரு இருக்காரு. உங்களைப்போல ஆளுங்களுக்கெல்லாம் நிறையக் கொடுப்பாரு. அவருகிட்ட அளச்சுக்கிட்டுப் போறேன்."

"யாரு சொல்லேன்! வியாபாரியா?"

"அதெல்லாம் அப்புறம் பேசிக்கலாம். நீங்க சாப்பிடுங்க."

"சாப்பாடு முடிந்ததும், திண்ணையிலிருந்து இறங்கிக் குரங்காட்டியோடு நடந்தான் நன்னையன். கடைத்தெருச் சதுக்கத்தைக் கடந்து, ரெயிலடி ரஸ்தாவில் நடந்தார்கள். கால் நாழிகை தூரம் போனதும் ஊர் முடிந்துவிட்டது. அப்பால் ஒரு குளம். அதற்கும் அப்பால் சாலையோரமாகத் தோட்டிகளின் சேரி. முப்பது குடிசைகள் இருக்கும். எங்கும் திறந்த வெளி. பச்சை வயல்கள். ரெயிலடிச் சாலையின் இரு மருங்கிலும் தென்னமரங்கள். இந்தப் பச்சையைப் பார்க்கிறபோதெல்லாம் நன்னையன் காணாததைக் கண்டதுபோல் மயங்கி நின்றான்.

சேரிக்கு முன்னால் நின்று, "இங்கதான் இருக்காரு. நான் சொன்ன ஆளு" ... "காளி, ஏ காளி!" என்று உரக்கக் குரல் கொடுத்தான் குரங்காட்டி.

"ஏன்?" என்று குடிசைகளின் நடுவேயிருந்து பதில் குரல் வந்தது.

"வைத்திலிங்கத்தை அளைச்சுக்கிட்டு வா இப்பிடி."

நன்னையன் ஒன்றும் புரியாமல் விழித்தான்.

கையில் ஈயக் காப்பும் ஈய மோதிரமும் ஈயக் காதணியும் ஈய மூக்குத்தியுமாக ஒரு பெண்பிள்ளை வந்தாள். கூட, குட்டிப் பருவத்தைக் கடந்து வளர்ந்த குரங்கு ஒன்று ஓடிவந்தது.

"இந்தப் பாருங்க, இவன்தான் வைத்திலிங்கம் ... ஏய் வைத்திலிங்கம், வா இப்பிடி" என்று அழைத்தான் குரங்குக்காரன்.

தி. ஜானகிராமன்

குரங்கு துள்ளிக் குதித்தது. அவனுடைய அரைத் துணியைப் பிடித்து, அண்ணாந்து பார்த்துக் குலவிற்று. அவன் கையிலிருந்த குரங்கின்மேல் விழுந்து தள்ளிற்று.

"இந்தப் பாருங்க. அப்பவே கோவிச்சுக்க மாட்டேன்னு சொல்லியிருக்கீங்க. நெசந்தானா?"

"நெசந்தான்."

"நான் சொன்ன ஆளு இந்த வைத்திலிங்கந்தான்!"

"யாரு! ... என்னய்யா விளையாடறே?"

"பாத்தீங்களா? கோவிச்சுக்கிறீங்களே! இவனை நானும் எம் பொஞ்சாதியும் உசிராட்டம் வளர்த்து வரோம். இதை உங்களுக்குக் கொடுத்திட்டுமா?"

"எனக்கு என்னாத்துக்கு?"

"ஆமாங்க! உங்களுக்குப் பிச்சை எடுக்கவே தெரியலியே! நெசவாளிங்களுக்கு எப்படிப் பிச்சை எடுக்கத் தெரியும்? அது பிறவியிலே வரணும். வமிச குணங்க. லேசிலே கத்துக்க முடியாது: தச்சு வேலை, கொல்லு வேலை மாதிரிதான். வன்னியர் ஐயா சொன்னாப்போல உங்களுக்கு மூட்டை தூக்கறதுக்குக்கூட முதல் இல்லே. நீங்க என்னா பண்ணப்போறீங்க? அதுவும் இந்த ஊரு, தரித்திரம் பிடிச்ச ஊரு. செட்டியாரு, சனிக்கிழமை காசும் அரிசியும் கொடுப்பாரு. மத்த நாளிலே பிச்சைக்காரன் வாடையே அந்தப் பக்கம் வீச விடமாட்டாரு. வன்னியரும் தர்மசாலிதான். அதுக்காகத் தினந்தினம் அவங்க வீட்டு வாசல்லே போயி நிக்கிறதுக்கு ஆச்சா? அவங்க ரெண்டு பேருந்தான் கொடுக்கிறவங்க. மீதி அத்தனையும் பிடாரி. போறதுக்கு முன்னாடி மேலே உளுந்து புடுங்குவாங்க. தண்ணியை வாரி மேலே வீசுவாங்க. தர்மம் பெருத்த ஊரு! நீங்க எதாவது கொடுத்தா உங்களுக்கும் எதாவது கிடைக்கும். அதுக்குத்தான் சொல்றேன்.

"இந்த ஊர்லே ஒருத்தருக்கும் உங்களைத் தெரியாது. இந்த வைத்திலிங்கத்தை வச்சு ஆட்டுங்க. சோத்துக் கவலையே இராது. நெசவாளி நெசவாளின்னு சொன்னா நம்பறதுக்கு இந்த ஊர்லே ஆளுக் கிடையாது."

நன்னையன் புன்சிரிப்புச் சிரித்தான்.

"என்னையும் குரங்காட்டியா அடிச்சிடணும்னு பாக்கறே! ம்... சொல்லு சொல்லு. தலைக்கு மேலே போயிடுச்சு! அப்பாலே சாண் என்ன, முளம் என்ன!"

"தலைக்கு மேலே ஒண்ணும் போயிடலீங்க. பஞ்சம் பறந்து போச்சின்னா, நீங்க மறுபடியும் ஒட்டு வீட்டுக்குப் போயிடுவீங்க. இது எத்தினி நாளைக்கு? அதுவரைக்குந்தான் சொல்லுறேன். அப்படியும் குரங்காட்டின்னா மட்டம் இல்லே. ஐயா சொன்னாப்போல இது அப்படியே தங்கக்கட்டி, நல்ல முதலு. வேற யாரையாச்சும் கூப்பிட்டு இதைக் குடுத்திடுவேனா? உங்க குளந்தைகளையும் அம்மாவையும் பாத்தேன். எனக்குப் பொறுக்கலே."

"காளி, இவங்க யாரு தெரியுமா? இவங்களுக்குச் சேலம். தறியிலே நெசு, மானமாப் பொளச்சிக்கிட்டிருந்தவங்க. நூல் கிடைக்கலியாம். கையிலே ஓட்டை எடுத்திட்டாங்க. இவங்க அம்மா லச்சுமி மாதிரி இருக்காங்க. அந்த மகா லச்சுமியும் வாடித் தேம்புது. பச்சைக் குளந்தை மூணு, துவண்டு துவண்டு விளுது. வைத்திலிங்கத்தை இவங்க வச்சுக்கட்டுமே. கண்ணராவியாக இருக்குது, பார்த்தா!"

"என்ன, வைத்திலிங்கத்தையா!"

"அட, என்னமோ பதர்றியே? நம்மகிட்டதான் மூணு இருக்கே. ஒண்ணைக் கொடுக்கறது. இங்க வச்சு ஆட்றத்துக்கு ஆளைக் காணும். இவங்க மூஞ்சியைப் பாத்துப் பெரிய மனசு பண்ணு. உன் கலியெல்லாம் தீந்துரும். ஒரு ராசா பொறப்பான் உனக்கு"

"அவங்க கேக்கக்கூட இல்லைபோல் இருக்கு. எடுத்துக்க, எடுத்துக்கன்னு அவங்க தலையிலே கட்டுறியே?"

"எல்லாம் எடுத்துக்குவாங்க."

"ஏஞ்சாமி எடுத்துக்கிறீங்களா?"

"எடுத்துக்கிறேன்னு சொல்லுங்களேன்" என்று குரங்காட்டி நச்சரித்தாள்.

"சரிம்மா, எடுத்துக்கிறேன்."

"பாத்தியா உங்கிட்டையே சொல்லிட்டாரு, எடுத்துக்கிறேன்னு!"

அவள் பளபளவென்று வெண்முத்துச் சிரிப்புச் சிரித்தாள். அவனுடைய கருணை அவளையும் தொட்டுத்தான் விட்டது. அவள் சொன்னாள்: "பாத்தியா, என்னை இந்தக் குரு முட்டுலே வச்சுச் சரின்னு தலையாட்டச் சொல்றே பாத்தியா... இரு இரு... சாமி! அவங்க சொல்றாங்க, கொடுக்கிறேன். எடுத்துக்கிட்டுப் போங்க. வைத்திலிங்கம் வயித்துக் கவலையே வைக்கமாட்டான்."

கோயில் சிலைபோலக் கறுப்பாக, ஆரோக்கியமாக, பளபளவென்று வனப்பு வடிவாக நின்றாள் அவள்.

"அப்பாடா, காளியாத்தா மனசு இரங்கிட்டா! இனிமேக் கவலையில்லை!" என்று குரங்காட்டி சிரித்தான்.

சுற்றிலும் வயல். எட்டியவரையில் பரந்து நின்ற பச்சை வயலில் அலை ஓடிக்கொண்டிருந்தது. குளிர்ந்த காற்று. பஞ்சு பொதிந்த வானம். அவள், அவளுடைய போலிக் கோபம், சிரிப்பு எல்லாவற்றையும் பார்த்தான் நன்னையன். துணிவு பிறந்தது.

"இந்தக் குச்சியைக் கையிலே பிடியுங்க. பிடிச்சீங்களா? 'லங்கையைத் தாண்டுடா'ன்னு சொல்லுங்க. சும்மா சொல்லுங்க."

"லங்கையைத் தாண்டுடா!"

வைத்திலிங்கம் லங்கையை தாண்டிக் குதித்தது.

குச்சியை வாங்கி அதன் கையிலே கொடுத்து, "ஆடு மேய்டா வைத்திலிங்கம்னு சொல்லுங்க" என்று சொல்லிக்கொடுத்தான் குரங்காட்டி.

"ஆடு மேய்டா வைத்திலிங்கம்."

குரங்கு குச்சியைப் பிடிரியில் வைத்துக்கொண்டு இப்படியும் அப்படியும் இரண்டு நடை போய்வந்து, அடுத்த கட்டளைக்குக் காத்து நின்றது.

பிறகு பள்ளிக்கூடம் போகும் கோலம், கைதி கைகட்டி நிற்கிற கோலம், பெண்டாட்டியோடு ரகசியம் பேசும் நிலை, கோபுரம் ஏறும் வித்தை – எல்லாவற்றையும் பாடம் சொல்லிக் கொடுத்தான் குரங்காட்டி.

நன்னையனையும் குரங்காக ஆட்டி வைத்துவிட்டான் அவன்!

அவள் சிரித்தாள்.

"நல்லவேளை, பழகின குரங்கு. புதுக் குரங்கு இப்படிச் சுளுவா மசியாதுங்க" என்றாள் அவள், சிரித்தற்குக் காரணம் சொல்லுவதற்காக. பிறகு "சரி அளைச்சுக்கிட்டுப் போங்க" என்றாள்.

அதை உச்சிமோந்து காளி வழியனுப்பினாள். குரங்குதான் போக மறுத்தது. சேரிக்குள் ஓடிப்போய் ஒரு பிடி கடலை எடுத்து வந்து நன்னையனிடம் கொடுத்து, "இதைக் கையிலே வச்சுக்கிட்டு ஒண்ணொண்ணாப் போட்டுக்கிட்டே போங்க; ஓடியாரும்" என்று சொல்லிக் கொடுத்தாள் காளி.

பாயசம்   89

"நீ வரலியா?" என்று கேட்டான் நன்னையன்.

"நான் பின்னாலெ வர்றேன், போங்க" என்று நின்றுவிட்டான் குரங்காட்டி.

"என்னாங்க இது, குரங்கைப் பிடிச்சுக்கிட்டு! ஏது?"

"எல்லாம் பிளைக்கிறதுக்குத்தான். குரங்காட்டி கொடுத்தான்."

"பஞ்சத்துக்கு மூணு குளந்தை பத்தாதுன்னு சொல்லியா?"

"அந்தக் குளந்தைங்கள்ளாம் திங்கத்தான் திங்கும். இது திங்கவும் திங்கும், சம்பாரிச்சும் போடும். தூக்கு மூட்டையை; எதிர்த்த வீட்டுத் திண்ணையில் கட்டிப் போடுவோம்."

ஜாகை மாறிற்று. திண்ணையிலிருந்த ஜன்னல் கம்பியில் குரங்கைக் கட்டிப் போட்டான் அவன்.

கைக்குழந்தை சிரித்துக்கொண்டு கையைக் கொட்டிற்று. குரங்கைப் பிடித்துத் தலையில் அடித்தது.

"ரொம்ப நல்ல குரங்கு பழகின மாதிரியல்ல நடந்துக்குது!" என்றாள் அவள்.

இரண்டாவது குழந்தை வீல் என்று அழுதது. "ஏதுடா சனி!" என்று சொல்லப்போகிறாளே என்று பயந்து, நன்னையன் குரங்காட்டியின் வாதங்களைத் தான் சொல்லுகிறமாதிரி எடுத்து விளக்கினான்.

"நல்லதுதான். குழந்தைகளுக்கும் விளையாடுகிறதுக்கு ஆச்சு" என்று எதிர்பார்த்ததற்கு மாறாக, அவன் கவலையைத் தீர்த்தாள் அவள்.

முதல் குழந்தை பயந்துகொண்டு, தூரத்தில் நின்றுகொண் டிருந்தது.

"இதைப் பாத்தியா, அநுமார்!" என்று ஆஞ்சநேயர் கதையெல்லாம் சொல்லி, அறிமுகப்படுத்திப் பயத்தைப் போக்குவதில் ஈடுபட்டான் நன்னையன். தடவிக்கொடுக்கச் சொன்னான். தனக்கும் ஓர் ஒத்திகையாக இருக்கட்டும் என்று விளையாட்டுக் காட்டுகிற போக்கில், அதை லங்கையைத் தாண்டி, ஆடு மேய்க்கிற வித்தை முதலியவைகளைச் செய்து காட்டச் சொன்னான்.

கடைசியில் வைத்திலிங்கம் மூட்டையைப் பிரித்துப் பார்க்க ஆரம்பித்தது. அதற்கும் பசி வேளை.

தி. ஜானகிராமன்

"சும்மா எத்தினி நாளி விளையாடுவது? ராத்திரிக்கு என்ன செய்யறதாம்?"

பொழுது போனது தெரியத்தான் இல்லை. புதுக் குழந்தையோடு குழந்தைகள் விளையாடியதைப் பார்த்து, வெகு நேரம் மகிழ்ந்துவிட்டது குடும்பம்.

அலுமினியப் பேலாவை எடுத்துக்கொண்டு இறங்கினான் அவன்.

"ஏன், இதை அளச்சிக்கிட்டுப் போகலியா?"

"அதுக்குள்ளாறவா?"

அவ்வளவு சீக்கிரமாகப் பரம்பரைப் பிச்சைக்காரனாகச் சரிந்துவிட அவன் உடன்படவில்லை. முழங்காலுக்குக் கீழே தொங்கத் தொங்கத் தட்டுச்சுற்றுக் கட்டி, உடம்பில் மல்பாடியும் போட்டுக்கொண்டு போனால் குரங்குங்கூட அவனைக் குரங்காட்டியாக மதிக்காது. சற்றுக் குழம்பி நின்று, கடைசியில் ஒன்றியாகவே போனான்.

உண்மைப் பல்லவியைப் பாடிக்கொண்டு, நாலைந்து தெருக்களில் வாசல் வாசலாக ஏறி இறங்கினான். ஊர் நடப்பே தெரியாத, தெரிந்து கொள்ளாத, கவலைப்படாத காதுகளெல்லாம் அவனுடைய நூல் பஞ்சக் கதையைக் கேட்டன.

நாலு தெருச் சுற்றிக் கால் ஓய்ந்தபோதுதான் குரங்காட்டி சொன்னது சரி என்று பட்டது அவனுக்கு. அந்தச் சின்னப் பேலாவில் பாதியை எட்டத் தவித்து அரிசி. திரும்பி வந்து திண்ணையில் ஏறியபோது வெயில் நன்றாக ஏறிவிட்டது. காலணாவும் அரையணாவுமாக ஏழெட்டுக் காசு சேர்ந்திருந்தது. பட்டாணிக் கடலையும் வாழைப்பழமும் வாங்கி வந்தான்.

வெயில் கனல் வீசிற்று. புரட்டாசிக் காய்ச்சல் சுள்ளென்று காய்ந்தது. குழந்தைகள் கடலையையும் வாழைப்பழத்தையும் தின்று, தூங்கத் தொடங்கின. குரங்கும் அதையே தின்றது. வெயில் தாங்க முடியாமல், அதுவும் ஒருக்களித்துப் படுத்து அயர்ந்து உறங்கிவிட்டது. பெண்டாட்டியும் தூங்கினாள்.

தூங்கும் குரங்கைப் பார்த்து நன்னையன் சிரித்துக் கொண்டான். அது மனிதன் மாதிரியே தூங்கிற்று. வெயில்பட்ட வெண் மேகத்தைப் பார்க்க முடியாமல் கண்ணைக் கையால் மறைத்துக்கொண்டு தூங்கிற்று. அதற்கு வயசு என்ன? ஆறு மாதம், ஒரு வருஷம் இருக்கலாம். அதற்குள் முப்பத்தைந்தும் முப்பதும் ஆன ஒரு மனிதப் புருஷனின் பெண்டாட்டியையும் மூன்று குழந்தைகளையும் பாதுகாக்கச் சக்தியைப் பெற்றுவிட்டது. இந்தப்

பொறுப்பு, தன் தலையில் விழுந்திருப்பது தெரியுமா அதற்கு? எங்கோ பிறந்து வளர்ந்தவனின் குடும்பத்தை நூற்றைம்பது மைலுக்கு அப்பாலுள்ள ஒரு தோட்டிச் சேரிக் குரங்கு எப்படிக் காக்க நேர்ந்தது? நன்னையன் வியந்துகொண்டிருந்தான். வயிறு நிறைந்திருந்ததால் துன்பத்தை நினைத்து அழாமல், சிரித்துக்கொள்ள, மலர்ச்சியும் தெம்பும் இருந்தன அவனுக்கு. யுத்தம் நடந்தபோது அவன் வாழ்ந்த வாழ்வு, இந்தக் குரங்குக்குத் தெரியுமா! தினம் மூன்று ரூபாய்க்குக் குறையாமல் கூலி கிடைத்தது. அவளும் நூல் இழைத்து எட்டணா, பத்தணா சம்பாதித்துக்கொண்டிருந்தாள். காலையில் எழுந்ததும் கிருஷ்ணா லாட்ஜில் இரண்டு இட்லியும் ஒரு முறுகல் தோசையும் காபியும் சாப்பிட்டுவிட்டு, அவளுக்கும் குழந்தைகளுக்கும் வாங்கி வருவான். தாம்பூம் என்று செலவு. சினிமா தவறுவதில்லை. தேவைக்குமேல் வேட்டி, சட்டை, புடவைகள். அந்த நாளில் மாதம் பத்து ரூபாய் எளிதில் மிச்சம் பிடித்திருக்க முடியும். பிடித்திருந்தால்...

கடைசியில் அவனும் அயர்ந்துவிட்டான்.

இரண்டு மணி நேரம் கழித்துக் கண்விழித்தபோது – தானாகக் கண் விழிக்கவில்லை அவன். குழந்தைகள் அவனை அடித்துத் தட்டிக் கூப்பிட்டன.

"அப்பா, அப்பா. எளுந்திரிப்பா. குரங்கு ஓடிப்போயிடிச்சு. அப்பா, குரங்கு பிடிங்கிக்கிட்டுப் போயிடிச்சு!"

விறுக்கென்று எழுந்து உட்கார்ந்தான்.

"குரங்கு போயிடிச்சு, அதோ பாருங்க" என்றாள் அவள்.

"எங்கே?"

குரங்கு எதிர்த்த வீட்டு ஓட்டுக்கூரையின் கூம்பில் உட்கார்ந்திருந்தது.

"பா, பா!" என்று கூப்பிட்டான் அவன்.

"எப்படி ஓடிச்சு?"

"இதுங்களுக்கு விளையாட்டுக் காட்டறதுக்காக அவுத்துப் பிடிச்சுக்கிட்டிருந்தேன். விசுக்குனு பிடுங்கிக்கிட்டுப் போயிடிச்சு."

"நல்ல கெட்டிக்காரிதான், போ!"

அவள், அவன் இருவரும் அழைத்தார்கள். கடலையும் வாழைப்பழமும் அவர்களுடைய வயிற்றில்தான் இருந்தன. வெறுங் கைகளைப் பார்த்ததும் அது இறங்கி வரத் தயங்கிற்று.

தி. ஜானகிராமன்

அதற்குள் தெருவில் போன சிறுவர்களும் சிறுமிகளும் கூடிவிட்டார்கள். 'ஹோ ஹோ!' என்று இரைச்சல்.

"ஏய், சீரங்கி!"

"ட்ரூவ்!"

கல்லை விட்டு அடித்தான் ஒரு பயல். வைத்திலிங்கம் நறுக்கென்று ஒரு தாவுத் தாவிப் பக்கத்தில் இருந்த மின்சாரக் கம்பத்தின்மேல் ஏறிற்று. உச்சியில் கம்பிகளைப் பிடித்தது.

"போகாதே, போகாதே!" என்று யாரோ ஒருவர் கூச்சல் போட்டார் அவ்வளவுதான். உடம்பு ஒரு முறி முறிந்தது. கிரீச்சென்று கோரமான கூச்சல்! பேயடித்தாற்போலத் தடாரென்று அவ்வளவு உயரத்திலிருந்து கீழே விழுந்தது குரங்கு. இரண்டு துடிதுடித்து, கண்ணை மூடி ஒடுங்கிவிட்டது.

அண்டை வீட்டுக்காரர்கள் கூடினார்கள். தெருவே கூடிற்று. அரை மணியில் ஊரே கூடிவிட்டது. மின்சாரம் தாக்கிய விலாப்பக்கம் அப்படியே கருகிப்போயிருந்தது. எதற்காக என்று தெரியாமல் நன்னையனும் பெண்டாட்டியும் அழுதார்கள். அதைப் பார்த்துக் குழந்தைகளும் அழத் தொடங்கின.

"ஏண்டா, உன் குரங்கா இது?" என்று கேட்டார், ஒரு வயசானவர்.

"ஆமாங்க."

"எப்படிச் செத்துப்போச்சு?"

நன்னையன் கதையைச் சொன்னான்.

"ஏண்டா அநுமார் அவதாரம்டா அது. சாக விட்டுட்டியே. இதை வச்சுக் காப்பாத்த முடியலியாடா, பாவிப் பயலே?" என்று அவன் முதுகில் இரண்டு குத்துவிட்டார் அவர். ஊருக்குப் பெரியவர்களில் ஒருவர் போல் இருக்கிறது. ஒருவரும் அவரைத் தடுக்கவில்லை. ஊரெல்லாம் இதை வந்து பார்த்தது.

காளியும் புருஷனும் ஓடிவந்தார்கள். காளி வைத்திலிங்கத்தைத் தொட்டுத் தொட்டு அழுதாள்.

"குரங்கின் கையிலே பூமாலை கொடுத்தாப்பலே பண்ணிட்டிங்களே சாமி!" என்று நன்னையனைப் பார்த்து வெதும்பினாள்.

பரபரப்பு அதிகமாகிவிட்டது. தெருவில் உள்ளவர்கள் மும்முரமாக அங்கும் இங்கும் ஓடினார்கள்.

பாயசம்

ஒரு மணி நேரத்திற்குள் ஒரு சின்ன சிங்காரச் சப்பரம் தயாராகி விட்டது. சிறிய வாழைக்குலை, ஓலைநறுக்கு, இரண்டு மெழுகுவர்த்தி — சப்பரம் வெகு அழகாக இருந்தது. வைத்திலிங்கத்தைக் காலைத் தொங்கவிட்டு, கையை அஞ்சலி பந்தம் செய்து உட்கார வைத்து ஜோடித்தார்கள். உட்கார வைக்குமுன் குளிப்பாட்டியாகிவிட்டது. நெற்றியில் நாமம், திருச்சூர்ணம். மேலெல்லாம் குங்குமம். ஒரு ரோஜாப்பூ ஹாரம்.

பஜனை கோஷ்டி, ஜாலர் ஒலிக்க, 'ரகுபதி ராகவ ராஜாராம்' பாடிக் கொண்டு முன்னால் சென்றது. நல்ல கூட்டம். நன்னையன் கைதியைப்போல், பஜனை கோஷ்டியில் நடுவில் மாட்டிக்கொண்டுவிட்டான்.

ஒரு சந்து பொந்து விடாமல் ஊர் முழுவதும் சுற்றி, ஆற்றங்கரைப் பாதையில் வாய்க்காலுக்குப் பக்கத்தில் நின்றது ஊர்வலம். பஜனை கோஷ்டியின் திவ்ய நாமம் ஆற்றங்கரை வெளியெல்லாம் எதிரொலித்தது. அரைமணி நேரம் ஆஞ்சனேயரின் நாமம் கடலலை போல முழங்கிற்று.

அழகாக இரண்டு முழம் உயரத்துக்குச் சிமிண்டு போட்டுச் சமாதி எழுப்பிவிட்டார்கள். பின்னால் அரசங்கன்றும் நட்டு நீர் ஊற்றினார்கள்.

திவ்ய நாமம் முடிந்தது. எல்லோரும் விழுந்து வணங்கினார்கள்.

"என்னடா, சும்மா நிக்கிறியே, கொலைகாரப் பயலே, விழுந்து கும்பிடுடா!" என்று ஊருக்குப் பெரியவர் ஓர் இரைச்சல் போட்டார். பரபரவென்று இடுப்பில் சோமனைக் கட்டி நெடுஞ்சாண் கிடையாக நாலுமுறை எழுந்து எழுந்து விழுந்தான் நன்னையன்.

கலைமகள், அக்டோபர் 1951

தி. ஜானகிராமன்

வேண்டாம் பூசனி!

பாட்டிக்குக் கைகால்கள் எல்லாம் வீங்கிவிட்டன. ரத்தம் இல்லாத குறைதான். வயது என்ன, கொஞ்சமாக ஆயிற்றா? வருகிற கந்த சஷ்டிக்கு எண்பத்திரண்டு நிறைந்து விடுகிறது. இனிமேல் சாப்பாடு சாப்பிட்டா ரத்தம் ஊறப் போகிறது? திடீர் திடீரென்று கிறுகிறுவென்று மயக்கம் வருகிறது. கண்ணில் நிழலாடுகிறது. யாராவது வந்தால் ஏதோ தேய்த்துவிட்டாற்போல் தெரிகிறதே தவிர, இன்னாரென்று பளிச்சென்று சொல்ல முடியவில்லை. பொழுது சாய்ந்து விட்டால் இந்த அரைப்பார்வையும் மங்கிவிடுகிறது. இப்போது ஆறு மாதமாக ராத்திரிப் பலகாரம் கூடக் கிடையாது. மத்தியானம் பன்னிரண்டு மணி சுமாருக்குச் சாப்பிடுவதோடு சரி. வாய் ருசிக்கத் தோசை, இட்டலி, கொத்தமல்லித் துவையல் என்று தவறாமல் சாப்பிட்டுவிட்டுத் திடீரென்று இவற்றை எல்லாம் நிறுத்திவிட்டது, முதலில் கொஞ்சம் கஷ்டமாகத்தான் இருந்தது. ஆனால் உடம்புப் பாட்டைக் குறைத்துக்கொள்ளத்தான் இந்த ஏற்பாட்டை ஆரம்பித்தாள் பாட்டி. நடக்கவோ முடியவில்லை. கையில் தெம்பில்லை. பலகாரம் சும்மா வாயில் வந்து விழுமா? அதற்கும் அரிசி, உளுந்து என்று எதையாவது நனைத்துக் கல்லுரலில் போட்டு அரைத்தால்தானே உண்டு. கல்லுரல் குழவியைப் பம்பரமாகச் சுற்றிக்கொண்டிருந்த கைக்கு இப்போது அதை நகர்த்துவதே பாடாக இருந்தது. அதுவுமின்றித் தட்டித் தடவிக்கொண்டு இலையைப் போட்டுப் பலகாரத்தை வைத்து, எண்ணெய்,

மிளகாய்ப் பொடி எல்லாம் தானேதான் போட்டுக்கொள்ள வேண்டியிருக்கிறது. அதோடு நின்றுவிடுகிறதா? அந்த இலையை வாசலில் கொண்டு எறிய வேண்டும். பிறகு தின்ற இடத்தை மெழுகவேண்டும். 'இவ்வளவு பாடு எதற்காக?' என்றுதான் பலகாரப் பழக்கத்தையே நிறுத்தினாள் பாட்டி.

ஒரு வேளைச் சாப்பாடு சமைப்பதே பிரம்மப் பிரயத்தனமாக இருக்கிறது. 'டா'னாய் பாடாக வளைந்து விட்ட உடம்பைச் சுமந்துகொண்டு எத்தனை வேலை செய்ய வேண்டியிருக்கிறது! விடியற்காலையில் வாசலைப் பெருக்கிச் சாணி தெளித்துக் கோலம் போடவேண்டும்.

"ஏண்டி ராது, வாசல் எவ்வளவு பெரிசு இருக்கு. என்னமோ பிளாஸ்திரி போட்டாப்போல் கையகலத்துக்குப் பெருக்கி மொழுகியிருக்கியே!" என்று சுந்தராம்பாக் கிழவி சொன்னபோது, "நான் பிள்ளை பெத்த அழுக்குக்கு இது போரும். என்னைச் சொல்லி என்னடி பண்றது? ஒரு வீடு தள்ளித்தானே இருக்கா நாட்டுப் பொண்ணு. அவளை அழச்சிண்டு வந்து காண்பியேன் என்று பாட்டி பதில் கொடுத்தாள்.

"அவ இந்தக் கோலத்தை மிதிச்சுண்டுதானே காவேரிக்குப் போறா, குளிக்க?"

"பின்னே ஏன் என்னைக் கேக்கறே? என் வயத்தெரிச்சலைக் கிளப்பாம போ. நீ கொடுத்துவச்ச மகராசி. உன் நாட்டுப்பெண் இரண்டும் அடங்கின சரக்கு. காலைப் புடிக்கிறதென்ன, புடவை தோய்ச்சுப் போடறதென்ன, 'ம்' முன்னாய் பத்து அரைச்சுப் போடறதென்ன, அதுகெல்லாம் கொடுத்து வைக்க வாண்டாமா?" – சுந்தராம்பாக் கிழவி போன பிறகு, பாட்டி அந்தக் கையகல மெழுகலையும் கோலத்தையும் பார்த்துக் கொண்டேயிருந்தாள். அறுபது, அறுபத்தைந்து வருஷத்துக்கு முன், சாந்திகல்யாணம் ஆகிப் புக்ககம் வந்த புதிதில் பிடாரியம்மன் புறப்பாட்டுக்காகத் தெருவடைத்துத் தேர்க்கோலம் போட்டாள் அவள். ஊரே அதைப் பார்த்துப் பிரமித்தது. அவளுடைய மாமியார், 'நன்னாப் போட்டா, அசடு!' என்று பூரிப்புத் தாங்காமல் சொல்லிக்கொண்டே, சுவாமி அலமாரியைத் திறந்து விபூதி எடுத்து ஒரு பொட்டு அவள் நெற்றியில் வைத்தாள். 'அடுத்த வீட்டுச் சிவகாமு கண்ணு படப்படாது, சுவாமி! என் மாட்டுப் பொண்ணு பரம சாது' என்று வேண்டிக்கொண்டாள். 'அவ கண்ணிலே ஆலகால விஷம் இருக்குடி அம்மா. பட்டுதோ போச்சு. அதோ உயரக்க, சுவத்துலே இருக்கே ராதாகிருஷ்ண படம், அது அவா போட்டது. பரண்கட்டி அதுமேலே உட்கார்ந்து எழுதிண்டிருந்தா. சிவகாமு வந்து, 'அட, சித்திரம் போட்டாறதா'ன்னாள். சொல்லி

தி. ஜானகிராமன்

ஒரு முகூர்த்தமாகலே, பரண் முறிஞ்சு திடீர்னு விழுந்தது. ஒரு மாசம் எழுந்திருக்கலே. அவ்வளவு குளுமையான கண்ணு! அப்பப்பா! இந்தா, 'ஆக்'காட்டு" என்று ராதையின் வாயிலும் கொஞ்சம் விபூதியைப் போட்டாள்.

நேற்று நடந்தாற்போல இருக்கிறது. இந்த மாதிரி மாமியார் யாருக்குக் கிடைக்கப் போகிறாள்? தெய்வப்பிறவி! ராதையும் அந்த மாமியாருக்குக் கொஞ்சமாகச் செய்யவில்லை. முடக்கு வாதம் வந்து இருந்த இடத்தை விட்டு நகரமுடியாமல் அவள் கிடந்தபோது ஒரு காரியம் விடாமல், கூசாமல், ஜுகுப்ஸை இல்லாமல் செய்தாள். 'உனக்கு ஒரு குறையும் வராதடி அம்மா' என்று வாயார அவள் ஆசி கூறினதும், அதைக் கேட்டு உணர்ச்சி தாங்காமல் கண்ணைத் துடைத்துக்கொண்டதும் நன்றாக ஞாபகத்தில் இருக்கின்றன. 'அந்த உத்தமி வாக்குக்கூடப் பலிக்கவில்லை? பலித்தால் மூன்று பிள்ளைகளையும் இரண்டு பெண்ணையும் கல்லுக் கல்லாகப் பெற்றுவிட்டு இந்தக் காடு அழைக்கிற வயசில் ஒன்றியாக, வீங்கின கையும் வீங்கின காலுமாகத் திண்டாடுவோமா? வாக்குப் பலிக்கத்தான் இல்லை.'

கோலம் போட்டானதும் நடுப்பிள்ளை வீட்டிலிருந்து அரைச்சேர் பால் வரும். அவன் ஸ்வீகாரம் போய்விட்டான். அபார சம்சாரி. ஒன்பது பெண்கள்! ஸ்வீகாரச் சொத்து மூன்று வேலியும் கரைந்து மூன்றரை மாவுக்கு வந்துவிட்டது. 'ஒன்பது பெண்ணைப் பெத்துட்டு உசிரோடே இருக்கானே. அதுதான் பெரிசு' என்று ராதுப் பாட்டி வாய்க்குள் சொல்லிக் கொள்வாள். நடுப்பிள்ளையிடம் ஒரு தயவும் அன்பும் உண்டு. இவ்வளவு சம்சாரத்துக்கிடையில் அவன் சொந்தத் தாயாரை மறக்க வில்லை. வருஷத்திற்கு இரண்டு புடைவை, பத்துக்கலம் நெல், காய்கறி, பட்சணங்கள் என்று அவளுக்கு வேண்டியதையெல்லாம் கொடுத்துக்கொண்டிருந்தான். மருமகளையும் கோயிலில் வைத்துக் கும்பிடவேண்டியதுதான். அவன் வீட்டிலிருந்து தினமும் அரைச் சேர் பசும்பால் வரும். வேண்டுமென்றால் காபியாகவும் வந்துவிடும்.

காபி குடித்துவிட்டு, ஆற்றங்கரைக்குப் போய்க் குளித்து விட்டு வருவதற்குள் ஒன்பது மணியாகிவிடும். அப்புறம் சூரிய நாராயண ஜபம். 'என்னமோ அந்த மாமியார் தெய்வம் கொடுத்துவிட்டுப் போன சொத்து அது. அது இல்லாவிட்டால் இந்த வயசில் இவ்வளவு தூரம் எங்கே கண் தெரியப்போகிறது?' என்று சாயாதேவி ஸுவர்ச்சலா தேவி சமேதரான சூரியபகவானை விடாமல் பூஜை செய்து வந்தாள் பாட்டி. காலணா அகலத்திற்கு ஒரு பொன் தகட்டில் ரதமும் குதிரைகளும் கதிரவனும் வெகு நுணுக்கமாக வேலை செய்யப்பட்டிருந்தன. கால் மணி நேரம்

அதற்கு முன்னால் உட்கார்ந்து அதன் புகழ் பாடி அதன் அழகைப் பார்த்துத் தினம் ஒரு முறை பூரித்து, இரண்டு வறட்டுத் திராட்சைப் பழங்களை நைவேத்தியம் செய்து, நமஸ்கரித்து அந்தப் பகவானை ஒரு வெள்ளிச் சம்புடத்தில் – சம்புடமும் மாமியார் சொத்துத்தான் – போட்டு மூடி, யாராவது தெருவோடு போகிற குழந்தையைக் கூப்பிட்டு அந்த இரண்டு திராட்சைகளைக் கொடுத்த பிறகுதான் பாட்டி சமைக்க ஆரம்பிப்பாள்.

சமைக்கிறதுதான் மகா பாடு. கொல்லைத் தோட்டத்தில் இருந்து தண்ணீர் கொண்டுவர வேண்டும். அந்தக் கிணறு தரையோடு தரையாக இருக்கும். சுவர் கிடையாது. ஏற்றமோ சகடையோ கிடையாது. நின்ற வாக்கில் கயிற்றில் குடத்தைக் கட்டிவிட்டு இழுக்க வேண்டும். இந்தத் துர்ப்பலமான உடம்பில், ஒரு நாளைக்கு அந்தக் கிணற்றுக்குள் அப்படியே விழுந்தாலும் விழுந்துதான்.

பாதி நாள் ரசம் அல்லது வெறுங் குழம்பு என்று ஏதாவது ஒன்றுதான் பண்ணிச் சாப்பிட முடியும்.

'மொகரையைப் பாரு. உங்களுக்கெல்லாம் வேளைக்குச் சமைச்சுக் கொட்டணுமோ? வெறுமனே கரைஞ்சுண்டுகிடங்கோ. இன்னும் ஒரு நாழியாகும் இன்னிக்கு. நீயுந்தான் போயேன். எங்கேயாவது பந்தல் கால்லெ படுத்துத் தூங்கிப்பிட்டு ஒரு நாழி கழிச்சு வந்து சேரு' என்று முற்றத்தில் உட்கார்ந்து கரையும் காக்கைக் கூட்டத்தையும், இடைக்கட்டில் வந்து வாலையாட்டிக் குழையும் நாயையும் செல்லமாகக் கடிந்துகொள்வாள் பாட்டி.

சாப்பாடானால் அன்று வேலை தீர்ந்தாற்போல. வீட்டைச் சாயங்காலம் ஒரு முறை பெருக்கிவிட்டால் போதும். குப்பையை மூலையிலிருந்து திரட்டி வாசலில் எறிவதும் சிரமமான வேலைதான். எத்தனை தடவை எழுந்து உட்கார்ந்து குனிந்து நிமிர வேண்டியிருக்கிறது? 'பெண்ணாகப் பிறந்தவர்களின் ஆயுசில் பாதி குனிந்து நிமிர்வதிலேயே போய்விடுகிறது' என்பது பாட்டி கணக்கு. ஆனால் இந்த வயசில் ஒரு தடவை குனிந்து நிமிர்கிறதானால் ... அப்பப்பா!

சாயங்காலம் திண்ணையில் காலை நீட்டி உட்கார்ந்து கொண்டு விட்டால் பொழுது போவதே தெரியாது. இயந்திரம் மாதிரி கை உருத்திராக்ஷக் காய்களை எண்ணும். வாய் ராமாயணத்தைச் சொல்லும். ஆனால் மனம் மட்டும் பழைய முகங்கள், ஆசைகள் எல்லாவற்றையும் பார்த்துப் பார்த்து ஏங்கிக்கொண்டிருக்கும்.

மூத்த பிள்ளையைப் பார்த்து இரண்டு வருஷம் ஆகிவிட்டது. எப்போதாவது நான்கு வருஷத்திற்கு ஒரு தடவை வருவான்.

தி. ஜானகிராமன்

வந்தால் தாயாரைப் பார்க்கக்கூடத் தோன்றாது. அவனுக்குத் தாயார், தகப்பனார் இருவர் மீதும் கோபம். 'சின்னப் பிள்ளைக்கு அதிகமாகச் செய்துவிட்டார்கள்' என்று அவன் எண்ணம். இந்த மாதிரி அசட்டு எண்ணங்கள் தோன்றிவிட்டால் படைத்தவன் கூடத் திருத்த முடியாது. அதுவும் அவனுக்காகப் படாமல் பெண்டாட்டி சொல்லி ஏற்பட்டுவிட்டால் அது கல்லில் செதுக்கினாற்போலத்தான். அவன் மனைவி 'படாமணி!' இது ஊர் அறிந்த விஷயம். அவளுக்குச் சிநேகிதர்களே கிடையாது. ஒரு நிமிஷத்தில் யாரோடும் சண்டை போட்டுக்கொண்டுவிடும் வித்தை அவளோடு கூடப் பிறந்திருந்தது. புகுந்த நாள் முதல் மாமியார், மைத்துனன் மனைவி எல்லோரோடும் வரிந்து கட்டிக்கொண்டு குஸ்திக்கு நின்றுவிட்டு, கடைசியில் பாகம் பிரித்துக்கொண்டு புருஷனோடு வேறு வீட்டுக்குப் போனாள். கடைசியில் ஊரைவிட்டே இருவரும் போய்விட்டார்கள். தகப்பனார் செத்துப்போனபோது வந்தான் அவன். ஈமக் கடன் செய்ய முடியாது என்று ஒற்றைக் காலால் நின்றான். கடைசியில் யார் யாரோ சொல்லி நடுப்பிள்ளை அவனுக்குப் பணத்தைக் கொடுத்துப்பண்ணச் சொல்வதற்குள் ஊர்கூடித் தேர் இழுக்கிற பாடுபட்டுவிட்டது. நடுப்பிள்ளை ஸ்வீகாரம் போய்விட்டோமே என்று பார்க்காமல் தாராளமாகச் செலவு செய்தான். கிழவர் சாவுக்குக் கல்யாணத்திற்கு நடக்கிறதுபோல்தான் இருந்தது. இந்த வைபவத்தை மூத்த மாட்டுப்பெண் வந்து எட்டிக்கூடப் பார்க்கவில்லை. 'இந்தச் சமயத்திலே இப்படித் துவேஷம் பாராட்டலாமா? யாரும் பாராட்ட மாட்டா. ஒண்ணு, அவ பரம அசடா இருக்கணும்; இல்லைன்னா மனுஷ்ய ஜன்மமா இல்லாம இருக்கணும்' என்று சமாதானம் செய்து கொண்டாள் பாட்டி. இருந்தாலும் அந்தரங்கத்தில் அவள் வரவில்லையே என்ற தாங்கல் ஒட்டிக்கொண்டுதான் இருந்தது.

கடைசிப் பிள்ளைதான் ஒரு வீடுபோட்டு அடுத்த வீட்டில், பிதிரார்ஜிதமான வீட்டில், பாட்டி அறுபது வருஷமாக வாழ்ந்து குடித்தனம் செய்த வீட்டில் இருக்கிறான். அவனும் பெரிய பிள்ளையைப் போலத்தான். தகப்பனாரிடம் தன் கோபத்தைக் காட்டவில்லை அவன். 'தாயார், பெண்ணுக்கு அதிகமாகச் செய்கிறாள்' என்பது அவன் எண்ணம். அவனுக்கு அதைப்பற்றிச் சந்தேகம் இருந்தாலும் அவன் பெண்டாட்டிக்கு நிச்சயந்தான்.

"அம்மாடியோவ்; வயசாவது ஆகவாவது! ஒண்ணரைப் படி சாதம் சாப்பிடறதே! இந்தாருங்கோ, உங்கம்மாவுக்குச் சாதம் என்னாலே போட முடியாது. ஆனாலும் இந்த மாதிரி, பகாசுரத் தீனி திங்கறத்தைப் பார்த்தா எனக்குப் பயமாயிருக்கு. குழந்தைகள்ளாம் பயப்படறது. உங்கம்மாவைத் தனியாச் சமைச்சுச்

பாயசம்

சாப்பிடச் சொல்லுங்கோ, ஆமாம். இல்லேன்னா நீங்களும் உங்க அம்மாவுமாச் சேர்ந்து குடுத்தனம் நடத்திக்கோங்கோ. நான் என் குழந்தைகளை அழச்சிண்டு தனியாகப் போறேன்" என்று மாமியார் சாப்பிட்டுக் கொண்டிருக்கையிலேயே ஒரு கர்ஜனை போட்டாள். அம்மா அப்படியே மண்டையில் அடித்தாற்போல் திகைத்துவிட்டாள். பிள்ளை தலையைக் குனிந்துகொண்டே வாசலுக்குப் போய்விட்டான். 'சீ நாயே! என்று சொல்லத் துப்பில்லையே இவனுக்கு' என்று ஏங்கினாள். சாப்பிடும்போது இந்தக் கடும் வார்த்தைகளைக் கேட்டபோது அவள் நெஞ்சு சுட்டது. சாதத்தை விழுங்க முடியாமல் தாரை தாரையாகக் கண்ணீர் விட்டாள். குழந்தைகள் திக்கிப்போய் உட்கார்ந்திருந்தன. கடைசியில் மனது இருந்த எழுச்சியில் இலையைக் கையோடு எடுத்துச்செல்ல மறந்துவிட்டாள்.

"ஏ முண்டமே! இந்த எச்சில் இலையை யார் தூக்கிண்டு போவா?" என்று எச்சில் இலையை எடுத்துப் பாட்டி தலை மீது வீசிவிட்டாள் அவள். பாட்டி வாய்விட்டு அழுதுகொண்டே இலையைப் பொறுக்கி வாசலில் எறிந்து கையை அலம்பி விட்டு அப்படியே நடுப்பிள்ளை வீட்டைப் பார்க்க ஓடிப்போய் நடந்ததைச் சொல்லி அழுதாள். நடுப்பிள்ளை ரௌத்ராகாரமாகச் சீறிக்கொண்டு ஓடிவந்து, "ஏ நாயே, என்ன துளுத்துப் போச்சு, கட்டை! இனிமே வாயைத் திறந்தாயோ மூட்டை கட்டி அனுப்பிச்சுடுவேன். ஏண்டா, பெண்டாட்டியை ஆள்கிறது அழகாயிருக்குடா, மானங்கெட்டவனே! பேசாம உட்கார்ந்திருக்கியே, இடுப்பிலே நாலு உதை விடறதுக்கில்லாம; கூறு கெட்டவனே; முதுகெலும்பில்லே உனக்கு?" என்று தம்பியைப் பார்த்துச் சத்தம் போட்டான். தம்பி இப்போதும் வாயைத் திறக்கவில்லை; தலையைக் குனிந்துகொண்டே உட்கார்ந்திருந்தான். இந்த மௌனத்திற்கு என்ன அர்த்தமென்றே தெரியவில்லை. அன்று முதல், பாட்டி அந்த வீட்டில் ஓர் ஓரமாகச் சமைத்துச் சாப்பிட ஆரம்பித்தாள். ஆனால் ஆறு மாசத்திற்குள் அந்த வாழ்க்கையும் நாசமாகப் போய்விட்டது. திடீரென்று உலர்த்தியிருக்கிற புடவையின் நடுவில் தானாக ஒரு கஜம் கிழிந்திருக்கும். படுக்கிற இடத்தில் ஒரு முட்டுச் சாணம் இறைந்து கிடக்கும். கரண்டிகள் மறைந்துவிடும்.

பாட்டி நடுப்பிள்ளையிடம் வந்து அழுதாள்.

"அப்பா, என்னாலே ஒத்தருக்கும் தொந்தரவு வாண்டாம். கோடி வீட்டிலே ஓர் ஓரமாக நான் இருந்துக்கறேன்" என்று தழுதழுத்தாள். கோடி வீடு நடுப்பிள்ளையுடையது. நெல் சேர் கட்டி வைத்திருந்தான் அங்கே. அங்கே வாசல் பக்கத்தில் ஓர்

அறை இருந்தது. அந்த அறையைத் தவிர வேறு எங்கும் வெறும் திறந்த வெளிதான். தேர் தேராக நாலைந்து சேர் இருந்தன. அந்த வீட்டில்தான் இப்போதும் இருக்கிறாள் பாட்டி. ஆறு வருஷமாக ஒன்றியாகக் காலம் கழிந்துகொண்டு வருகிறது.

தெய்வத்தின் வழியே அவளுக்குப் புரியவில்லை. மாமியார், மாமனார், மைத்துனர்கள் எல்லோருக்கும் அவள் கொஞ்சமாகவா உழைத்தாள்? அரை மனது, கால் மனது என்றில்லாமல், கபடமில்லாமல் அவள் செய்தது பகவானுக்குத்தான் தெரியும். எல்லோரிடத்திலும் நல்ல பெயர். 'நீ செத்த இடத்திலே செங்கழுநீர் பூக்கணும்டீம்மா' என்று மாமனார் ஆசீர்வாதம் செய்வது வழக்கம். ஆனால் பாட்டிக்கு இதுவரை எந்த ஆசை, எந்த ஆசீர்வாதம் பலித்தது? 'மஞ்சளும் பூவுமாகப் போகப் போகிறோம்' என்றுதான் மனப்பால் குடித்துக்கொண்டிருந்தாள். ஆனால் திடமாயிருந்த கிழவர் திடீரென்று மாரடைப்பு வந்து முந்திக்கொண்டுவிட்டார். அதுவே பெரிய இடியாக இருந்தது. ஏனென்றால், 'நாம்தான் முன்னால் போகப்போகிறோம்' என்று பாட்டிக்கு நிச்சயமாக ஒரு தீர்மானம் வேரூன்றிவிட்டிருந்தது. அது எதிர்பாராத வகையில் திடீரென்று பொய்த்துப் போனது பொறி கலங்கச் செய்தது.

அதுதான் நிறைவேறவில்லையென்றால் சாதாரணமாக வாவது வாழக் கூடாதா? பாபமே வடிவெடுத்தாற் போல இரண்டு நாட்டுப் பெண்கள். 'தின்கிற ஒரு பிடிச்சாதத்தைக் கூடப் பகாசுரத் தீனி தின்கிறது என்றாளே! "உங்க அம்மாவோட நீங்க குடுத்தனம் பண்ணிக்குங்கோ; இல்லாட்டா என் குழந்தைகளை அழச்சிண்டு நான் போறேன்; என் குழந்தைகளிடம்!" அவனுக்குக் குழந்தைகள் இல்லையா? ஐய, காதுகொண்டு கேக்கவே கூசறது. என்னமோ, இப்ப அவளுக்கே வந்துடுத்து. பம்பாயிலே இருக்கிற பிள்ளை திரும்பிக்கூடப் பார்க்க மாட்டேங்கறானாம்; நாம் பெரியவாளுக்குச் செஞ்சாத்தானே நம்ம கீழ் வாரிசுகள் நமக்குச் செய்யும்? அதையுந்தான் என்னமாச் சொல்றது?

'இந்தக் கட்டை கொஞ்சமாகச் செஞ்சுதா? இப்ப ஏன் லோல் படறது இப்படி!'

பாட்டி என்ன என்னவோவெல்லாம் எண்ணிக்கொண் டிருப்பாள். கணகணவென்று மேற்குக் கோடியிலுள்ள பெருமாள் கோயிலிலிருந்து தீபாராதனை மணியோசை கேட்கும். உடனே திண்ணையை விட்டு எழுந்து வாசலில் வந்து நின்று, தெருவின் அந்தக் கோடியிலிருந்த அந்தப் பெருமாளை இந்தக் கோடியிலிருந்தே வணங்கிவிட்டு, பாட்டி வாசல் கதவைத் தாழிட்டுக்கொண்டு உள்ளே சென்றுவிடுவாள்.

அன்று சாயங்காலம் கணகணவென்று கோயில் மணி ஒலித்தபோது திண்ணையை விட்டு எழுந்து வந்தவளுக்கு ஏதோ கிறுகிறுவென்று தலையைச் சுற்றுவது போல் இருந்தது. அவ்வளவுதான். மறுகணம் நடு வாசலில் மயக்கம் போட்டு மடேரென்று விழுந்துவிட்டாள்.

மண்டையில் நல்ல அடி. ரத்தம் சடசடவென்று கொட்டிக் கொண்டிருந்தது. யார் யாரோ வந்து தூக்கினார்கள். நடுப்பிள்ளை வீட்டில் கொண்டுபோய்ப் போட்டார்கள். சாணார வைத்தியன் வந்து மருந்து போட்டுவிட்டுப் போனான். நடுப்பிள்ளை நன்றாகத்தான் கவனித்தான். அவன் மனைவியும் ஆஸ்த்மா இழுப்பு, இரைப்பு, இருமல் ஒன்றையும் லட்சியம் செய்யாமல் இயல்புக்கு மீறிய வேகத்துடன் சுச்ருஷை செய்து கொண்டிருந்தாள்.

இரண்டு நாள் ஆன பிறகு பாட்டியின் பெண்ணும் மாப்பிள்ளையும் வந்தார்கள் பார்க்க. மூன்று மைலில் கிழக்கே ஒரு கிராமம். அங்கேதான் பெண் வாழ்க்கைப்பட்டிருந்தாள். அவளும் சம்சாரிதான்; ஆறேழு பெண்கள்; நான்கு பிள்ளைகள்; கையில் ஒரு பெண்.

"அண்ணா, நான் அம்மாவை அழைச்சிண்டு போய் வச்சுக்கறேன்" என்றாள் பெண்.

"நானும் அதான் சொல்லணும்னு நெனச்சேன்" என்று மாப்பிள்ளையும் கூடச் சேர்ந்துகொள்ளவே, பாட்டி பெண்ணுடன் போவது என்று தீர்மானம் ஆகிவிட்டது.

பெண் வாழ்க்கையில் அடிபட்டவள்; சம்சாரி; கெட்டிக்காரி. கையும் காலும் வீங்கியிருப்பதைப் பார்த்து, மூன்று நாலு மாதத்திற்குமேல் அம்மா தரிக்கமாட்டாள் என்று நிச்சயமாகத் தோன்றிற்று. 'கடைசிக் காலத்தில் கிழவிக்குச் செய்த புண்ணியமும் கிடைக்கும்; நூற்றைம்பது இருநூறு ரூபாய்ப் பாத்திரங்களும் கிடைக்கும் என்று புள்ளி போட்டுவிட்டாள். மறுநாள், அம்மா, அவளுடைய வெந்நீர்த் தவலை, வெண்கலப் பானைகள், ஈய ஜோட்டி, ஈயச் சொம்பு, சீனாச்சட்டி, அகப்பைக்கூடு, பித்தளைச் செம்புகள், வெண்கல டம்ளர்கள், உருளி, கால்பவுனில் ஒரு சிகப்புக்கல் மோதிரம் எல்லாம் ஒரு வண்டியில் ஏறி மாப்பிள்ளை வீட்டுக்குப் போயின.

பாட்டிக்குக் கஷ்டமெல்லாம் ஒரு மாதிரியாக விடிந்து விட்டது என்று சொல்ல வேண்டும். கடைசிக் காலத்தில் பிள்ளை வீட்டில் இராமல் பெண் வீட்டில் இருப்பது வழக்கத்திற்கே விரோதமாகத்தான் இருக்கிறது. என்ன செய்ய முடியும்!

தி. ஜானகிராமன்

பெண்ணாவது அழைத்து வைத்துக்கொள்கிறேன் என்று சொன்னாளே, அதுவே சந்தோஷப்பட வேண்டிய விஷயம்.

இப்போது குனிந்து நிமிர வேண்டிய வேலை கிடையாது. தண்ணீர் இழுக்க வேண்டியதில்லை. வீடு பெருக்க வேண்டிய தில்லை. உட்கார்ந்த இடத்திலிருந்தே கறி நறுக்கிக் கொடுப்பாள். புளிக்குக் கொட்டை எடுப்பாள். இல்லாவிட்டால் காலை நீட்டிக்கொண்டு பெண்ணின் கைக்குழந்தையை இரண்டு கால்மீதும் மல்லாக்க விட்டு ஆராரோப் பாடி இட்டாச்சுக் காட்டிக்கொண்டிருப்பாள். ஆறு வயதிலும் பத்து வயதிலும் இரண்டு பேத்திகள். அது இரண்டுக்கும் தினமும் இருட்டியதும் கதை சொல்ல வேண்டும். பிள்ளை வயிற்றுப் பேரன்களைப் போல ஒசைப்படாமல் கிள்ளிவிட்டு ஓடத் தெரியாது அதுகளுக்கு. பாட்டிக்கு உடம்பில் புது பலம்கூட ஊறிவிட்டது. கவலை இல்லை. எப்போதும் உற்சாகம், எப்போதும் அமைதி. கண்ணாடி மேல் ஓடுவதுபோல் பொழுது ஓடிற்று. ஆடி வந்தது. பிள்ளையார்ச் சதுர்த்தி வந்தது. நவராத்திரி வந்தது. தீபாவளி, கார்த்திகை – அட வைகுண்ட ஏகாதசி வந்துவிட்டதா! 'நான் வந்து எட்டு மாசமா ஆயிட்டுது!' என்று ஆச்சரியத்துடன் கேட்டாள் பாட்டி.

"ஆனா என்னம்மா. நீ சாப்பிட்டா இங்கே ஆயிடப்போறது?" என்று பெண் வறட்டுக் குரலில், 'அப்பா குதிர்க்குள்ளே இல்லை' என்கிற மாதிரி சொல்லிவைத்தாள்.

"என்னமோ பகவான் இன்னும் அழச்சுக்க மாட்டேங்கிறான் என்று பாட்டியும் பதில் சொல்லிவைத்தாள். பெண் சொன்ன பதில் அவளுக்கு அவ்வளவாகப் பிடிக்கவில்லை. 'பாத்திரத்தை யெல்லாம் இவளிடம் கொடுத்துவிட்டு இரண்டு மாசத்தில் செத்துப்போகலாம் என்று வந்தால், ஆயுசு நீண்டு கொண்டே போகிறதே' என்று கலங்கினாள்.

பொங்கலுக்கு ஒரு வாரம் இருக்கும். பாட்டி கூடத்தில் உட்கார்ந்து உருத்திராட்சத்தை எண்ணிக்கொண்டிருக்கையில், "அம்மா!" என்று குரல் கேட்டது. மூத்த பிள்ளையின் குரல்.

"யாரு, நீலுவா?"

"ஆமாம்மா."

"வா, உட்காரு, இப்பத்தான் வரியா?"

"ஆமாம்."

"எங்கேயிருந்து?"

"மாயவரத்திலேருந்து தான்."

"அங்கேதான் இருக்கியா! எத்தனை நாளா?"

"ஒரு வருஷமா."

"என்ன வேலையோ?"

"ஒரு செட்டியார் கடையிலே கணக்கு எழுதிண்டிருக்கேன்."

"சவுகர்யமா இருக்கா ஊரு?"

"ஏதோ இருக்கு."

"நான் இங்கே இருக்கேன்னு தெரியுமா?"

"ஊருக்கு வந்து பார்த்தேன். இஞ்ச வந்துட்டதாகச் சொன்னா. வந்தேன்; அடுத்த திங்கட்கிழமை எனக்குச் சஷ்டியப்த பூர்த்தி."

"ஓஹோ, தை மாசம்னாடா நீ பிறந்தே! அட, அறுபது ஆயிட்டுதா உனக்கு!"

"ஆசீர்வாதம் பண்ணும்மா, அதுக்குத்தான் வந்தேன்."

பிள்ளையின் குரல் கம்மித் தழுதழுத்தது.

"தீர்க்காயுசா இருடாப்பா. நல்லபடியா நூறு வயசு இருக்கணும், சௌக்யமாக் குழந்தை குட்டிகளோட. விசாலாட்சி இருக்காளா?"

"இருக்கா."

பாட்டிக்குப் பிள்ளையின் அறுபதாம் கல்யாணத்தைப் பார்க்க ஆசைதான். ஆனால் அவன் அழைத்தால்தானே. ஆசீர்வாதத்தை மட்டும் பெற்றுக்கொண்டு போய்விட்டான்.

"கலியாணம்ம்னு சாக்கு வச்சுண்டாவது அம்மாவை அழைச்சிண்டு போகணும்; நாலு நாள், பத்து நாள் வச்சுக்கணும்ம்னு தோணித்தா பாரும்மா அண்ணாவுக்கு" என்று பெண் சொன்னாள். சொன்னது உண்மைதான். ஆனால் இவ்வளவு ஸ்பஷ்டமாக இவள்தான் இதை ஏன் சொல்ல வேண்டும்? – அம்மாவுக்கு வேதனை, பூச்சி அரிக்கிறது போல அரித்தது.

வர வர, பெண்ணும், தான் போட்ட கெடுவிற்குமேல் அம்மா பிழைப்பதைச் சுட்டிக் காட்டுவது போலப் பேசிக் கொண்டிருந்தாள்.

சூரிய நாராயண சம்புடத்திற்கு முன்னால் உட்கார்ந்து பாட்டி மனப்பூர்வமாக வேண்டிக்கொண்டாள். 'அப்பனே, உன் கை பட்டுன்னா எவ்வளவு சீக்கிரம் எல்லாம் வாடறது? பூமி, ஜலம் எல்லாத்தையும் சுட்டுக் கொளுத்தறயே! என்னையும்

தி. ஜானகிராமன்

பொசுக்கிப்பிடேன். ஏன் என்னை வச்சு வச்சுக் கொல்றே? அப்பனே!'

அன்று மாலை தாழ்வாரத்திலிருந்து முற்றத்தில் இறங்கும்போது கால் தடுக்கிற்று. பாட்டி இசைகேடாக விழுந்தாள். உடட்டில் முற்றத்துக் கருங்கல்படி ஆழமாகக் குத்தி, ரத்தம் ஆறாகப் பெருகிற்று. மேல் உதடு நன்றாகக் கிழிந்து – ஈறு தெரியும்வரை கிழிந்தது – ரத்தம் கொட்டிற்று. மூக்கும் கிழிந்துவிட்டது. 'இந்த உலர்ந்த கட்டையில் இவ்வளவு ரத்தம் எங்கிருந்து வந்தது!' என்று எல்லோருக்கும் ஆச்சரியமாக இருந்தது. அரை மணி நேரத்திற்குள் அதிர்ச்சி தாளாமல் முகம் பெரிதாக வீங்கிவிட்டது. ரத்தம் மட்டும் நிற்கவில்லை. விபூதியை வைத்து அப்பினார்கள். 'ராமா, ராமா!' என்று பாட்டி புலம்பிக்கொண்டிருந்தாள்.

ஆஸ்பத்திரி மூன்று மைலில் இருக்கிறது. இருள் கவிந்து விட்டது. வண்டியைக் கட்டிக்கொண்டு போக வேண்டும்.

"டாக்டர் இத்தனை நாழிக்குமேல் இருக்கமாட்டார். வீட்டுக்குப் போயிருப்பார்."

"வீட்டுக்கே வண்டியை ஓட்டிண்டு போயிடறது."

"இத்தனை நாழிக்கு மேல் இருக்கமாட்டார்."

"ஏன்?"

"நாழியாயிடுத்தே."

"உடம்புக்கு வர வியாதிக்கும், ஆபத்துக்கும் ஜோஸ்யமா தெரியும்; அல்லது ஆஸ்பத்திரி மூடறத்துக்குள்ளே வரணும்னு தெரியுமா?"

"டாக்டர் பாக்கணுமே."

"டாக்டர் என்ன மளிகைக் கடைக்காரரா, கடை பூட்டினப்புறம் வியாபாரம் பண்ணமாட்டேன்னு சொல்றதுக்கு?"

"ம்..." என்று இழுத்தார் மாப்பிள்ளை.

"கட்டும் வண்டியை" என்று எதிர் வீட்டுக்காரர் துரிதப்படுத்தினார்.

மாப்பிள்ளை அசையவில்லை.

"என்னையா உக்காந்திருக்கிறே?" என்று மேலே தூண்டுதல் வரவும், 'இதோ வரேன்' என்று உள்ளே எழுந்து போனார்

"எம் பாட்டி, தாத்தா, ரெண்டு பேரும் இப்படி விழுந்துதான் செத்துப்போனா. அதே மாதிரிதான் அம்மாவுக்கும் வந்திருக்கு.

பாயசம்

பாட்டி ஆத்துக்குப் போய் ஸ்நானம் பண்ணிட்டு, வரபோது சாலையிலே மண் தடுக்கி விழுந்தா. மூர்ச்சை போட்டுடுத்து. கொண்டு கூடத்திலேயே போட்டுது. அரைமணிக்கெல்லாம் நின்று போச்சு. தாத்தா பூப் பறிச்சிண்டிருக்கும் போது மடேர்னு விழுந்து செத்துப்போனார். அம்மாவும் வம்சவழக்கத்தையே புடிச்சிண்டுட்டா" என்று பார்க்க வந்திருந்த அக்கம்பக்கத்து ஸ்தரீகளிடம் பெண் சற்று இரைந்தே சொல்லிக்கொண்டிருந்தாள்.

இதைக் கேட்டுவிட்டு மாப்பிள்ளை வண்டி கட்டும் யோசனையை விட்டுவிட்டு வாசல் பக்கம் திரும்பியவர், அங்கே எதிர் வீட்டுத் தூண்டும் புலி உட்கார்ந்துகொண்டிருப்பது ஞாபகம் வந்ததும் மாட்டுக்கொட்டில் பக்கம் போய்விட்டார்.

இரவு வெகுநேரம் கழித்துத்தான் ரத்தப்பெருக்கு நின்று கசியும் நிலைமைக்கு வந்தது. மறுநாள் மாலை அந்தக் கசிவும் நின்றுவிட்டது. பாட்டி, கோயில் மணியோசை கேட்டு எழுந்துகூட உட்கார்ந்தாள். 'இந்தக் காயத்திற்குப் பலியாக மாட்டோம்' என்று ஓர் உணர்ச்சி ஏற்பட்டபோது தாங்க முடியாத வேதனை வயிற்றைக் கலக்கிற்று. பெண்ணை நினைத்தும் வருந்தினாள்.

கோயில் மணி நின்றதும் பெண்ணைக் கூப்பிட்டாள்.

"ஏம்மா?"

"சிவராத்திரி நாளைக்குத்தானே?"

"ஆமாம்."

"ஒரு காரியம் செய்யறியா?"

"என்ன, சேவை புழியணுமா, பலகாரத்துக்கு?"

"அதெல்லாம் ஒண்ணும் வாண்டாம். அறுபது வருஷமாக ஒரு சிவராத்திரி விடாமல், நம்ம ஊர் கங்காதரேசுவரரைத் தரிசனம் பண்ணிண்டு வந்திருக்கேன். இந்த சிவராத்திரிதான் கடைசி சிவராத்திரியா இருக்கும். ஒரு வண்டியை வச்சு ஊர்லெ கொண்டுவிடச் சொல்லு. போய்த் தரிசனம் பண்றேன். அடுத்த சிவராத்திரி எனக்குக் கிடையாதுன்னு தோன்றது."

"இந்தத் தள்ளாத உடம்பிலே போக முடியாதும்மா, உனக்கு. உன் ஆசைக்கு நான் குறுக்கே நிக்கலெ. கட்டாயமாப் போய்த்தான் ஆகணும்னா கொண்டுவிடச் சொல்றேன்."

"போனால் தேவலை."

○

தி. ஜானகிராமன்

சிவராத்திரியன்று காலையில் பாட்டி நடுப்பிள்ளை வீட்டிற்குப் புறப்பட்டுவிட்டாள். வண்டியில் வரும்போதெல்லாம், வண்டி கைலாசத்தை நோக்கிப் போவதுபோல் தோன்றிக்கொண்டிருந்தது அவளுக்கு. 'ஈசனே! என்னை ஏமாற்றித் திருப்பியனுப்பிவிடாதே. வேண்டாத பூசனிக்காயை நீதான் எடுத்துக்கொள்ளணும். இவ்வளவு வயசான பிறகு உலகத்தில் மனுஷ்யர்கள் உயிரோடிருக்கலாமா? யாருக்காவது சாதகமாகச் செய்துபோட முடிகிறதா? ஒரு குடும்பத்திற்கு வீண் பாரம். அப்படித்தான் சொத்து இருக்கிறதா, கொடுத்து விட்டுப் போகலாம் என்பதற்கு? ஈசனே! உனக்கா தெரியாது?' என்று திருப்பித் திருப்பிச் சொல்லிக்கொண்டு வந்தாள்.

வண்டி நடுப்பிள்ளை வீட்டு வாசலில் வந்து நின்றது.

வண்டி நிற்கிற சத்தத்தைக் கேட்டுப் பிள்ளையும் அவன் மனைவியும், 'யார்?' என்று பார்க்க ஓடி வந்தார்கள்.

"அம்மா!"

"அம்மா!"

"ராத்திரிக் கண் முழிக்கணுமேன்னு இப்பத் தூங்கறார் போல் இருக்கு" என்றாள் அவள்.

"அம்மா, அம்மா!" என்று பிள்ளை எழுப்பினார்.

"அம்மா, அம்மா!" என்று வண்டிக்காரன் குரல் கொடுத்தான்.

அம்மா காதில் ஒன்றும் விழவில்லை. அம்மா கைலாசத்தில் சிவனாரின் மடியில் தலைவைத்து உறங்கிக்கொண்டிருந்தாள்.

அமுதசுரபி 1951

பாயசம்

சிலிர்ப்பு

திருச்சிராப்பள்ளியிலிருந்தே புறப்படுகிற வண்டி அது. மாயவரத்தோடு நின்றுவிடும். பத்தரை மணிக்குத் தொடங்கி மூன்று மணியோடு அதன் வாழ்வு முடிந்துவிடும். மதுரை, மானாமதுரை, ஈரோடு என்று எல்லா வண்டிகளையும் அனுப்பி விட்டுத் திருச்சிராப்பள்ளி ஜங்ஷன் புயல் புகுந்து விளையாடின தோப்பைப்போல, ஒரே வெளிச்சமாக ஹோவென்று வெறிச்சிட்டுக் கிடந்தது. வாழைத்தொலி, ஆரஞ்சுத்தொலி, எச்சில் பொட்டணம், தூங்குமூஞ்சிகள் – இவற்றைத் தவிர ஒன்றையும் காணவில்லை. வண்டி புறப்பட இன்னும் அரைமணிதான் இருக்கிறது. எஞ்சின், கார்டு, ஒன்றும் வரவில்லை. வண்டிக்குவண்டி ஒரு பரட்டை, அழுக்கு இப்படி ஏதாவது தூங்கிக்கொண்டிருந்தது. பங்களூர் எக்ஸ்பிரஸில் இறங்கி வந்த குடும்பம் ஒன்று இரண்டாம் வகுப்பில் சாமான்களைப் போட்டுக் காவல் வைத்து எங்கேயோ போய்விட்டது. எக்ஸ்பிரஸ் வண்டி சென்றால் என்ன கூட்டம், வரும்போது என்ன வரவேற்பு, என்ன உபசாரம்! போகும்போது எவ்வளவு கோலாகலம்! இது நாதியில்லாமல் அழுது வழிந்தது. ஷட்டிலும் கேடுகெட்ட ஷட்டில். ரயில் ஜாதியில்கூட ஏழை, பணக்காரன் உண்டு போல் இருக்கிறது.

நான் தனியாகக் கடைசிப் பெட்டிக்கு முன் பெட்டியில் உட்கார்ந்திருந்தேன். பக்கத்தில் என் பையன் அயர்ந்து தூங்கிக்கொண்டிருந்தான்.

தி. ஜானகிராமன்

தலைமாட்டில் கையிலிருந்து நழுவிய ஆரஞ்சு உருண்டு கிடந்தது. அதைப் பார்க்கும்போது சிரிப்பு வந்தது எனக்கு. பையனைப் பெங்களூரிலிருந்து அழைத்து வருகிறேன். மாமா சம்சாரம் ஊருக்கு வந்திருந்த போது அவனை அழைத்துப் போயிருந்தாள். நான் காரியமாகப் பெங்களூர் போனவன் அவனை அழைத்துக் கொண்டு வந்தேன். பெங்களூர் சிட்டி ஸ்டேஷனில் மாமா ரெயிலேற்றி விட வந்திருந்தான். ரெயில் புறப்பட ஐந்து நிமிஷம் இருக்கும் போது ஆரஞ்சுப் பழக்காரனைப் பார்த்து, "ஆரஞ்சுப்பா, ஆரஞ்சுப்பா" என்று பையன் முனகினான். மாமா காதில் விழாதது போல அந்தண்டை முகத்தைத் திருப்பிக்கொண்டுவிட்டான். மாமாவின் சுபாவம் நன்றாகத் தெரியும் எனக்கு. பையனைச் சுடுகிறாப்போல ஒரு பார்வை பார்த்தேன். அவன் வாய் மூடிக்கொண்டது. ஆனால், வண்டி புறப்பட்டதுதான் தாமதம்; ஆரம்பித்துவிட்டான். ஆறு வயசுக் குழந்தை; எத்தனை நேரந் தான் அடக்கிக்கொண்டிருப்பான்.

"யப்பா, யப்பா!"

"ஏண்டா கண்ணு!"

"பிச்சி மாமாவுக்கு வந்து, வந்து, தொளாயிர ரூபா சம்பளம். பணக்காரர். இவ்வளவு பணக்காரர்ப்பா!" என்று கையை ஒரு கட வாத்திய அளவுக்கு அகற்றி, மோவாயை நீட்டினான் — குறை சொல்லுகிறாப்போல.

"அதுக்கு என்ன இப்ப?"

"வந்து, செத்தே முன்னாடி ஆரஞ்சு கேட்டேனோல்லியோ, வாங்கிக் குடுக்காம எங்கேயோ பாத்துண்டு நின்னார்ப்பா."

"அவர் காதிலே விழுந்திருக்காது. விழுந்திருந்தா வாங்கி யிருப்பார்."

"நான் இரைஞ்சுதான்பா சொன்னேன்."

"பின்னே ஏன் வாங்கிக் கொடுக்கலை?" கேள்வியை நானே திருப்பிக் கேட்டுவிட்டேன். பையன் திணறினான்.

"வந்துப்பா, வந்து பிச்சி மாமாவை வந்து ஒரு மூணு கால் சைக்கிள் வாங்கித் தான்னேன். வந்து, தரேன் தரேன்னு ஏமாத்திப்பிட்டார்ப்பா ..."

"அவர் என்னத்துக்குடா வாங்கணும்? நான் வாங்கித் தரேன்."

"நீ எப்படி வாங்கித் தருவியாம்?"

"ஏன்?"

பாயசம் 109

"உனக்கு நூறு ரூபாதானே சம்பளம்?"

"உனக்கு யார் சொன்னா?"

"வந்து, பிச்சி மாமாதான் சொன்னா."

"உங்கிட்ட வந்து சொன்னாரா, உங்கப்பாவுக்கு நூறு ரூபாதான் சம்பளம்னு?"

"வந்து எங்கிட்ட இல்லேப்பா. மாமிகிட்டச் சொன்னா. நீ வந்து மெட்ராஸ்லேந்து லெட்டர் எழுதியிருந்தே பாரு, புள்ளையார் பூஜையன்னிக்கி; அப்பச் சொன்னா மாமிகிட்ட. வெறுமெ வெறுமெ நீ மெட்ராஸ் போறியாம். உனக்கு அரணாக்கொடி வாங்க முடியாதாம்."

இது ஏதுடா ஆபத்து!

"சரி நாழியாச்சு. நீ படுத்துக்கோ."

"எனக்கு மோட்டார் வாங்கித் தரயா?"

"தரேன்."

"நெஜ மோட்டார் இல்லே. கீ கொடுக்கிற மோட்டார், இவ்வுளுண்டு இருக்குமே, அது."

"அதான் அதான். வாங்கித் தரேன்."

"யப்பா, ஆரஞ்சுப்பா."

"நீ தூங்கு. திருச்சினாப்பள்ளி வந்தவுடனே வாங்கித்தந்துடறேன்.

"போப்பா!"

"இப்ப எங்கடா வாங்கறது, ரெயில் போயிண்டிருக்கிற போது?"

"அப்பன்னா ஒரு கதை சொல்லு."

"அப்படிக் கேளு. நல்ல கதையாச் சொல்றேன். ஒரே ஒரு ஊரிலே..." பாதிக் கதையில் பையன் தூங்கிவிட்டான்.

"குழந்தை நல்ல சமத்து ஸார். ஷரூடா இருக்கான். ஆளை எப்படி 'ஸ்டடி' பண்றான்!" என்று திடரென்று எதிரே இருந்தவர் மதிப்புரை வழங்கினார்.

"அதுதான் தலை பெரிசா இருக்கு!" என்று பையனைப் பார்த்தேன். தலை சற்றுப் பெரிதுதான் அவனுக்கு. எடுப்பான முகம். மூக்கும் முழியுமான முகம். மொழுமொழுவென்று சரீரம். தளதளவென்று தளிரைப் போன்ற தோல். கன்னத்தில்

தி. ஜானகிராமன்

தெரிந்தும் தெரியாமலுமிருந்த பூனை மயிர் ரெயில் வெளிச்சத்தில் மின்னிற்று. தலைமயிர் வளையம் வளையமாக மண்டி, அடர்ந்து பாதி நெற்றிவரை விழுந்திருந்தது. அழகில் சேர்க்க வேண்டிய குழந்தைதான். நாளை மத்தியானம் அம்மாவைப் பார்க்கத்தான் போகிறான். அதுவரையில்? யாரோ அநாதையைப் பார்ப்பதுபோல் இருந்தது எனக்கு. தாய் பக்கத்தில் இல்லாவிட்டால் குழந்தைக்குச் சோபை ஏது? குழந்தையை இரண்டு மூன்று முறை தடவிக் கொடுத்தேன். கபடமில்லாத இந்தக் குழந்தையை எப்படி ஏமாற்றத் துணிந்தது பிச்சி மாமாவுக்கு? கிருபணன், கிருபணன் என்று வேலைக்குப் போன நாள் முதல் வாங்கின பிரக்யாதி போதாதா? குழந்தையிடங் கூடவா வாங்க வேண்டும்? சரிதான், போனால் போகிறது என்று விட்டுவிடக்கூடிய வலுவும் எனக்கு இல்லை. குழந்தையின் முகத்தைப் பார்க்கும் போதெல்லாம் துன்பம் கிளர்ந்தது. சிறிய அற்பமான நிகழ்ச்சி. ஆனால் எனக்குத் தாங்கவில்லை. பிச்சிமாமா எத்தி எத்திப் பிழைக்கிற வித்தைகள், பிறந்தது முதல் உள்ளும் புறமும் ஒன்றாமல் அவன் நடத்தி வருகிற வாழ்க்கை, பெண்டாட்டியிடங்கூட உண்மையில்லாமல் அவன் குடும்பம் நடத்துகிற 'வெற்றி' — எல்லாம் நினைவில் வந்து, திரண்டு சுழல் வண்டுகளைப் போலச் சுற்றிச் சுற்றி வந்தன. ராத்திரி முழுவதும் அதே தியானம். தூக்கமே இல்லை.

திருச்சி வந்ததும் ஆரஞ்சு வாங்கினேன். "யப்பா, இதை ஊருக்குப் போய்த் திங்கறேம்ப்பா. அம்மா உரிச்சுக் கொடுப்பா கையிலே. வாங்கித் திங்கறேம்ப்பா" என்று கெஞ்சினான்.

"ஆல் ரைட், அப்படியே செய்."

வண்டி புறப்பட இன்னும் அரைமணி இருந்தது. தாகம் வரட்டிற்று. இறங்கிப்போய்த் தண்ணீர் குடித்துவிட்டு, வெற்றிலை போட்டுக்கொண்டு வந்தேன்.

திரும்பி வரும்போது யாரோ ஓர் அம்மாள் என் பெட்டியில் ஏறிக்கொண்டிருந்தாள். கூட ஒரு பெண். எதிர்த்த பலகையிலேயே உட்கார்ந்துகொண்டார்கள்.

"இதுதானே மாயவரம் போகிற வண்டி?"

"இதேதான்."

"எப்பப் புறப்படும்?"

"இன்னும் இருபத்தைந்து நிமிஷம் இருக்கு."

"நீங்கள் எதுவரையில் போறேள்?"

"நான் கும்பகோணம் போறேன்."

"உங்க குழந்தையா?"

"ஆமாம்."

"அசந்து தூங்கறானே."

"பங்களூரிலிருந்து வரோம். அலுப்பு; தூங்கறான்."

"நீயும் படுத்துக்கறயா?"

"இல்லெ மாமி. தூக்கம் வரலே" என்றது அந்தப் பெண்.

"கொஞ்சம் தூங்குடி குழந்தை. ராத்திரி முழுக்கப் போயாகணும். நாளைக்கு வேறே, நாளன்னிக்கி வேறே போகணுமே."

"இல்லெ மாமி, அப்பறம் தூங்கறேன்."

அம்மாளுக்கு நாற்பது வயசு இருக்கும். இரட்டைநாடி ருமானி மாம்பழம் மாதிரி பளபளவென்று இருந்தாள். காதில் பழைய 'கட்டிங்'கில் ஒரு பெரிய ப்ளூ ஜாக்கர் தோடு. மூக்கில் வைர பேஸரி. கழுத்து நிறைய ஏழெட்டு வடம் சங்கிலி. கையிலும் அப்படியே. மாம்பழ நிறப் பட்டுப்புடைவை. நெற்றியில் பளீரென்று ஒரு மஞ்சள் குங்கும வட்டம். பார்க்கப் பார்க்கக் கண்ணுக்கு நிறைவான தோற்றம். பக்கத்தில் ஒரு தோல் பெட்டி. ஒரு புதுக் குமுட்டி அடுப்பு.

அந்தப் பெண்ணுக்கு எட்டு ஒன்பது வயசு இருக்கும், மாநிறம்; ஒட்டி உலர்ந்த தேகம்; குச்சி குச்சியாகக் கையும் காலும்; கண்ணை வெளிச்சம் போட்டுப் பார்க்க வேண்டியிருந்தது; எண்ணெய் வழிகிற முகம்; தூங்குகிறாற்போல ஒரு பார்வை. கையில் ஒரு கறுப்பு ரப்பர் வளை; புதிதாக மொடமொடவென்று ஒரு சீட்டிப் பாவாடை; சிவப்புப் பூப்போட்ட வாயில் சட்டை; அதுவும் புதிதுதான்; கழுத்தில் ஒரு பட்டையடித்த கறுப்புக் கண்ணாடி மணிமாலை; பக்கத்தில் ஒரு சீட்டிப் பாவாடை, கொசுவி முறுக்கிச் சுருட்டிக்கிடந்து. அதிலேயே ஒரு சட்டையும் திணித்திருந்தது.

அந்த அம்மாளுக்கும் பெண்ணுக்கும் என்ன சம்பந்தம்? எப்படிக் கேட்பது?

வண்டி புறப்படுகிற சமயத்திற்கு ஒரு மலைப்பழக்காரன் வந்தான். ஒரு சீப்பு வாங்கி ஒரு பழத்தை அந்தப் பெண்ணிடம் கொடுத்தேன். பதில் பேசாமல் வாங்கிக்கொண்டது.

"சாப்பிடு."

"சாப்பிடு" என்று அந்த அம்மாள் சொன்னதும் உரித்து வாயில் போட்டுக்கொண்டது.

தி. ஜானகிராமன்

"இந்தப் பொண்ணு கல்கத்தாவுக்குப் போறது."

"கல்கத்தாவுக்கா!"

"ஆமாம், நம்ம பக்கத்து மனுஷா ஒருத்தர் அங்கே பெரிய வேலையிலே இருக்காராம். அங்கே போறது. ராத்திரி மாயவரத்திலே இருந்து அவாளுக்குத் தெரிஞ்சவா யாரோ போறா. அவாளோட சேர்த்துவிடணும். நல்ல பொண்ணு, சாதுவா, சமர்த்தாயிருக்கு."

பிறகு நானே கேட்க ஆரம்பித்துவிட்டேன்.

"உம் பேரு என்னம்மா?"

"காமாக்ஷின்னு பேரு. குஞ்சுன்னு கூப்பிடுவா."

"பேஷ், பேஷ்!"

"என்ன பெரிய பேஷாப் போடறேள்?" என்று அந்த அம்மாள் சிரித்தாள். "இவ எப்படி இரண்டு பேரைச் சுமக்கிறாள்னா!"

எனக்கும் சிரிப்பு வந்தது.

"அதுவும் சரிதான். ஆனால் நான் நெனைச்சது வேறே. எனக்குக் காமாக்ஷின்னு ஒரு தங்கை இருக்கா. இந்தச் சாயலாத்தான் இருப்பா. நல்ல தெம்பான இடத்துலேதான் குடுத்துது. ஆனா மாப்பிள்ளை ரொம்ப உபகாரி. யாருக்கோ மேலொப்பம் போட்டார். இருபதினாயிரத்துக்கு. அவன் திடீர்னு வாயைப் பொளந்துட்டான். அவர் குடும்பம் நொடிச்சுப்போயிடுத்து. ரொம்பக் கஷ்டப்பட்டார். இன்னதுதான்னு சொல்லி மாளாத கஷ்டம். இப்பத்தான் நாலஞ்சு வருஷமா அவர் ஒரு வேலைன்னு கிடைச்சுப் பிடுங்கலில்லாமெ இருக்கார். அவ கஷ்டம் விடிஞ்சுடுத்து. அவளுக்கு அடுத்தவ இன்னொரு தங்கை. குஞ்சுன்னு பேரு. அவளுக்குக் கல்யாணம் பண்ண அலையா அலைஞ்சோம். கடைசியிலே எனக்கு அத்தை பொண் ஒருத்தி. அவளுக்குக் குழந்தை இல்லெ. சீக்குக்காரி. தன் புருஷனுக்கே அவளைக் கொடுத்துடணும்னு தலைகீழ நின்னா. அப்படியே பண்ணிட்டார், எங்கப்பா. ஆனா, கல்யாணம் ஆன நாளிலிருந்து அவ பட்ட பாடு நாய் படாது. பத்து வருஷம் கழிச்சு ஒரு புள்ளைக் குழந்தை பிறந்திருக்கு, மூணாம் வருஷம். அதுக்குப் பிற்பாடுதான் அந்த வீட்டிலெ அவளும் ஒரு மனுஷீன்னு தலை தூக்கி நடமாடிண்டிருக்கா."

"ஆயிரம் இருக்கட்டும். பெண்ணிருக்கப் பெண் கொடுக்கலாமோ?"

பாயசம் 113

"என்ன பண்றது? பிராப்தம். இவ பேரைக் கேட்டவுடனே ஞாபகம் வந்துது. ரெண்டு பேரும் ஒரே இடத்திலே அமைஞ்சிருக்கேன்னுதான் பேஷ் போட்டேன்.

அந்தப் பெண் எப்படி இந்தப் பேச்சை வாங்கிக்கொண்டது என்று புரிந்துகொள்ள முடியவில்லை. அதே தூங்கும் பார்வை யுடன் முகத்தில் ஓர் அசைவு, மாறுதல் இல்லாமல் எல்லா வற்றையும் கேட்டுப் பார்த்துக்கொண்டிருந்தது.

"குழந்தை, உனக்கு அப்பா அம்மா இருக்காளா?"

"இருக்கா."

"அப்பா என்ன பண்றார்?"

"ஒண்ணாவது வாத்தியார்."

"அக்கா, தங்கை, அண்ணா, தம்பியெல்லாம் இருக்காளா?"

"இருக்கா... நாலு அக்கா... ரெண்டு அண்ணா, ஒரு தம்பி இருக்கான். அதுக்கப்பறம் ஒரு தங்கை."

"அக்காவுக்கெல்லாம் கல்யாணம் ஆயிடுத்தா?"

"மூணு பேருக்கு ஆயிடுத்து. ரெண்டாவது அக்கா, நாலு வருஷம் முன்னாடி குறைப்பட்டுப் போயிட்டா. எங்களோடேதான் இருக்கா."

"அண்ணா என்ன பண்றான்!"

"பெரிய அண்ணா கிளப்பிலே வேலை செய்யறான். சின்ன அண்ணா சகிண்டு பாரம் வாசிக்கிறான்."

"நீ வாசிக்கலையா?"

"இல்லை, அண்ணா ஒருத்தன்தான் வாசிக்கிறான். எங்களுக்கெல்லாம் சம்பளம் கொடுக்க முடியலை, அப்பாவுக்கு."

"அதுக்காக நீ வேலைக்குப் போறயாக்கும்?"

"ஆமாம். மத்தியானைச் சாப்பாட்டுக்கே எல்லாருக்கும் காணமாட்டேங்கறது."

"உனக்கு என்ன வேலை செய்யத் தெரியும்?"

"பத்துப்பாத்திரம் தேய்ப்பேன். காபி, டீ போடுவேன். இட்லி தோசைக்கு அரைப்பேன். குழம்பு, ரசம் வைக்கத் தெரியும். குழந்தைகளைப் பாத்துப்பேன். கோலம் போடுவேன். அடுப்பு மெழுகுவேன். வேஷ்டி புடவை தோய்ப்பேன்."

தி. ஜானகிராமன்

"புடவை தோப்பியா! உனக்குப் புடவையைத் தூக்க முடியுமோ?"

"நன்னாத் தோய்க்கத் தெரியும்."

"இதெல்லாம் எங்கே கத்துண்டே?"

"ராமநாதையர்ணு ஒரு ஜட்ஜி இருக்கார். அவாத்துலே தான் கத்துண்டேன்."

"ம்ஹும், ஸர்வீஸ் ஆனவளா? அவாத்துலே எத்தனை வருஷம் இருந்தே?"

"மூணு வருஷமா இருக்கேன்."

"மூணு வருஷமாவா? உனக்கு என்ன வயசாறது?"

"இந்த ஆவணிக்கு ஒம்பது முடிஞ்சு பத்தாவது நடக்கிறது."

"ஏழு வயசிலேயே உனக்கு வேலை கிடைச்சுட்டுது; தேவலை. என்ன சம்பளம் கொடுப்பா?"

"சம்பளம்ணு கிடையாது. ரெண்டு வேளை சாப்பாடு போடுவா. தீபாவளிக்குப் பாவாடை சட்டை ஒரு ஜோடி எடுத்துக் கொடுப்பா."

"இந்தச் சட்டை யார் வாங்கிக் கொடுத்தா?"

"அவாதான்."

"கோலம் போட்டு, அடுப்பு மெழுகி, புடவை தோய்ச்சு, குழந்தையைப் பாத்துண்டு, தோசைக்கு அரைச்சு, எல்லாம் பண்ணினத்துக்கு இந்த ஆறணாச் சீட்டிதான் கிடைச்சுதா அவாளுக்கு? கழிசலாப் பார்த்துப் பொறுக்கி எடுத்துக் கொடுத்திருக்காளே."

"..."

"நீ நல்லதா வாங்கிக் கொடுக்கச்சொல்லிக் கேக்கப்படாதோ?"

"..."

"ஜட்ஜ் வீட்டிலே சாப்பிட்டிண்டு இருந்தேங்கறே. உன் உடம்பைப் பார்த்தா அப்படித் தெரியலியே! பஞ்சத்திலே அடிபட்டாப்பாலே, கண்ணுகிண்ணெல்லாம் உள்ளே போயி, ஒட்டி உலர்ந்து, நாய் பிடுங்கினாப் போல இருக்கியே."

"பெரிய மனுஷாள்ளாம் தனி ரகம்ணு உங்களுக்குத் தெரியாததுபோல் இருக்கு. அவா வத்தல் குழம்பு, சுட்ட அப்பளாம், மிளகு ரசம் இதைத்தான் பாதி நாள் சாப்பிடுவா.

பாயசம்

ராத்திரி, பருப்புத் துவையலும் ரசமுந்தான் இருக்கும். ஆனா அவா உடம்பு என்னமோ நிகுநிகுன்னுதான் இருக்கும். அது தனி உடம்பு. நம்மைப்போல அன்னாடங் காய்ச்சிகளுக்குத் தான் இதெல்லாம் ஒத்துக்காது. ரெண்டு நாளைக்கு இப்படிச் சாப்பிட்டா, வாய் வெந்து, கண் குழிஞ்சு, சோர்ந்து சோர்ந்து வரும்" என்று அம்மாள் தன்னையும் என்னோடு சேர்த்துப் பேசினாள். மரியாதைக்குத்தான் அப்படிச் சொல்லியிருக்க வேண்டும். உடனே ஏதோ தவறாகப் பேசி விட்டவள் போல, "நான் என்னென்னவோ பேசிண்டிருக்கேனே; நீங்க என்ன பண்ணிண்டிருக்கேள்?" என்று கேட்டாள்.

"பயப்படாதீங்கோ. நானும் அன்னாடங்காய்ச்சிதான். தாலுகாவிலே குமாஸ்தா."

தஞ்சாவூர் ஸ்டேஷன் வந்துகொண்டிருந்தது.

"துண்டைப் போட்டுட்டுப் போறேன். கொஞ்சம் இடத்தைப் பார்த்துக்கோங்கோ; சாப்பிட்டுட்டு, குழந்தைக்கும் சாப்பாடு பண்ணி அழைச்சிண்டு வந்துடறேன்."

"இன்னும் சாப்பிடலியா நீங்க? ஏம்மா, நீ என்ன சாப்பிட்டே காலமே?"

"பழையது."

"எங்கே?"

"ஜட்ஜியாத்துலே!"

"பார்த்தேளா, பெரிய மனுஷான்னா இப்படின்னா இருக்கணும்! ஊருக்குப் போற குழந்தைக்கு, மூணு வருஷம் வீட்டோட கிடந்து உழைச்சிண்டிருந்த பொண்ணுக்கு, கொஞ்சம் நல்ல சாப்பாடாப் போட்டு அனுப்பிச்சாத்தான் என்ன? ஒன்பதேகால் மணிக்கு, நான் புறப்படறபோது கொண்டுவிட்டா. அதுக்குள்ளே சமையல் பண்ண முடியாதா என்ன? நல்ல குளிர்ந்த மனசு! பழையது சாப்பிடற ஆசாரம் அத்துப் போயிடப் போறதேன்னு கவலைப்பட்டுண்டு போட்டாபோல் இருக்கு. ஏன் குழந்தை, அவாத்துலே யாராவது பழையது சாப்பிடுவாளோ?"

"நான்தான் சாப்பிடுவேன்."

"ம்... ஹும்; சரி. இப்பப் பசிக்கிறதோ உனக்கு?"

"இல்லை."

"ஏதாவது சாப்பிடும்மா."

"சரி மாமி."

116   தி. ஜானகிராமன்

"நீங்க ஒரு பொட்டலம் சாம்பார் சாதமும் ஒரு தயிர் சாதமும் வாங்கிண்டு வாங்கோளேன்."

"நானே அழைச்சிண்டு போயிட்டு வரேனே."

"ரொம்ப நல்லதாய் போச்சு. இந்தாருங்கோ."

"என்னத்துக்குக் காசு? நான் கொடுக்கிறேன்."

"வாண்டாம்னு நீங்க எப்படிச் சொல்ல முடியும்? நான்னா அவளை அழைச்சிண்டு வரேன்!"

தர்ம சங்கடமாக இருந்தது. வாங்கிக்கொண்டேன். பையனை எழுப்பினேன் அவசரமாகக் கூட்டத்தில் புகுந்து இரண்டையும் இழுத்துச் சென்றேன்.

"இது யாருப்பா?"

"இந்தப் பொண்ணு மாயவரம் போயிட்டு கல்கத்தாவுக்குப் போறா. உன்னோட இவளும் சாப்பிடறத்துக்கு வரா."

இரண்டு அநாதைகளும் சாப்பிடும்போது எனக்கு இனம் தெரியாத இரக்கம் பிறந்தது. தாயை விட்டுப் பிரிந்த அநாதைகள்! ஆனால் எவ்வளவு வித்தியாசம்! ஓர் அநாதை இன்னும் இரண்டு மணி நேரத்தில் தாயின் மடியில் துள்ளப் போகிறது. இன்னொன்று தாயிடமிருந்து தூர தூரப் போய்க்கொண்டே இருக்கப்போகிறது.

"ஸ்... அப்பா, அப்பா!" என்று பையன் வீறிட்டான். மிளகாய்!

"தண்ணியைக் குடி. ம்... ம்."

அந்தப் பெண் உடனே எழுந்துபோய்க் கவுண்டரிலிருந்து கை நிறையச் சர்க்கரையை அள்ளி அவனிடம் கொடுத்தது.

சற்றுக் கழித்து, "அம்பி, தயிர்சாதம் கட்டி கட்டியாக இருக்கு. இரு, பிசைந்து தரேன். அப்புறம் சாப்பிடலாம்" என்று சாப்பிடுவதை விட்டுக் கையை அலம்பி வந்து ரெயில்வே சாதத்தை நசுக்கிப் பிசைந்து பக்குவப்படுத்திக் கொடுத்தது.

அவள் பிசைவதைப் பார்த்துப் பையன் என் பக்கம் திரும்பிப் புன்சிரிப்புச் சிரித்தான்.

"ஏண்டா சிரிக்கிறே?"

"அவ பிசைஞ்சு கொடுக்கிறாப்பா!" அதற்கு மேல் அவனுக்குச் சொல்லத் தெரியவில்லை.

பாயசம்

அவனுக்குக் கையலம்பி, வாய் துடைத்துவிட்டதும் அவள்தான்.

"இந்தா, ஜலம் குடி" என்று அவனுக்குத் தண்ணீர் கொடுத்தாள்.

"வாண்டாம்."

"ஜலம் குடிக்காட்டா ஜீரணமாகாது. இதைக் குடிச்சுடு."

பாடாகப்படுத்துகிறவன், பதில் பேசாமல் வாங்கிக் குடித்துவிட்டான். ஏதோ வருஷக்கணக்கில் பழகிவிட்டதுபோல, அவனைக் கையைப் பிடித்து ஜாக்கிரதையாக அழைத்துக் கொண்டு வந்தது அந்தப் பெண். அவனும் அவள் இழுத்த இழுப்புக்கெல்லாம் வந்துகொண்டிருந்தான்.

"கல்கத்தாவுக்குப் போறேங்கிறியே, அவாளைத் தெரியுமோ?"

"தெரியாது மாமா. பெரிய வேலையிலே இருக்காராம் அவர். மூவாயிர ரூபாய் சம்பளமாம். குழந்தையை வச்சுக்கணுமாம். அதுக்குத்தான் என்னைக் கூப்பிட்டிருக்கா."

எந்தக் குழந்தையையோ பார்த்துக்கொள்ள எங்கிருந்தோ ஒரு குழந்தை போகிறது. கண்காணாத தேசத்திற்கு ஒரு தாய் அந்தக் குழந்தையை அனுப்புகிறாள். அதுவும் ஒரு பாவாடையைச் சுருட்டிக்கொண்டு கிளப்பிவிட்டது.

"ரொம்ப சமர்த்தும்மா இந்தக் குழந்தை" என்றேன் அம்மாளிடம்.

"நாதனில்லாட்டாச் சமர்த்துத் தானா வந்துடறது. ஒட்டி ஒட்டிண்டு பழகறது அது. கல்கத்தாவுக்குப் போகாட்டால் நானே இதை வச்சுண்டிருப்பேன். பாருங்களேன். பசிக்கிறது கிசிக்கிறதுன்னு நாமாக் கேட்கிற வரையில் வாயைத் திறந்ததோ? என்னமோ பகவான்தான் காப்பாத்தணும்."

பையன் ஆரஞ்சை மறுபடியும் கையில் எடுத்து வைத்துக் கொண்டான்.

"ஏண்டா குழந்தை. உரிச்சுத் தரட்டுமாடா?" என்றாள் அம்மாள்.

"வாண்டாம். ஊரிலே போய் அம்மாவை உரிச்சுக் கொடுக்கச் சொல்லப்போறேன்."

"நானும் அம்மாதாண்டா."

பையன் சிரித்து மழுப்பிவிட்டான். ஒரு நிமிஷமாயிற்று. "உனக்கென்ன வயசு?" என்று திடீரென்று பையன் குஞ்சுவைப் பார்த்து ஒரு கேள்வி போட்டான்.

தி. ஜானகிராமன்

"பத்து."

"பத்து வயசா? அப்பன்னா நீ வந்து அஞ்சாவது படிக்கிறியா!" என்று விரலை எண்ணிக்கொண்டே கேட்டான்.

"இல்லை."

"ஏண்டா, பத்து வயசுன்னா அஞ்சாவது படிக்கணுமா?"

"ஆமாம்ப்பா. எனக்கு ஆறு வயசு. ஒண்ணாவது படிக்கிறேன். ஆறு ஏழு எட்டு ஒன்பது பத்து. அவ அஞ்சாவது."

"அவ படிக்கலைடா."

"நீ படிக்கலை?"

"வீட்டிலேயே வாசிக்கிறியா?"

"ம்ஹம்."

"அவ கல்கத்தாவுக்குப் போறாடா. அதான் படிக்கலை."

"அங்க எதுக்குப் போறாளாம்?"

"வேலை பாக்கப் போறா?"

"போப்பா ... ஏண்டி, நீ வேலை பார்க்கப் போறியா?"

"ஆமாம்."

பையன் அவளையே சிறிதுநேரம் பார்த்துக்கொண்டிருந்தான். அவனுக்கு நம்பிக்கை வரவில்லை. மீண்டும் கேட்டான்; "உனக்கு சைக்கிள் விடத் தெரியுமா?"

அந்தப் பெண் வாய்விட்டுச் சிரித்தது. முதல் முதலில் அது சிரித்ததே அப்போதுதான்.

"எனக்கு எப்படி சைக்கிள் விடத் தெரியும்? தெரியாது."

"அப்படன்னா எப்படி வேலைக்குப் போவியாம்?"

"நடந்து போவேன்."

மறுபடியும் அவளைப் பார்த்து யோசித்துக்கொண் டிருந்தான் பையன். அவன் அப்பா சைக்கிளில் வேலைக்குப் போகும்போது அவள் மட்டும் எப்படி நடந்து போக முடியும் என்று அவனுக்குப் புரியவில்லை. இரண்டு குழந்தைகளும் வயல் வெளிகளைப் பார்த்துக்கொண்டு வண்டியின் வேகத்தை ரசித்துக்கொண்டிருந்தன.

"இந்தப் பொண்ணு யாரை நம்பி இப்படிப் போறது..? போகிற இடம் எப்படி இருக்கோ!" என்று கேட்டேன்.

பாயசம்

"இந்த ஜட்ஜுக்கு ஒன்றுவிட்ட மச்சினராம் அவர். மூவாயிர ரூபாய் சம்பளம் வாங்கறாராம், ஏதோ கம்பெனியிலெ. நம்ம பக்கத்துக் குழந்தென்னு விசுவாசமாத்தான் இருப்பா. என்னதான் இருக்கட்டுமே, நல்ல சாப்பாடு,துணிமணியெல்லாம் கொடுக்கட்டும்; எத்தனை பண்ணினாலும் அது பிறத்தியார் வீட்டுக் குழந்தை. வேலைக்கு வந்திருக்கிற குழந்தைங்கிற நினைவு போயிடுமா அவாளுக்கு? இதுதான் அவாளைத் தாயார் தோப்பனார்னு நெனச்சுக்க முடியுமோ? ஆனா இது ஒட்டி ஒட்டிண்டு வித்தியாசமில்லாம பழகுகிறதைப் பாத்தா எங்கேயும் சமாளிச்சுண்டும் போல்தான் இருக்கு. இருந்தாலும் பெத்தவாகிட்ட இருக்கிற மாதிரி இருக்க முடியுமா, ஸ்வாமி? நீங்களே சொல்லுங்கோ."

எனக்கு வயிற்றைக் கலக்கிற்று. நானே முகம் தெரியாத உற்றார் உறவினர் இல்லாத புது ஊருக்குப் போவதுபோல ஒரு சூன்யமும் பயமும் என்னைப் பற்றிக்கொண்டன.

"கடவுள் இதையுந்தான் காப்பாத்தப் போறான். இல்லாவிட்டால் மனிதர்களை நம்பியா பெத்தவர்கள் இதை விட்டு விட்டிருக்கிறார்கள்?" என்றேன்.

"கடவுள்தான் காப்பாத்தணும். வேறே என்ன சொல்லத் தெரியறது நமக்கு? சுத்திச் சுத்தி அதுக்குத்தான் வந்துறோம். ஆனா இப்படி அனுப்பும்படியான நிலைக்கு ஒரு குடும்பம் வந்துடுத்தே. அது எப்படி ஏற்பட்டதுன்னு யார் யோசிக்கறா? அதுக்கு என்ன பரிகாரம் தேடறது? அந்த வாத்தியாரோட குழந்தைகளுக்கெல்லாம் தலைக்கு இத்தனைன்னு, பள்ளிக்கூடம் வச்சிருக்கிறவன் படி போட்டிருந்தான்னா இப்படிக் கண்காணாத தேசத்துக்கு இது போகுமா?"

"அப்புறம் ஜட்ஜு வீட்டுக் குழந்தைகளை யாரு பாத்துப்பா?"

"அதுவும் சரிதான்."

"வீட்டுக்கு வீடு வாசல் படி. கொடுக்கிறவனும் வாத்தியார் மாதிரி ஆண்டியோ என்னமோ?" என்றேன்.

ஒன்றும் புரியவில்லை.

குழந்தையைப் பார்த்து எல்லார் நெஞ்சமும் இளகிற்று. பக்கத்தில் தஞ்சாவூர், ஐயம்பேட்டை என்று நடுவில் ஏறி உட்கார்ந்து கொண்டவர்களுக்கு அரைகுறையாகக் கேட்டாலும், நெஞ்சு இளகிற்று. அம்மாள் உட்கார்ந்திருந்த பலகையின் கோடியில் உட்கார்ந்திருந்தவர் – ராவ்ஜி மாதிரி இருந்தது – உதட்டைக் கடித்து ஜன்னலுக்கு வெளியே தலையைத் திருப்பிக் கொண்டார்.

தி. ஜானகிராமன்

நெஞ்சைக் குமுறி வந்த வேதனையை அடக்கிக் கொண்டு தைரியசாலியாக அவர் பட்ட பாடு நன்றாகத் தெரிந்தது.

கும்பகோணம் வந்துவிட்டது.

"போயிட்டு வரேம்மா, குழந்தே. போயிட்டு வரட்டுமா?" என்று ஒரு ரூபாயை அதன் கையில் வைத்தேன்.

"நீங்க எதுக்காகக் கொடுக்கறேள்?" என்று அம்மாள் தடுத்தாள்.

"எனக்கும் பாத்யமுண்டு. நீங்களும் அழுச்சிண்டுதானே போறேள்? இது வாத்தியார் குழந்தைதானே? உங்க குழந்தை யில்லையே! நீங்க கொண்டாடற பாத்யம் எனக்கும் உண்டும்மா. நான் என்ன செய்யறது? எனக்கு என்னமோ கொடுக்கணும் போல் இருக்கு. எனக்கும் இதுக்கு மேலே வக்கில்லை."

"ஹம்" என்று இரட்டைநாடிச் சரீரத்தில் ஒரு பெருமூச்சு வந்தது. "வாங்கிக்கோடிம்மா. உங்களுக்கு ஒரு குறையும் வராது, ஸ்வாமி" என்றாள் அம்மாள்.

"யப்பா, இதைக் கொடுத்துட்டு வரேம்பா" என்று என் பையன் ஆரஞ்சைக் காண்பித்தான்.

"கொடேண்டா, கேட்பானேன்?"

"வாண்டாண்டா, கண்ணு குழந்தை, பாவம். அம்மா உரிச்சுக் குடுக்கணும்ணு சொல்லிண்டிருந்தது."

"யப்பா ... வாங்கிக்கச் சொல்லுப்பா" என்று பையன் சிணுங்கினான்.

"வாங்கிக்கோம்மா."

பெண் வாங்கிக்கொண்டது.

"ஸ்வாமி! நல்ல உத்தமமான பிள்ளையைப் பெத்திருக்கேள். வாடா கண்ணு, எனக்கு ஒரு முத்தம் கொர்டுத்துட்டுப்போ" என்று அம்மாள் அழைத்தாள். பையன் கொடுத்துவிட்டு ஓடிவந்தான்.

என் மெய் சிலிர்த்தது. முகத்தைக் கூடியவரையில் யாரும் பார்க்காமல் அப்பால் திருப்பிக்கொண்டு கீழே இறங்கி அவனைத் தூக்கிக்கொண்டு நடந்தேன். அவனுக்கு நடக்கவா தெரியாது? எனக்கு என்னவோ அவனை வாரியணைத்துக் கொள்ள வேண்டும் என்று உடம்பு பறந்தது. தூக்கி எடுத்துத் தழுவிக்கொண்டே போனேன். உள்ளம் பொங்கி வழிந்தது. அன்பையே, சச்சிதானந்தத்தையே கட்டி தழுவுகிற ஆனந்தம் அது.

கலைமகள், நவம்பர் 1953

பொட்டை

"பொட்டை, ஏ பொட்டை... யாரு உள்ளார? பொட்டை இருக்கானா?"

"யார்றாது கட்டை?"

முதல் குரல் வாசலிலிருந்து வந்தது.

இரண்டாவது உள்ளேயிருந்து வந்த பதில். சன்னாசி, சாப்பிட்டுக்கொண்டிருந்தவன் ஆத்திரமாகப் பதில் கொடுத்தான்.

"ஏ பொட்டை?"

"யார்றா பய மவன்! உத்தண்டியாரு தத்துப்பய குரலால்ல இருக்கு? திமிரு பிடிச்ச கழுதை!" என்று சன்னாசி முணுமுணுத்தான்.

"ஏ சன்னாசி, காது கூடவா அடைச்சிப் போச்சு!"

"ஏண்டா?"

"ஏண்டாவா? ம்ஹும், யாருன்னு தெரியலே போல் இருக்கு!"

"தெரியுமே கட்டையின்னிட்டு!" என்று ஒரு புன்சிரிப்புடன் சன்னாசி வெளிப்பட்டான். அந்தப் புன்சிரிப்புக்கு என்ன பொருள் என்று தெரியவில்லை. புன்சிரிப்புக்கு பொருள் கொடுப்பது கண்தான். ஆனால் சன்னாசியின் முகத்தில் கண் இருந்த இடந்தான் இருந்தது.

கண் இல்லை. உண்மையாகவே அவன் பொட்டைதான்.

தி. ஜானகிராமன்

"கட்டையுமில்லை, மொட்டையுமில்லை!"

"என்ன சேதி?"

"பெரிய உடையாரு வரச் சொன்னாருடா! முள்ளு அறுக்கணுமாம். போறியா?

"சரி, போறேண்டா."

"போறேண்டாவா? என்னடா, 'டா' எல்லாம் வலுத்துப் போச்சு. இன்னமும் யாருன்னு தெரிஞ்சுக்கலியாடா?"

"அதான், தெரியுதேடா, கட்டைன்னிட்டு."

"யாரு?"

"அதான், புத்திகட்டை. இல்லாட்டி நேத்து ரவைக்கிப் பொறந்த பய இப்படிப் பேசுவானா? உத்தண்டியாரு வீட்டுத் தத்துச் சோறுல்ல இப்படிப் பேசச் சொல்லுது. நானும் பார்த்துக்கிட்டே இருக்கேன். வாற போதே, 'பொட்டை'ன்னுக்கிட்டே வந்தே. அப்பறம் டாங்கிறே, டேய்ங்கறே. ஏண்டா தம்பி, நாலு வேலிப் பங்குக்குத் தத்துப் போயிட்டா, நாக்கைக்கூட் போன போக்குக்கு நீட்டிக்கலாம்னு நெனச்சிட்டியாக்கும்! நீ ஒண்டிப்பயலாப் பொறந்திருந்தா, உன்னை எவண்டா தத்துக் கொடுத்திருப்பான்? அதுவும் உத்தண்டியாரு பொஞ்சாதிக்கு ஒரு தம்பி இருந்தான்னா, அவங்க தத்து எடுத்துக்க உட்டுப்புடுவாங்களா? என்னமோ தரையிலே கெடக்க வேண்டிய பய, பாயிலே கிடக்கே! அதுக்காக, நிதானங்கூடத் தலைகீளாப் போயிடணுமா? மரியாதையைக் கூடக் காத்திலே பறக்க விட்டுரணுமா? ஏண்டா தம்பி, உங்கப்பன் பாட்டனை எல்லாம் தெரியாதுன்னு நெனச்சுக்கிட்டா பேசுறே? எனக்கு வயசு என்னா ஆச்சு தெரியுமா? நல்ல கண்ணோட போய்க் கும்மாணத்துலே ரெண்டு மாமாங்கம் பாத்தேன், பொட்டக் கண்ணோர அஞ்சு மாமாங்கம் பாத்தாச்சுடா, தம்பி. அடாவாம்; டேய்யாம். துக்கினியூண்டு பய நீ. மட்டு மரியாதையெல்லாம் பணத்துக்குத்தான் உண்டுன்னிட்டு எண்ணிக்காதே. வயசுக்கும் உண்டு, தெரியுமில்ல? பொட்டை பொட்டைன்னு கூப்பிடுறியே, யாரு பொட்டை? வயசு வந்தவனெத் தக்குப் பிக்குனு பொட்டைக் கார்வார் பண்றியே. நீ பொட்டையா, நான் பொட்டையா? ஏண்டா எல?"

"சர்த்தாண்டா, சரி, நீ பாட்டுக்குப் பேசிக்கிட்டே போறியே என்ன? கொட்டிக் கொட்டியளந்தா பொட்டைக் கண்ணு தாமரைக்கண்ணாப் போயிடும்னு நெனப்புப் போலேருக்கு."

"தம்பி, நிறுத்திக்க. இன்னமேப் பேசினியோ சின்னத்தனமாப் போயிடும்... ம்! உன்னைச் சொல்லி என்ன? உத்தண்டியாரு

பாயசம் 123

உன்னைப் போய்த் தத்து எடுத்துக்கிட்டாரே! உலகத்துலே புள்ளேயே இல்லே பாரு. தூது வந்த பய சேதியைச் சொல்லிப்பிட்டுப் பளிச்சின்னு போவானா! வம்பு வளத்துக்கிட்டே நிக்கிறியே, என்னடா? போடா, வாரேன்னு சொல்லுடா."

"நான் தூது வல்லேடா. வய வெளிக்குப் போறேன். போறப்போ கண்டு சொல்லச் சொன்னாரு உடையாரு; சொன்னேன். திருதராட்டிர மவாராசா பாரு, உங்கிட்டத் தூதுல்லெ வருவான். களுதை பொட்டையா இருந்தாலும்னிட்டு என்னமோ சொல்லுவாங்களே, அப்படீல்ல இருக்கு கதை!" என்று சொல்லிக்கொண்டே உத்தண்டியாரின் தத்துப் பிள்ளை முத்துக்கிட்டன் போய்விட்டான்.

"பய மவனுக்கு ஆண்மையைப் பாத்தியா? தப்புப் பண்ணிட்டேன். போனாப் போவது. மாப்புவிட்டுடுங்கன்னு சொல்லிட்டுப் போகவேண்டிய பய, கனவெறைப்பால்லெ போறான்? யாருடா தம்பி அங்கே? சுப்பிரமணியனா!"

"ஆமாம், தாத்தா!"

"கேட்டுக்கிட்டுத்தானே இருந்தே. உத்தண்டியார் கொள்ளி போட மவன் புடிச்சார் பாத்தியா? தத்தாரிப்பய. என்னை வந்து பொட்டைங்கிறான்!"

"உடுங்க தாத்தா. தொலையறாரு, எல்லாம் வயசானாச் சரியாப் போயிடுது."

"ஏன், இப்ப என்ன வயசு கொறைச்சலோ அந்தப்பயலுக்கு? இருபத்தெட்டு ஆவுதாம். பய படுகைப் பச்சை மூங்கி மாதிரி வளர்ந்திருக்கானாம். வயசானாச் சரியாய்ப் போயிடுங்கிறியே. பொட்டைப் பயன்னு சொன்னானே, அது மட்டும் சரியா?"

"பொட்டைன்னு சொல்லாதே, கண்ணு குருடு, கண்ணு இல்லாதவரு, பாவம்னு சொன்னா சும்மாத்தானே இருப்பீங்க?"

"யாரு? நானா சும்மா இருப்பேன்? எனக்குக் கண்ணுத் தெரியறாப்லே உங்களுக்கெல்லாம் தெரிஞ்சாப் போதும்டா. இந்த எம்பத்திரண்டு வயசுக்கட்டை நடக்கிற நடை அவன் நடப்பானா? இல்லே, நீதான் நடப்பியா? சொல்லேன். ஒரு அடி அடிச்சேன்னா இந்தக் கையாலெ, அவன் தாங்குவானா? இல்லெ நீதான் தாங்குவியா? சொல்லேன். போன வருசம் மன்னார்குடிக்குப் போயிட்டு வந்தேனே, இந்தத் தடிதானே கூடவந்திச்சு. ஒரு பயலைப் பாத்து, "யேப்பா, கண்ணு குருடு, கொஞ்சம் அப்பாலே கொண்டு விட்டிடேன்னு சொன்னதுண்டா? இனிமேத்தான் சொல்லப்போறேனா? யோகாம்பா செத்துப்போயி வருசம்

முப்பத்தேழு ஆச்சு. அன்னைலேந்து இப்ப வரைக்கும் நான்தான் பொங்கித்திங்கறேன்! எந்தப் பயமவடா ஆக்கிப் போட்டா? நான் சம்பாரிக்கிறதுதான் உன்னாலெ சம்பாரிக்க முடியுமா? என்னாடா தம்பி, பேசாம நிக்கிறே. இப்படி வாயேன், ஒரு சேதி."

சுப்பிரமணியன் அருகில் நெருங்கினான். நெருங்கியதுதான் தாமதம், "ஐயையோ, தாத்தா, விடுங்க தாத்தா" என்று வலி பொறுக்க முடியாமல் கூச்சல் போட்டான். தாத்தாவின் எலும்புக் கையின் இரும்புப் பிடியில் அவனுடைய ஐந்து விரல்களும் சிக்கி நொறுங்கிக்கொண்டிருந்தன. தாத்தா பிடியைத் தளர்த்தினார்.

"இல்லேடா தம்பி. என்னைப் பாத்து பொட்டைப்பயன்னு சொல்றானே! பொட்டப்பய பிடியா இதுன்னு கேக்கறத்துக்காவத்தான் பிடிச்சேன். எனக்கே தெரிஞ்சுக்கணும் பாரு" என்று பொட்டை முகம் புன்முறுவல் புரிந்தது.

"போங்க தாத்தா, திருதராட்டி இரும்புத் தூணைக் கட்டிக்கிட்டாப் போலத்தான் இருக்கு. உங்க மாதிரி ஆளுங்களுக் கெல்லாம் நெஞ்சு இப்படித்தான் இருக்கும்போல் இருக்கு! யேப்பப்பா, மொளவா அரைச்சுத் தடவினாப்பல்ல இருக்கு."

சன்னாசி சிரித்தான். "பார்றாலே! பேசிக்கிட்டே நழுவிப்பிட்டானே பயமவன். கிட்ட நின்னுல்ல பேசியிருக்கணும்."

சன்னாசிக்கு எந்தத் திட்டையும், எந்த வசவையும் பொறுத்துக்கொள்ள மனத்தில் வலுவுண்டு. 'பொட்டை'யென்றால் மட்டும் ரோசம் பீறிக்கொண்டு வந்துவிடும்.

மேலத்தெருவில் பத்துப்பன்னிரண்டு குடிசைகள் இருந்தன. மேலக்கோடிக் குடிசையில்தான் சன்னாசி எண்பத்து நான்கு வருஷமாக வாழ்ந்து வருகிறான். அவனுக்கு விவரம் தெரியும்போது ஆடு தின்னும் பொட்டலாக்கி ந்த திட்டு இப்போது வெயிலே அறியாத புளியந்தோப்பாக மாறியிருக்கிறது. தெரு வாசலைத் தவிர மற்ற பக்கங்களெல்லாம் ஒரே நிழல்தான்.

சிறு பயலாக இருந்தபோது உடையார் வீட்டு மாடுகளை மேய்த்துக் கொண்டிருந்தான் சன்னாசி. பதினாறு வயதுவரையில் அந்த வேலைதான் அவனுக்கு. அந்தச் சித்திரை மாதம் வெயில் தீயாகக் கொளுத்திற்று. தெருவுக்குப் பின்னால் இருந்த வெகு காலத்து வேப்பமரங்கூட இலை பழுத்துச் சருகாகி, முக்கால் மரம் பட்டுப்போய்விட்டது. வேம்பு வாடுவதென்றால் எப்படிப்பட்ட வெயிலாக இருக்க வேண்டும்! சன்னாசிக்குப் புளியம்பழம் பலாப்பழம் மாதிரி. பத்து அரைக்கல்லை எடுத்து வீசினால் ஒன்றைத்தூக்குப் புளியங்காய்சடசடவென்றுதரையில்கொட்டும். பொழுது சாய்ந்து மாடுகளைத் திரும்பி ஓட்டிப் போவதற்குள்

பாயசம் 125

அத்தனை புளியும் அரைக்கால் படி கல்லுப்பும் சன்னாசி வயிற்றில் ஜீரணமாகிக்கொண்டிருக்கும். அமாவாசையன்று சன்னாசி அப்பனுக்கு விரதம் இருந்து பொழுது சாயத்தான் சாப்பிடுவான். சோறு அப்போதுதான் ஆக்குவாள் ஆத்தாள். சன்னாசிக்குக் கூடவா பட்டினி! அரைக்கல்லின் உதவியால் தூக்குப் புளியைப் பலகாரம் பண்ணிவிட்டான். வெயிலில் தலைமயிரே எரிந்துவிடும் போல் இருந்தது. உடம்பெல்லாம் எரிந்தது. நன்றாக அமிழ்ந்து முழுக வேண்டும்போல் இருந்தது. தண்ணீரைத்தான் காணோம். மேலத்தெருக் குட்டை பாளம் பாளமாக வெடித்து வறண்டு கிடந்தது. கீழத்தெருக் குட்டையில் இருந்த முழங்கால் நீரில் உத்தண்டியார் உடையார் வீட்டு எருமைகள் புதைந்து தண்ணீர்ச் சூடு தாங்காமல் பெருமூச்சு விட்டுக்கொண்டிருந்தன. குளிக்க இடம் எங்கே? பிடாரி கோயில் ஆலந்தோப்புக்குப் போனான் சன்னாசி. ஆல நிழலில் இருந்த கிணற்றில் இறங்கினான். அப்பாடா! ஜில்லென்றிருந்தது தண்ணீர். துடைமட்டுத் தண்ணீர்தான். உட்கார்த்தால் தலை முழுகும். ஐந்தாறு நாழிகை அப்படியே கிடந்தான். அல்லி இலைகளைப் போட்டுப் படுத்தாற் போல ஜிலுஜிலுவென்று இதமாக இருந்தது.

"எலே, யார்ரா அது?" என்று இருள் கவிகிற நேரத்திற்கு ஒரு குரல் கேட்டது.

"ட்ரூவ், நான்தான் தண்ணிப் பிசாசு" என்று குரலை மாற்றிப் பயங்கரக் குரல் கொடுத்தான் சன்னாசி.

"ஓகோ, தண்ணிப் பிசாசா! தண்ணிப் பிசாசுங்களை விரட்ட இந்தத் துணி தோய்க்கிற கல்லுதான் ஆயுதம்" என்றார் பூசாரி. "ஏ பிசாசே! போடட்டுமா இந்தாப் பாரு கல்லை?"

சன்னாசி திடுக்கிட்டு நிமிர்ந்தான். தலை நொறுங்கியே போய்விட்டது மாதிரி இருந்தது. சாலையிலிருந்து கிளம்பி, பிடாரி கோயில் துணி தோய்க்கிற கல்லாக மாறிய அம்புக் குறியிட்ட சர்க்கார் வைத்த கருங்கல் கிணற்றுக் கட்டையில் பாதிக்கு மேல் நீட்டி நின்று விழக் காத்துக்கொண்டிருந்தது.

"ஐயையோ, போட்டுராதையா, ஐயா ஐயா, ஏறிடறேன்" என்று பயக்குரல் கெஞ்சிற்று.

"யார்றா பய, சன்னாசியா, இஞ்ச வாடாலே" என்று ஏறினவன் கையை உடும்பாகப் பிடித்துக்கொண்டார், பூசாரி.

"என்னடா பண்ணிட்டு இருந்தே?"

"குளிச்சேன், மாமா!"

தி. ஜானகிராமன்

"டெலே எருமை, முழுகிக்குளிக்க என் கோவில் கிணற்றையா பாத்தே? ஏண்டாலே!" என்று மாக்கு மாக்கு என்று முதுகில் குத்துகளாகச் சொரிந்தார். வேறு யாரும் தாங்க முடியாத குத்து.

"எங்க அப்பன்கிட்டே சொல்லாதீங்க மாமா, என்னை அப்படியே பலி வச்சிடுவாரு, உங்களுக்கு அடிமையாகக் கிடக்குறேன்" என்று காலில் விழுந்தான் சன்னாசி.

"சீச்சீ, களுதே! ஓடு களுதே!"

சன்னாசி எடுத்தான் ஓட்டம்!

கொளுத்தும் சூட்டில் அலைந்த அலைப்பு, புளியங்காய்ப் பலகாரம், ஐந்து நாழிகை கிணற்று முழுகல் – சன்னாசி காய்ச்சலென்று படுத்தான். ஐந்தாறு நாள் காய்ச்சல் அடித்தது; உடலெல்லாம் சிவந்தது; முத்துக்கண்டது. பிறகு ஒவ்வொரு முத்தும் பெரிதாயிற்று. ரத்தின வைத்தியர், "அடி தாயே, காப்பாத்தணும்; யப்பா இது மாரியாத்தா விளையாட்டு. அம்மை, பெரியம்மை. ஆமாம், நான் போறேன்" என்று வந்த சுருக்கில் எழுந்து போய்விட்டார். வேம்பு வாடுகிற வெயிலில் ஊர் முழுவதுமே பெரிய அம்மை சூறையாடிக்கொண்டிருந்தது. சன்னாசியின் கண்ணைப் புண் மறைத்தது. இறக்கம் கண்டபோது, கண்ணைத் திறக்க முடியவில்லை.

"ஆத்தா, ஒண்ணுமே தெரியலியே!" என்றான். கண் திறந்துதான் இருந்தது; ஆத்தாள் பார்த்தாள். ஓங்கி வயிற்றிலே அடித்துக்கொண்டாள். அலறினாள். பிள்ளைக்குக் கண்ணிரண்டும் போய்விட்டன. போன கண்கள் திரும்பி வரவில்லை. போயே போய்விட்டன. கண்கள் இருந்த இடத்தில் இரண்டு ஆழ்ந்த குழிகள்தாம் மிஞ்சியிருந்தன. புருவத்திலிருந்து சுவரெடுத்தாற் போல் செங்குத்தாக விழுந்தன இமைகள். சவத்தின் முகத்தைக் கழுத்தில் ஓட்ட வைத்தாற்போலத்தான் இருந்தது.

சன்னாசி நல்ல உயரம். இப்போது பாக்கு மரத்திற்கு முட்டுக் கொடுத்ததுபோல அவனத்தனை உயரத்திற்கு ஒரு கழியைத் தேடிக் கொண்டான். அந்தக் கழி இன்னும் அவனை விட்டுப் பிரியவில்லை. அதுவும் கூலி, சோறு கேட்காமல் ஐம்பத்தெட்டு வருஷம் சேவகம் பண்ணிவிட்டது அவனுக்கு. உயிர் இருந்தால் வேலையிலிருந்து ஓய்வு பெற்று மூன்று ஆண்டு ஆகியிருக்கும். கழி சாமானியக் கழியில்லை. மூங்கில் கழி. கால்கட்டை விரலால் ஒன்றரை விரல் பருமன் இருக்கும். சன்னாசியின் மோவாயைத் தொடும். அதாவது குறையாமல் நாலு முழம். கண் இரண்டு போனதற்கு மாற்றாக் கண் இரண்டாயிரமாக அது மாறிவிட்டது. எத்தனை குருடர்கள், கைக்கோலின் ஒரு

பாயசம் 127

நுனியைப் பற்றிக்கொண்டு, பெயர் தெரியாத ஆளிடம் இன்னொரு கோடியைக் கொடுத்து சாலையையும் ஊரையும் கடக்கிறார்கள்! சன்னாசியின் கைத்தடி இந்தக் கபோதித் தடிகளைப் பார்த்துத் தனக்குள் சிரித்துக்கொண்டது. குருடனுக்கு ஒரு கோலாம், அந்தக் கோலுக்கு ஓர் ஆளாம். தனக்கோ தன்னுடைய சன்னாசிக்கோ இந்த இழிவைத் தேடித்தர அது விரும்பவில்லை. அவனுக்கு ஓர் ஆண்மையைக் கொடுத்தது அது! அது வந்த நாளாக அவன் எந்த மனிதனையும் எதிர்பார்த்ததே இல்லை.

கண் போனதற்காக எந்த வேலை நின்றுவிட்டது அவனுக்கு?

அறுபது வயது வரையில் தடியைக் கரையில் வைத்துவிட்டு ஆற்றில் நீச்சல் அடிப்பான். ஆறு வற்றிய கோடையில் கீழ்க்குளத்தை நீச்சலடித்து, இரண்டு பண்ணிவிடுவான். தடியை ஊன்றிக்கொண்டு இருபத்தொரு வயல் கடைகளை வரப்பில் கால் இடராமல் கடந்து, அப்பன் பயிர்ச்செலவு செய்த அரசாணியிலும் ஓலையாத்தானியிலும் இறங்கிக் களை பிடுங்குவான். அப்படியே சுமந்த கட்டாக ஒரு கட்டுப் புல் அறுத்துச் சுமந்து வந்து மாட்டுக்குப் போடுவான். காலையில் அலக்கை எடுத்துப் பிள்ளையார் கோவில் அரச மரத்தில் தழை பிடுங்கி ஆட்டுக்குப் போடுவான். அப்பன் வாதம் வந்து இரண்டு மாதம் படுக்கையாகக் கிடந்தபோது நிலத்தை உழுதது யார்? அவன்தான்! ரெயிலில் வேலை பார்க்கிற ஆலங்குடியார் மகன் ஆறுமாதத்திற்கு ஒரு முறை நிலத்தைப் பார்க்க வருவான். பதினாலு வருஷமாகியும் இன்னும் தன் பங்கு எங்கே இருக்கிறதென்று அவனுக்கு நிச்சயமாய்ச் சொல்ல முடியாது. "தம்பி, உங்க லட்சுமணன் எங்கே இருக்கு? சொல்லு பார்ப்போம்" என்று அவனைப் பல்லைப் பிடித்துப் பார்ப்பான். இந்த வெட்கக்கேட்டைச் சிரித்து மழுப்பி முழுங்குகிற ஆலங்குடிப் பையன் மூஞ்சி சன்னாசிக்கு வெட்ட வெளிச்சமாகத் தெரியும். "இஞ்சேருந்து மூணாவது கட்டளை, தம்பி. உடமைக்காரங்கள்ளாம் இப்படியிருக்கிறீங்க" என்று சன்னாசி, தெரியாத கண்ணைச் சிமிட்டிச் சிரிப்பான். ஆலங்குடிப் பையனுக்கு எல்லா வயலும் தன் வயல் மாதிரிதான் இருக்கும்.

சன்னாசி அலக்குக் கழியைப் பிடித்து மாமரத்தில் ஏறித் தடவினால் ஒவ்வொரு வடுவையும் கையால் அந்த அலக்கு மூலமாகவே பார்த்த அதிசயத்தை மனிதன் செய்கிற வேலையென்றா சொல்ல முடியும்? அவன் மரத்தில் ஏறி உலுக்கின புளியங்காயை எல்லாம் சேர்த்தால் நாலு வைக்கோல் போர் இருக்கும்.

கடையில் சர்க்காரே அவன் பார்வையை ஒப்புக்கொண்டது. அதாவது மணியக்கார வாண்டையார் அவனை வெட்டியானாகப்

தி. ஜானகிராமன்

போட்டு ஏழரை ரூபாய் சம்பளம் கொடுத்தார். விடிந்து எழுந்து, ஒன்பது கல், சாலையோடு நடந்து தாசில்தாரிடமிருந்து தபால் வாங்கி வருவான். நாற்பது வயது வரையில் அந்த உத்தியோகம் நிலைத்துவிட்டது. மணியக்காரர் வேட்டியை ஒழிந்த நேரத்தில் தோய்த்துப் போடுவதற்கும் அவன் முகத்தைச் சுளிக்கவில்லை. இரண்டு மைலில் நெல் மிஷின் இருந்தது. நாலு நாளைக்கொரு முறை குடமுருட்டி ஆற்றைக் கடந்து ஆறு மரக்கால் நெல் அரைத்துக்கொண்டு வந்துவிடுவான்.

அவ்வளவும் செய்கிறவனைப் பொட்டையென்று யார் சொல்வது? ஆகவே, வெட்டி வேலை கிடைத்த பிறகு யோகாம்பாளைக் கட்டிக் கொடுக்க அவள் அப்பன் தயங்கவில்லை. ஒரு கால் விந்தல் அவளுக்கு. சன்னாசி, "ஆமாம் சதிராடப் போறாளா? சரிதான்னு போவியா?" என்று அவளைக் கட்டிக்கொண்டுவிட்டான். அவனுக்கு உள்ளம் வெற்றியில் விம்மிற்று. அது யாருக்குத் தெரியும்? ஜன்னல்தான் மூடியிருக்கிறதே! அது யோகத்திற்குத்தான் தெரிந்தது. வாசற்கதவைச் சாத்திவிட்டு, யோகம், நான் ஒண்ணு சொல்றேன். கோவப்படக்கூடாது. நில்லு சொல்றேன் இப்படி. இந்த பொட்டையனை ஒரு புருசனா நினைச்சு இந்த வீட்டுக்கு விளக்கேத்தி வச்செ பாரு! நான் சும்மா இருந்திடறதா? இந்த விளக்குத்தான் என் அறிஞ்ச தெய்வம்!" – என்று நெடுஞ்சாண்கிடையாக விழுந்து அவள் காலைப் பற்றிக்கொண்டான்.

"அத்தான், அத்தான்" என்று பதறிப்போய் அவள் அவனைத் தூக்கினாள். அவன் தலை நனைந்து சுட்டது; அவள் காலும் நனைந்து சுட்டது. உடல் நடுங்கிற்று. "அத்தான், கண் இருந்தா உலகத்தையே ஆண்டிருப்பீங்க அத்தான், அதான் போயிடிச்சு" என்று நெஞ்சு விம்ம விம்மச் சொன்னாள் அவள்.

கலியாணம் ஆன இரண்டு வருஷம் கழித்து வந்த மாமாங்கத்திற்கும், அடுத்த மாமாங்கத்திற்கும் அவளோடு கும்பகோணம் போய்வந்தான் சன்னாசி. அதற்கும் அடுத்ததற்கு அவன் தனியாகத்தான் போகவேண்டியிருந்தது. யோகாம்பாள் அணைந்துவிட்டாள். நல்ல வேளையாகப் பிள்ளை குட்டி பிறக்கவில்லை. "மச்சான், மச்சான்" என்று அவன் அணைத்துக் கொண்டிருந்த அந்த ஐயம்பேட்டை மூங்கில் தடி மட்டும் அவனோடு இருந்தது. அந்த மச்சானோடு அவன் மன்னார்குடித் தேர் பார்த்து வந்தான். எட்டுக்குடி கடா வெட்டுப் பார்த்து வந்தான். மாயவரத்துக் கடைமுழுக்குப் போட்டு வந்திருக்கிறான். ஆர்யமாலா சினிமாக்கூடப் பார்த்திருக்கிறான். அப்போது மட்டும் அந்தத் தடி பேசவில்லை. சுப்பிரமணியன்தான் ஒவ்வொன்றாக விளக்க வேண்டியிருந்தது. வாயில்லையே என்று அந்த தடி

பாயசம்

அப்போதுதான் வருந்திற்று! ஆனால் இன்னும் நாலு மைல் சுற்றில் காக்காமுழியான அரிச்சந்திர நாடகமோ, ஐயனார் நாடகமோ எது போட்டாலும் சன்னாசிக்கு இருப்புக் கொள்ளாது. 'மச்சானை' மட்டும் இட்டுக்கொண்டு பார்த்துவிட்டு வந்துவிடுவான்.

உடையார் வீட்டுக் குழம்பில் கொதிக்கிற புளி அவன் அரிவாள்மணையில் அமர்ந்து கொட்டை எடுத்த புளிதான். அவர் மாந்தோப்பு வேலி அவன் அறுத்துக் கட்டின முள்தான். மணியகாரர் வீட்டிலேயும் இதே செய்திதான்.

சன்னாசிக்கு முள் அறுக்கிறாப் போலவே இல்லை.

"நானா பொட்டை? பொட்டைதான்! கண்ணு இல்லைதான். எத்தினியோ பேருக்குத்தான் கண்ணு இல்லே. கணக்கப்புள்ளே சேரிக் கார்டெல்லாம் வாங்கி, சக்கரை வாங்கிக்கிறாராம். அதைப் பார்க்கக் கண்ணு இல்லே ஊராருங்களுக்கு. அதே கணக்குப்பிள்ளெ ஊரிலே கச்சிகட்டி ரண்டு பண்றான். மன்னார்குடியாரு மேலே மைனர்வியாச்சியம் போட்றான்னு தனபாலுப் பயல் இருக்கானே – திருட்டுத் தத்தாரிப்பய அவனெக் கிளப்பிட்டு அவுரை வவுரு எரிய எரிய அடிக்கிறான் இந்தச் சேதுராயன். அவனெப் பார்க்கச் சாமிக்கே கண்ணில்லெ. நான் பொட்டையாம்..." என்று மூச்சு விடாமல் பொருமிக் கொண்டிருந்தான்.

முள்ளுக்கட்டைத் தலையில் தூக்கி வரும்போது கண்ணுக்குள் தெரிந்த சிவப்பு மறைந்து கறுத்துவிட்டது. அந்தி கூட மங்கி இருள் கவ்விவிட்டதை அறிந்து, சன்னாசி 'மச்சானை' மூன்றாம் காலாக வைத்து நடையை எட்டிப் போட்டான்.

காற்றுக்கூட உறங்கிக்கொண்டிருந்தது. கார்த்திகை மாதக்கடைசி. முன்பனிக் குளிர். லேசாக உடலைச் சிலிர்க்க அடித்தது.

"நானா பொட்டப் பய? கண்ணிருந்தா மட்டும் போதுமா? வார்த்தையிலே சுத்தம், நெஞ்சிலே சுத்தம், வாணாமான்னு கேக்கறேன்! கண்ணில்லாட்டி என்ன? எட்டுக்குடிக் கடா வெட்டு கண்ணில்லாமத்தான் பாத்தேன். நேரிலே பாக்கறாப்பிலேதான் இருந்திச்சு. இந்த ஊர்லே எவன் எட்டுக்குடிக்குப் போயிருக்கான்? உடையாரே போனதில்லையே! எத்தனையோ திருவிளா, எத்தனையோ நாடகம், கண்ணிருக்கறவன் எவன் இவ்வளவு பாத்திருக்கான்? பொட்டைப் பயலாமில்ல?"

இடதுகை தலையிலிருந்த முள்ளுக் கட்டைப் பார்த்துக் கொண்டிருந்தது. வலதுகைத்தடி தெருவுக்குத் திரும்பும் வாய்க்கால் மதகைத் தட்டிற்று. வாய்க்காலைக் கடந்தவுடன் மணியக்காரர்

சத்திரம். எப்போதும் அங்கே கூட்டம். அங்கே பரதேசி, வழிப்போக்கு என்று இரண்டு மூன்று பேராவது தங்கி, செங்கல்லில் தீ மூட்டிச் சோறு ஆக்கிக்கொண்டிருப்பார்கள். ஆனால் முன் கொட்டகை இரண்டு நாளைக்கு முன் விழுந்துவிட்டதாம். திண்ணையை அடைத்துக்கொண்டிருக்கிறதாம். அதனால் தானோ என்னவோ, அங்கே பேச்சு மூச்சில்லை. சத்திரத்தைக் கடந்தான் சன்னாசி. பிள்ளையார் கோவிலுக்கு முன்னால் கும்பிட நின்றான். கோயிலுக்குப் பின் சுவரை ஒட்டினாற்போல் தஞ்சாவூரார் தோட்டத்தில் பாதிரிமரம் வளர்ந்திருந்தது. மரத்துக் கவட்டில் திடீரென்று குருவிக் கூச்சல் கேட்டது. அங்கு ஏதோ குருவி கூடு கட்டியிருந்ததாம். சுப்பிரமணியன் போன வெள்ளிக் கிழமைதான் சொன்னான்.

எல்லாப் பறவைகளும் ஒடுங்கி உறங்குகிற வேளை. ஏன் இந்தக் 'கிசுமுசு' என்று சன்னாசிக்குச் சந்தேகம் வந்துவிட்டது. முள்ளுக் கட்டைக் கோயில் கதவுக்கு முன்னால் வழியடைத்துக் குத்தினாற்போல வைத்தான். பேச்சு மூச்சில்லை. கோயிலுக்குப் பின்னால் பிரகாரத்தில் யாராவது இருக்கிறானோ என்று நெஞ்சில் அரிப்பு எடுத்தது! அவ்வளவுதான், சரசரவென்று காலடி ஓடிற்று.

ஒரே பாய்ச்சலாகப் பாய்ந்தான் சன்னாசி.

"யார்றாது? வெளியே ஓட முடியாது. வளியிலே முள்ளுக்கட்டுக் கிடக்கு."

காலடி பின்னால் நகர்ந்தது. நெருக்கிக்கொண்டே நகர்ந்தான். பிரகாரம் மிகவும் குறுகல். இரட்டை நாடியாக இருந்தால் ஓர் ஆள்தான் போகலாம். சுவரை நோக்கிப் போனபோது ஒரு மனிதக் கால் கையில் பட்டது. குரங்குப்பிடியாக அதைப் பிடித்துவிட்டான் சன்னாசி.

"எலே, யார்று பய? தப்பிச்சிக்கிட்டு ஓடலாம்னா பாக்கறே? வாடா இப்படி" என்று காலுக்கு உடைமைக்காரனைக் கீழே தள்ளி அழுத்தினான். அதற்குள் வாசலில் வளையல் சத்தம் கேட்டது. முள்ளுக்கட்டு, சற்று நகரும் ஒசையும் வந்தது. அதுவும் சன்னாசியின் காதில் விழுந்தது. "ம் ... ஹம். அப்படியா சேதி? யார்றா பய நீ, சொல்லு."

"மாமா மாமா, இரையாதீங்க. நான்தான். நான்தான் ..."

"அட, நீயா! அட பாவிப் பயலே! உத்தண்டியாரு காதிலே உளுந்திச்சோ, நாக்கைப் பிடுங்கிச் செத்துப்பூடுவாங்களே. மானிடா அவரு."

உத்தண்டியாரின் தத்துப்பிள்ளை முத்துக்கிட்டனின் உயிரும் உடலும் இருண்டுகொண்டிருந்தன.

"ஏலே யாருடா அது குட்டி? பயமவ ஓடிப்போயிட்டாளே. உள்ளதைச் சொல்லிப்பிடு, செஞ்சத்தைச் சொல்லிப்பிடு."

"மாங்குளத்தான் மக."

"யாரு, காளிமுத்தாடா! அடப்பாவி!"

"ஆமாம், மாமா மாமா!" – பாம்பு வாயில் பட்ட தேரை மாதிரி முனகினான் முத்துக்கிட்டன்.

"டெலே, சேரியிலே பூந்து விளையாட ஆரமிச்சிட்டியா? ஏண்டாலே, யார்றாலெ பொட்டை? தெய்வம் குடியிருக்கிற இடமாப் பாத்து இந்த விளையாட்டு விளையாடலாம்னிட்டு வந்தியாடா? தெய்வம் என்னமாடா இருக்கும் இஞ்ச? ஏண்டாலே, தெய்வம் இருக்கிறதே தெரியலியே உனக்கு? ஏண்டாலே, யார்றா பொட்டை? நானா, நீயா? அக்கிரமக்காரக் களுதெ... இந்தத் தொண்டைதானே சொல்லிச்சி, பொட்டைன்னிட்டு! இப்படி நசுக்கினா என்னாடா ஆகும்?"

கழுத்துப் புடைத்து மூச்சுவிட முடியாமல் மரணக் குரல் கொடுத்தான் முத்துக்கிட்டன். பிடி தளர்ந்தது.

"யார்றா பொட்டை, சொல்லுடா!"

"நான்தான் மாமா, நான்தான் மாமா, என்னைக் கொன்னுடாதிங்களேன்... மாமா, மாமா, தாங்கலியே! இனிமே சொல்ல மாட்டேன். ஐயோ, ஐயோ!" என்று அழுதான் பயல். வலதுகைக் கட்டை விரலைப் பின்னுக்கு வளைத்து ஒடித்துக்கொண்டிருந்தான் சன்னாசி.

"ஐயோ, அப்பா, மாமா மாமா!" செத்துப் போய்விடுவான் போல் இருந்தது.

"வாடா இப்படி, உளுடா கால்லெ."

காலில் விழுந்தான் அவன்.

"சீச்சீ களுதெ, என் கால்லெ வாணாம்டா, இந்தத் தெய்வத்துக் கால்லெ உளுடா. மறுபடியும் இந்தக் கல்லுலெ வந்து பூந்துக்கன்னு அவரைப் பார்த்து அளுடா."

முத்துக்கிட்டன் மரம் மாதிரி விழுந்தான். இன்னும் வலது புஜம் சன்னாசியின் பிடியிலேதான் இருந்தது.

"சொல்றாலே, இன்னமே இதையெல்லாம் செய்யலேன்னு சொல்லு. யாரையும் பொட்டைன்னு சொல்லேன்னு சொல்லு."

தி. ஜானகிராமன்

"இல்லை, இன்னமே சொல்லலே! உங்களை ஒண்ணும் சொல்ல மாட்டேன்."

மறுபடியும் சன்னாசியின் காலில் விழுந்து கெட்டியாகப் பற்றிக் கொண்டான் முத்துக்கிட்டன்.

"மாமா, உங்களைக் கெஞ்சிக் கெஞ்சிக் கேட்டுக்கறேன். அப்பாருகிட்டச் சொல்லி, ஊரிலெ சொல்லி என் மானத்தைப் போக்கிடாதிங்க."

"இந்தப் பாரு, இன்னம் மூணு மாசம் இந்த ஊர்லெ தலைகாட்டப்படாது, தெரியுதா? ஏண்டாலெ, கலியாணத்துக்கு இருக்கற பொண்ணையா கெடுக்க வந்தே! ஓடிப் போயிடு உங்க ஆயி ஊட்டுக்கு. திருவாரூரை விட்டு, மூணு மாசத்துக் குள்ளார அசைஞ்சேன்னு தெரிஞ்சிச்சோ, உயிரை எடுத்துப்பிடுவேன்."

"போயிடறேன் மாமா, நாளைக்குக் கருக்கல்லியே போயிடறேன். எனக்கு வெளக்கு ஏத்தி வைங்க, மாமா" என்று அழுதான் முத்து.

"தொலைடா போ... ஏலே, எங்க நழுவறே, ஏ பொட்டைப் பயலே, முள்ளுக்கட்டை தூக்கித் தலையிலே வச்சுட்டுப்போடா, பொட்டைப் பயலே" என்றான் சன்னாசி.

முள்ளுக்கட்டைத் தூக்கிவிட்டான் முத்துக்கிட்டன்.

"இன்னமே ஒளுங்கா இர்றா, பொட்டைப் பயலே. உத்தண்டியாரை நொந்து சாக அடிச்சிப்பிடாதே" என்று அவனைத் திட்டிக்கொண்டே சன்னாசி நகர்ந்தான்.

பொன்னி, 1953

கோபுர விளக்கு

திடீரென்று கண்ணைக் கட்டிவிட்டாற்போல் இருந்தது: அவ்வளவு இருட்டு. கிழக்குத் தெருவின் வெளிச்சத்தில் நடந்து வந்ததால் அந்தத் திடீர் இருட்டு குகை இருட்டாகக் காலைத் தட்டிற்று. சந்நிதித் தெரு முழுதும் நிலவொளி பரப்பும் கோவில் கோபுரத்தின் மெர்க்குரி விளக்கு அவிந்து கிடந்தது. நட்சத்திரங்களின் பின்னணியில் கோபுரம் கறுத்து உயர்ந்து நின்றது. கோயிலுக்குள் நீண்டு ஒளிரும் விளக்கு வரிசையில் லிங்கத்தைச் சுற்றிய ஒளிவட்டமும் காணவில்லை. கோவில் பூட்டித்தான் கிடக்கவேண்டும். ஏதாவது நாயை மிதித்துவிடப் போகிறோமே என்ற கவலையில் தட்டித் தடவி வீட்டு வாசலை அடைந்தேன்.

"பூஜை இல்லேன்னா கதவை அடைச்சுக்கட்டும். இந்த விளக்கைக் கூடவா அணைச்சுடணும்?" என்று எதிர்வீட்டுப் பந்தலிலிருந்து குரல் கேட்டது.

"பஞ்சாயத்தும் கேட்பாரில்லாத நாட்டாமயாப் போயிடுத்து – இருக்கிறது ஒரு விளக்கு தெருவுக்கு. அதுவும் ப்பூசாயிடுத்து, ஒரு வாரமாச்சு. நாதியைக் காணோம்" — என்று நாட்டு வைத்தியரின் குரல் கீழண்டை வீட்டு வாசலிலிருந்து புலம்பிற்று.

"கோயிலில் விளக்கு எரிஞ்சுண்டிருக்கும். இந்த பஞ்சாயத்து 'பல்பு எங்காத்துக்காரரும் கச்சேரிக்குப் போறார்னு மினுங்கிண்டிருக்கும், மத்தியானத்திலெ சந்திரன் இருக்கிற மாதிரி. இன்னிக்கு சூரியனே அவிஞ்சுபோயிட்டான். மானேஜர் இதை அணைச்சிருக்க வாண்டாம். யாராவது வந்து சொல்லட்டும்னு இருக்கார் போலிருக்கு ..."

தி. ஜானகிராமன்

"அந்த 'யாராவது'க்கு அவரைத் தவிர யாராவது என்று தான் அர்த்தம்! இந்த அற்ப விஷயத்திற்காக மானேஜரைப் போய்ப் பார்க்கும் அகௌரவத்தை அவர் தலையில்போட்டுக் கொள்ளமாட்டார். நாட்டு வைத்தியர் அவரைவிட பெரிய மனிதர். நாட்டு வைத்தியம் அவருக்குப் பொழுதுபோக்கு. நான் இருக்கிறேன், சுனச்சேபன். எனக்கு இதைவிட என்னவேலை? பார்த்தால் போகிறது.

இரண்டாம் கால பூஜை, மேளமும் சங்கும் தாரையுமாக அமர்க்களப் படுகிற அந்த வேளையில் – இன்று இந்த நிசப்தம் நிலவுகிறது. யாருக்கு சீட்டு கிழிந்துவிட்டதோ?

கதவைத் தட்டினேன். கௌரி வந்து திறந்தாள்.

"ஏன் கோவில் பூட்டிக் கிடக்கு?"

"எல்லாம் விசேஷம்தான்" என்று கதவைத் தாழிட்டாள் அவள்.

"என்ன –?"

"தெற்குவீதியிலே யாரோ செத்துப் போயிட்டாளாம்."

"யாராம்?"

"எல்லாம் உங்க கதாநாயகி தான்."

"என் கதாநாயகியா? அப்படி ஒருத்தரும் இருக்க கூடியதாகத் தெரியலியே!"

"செத்துப்போன அப்புறம்தானே இந்த மாதிரி மனுஷா எல்லாம் – உங்களுக்குக் கதாநாயகி ஆகிற வழக்கமாச்சேன்னு சொன்னேன் ..."

"எந்த மாதிரி மனுஷா?"

"தருமு மாதிரி"

"தருமு யாரு?"

"துர்க்கை அம்மன் கிட்ட வரம் கேட்பாள்னு சொன்னேளே, அந்த ஜில் தான் ..."

"ஆ... அவளா!"

"என்ன மூர்ச்சை போட்டுட்டேள்?"

"மூர்ச்சை போடக் கூடிய செய்திதான் ... தர்முவா செத்துப் போய்விட்டாள்? முந்தா நாள் கூட கோவிலிலே பார்த்தேன். என்னைக் கண்டதும், நாணத்திலும் பயத்திலும் விறுவிறுவென்று நடையைக் கட்டிவிட்டாள்! இன்னும் கண் முன்னே இருக்கிறது.

"முந்தாநாள் ராத்திரிகூட கோவிலிலே பார்த்தேன்!"

"பார்த்தா என்ன? நாலு மணிக்கு பார்த்தவளை நாலேகால் மணிக்கு பார்க்க முடியவில்லை: மாரடைச்சு பொத்துனு விழுந்து பிராணன் போய் விடுகிறது?"

"என்ன உடம்பாம்?"

"என்ன உடம்பு இருக்கும் இதுகளுக்கு? பாம்புக்காரனுக்குப் பாம்புதான் எமன். புலியை வச்சு ஆட்றவனைப் புலி தான் விழுங்கும்."

"நான் சமைந்து போய் உட்கார்ந்தேன். தருமுவின் மெல்லிய உருவம் நிழலாடிக்கொண்டிருந்தது.

முந்தாநாள், இரண்டாங்கால பூஜை முடிந்ததும் கோவிலுக்குப் போயிருந்தபோது, அவள் நிகு நிகு என்று தீட்டித் தேய்த்த கத்தி மாதிரி நடந்துபோய்க்கொண்டிருந்தாள். கோயிலில் ஒரு பிராணி இல்லை. நுழையும்போதே வெளிப் பிராகாரம் வெறிச்சென்று கிடந்தது. நந்திக்கருகில் அர்த்த ஜாமத்துக்காகக் காத்துக்கொண்டிருந்த இரண்டு ஆச்சிகள், தூங்கி வழிந்துகொண்டிருந்தார்கள். இரண்டு பேருக்கும் முண்டனம் செய்து முக்காடிட்ட சிரசுகள், பழுத்துப் போன வெள்ளைப் புடவை. நெற்றியில் விபூதி, பல்லும் பனங்காயுமாக மூஞ்சிகள். தோலில் சுருக்கம். பட்டினியும் பசியுமாகக் காயக் கிலேசம் செய்கிறார்களோ என்னமோ, இரண்டுபேரும்! இல்லாவிட்டால் ஐம்பது வயசுக்குள், இத்தனை அசதியும் சோர்வும் வருவானேன்? மனிதப் பிறவி எடுத்து சுகத்தில் எள்ளளவு கூடக் காணாத ஜன்மங்கள் இரண்டும். மங்கைப் பருவத்திற்கு முன்னாலேயே குறைபட்டுப் போனவர்களாம். பரஸ்பர அனுதாபத்தினால் ஒரு சிநேகம். இரண்டு பேரும் சேர்ந்துதான் வருவார்கள்: போவார்கள் – விருப்பு வெறுப்பு இல்லாத மரக்கட்டைகள்: உணர்ச்சி மாய்ந்துபோன மரப்பின் உருவாக, சாவை எதிர்நோக்கிக்கொண்டிருந்த கிழங்கள்.

அவர்களைக் கடந்து போனதும், தர்மு உள்ளே சிவ சன்னதியில் நின்றுகொண்டிருப்பது தெரிந்தது.

"உன்னைவிட இந்த இரண்டும் எவ்வளவோ கொடுத்து வைத்தவை. முக்காடிட்டுக் கொள்கிற பாக்யமாவது இவர்களுக்கு இருக்கிறது. நீ வெறும் சுமங்கலிக் கட்டை" என்று தர்முவை நினைத்து என் நெஞ்சு குரல் கொடுத்தது.

நான் உள்ளே போனதும் சட்டென்று திரும்பி என்னைப் பார்த்து விட்டாள் அவள். உடனே வேதனையையும் வெட்கத்தை யும் ஒரு புன்சிரிப்பில் புதைத்துக்கொண்டு 'விர்'ரென்று அந்த

தி. ஜானகிராமன்

இடத்தை விட்டுப் பறந்துவிட்டாள். கட்டுக் கூந்தல் அவளுடைய பிடரியில் புரண்டு கொண்டிருந்தது. முன் தலை பக்கவாட்டில், ஒன்றோடும் சேராமல், பரங்கி கொடியின் பற்றுச் சுருளைபோல இரண்டு சுருள்கள் அவள் எடுத்து வைக்கும் ஒவ்வொரு அடிக்கும் ஆடி அதிர்ந்துகொண்டே வந்தன. அவளைக் கறுப்பு என்றுதான் சொல்லவேண்டும். ஆனால், அட்டைக் கரி அல்ல. மெல்லிய உயரமான தேகம். கையில் நாலைந்து ஜோடி இருக்கும், மஞ்சளும் நீலமும் கலந்த ரப்பர் வளையல்கள். கழுத்தில் முலாம் தோய்ந்த சங்கிலி. அதுவும் முலாம் தேய்ந்து பல்லை இளித்தது. ஒரு பூப்போட்ட வாயில் புடவை. பளபளவென்று தங்க நிறத்தில் கைக்கு வழுவழுக்கும் செயற்கைப் பட்டு ரவிக்கை. நிகு நிகுவென்ற ஒரு புது மெருகு அந்த உடல் முழுதும் ஊடுருவி ஒளிர்ந்தது.

என்னைக் கண்டுவிட்டு அவள் வெட்கி ஓடியதற்குக் காரணம் இது. இரண்டும் மாதத்துக்கு முன். இரண்டாங்கால பூஜைக்குப் பிறகு கோவிலுக்குப் போனபோது நடந்தது. பிராகாரத்தை வலம் வருவதற்காகச் சென்றேன். துர்க்கை அம்மனுக்கு முன்னால் நின்று இந்த தர்மு வேண்டிக்கொண் டிருந்தாள். அழும் குரலில். நான் வந்ததை கவனிக்காத அளவுக்கு அவ்வளவு சோகம் அவள் மனத்தையும் புலன்களையும் மறைத்திருக்கத்தான் வேண்டும்.

"ஈச்வரி! இரண்டு நாளாக வயிறு காயறது. இன்னிக்காவது கண்ணைத் திறந்து பார்க்கணும். தாராள மனசுள்ளவனா ... ஒருத்தனைக் கொண்டு விட்டுத் தொலைச்சா என்னவாம்..?"

கேட்டுக் கொண்டே போனேன். இரண்டு விநாடி கழித்து சட்டென்று என்னைப் பார்த்தவள், மருண்டு நின்றாள். என்ன செய்ய? வேண்டுமென்று ஒற்றுக் கேட்கவில்லையே!

"ஈச்வரி, என் தங்கையைக் காப்பாற்றிப்பிடு, தாராள மனசுள்ளவனா ஒருத்தனைப் பார்த்து அவளுக்கு முடிச்சிடு, தாயே" என்று தயங்கித் தயங்கி வேண்டுகோள் முடிந்தது. உண்மையான முடிவாக இருந்தால் குரலில் இவ்வளவு அசடு தட்டுவானேன்? பயந்துகொண்டு அவசர அவசரமாக அவள்தான் ஓடுவானேன்?

அவள் போனதும், துர்க்கை அம்மனைப் பார்த்துக் கொண்டே நின்றேன். கல்லில் வடிந்த அந்தப் புன்முறுவலுக்கு என்ன பொருள்?

'மகிஷாசுரனை மர்த்தனம் செய்கிற எனக்கு இந்த உத்தியோகம் கூடவா? இந்தப் பிரார்த்தனையைக் கொடுத்துவிடலாமா? கடைசி யில் தங்கை கிங்கை என்று சொன்னது உன்னை ஏமாற்றத்தான், என்னை ஏமாற்ற இல்லை ... ஆனால், நீ கூட ஏமாறவில்லை!'

பாயசம் 137

என் உள்ளம் கிளர்ந்து புகைந்தது. கோபம் வந்தது: யார்மேல் என்றுதான் தெரியவில்லை. கொஞ்சம் தொண்டையைக்கூட அடைத்தது. வெளியிலே இந்த வேண்டுகோளை நினைத்து யாரும் எதுவும் பதைபதைப்பதாகக் காணவில்லை. துர்க்கைக்குமுன் மினுங்கின விளக்கு சாந்தமாக அசையாமல் மினுங்கிற்று. தட்சிணாமூர்த்தி மௌனமாக உட்கார்ந்திருந்திருந்தார். கோயில் மானேஜர் நிமிராமல் கணக்குப் போட்டுக் கொண்டிருந்தார். மானேஜர் தலைக்குமேல் தொங்கின கூண்டிற்குள்ளே கிளி கண்ணை மூடித் தவத்தில் இருந்தது.

வீட்டுக்கு வந்ததும், கௌரியிடம் சொன்னேன்.

"தெய்வம் நல்ல புத்தி கொடுக்கும், ஞானம் கொடுக்கும், விவேகம் கொடுக்கும். இப்ப இதுவும் கொடுக்கும்னு தெரியறது –" என்று என் படபடப்பைக் கிண்டல் செய்தாள் கௌரி.

"ஏன், கொடுக்கப்படாதா?"

"கொடுக்கணும்ம்னுதான் சொல்றேன். எந்தக் காரியத்துக்கும் தெய்வ பலம் வேணும். திருடனுக்குக் கூட ஒரு தெய்வம் உண்டு. அந்த மாதிரி, தேவடியாளுக்கும் ஒரு தெய்வம் வேண்டாமா! நல்ல ஆளா கொண்டுவந்து விடுன்னா விடத்தானே வேணும் அது?"

"அந்தப் பொண்ணு அழுதுண்டே வேண்டிண்டுது. கொஞ்சம் மனசுக்குள்ளே வேண்டிக்கப்படாதா? தன்னை அறியாமல் கஷ்டம் பொறுக்காமல் புலம்பியிருக்கு. என் காதிலே விழுந்து, உன் காதிலெயும் விழுந்து சிரிப்பா சிரிக்கணும்னு இருக்கு! வேறென்ன?"

"நீங்க வர்றதைப் பார்த்துட்டுதான் அப்படிக் கொஞ்சம் உரக்க வேண்டிண்டாளோ என்னமோ?

"அப்படி இருந்திருந்தா உன்னளவு சமாசாரம் எட்டிவிடுமா என்ன?"

"பேஷ், அவ்வளவு கெட்டிக்காரரா நீங்க? வாஸ்தவம்தான். உங்களுக்கு தாராள மனசுதான். கையிலேதான் காசு இருக்கிற தில்லை. அதனாலேதான் அனுதாபம் இங்கே வந்து அருள் பிரவாகமாக ஓடறது!"

"போருமே! நீ பேசறது வேண்டியிருக்கலெ. இங்கிதம் தெரியாம என்ன பேச்சு இது?"

"யார் அந்தப் பொண்ணு?"

"யாரோ தெரியலே. கறுப்பா உசரமா சுருட்டை மயிரா இருக்கு. முகம் களையா இருக்கு –"

தி. ஜானகிராமன்

"கறுப்பா உசரமாவா?"

"ஆமாம்"

"பல்லு கோணலா இருக்குமோ?"

"அதென்னமோ பல்லைப் பார்க்கலை நான்."

"யாரு அது? வேடிக்கையா இருக்கே!"

"வாசலோடு கூட அடிக்கடி போகும்."

மறுநாளைக்கு அந்தப் பெண் வாசலோடு போனாள். கூட அவள் தாய் போய்க்கொண்டிருந்தாள். அவசர அவசரமாகக் கௌரியைக் கூப்பிட்டேன். அவள் வருவதற்குள் ஜன்னல் கோணத்தை விட்டு அவர்கள் போய்விட்டார்கள். வாசலுக்கு ஓடிப்போய்ப் பார்க்கச் சொன்னேன்.

கௌரி ஒரு நிமிடம் கழித்து வந்தாள்.

"இதுவா? இது கிரிசை கெட்டதுன்னா! இதுக்குதானா இத்தனை புலம்பினேள்?"

"யாரது? உனக்குத் தெரியுமோ?"

"தெரியறது என்ன – குளம், சந்தி, கடைத்தெரு, எங்கே பார்த்தாலும் நிக்கறதே. காலமே கிடையாது. மத்தியானம் கிடையாது. ராத்திரி கிடையாது. எடுபட்ட குடும்பம்!"

"அதுதான் தெரியறதே. அவா யாருன்னு கேக்கறேன்."

"யாருன்னா? முருங்கைக்காயின்னா முருங்கைகாய்தான். எந்த ஊரு? எந்தக் கொல்லை – இதெல்லாமா கேக்கணும்?"

"இது முருங்கைக்காயா?"

"முருங்கைகாய்தான். வேணும்ன்னா நீங்க போய் விசாரிச்சுத் தெரிஞ்சுக்குங்களேன். இந்த வம்பு தும்பெல்லாம் எழுதி உங்களுக்கு காசாப் பண்ணணும். அதுதான் சீனு மாமா இருக்காரே, அக்கப்போர் ஆபீசர். அவரைக் கேட்டாச் சொல்றார்."

நாலைந்து நாள் கழித்து சீனு ஐயரின் கடையில் உக்கார்ந்திருந்தபோது, தாயும் பெண்ணும் ஒருவர் பின் ஒருவராய்ப் போவதைக் காட்டிக் கேட்டேன்: "இது யார் சார்?"

"தெற்கு வீதியிலே இருக்கா. ஒரு தினுசு!"

"அப்படீன்னா?"

"நான் நேரே பார்க்கலை சார். சொல்லிக்கிறா."

"என்ன சொல்லிக்கிறா?"

"ஒண்ணுன்னா பத்து சொல்லும் ஊரு. நானும் சரியா விசாரிக்காம சொல்லமாட்டேன்."

"நீங்க இன்னும் ஒண்ணுமே சொல்லலியே!"

"என்னத்தை சொல்றதாம். எல்லாம் அதுதான் வேறே என்ன?"

"எது?"

"மந்திரச் சாமா மந்திரச் சாமான்னு ஒருத்தன் இருந்தான். பஞ்சாங்கக்காரன், பொல்லாதவன், ஆனால், மகா உபகாரி. ரொம்ப நீக்குப் போகுத் தெரிஞ்சவன். நன்னாப் பேசுவான். எட்டுக் கண்ணும் விட்டெறிஞ்சுது. மில்லுச் செட்டியாருக்கெல்லாம் அவன் சொன்னா வேதவாக்கு. அவன் பொண்ணுதான் இது.

"அவன் பொண்டாட்டிதான் இந்த 'விடோ'. அவன் ஜோசியம் சொன்னான்னா ரிஷிவாக்கு மாதிரிதான். இன்ன வருஷம், இன்ன மாசம், இன்ன தேதி – இத்தனையாவது மணிக்கு இன்னது நடக்கும்னு பிரம்மதண்டத்தைத் தலையிலே வச்சாப்போல சொல்லுவான். அப்படியே ஒரு விநாடி பிசகாமல் நடக்கும். இந்தக் காவேரி மேற்குமுகமாகப் போனாலும் போகும், அவன் சொல்றது பிசகாது. பாம்பு கடி, தேள் கடிக்கு மந்திரிப்பான். ஆகாசத்துக்கும் பூமிக்கும் குதிச்சுண்டு வருவான். 'தேள் கடிச்சுதா? என்னது உன்னையா தேள் கடிச்சது?' என்பான். சாமா சிரிச்சுண்டே 'சரியாப் போயிடுத்தே. எங்கே கொட்டித்துன்னே தெரியலியேன்னு' திரும்பி போயிடுவான் வந்தவன். சாமா பிசாசு கூட ஓட்டுவான். நடத்தைதான் கொஞ்சம் போராது. பூர்வீகமா ஒண்ணரை வேலி சர்வமானிய சொத்து இருந்தது. எல்லாத்தையும் தொலைச்சான். நாற்பது வயசுக்கப்புறம் திடீர்னு பாரிச வாயு வந்து ஒரு பக்கம் பூரா சுவாதீனமில்லாமப் போயிட்டுது, ஏழு வருஷம் படுத்த படுக்கையாகக் கிடந்தான். சாப்பாட்டுக்கு வழி இல்லே. பாங்கியிலே நானூறு ஐநூறு போட்டிருந்தான். இதோ போறதே இந்தப் பொண்ணு கல்யாணத்துக்குச் செலவழிஞ்சு போச்சு. என்ன செய்றது? சாப்பிட்டாகணுமே! அவன் பொண்டாட்டி அவன் இருக்கிறபோதே இப்படி ஆரம்பிச்சுட்டா. இந்தப் பெண்ணோடு ஆம்படையானுக்குக் கல்யாணமாகி நாலு மாசம் கழிச்சுத்தான் இதெல்லாம் தெரிஞ்சுது. அழைச்சுவச்சுண்டிருந்தான் மதுரையிலே. சமாசாரம் தெரிஞ்ச உடனே அடிச்சு விரட்டிப்புட்டான். தாயார் அப்படி இருந்தா பொண்ணு என்ன செய்யும்? அப்ப எல்லாம் இந்தப் பொண்ணு யோக்கியமாத்தான் இருந்தது. அது வாழா வெட்டியா வந்து சேர்ந்ததும் அம்மாக்காரி இப்படி பழக்கிப்பிட்டா. ஏழெட்டு குழந்தைகள்! வீட்டோட இந்த விடோவுக்கு ஒரு அம்மா கிழவி வேறே இருக்கா. என்ன

தி. ஜானகிராமன்

செய்யறது? கிளப்பிலே இந்த ரெண்டும் அரைக்கிறது. என்னத்தை கிடைக்கப் போறது? ஒருநாள் முழுக்க அரைச்சா எட்டணா கிடைக்கறதே கஷ்டம். பத்துப் பேர் இருக்கிற குடும்பம். ஒரு ரூபாயிலே தினமும் ஓடுமோ? இப்படித்தான் பிழைக்க வேணும். என்னவோ யார் கண்டா – நேரிலே பார்த்ததில்லை. சொல்லக் கேள்வி. நானும் நிச்சயமா தெரியாட்டா சொல்லமாட்டேன்" என்று மறுபடியும் அதே முத்தாய்ப்பு வைத்து முடித்தார் சீனு மாமா.

"என்ன கஷ்டம்!"

"கஷ்டம்தான். ஆனா நகையும் நட்டும் வீடும் நிலமும் வச்சுண்டு சில பேர் ஊர் சிரிக்கறதுக்கு இதுவொண்ணும் கெட்டுப் போயிடலே. பெரியாத்து சமாசாரம் தெரியுமோ இல்லியோ?" என்று தமக்குப் பிடிக்காத யாரைப்பற்றியோ தொடங்கி விட்டார் சீனு.

"அப்படி எல்லாம் திமிர் பிடிச்சுப் போக்கிரித்தனம் பண்றா. அதுக்குக் கேட்பாரில்லை. பணம் எல்லாத்துக்கும் பிராயச்சித்தம் பண்ணிப்பிடும். இந்தமாதிரி நாதன் இல்லாம, சோத்துக்கும் இல்லாம, எடுபட்டுடுத்தோ, அவ்வளவுதான். கட்டுப்பாடு காயிதா எல்லாம். அமர்களப்படறது. சாமா இருந்தபோது. ஜோஸ்யம் ஜோஸ்யம்னு – வாசல் திண்ணையிலே, திருச்சிராப்பள்ளி எங்கே, மதுரை எங்கே – கடலூர் எங்கேன்னு பெரிய பெரிய புள்ளிகள் எல்லாம் வந்து காத்துண்டிருக்கும். காரும் குதிரை வண்டியுமா வாசல்லே அதும்பாட்டுக்கு அவுத்துப் போட்டுக் கிடக்கும். வியாபாரிகள், மிராசுதார்கள்! – ஒண்ணும் அப்பைசப்பையா, இராது. அவன் அப்படி இருந்துக்குக் கடைசியிலே சொல்லிமாளாது – அவ்வளவு கஷ்டத்தையும் அனுபவிச்சுப்பிட்டான். போராதுன்னு இதுகள் வேறே இப்படி சிரிக்கிறதுகள். ஊரிலே ஒருத்தரும் போக்குவரத்து கிடையாது. அந்த வீடு மாத்திரம் இருக்கு. அதுவும் இடிஞ்சும் கிடிஞ்சும் யாருதலைலே விழலாம்னு காத்திண்டிருக்கு. சாமா இருக்கிறபோது அக்கிரகாரத்திலே இருக்கிறவர்களுக்கு தோசைக்கு இட்லிக்கு அரைச்சு கொடுப்பா. ஒரு கல்யாணம், ஒரு விசேஷம்னா இட்லி வார்க்கிறது, அப்பளம் இட்டுக் கொடுக்கிறது; இப்படி ஏதாவது காரியம் செஞ்சு கொடுப்பா. ஆனா ஒரு தினுசுங்கிற சேதி தெரிஞ்சுதோ இல்லியோ? எல்லாம் நின்னுபோச்சு ஒரு வீட்டிலேயும் குத்துச் செங்கல் ஏறவிடலே. கடைத் தெருவிலே ஹோட்டல்லெ வேலை செய்யறதுகள்..."

அக்கப்போர் சீனுவிடம் இவ்வளவு தயவை நான் எதிர்பார்க்கவில்லை. அவர் மனத்தையே கரைக்கிறதானால் உண்மைதான் கரைக்க முடியும்.

அவர் சொன்னது உண்மைதான். கௌரி சொன்னதும் உண்மைதான். எதிர்பாராத இடங்களிலெல்லாம். அந்தப் பெண்ணைப் பார்த்துப் பார்த்து மனம் துணுக்குற்றது. இரவு ஒன்பது மணிக்கு நடமாட்டம் இல்லாத தெருவில் போய்க்கொண்டிருப்பாள். போலீஸ் கான்ஸ்டபிளோடு ஸ்டேஷன் வாசலில் பேசிக்கொண்டிருப்பாள். வெற்றிலைக்காரனோடு ஹாஸ்யத்தில் ஈடுபட்டிருப்பாள். இரவில் தேர் முட்டியின் கருநிழலில் நின்றுகொண்டிருப்பாள். கார் ஷெட்டின் முன்னால் நின்று சிரித்துப் பேசிக்கொண்டிருப்பாள்.

கௌரியிடம் சொன்னேன்.

"கௌரவம் என்ன? மதிப்பு என்ன இதிலே? பொம்மனாட்டி ஜன்மம். எத்தனை நாளைக்கு தேடிண்டு வருவா? முதல்லே அப்படித்தான் இருந்திருக்கும். இப்போ இவளே தேடிண்டு போற காலம் வந்திடுத்து. இல்லாட்டா இப்படி சந்தி சந்தியா நிப்பானேன்? இனிமேல் ஒரே வேகமாத்தான் போகும். வியாதி, ஆஸ்பத்திரி, பிச்சை, சத்திரத்து சாப்பாடு – எதைத் தடுக்க முடியும்? துர்க்கை அம்மன் கிட்டவே வந்து பிழைப்புக்கு மன்றாட காலம் வந்துவிட்டது.

கேக்கறதுதான் கேட்டாளே பணம் வேணும் – கஷ்டம் விடியணும்னு அழப்படாதோ? நல்ல ஆளைப் பிடிச்சுத் தரணும்ணு தானா கேக்கணும்."

"அவ வேலை செஞ்சு பிழைக்கிறவ. ஒரு வேலையும் செய்யாமல் திடீர்னு பணம் வந்து குதிக்கும்னு நம்பற இனம் இல்லை. ஏதாவது கொடுத்தாத்தான் இந்த உலகத்துக்கிட்ட இருந்து ஏதாவது கறந்து சாப்பாட்டுக்கு வழி பண்ணிக்க முடியும்னு நினைக்கிறவ. தெரிஞ்சுதா?"

"என்ன தெரிஞ்சுதா? இது ஒரு வேலையா?" கௌரியின் சாமர்த்தியத்தைக் கண்டு எனக்கு வியப்பாக இருந்தது. வீட்டில் இருந்து கொண்டே அவள் எப்படி செய்திக் களஞ்சியமாக அபிப்பிராயக் களஞ்சியமாக விளங்குகிறாள்?

"இனிமே ஒரே வேகமாகத்தான் போகும்..."

ஆனால், இவ்வளவு வேகமாகப் போய் எல்லாம் அடங்கி விடும் என்று நான் நினைக்கவில்லை.

சாப்பிட்டானதும் கேட்டேன். "என்ன உடம்பாம் அதுக்கு?"

"அந்த வயிற்றெரிச்சலை ஏன் கேக்கிறேள்? மூணுமாசம் குளிக்காம இருந்ததாம்..."

பளிச்சென்று எனக்கு முந்தாநாள் இரவு அவளைக் கோவிலில் பார்த்தது நினைவிற்கு வந்தது. தோலிலும் உடலிலும் ஊடுருவிக் கண்ணைக் கவர்ந்த அந்த மெருகு நினைவுக்கு வந்தது. அரைச் சாப்பாட்டுக்கு, பருவம் கடந்து ஆறு வருஷத்திற்கு அப்புறம் வரக்கூடிய மெருகல்ல அது. தாய்மையின் ஒளி; வயிற்றில் வளர்ந்த சிசுவின் ஒளி; செவ்வட்டையின் ஒளி மாதிரி அது என்னை இப்போது பதற அடித்தது.

"அவ அம்மாக்காரி இருக்காளே – டாக்டர் கிட்டே போய் கேட்டாளாம். அம்பது ரூவா பணம் கேட்டானாம் அந்தத் தடியன். கடைசியிலே – வாசக்கதவு, கொல்லைக் கதவு எல்லாம் சாத்திப்பிட்டு – இவளே அந்த பொண்ணு வாயிலே – வைக்கல், துணி எல்லாத்தையும் வச்சு திணிச்சு வைத்தியம் பண்ணினாளாம், அப்படியே அலறவும் முடியாம, உசும்பவும் முடியாம எல்லாமே அடங்கி போச்சாம். அப்படீன்னு நம்ம பூக்காரி சொல்றா. ஆனா குருக்கள் பொண்டாட்டி சொன்னாளாம்; அந்த அம்மாக்காரி கண்ணாடியைப் பொடி பண்ணி தண்ணியிலே கலந்து அந்த பெண்ணைக் குடிக்கச் சொன்னாளாம். அது குடிக்சுப்பிட்டு வயித்து வலியிலே – அய்யோ அய்யோன்னு ஊரே குலை நடுங்கக் கத்தித் தீத்துப்பிடுத்தாம். அப்புறம்தான் துணியை வாயிலே வச்சு அடச்சு அழுகையை அடக்கினாளாம். அது உயிரையே அடக்கிப் பிடுத்து."

கேட்கும்போது வயிற்றைப் புரட்டிற்று எனக்கு.

கௌரி குழந்தை மாதிரி விசித்து விசித்து அழ ஆரம்பித்து விட்டாள். என்னையும் அது தளரச் செய்துவிட்டது.

"அந்தப் பொண்ணு ஊத்தின எண்ணெய்க்காவது மனம் இரங்கப்படாதா அந்த சாமி. இவ்வளவு பெரிய கோவிலைக் கட்டிண்டு உக்கார்ந்திருக்கே! துர்க்கைக்கு முன்னாடி நின்னுண்டு அழுதுன்னேளே. பொம்மனாட்டி கண்ணுலே ஜலம் விட்டா உருப்படுமா அந்தத் தெய்வம்? அவ யாராயிருந்தா என்ன? மனசு உருகிக் கண்ணாலே ஜலம் விட்டுதே அது" என்று கௌரி குமையத் துவங்கிவிட்டாள். கோவிலை ஒட்டினாற் போல இருந்தது மானேஜர் வீடு, சென்று கதவைத் தட்டினேன்.

"யாரு?"

"நான் தான் சார்?"

கதவைத் திறந்து கொண்டு வந்தார் அவர். வாசல் விளக்கு பளிச்செண்டு எரிந்தது.

"ஓ ... சாரா, வாங்க, வாங்க, எங்கே இப்படி அபூர்வமா?"

"கோவில்லே பூஜை இல்லைன்னு கேள்விப் பட்டேன்…"

"ஆமா சார் ஒரு சாவு – தெற்குத் தெருவுலே."

"அதுதான் கேள்விப்பட்டேன். அது விஷயமாத்தான் பார்த்துட்டுப் போகலாம்னு வந்தேன்."

"என்ன?"

"கோபுரத்து விளக்கு இல்லாமல் தெருவே இருண்டு கிடக்கு ஊரிலே திருட்டு பயமா இருக்கு. அதுதான் …"

"ஒரு நாள் இப்படித்தான் இருக்கட்டுமேன்னு நினைச்சேன்."

இது என்ன அர்த்தமில்லாத பதில்! திகைப்பாக இருந்தது எனக்கு. பேசாமல் உட்கார்ந்திருந்தேன். ஒன்று, இரண்டு நிமிடங்களாயின. இருவரும் பேசவில்லை.

"என்ன இப்படி பதில் சொன்னானேன்னு நினைக்கிறீங்களா? எனக்கு என்னமோ இந்த சாவுக்கு துக்கம் கொண்டாடணும் போல் இருக்கு. செத்துப்போனது யாருன்னு தெரியுமில்ல உங்களுக்கு?"

"தெரியும். ரொம்பக் கண்ராவி"

"நீங்க கூடப் பார்த்திருப்பீங்களே. கோவிலுக்கு வருமே அந்த பொண்ணுதான். சிரிச்சுப் போன குடும்பம்தான்; ஒப்புத்துக்குறேன், ஆனால், செத்துப் போனதுக்கு அப்புறம் தூக்கறதுக்கு ஒரு ஆள் கூட இல்லைன்னா இது என்ன, மனுஷன் குடி இருக்கிற தெருவா? காக்கா கூட ஒரு காக்கா செத்துப் போச்சுன்னா கூட்டம் கூட்டமா அலறித் தீத்துப்பிடும்கள். மத்தியானம் மூணு மணிக்குப் போன உசிரு. ஒரு பய எட்டிப் பாக்கலை. வீட்டிலே இருக்கிறது அத்தனையும் பொம்பளே. எல்லாம் சின்னஞ் சிறுசு. அப்படி என்ன இப்பக் குடி மூழ்கிப் போச்சு? அவங்க கெட்டுப் போயிட்டாங்க – நாதன் இல்லாம கெட்டுப்போன குடும்பம். பசிக்குப் பலியான குடும்பம். என்ன அக்கிரமம் சார்? இந்த மாதிரி மிருகங்களைப் பார்த்ததில்லைங்க நான். நானும் நாலு ஊரிலே இருந்திருக்கேன் –"

மானேஜரின் உதடு துடித்தது. கரகரவென்று கண்ணில் நீர் பெருகிற்று. பேசமுடியாமல் நின்றார். சற்றுக் கழித்துக் கண்ணைத் துடைத்துக்கொண்டு ஒரு பெருமூச்சில் துக்கத்தை இறக்கிக்கொண்டார்.

"இன்னிக்குக் கடவுள் வெளிச்சம் கேட்பானா? கேட்க மாட்டான். ஊருக்கு மட்டும் என்ன வெளிச்சம்? எத்தனை வெளிச்சம் போட்டால் என்ன, நம்ம இருட்டு கலையப் போறதில்லை. இப்படித்தான் தவிக்கட்டுமே, ஒரு நாளைக்கு…"

தி. ஜானகிராமன்

ஆத்திரம் அவர் முகத்தில் ஜொலித்தது. "கோயிலுக்குப் பூஜை செய்தாகணும். இன்னும் பொனத்தைத் தூக்கினபாடில்லை. யாரு தூக்குவாங்க? ஊரு கட்டுப்பாடாம்; ஊர் தலையிலே இடிவிழ!"

நான் பேசமுடியாமல் உட்கார்ந்திருந்தேன். ஆத்திரம் தணிந்ததும் அவர் சொன்னார். 'பத்து மணிவரையில் பார்க்கப் போறேன். அப்புறம் நாதியில்லேன்னா. நாயனக்காரர் ரெண்டு ஆளை கொண்டாறேன்னிருக் காரு. நாலு பேருமா தூக்கிக்கொண்டு போயிடலாம்னு இருக்கிறோம். வேறே என்ன செய்யறது? கோயிலைத் திறந்தாகணும்."

"நான் வாணா வரேன்?"

"நீங்களா? என்னத்துக்காக? பேசாம நல்ல புள்ளையா இருங்க. இது ரொம்ப ஆபத்தான சமாச்சாரம். தனியாளோட போடற சண்டையில்லே..."

"மோசமாப் போச்சு! பிழைக்க இடமா இல்லை வேறே?" என்று இழுத்தேன். எனக்குப் பயமாகத்தான் இருந்தது.

"இத பாருங்க. எனக்காக சொல்லவேணாம். நான் ஒண்ணும் உங்களைப் பற்றித் தப்பா நெனைச்சுக்கமாட்டேன். நிசம்மா தைரியம் இருந்துதுன்னா வாங்க. இல்லே... எனக்காக ..."

"பரவாயில்லைங்க."

"என்னமோ உங்க இஷ்டம், ஆனா தெருவுக்கு மட்டும் விளக்கு கிடையாது. நாளை ராத்திரி வரையிலும் நிச்சயமாக் கிடையாது. அந்த துர்க்கை அம்மனுக்கும் அந்தப் பொண்ணுக்கும் அவ்வளவு ராசி. விளக்கு கிடையாது இப்பவே சொல்லிப்பிட்டேன் –"

"சரி"

விளக்கை அணைத்து, வாசல் கதவைச் சாத்திக்கொள்ளச் சொல்லி விட்டுத் துண்டைப் போட்டுக்கொண்டு கிளம்பினார் அவர். இருட்டில் தட்டித் தட்டி கிழக்கு வீதி வெளிச்சத்திற்கு வந்தோம்.

கலைமகள், ஜூன் 1954

சத்தியமா!

"இது ஏதுடா காலண்டர்?"

"நான்தாண்டா வாங்கிண்டு வந்தேன் – மண்ணெண்ணெய் கடை நாயக்கர்கிட்டேருந்து."

"ரொம்ப நன்னாருக்குடா. என்ன விலைடா இது?"

"விலைக்குக் கொடுக்க மாட்டா இந்தக் காலண்டரை. தெரிஞ்சவாளுக்கு மாத்திரம் இனாமாகக் கொடுப்பா."

"உங்கப்பாவுக்குத் தெரியுமா அவரை?"

"எங்கப்பாவுக்குத் தெரிஞ்சிருந்தா ஜனவரி மாசமே வாங்கியிருக்க மாட்டாரா? நான்தான் அந்தக் கடை வாசல்லே நின்னுண்டு தினமும் பார்த்துண்டேயிருப்பேன். அந்தக் கிருஷ்ணர் சிரிச்ச மூஞ்சியா புல்லாங்குழல் வாசிக்கிறார் பாரு. காது ரெண்டையும் தூக்கிண்டு அந்தப் பசுங் கன்னுக்குட்டி அதைக் கேட்டுண்டு நிக்கறது பார். எவ்வளவு அழகாயிருக்கு பாத்தியா! நித்தியம் பள்ளிக்கூடத்திலேருந்து வரபோதெல்லாம் அதைப் பாத்துண்டே நின்னிண்டிருப்பேன். அங்கே ஒரு கணக்குப்பிள்ளை இருக்கு பாரு, ஒல்லியா, குடுமி வச்சிண்டு, உர்ருன்னு மூஞ்சியை வச்சிண்டு, ஓணான் மாதிரி! ஜூன் மாதம் பள்ளிக்கூடம் திறந்த உடனே 'மாமா மாமா, அந்தக் காலண்டரை எனக்குத் தரோளா?'ன்னு கேட்டேன். 'அது பத்து ரூபாடா விலை'ன்னு அது காதிலே பென்சிலை வச்சிண்டு,

தி. ஜானகிராமன்

மூக்கு நுனியிலே கண்ணாடியை நழுவி விழுந்துறாப்போலப் போட்டுண்டு நிமிந்து பாத்துச் சொல்லித்து.'ஒரு ரூபா தரேன்'னேன். மாட்டேன்னுடுத்து. தினமும் கேட்டுண்டே இருந்தேன். 'அதெல்லாம் கொடுக்கறத்துக்கு இல்லே. கம்பெனிலேருந்து ஒண்ணே ஒண்ணுதான் அனுப்பிச்சிருக்கா, கடையிலே வச்சுக்கணும்னு அதனாலே அதைக் கொடுக்கப்படாது.கொடுத்த கம்பெனிக்காரன் கோச்சுக்குவான்'னு சொல்லிடுத்து. நான் அப்பறம் கேக்கவே இல்லெ. ஆனா, தினமும் பார்த்துண்டே ரொம்ப நாழி நிப்பேன். நேத்திக்கு என்ன ஆச்சு தெரியுமா? முதலாளி இருக்காருபாரு, குப்புசாமி நாயக்கர், நாமம் போட்டுண்டு அம்மை வடு மூஞ்சியா, வெத்திலை போட்டுண்டே இருப்பாரே, வைரக் கடுக்கன் போட்டுண்டு?'

"குண்டா!"

"ஆமாம், அவரே நேத்திக்குச் சாயங்காலம் உக்காந்திருந்தார். நான் பாத்துண்டே நின்னிண்டிருந்தேன். அவர் ரொம்ப நல்லவர்டா! அவர் என்ன செஞ்சார் தெரியுமா? 'ஏய் தம்பீ!'னு கூப்பிட்டார். கிட்டப் போனேன். 'நீ யாரு?'ன்னார். 'ஸப் ரிஜிஸ்தர் கே.ஓய். சுந்தரம் பிள்ளை'னேன். 'எத்தனாவது படிக்கிறே?'ன்னார்? 'பஸ்ட் பாரம்'னு சொன்னேன். 'எதுக்காக வெறுமனே வெறுமனே இங்கே வந்து நிக்கறே?'ன்னார். 'அந்தக் காலண்டரைப் பாக்கறதுக்காக நிக்கறேன்'னேன். 'அது உனக்கு வேணுமா?'ன்னு கேட்டார் அவர். 'ஒண்ணே ஒண்ணுதான் கம்பெனிலேர்ந்து அனுப்பிச்சாளாமே! அதைக் கொடுத்தாக் கோச்சுப்பாளாமே'ன்னேன். 'யார் சொன்னா அப்படி உனக்கு?'ன்னு கேட்டார். 'அந்தக் குமஸ்தா மாமா சொன்னார்'னு சொன்னேன். உடனே அவர் என்ன பண்ணினார் தெரியுமா? 'கணக்குப் பிள்ளே!'ன்னு கூப்பிட்டார். 'ஏன்?'னு அது மூக்குக் கண்ணாடியை மூக்கு நுனியிலே வச்சிண்டு நிமிர்ந்து பாத்துது. 'ஒரு கார்டை எடுத்து இந்தக் காலண்டரை கொடுத்துறதுக்கு உத்தரவு போடணும்னு இன்னிக்கே கம்பெனிக்கு எழுதிப் போடுங்க. உடனே அர்ஜென்டா ஆர்டர் போடச் சொல்லணும் தெரியுமா?' என்று நாய்க்கர் சொன்னார். அவரே சொல்லிப்பிட்டார். என்ன செய்வது? அது சரீன்னுடுத்து."

"அந்தக் காலண்டரை எடுத்து இப்படிக் கொடுங்க"ன்னார் நாய்க்கர். அது எடுத்துக் கொடுத்தது, அவர் கையிலே. அதை வாங்கி 'தம்பி, உனக்காக ஸ்பெஷலா ஆர்டர் போட்டுடச் சொல்றேன். இந்தா எடுத்துக்கிட்டுப் போ. ஜாக்கிரதையா வச்சுக்க'ன்னு சொன்னார். 'சரி மாமா'ன்னு நான் எடுத்துக்கிட்டு வந்துட்டேன். எவ்வளவு நல்லவர் பாத்தயா? இன்னொருத்தர்னாக்

பாயசம் 147

கொடுப்பாளா? எனக்காக அர்ஜென்டா ஆர்டர் வாங்கிக்கிறேன்னு சொன்னார்."

"ஆர்டர் வராட்டா?"

"வந்திடும். இல்லாட்டா முன்னாடியே கொடுப்பாரா?... இது எவ்வளவு அழகா இருக்கு பாருடா! இந்த உள்ளு இப்ப என்ன ஜோரா இருக்கு, பாத்தியா! அந்தக் கிருஷ்ணர் உடம்பைப் பாத்தியா, பளபள பளபளன்னு! தலையிலே பார், மயில் தோகை! நெஜம் மயில் தோகை மாதிரி இல்லே! இதைப் பார்த்துக்கிண்டே நிக்கணும்போல இருக்குடா எனக்கு! சாப்பிடப்படாது; பள்ளிக்கூடம் போகப்படாது; தூங்கப்படாது; ராத்திரிகூட லைட்டைப் போட்டுண்டு இதைப் பாத்துக்கொண்டே நிக்கணும்."

"ஏய் மணி ஒன்பது அடிக்கிறதுடா. காபி எழுதவே இல்லியே!"

"ஆமாண்டா. ஐயையோ ... கிடுகிடுன்னு எழுதணும்."

"இன்னிக்கு எழுத்து நன்னாவே இல்லேடா. அவசர அவசரமாக எழுதினா இப்படித்தான். நீ படம் படம்னு காலண்டரைப் பார்த்துண்டே நின்னுட்டே; சரி, நான் போய்ட்டு வரட்டுமா?"

"சரி."

"போய்க் குளிக்கிறத்துக்குக் கூட நாழி இல்லை."

"ஆமாம்டா, சட்டுனு போ."

"ஏய், ரமணா!"

"என்ன?"

"நான் ஒண்ணு சொல்றேன்; அது மாதிரி நீ செய்யறியா?"

"என்ன?"

"நீ செய்வியா?"

"என்னன்னு சொல்லேன்."

"நீ செய்வேன்னு சொல்லு."

"என்னன்னு சொன்னாத்தானேடா தெரியும்."

"நீ செய்வியா, மாட்டியா?"

"போடா."

"அப்பன்னா நான் போறேன், போ."

தி. ஜானகிராமன்

"ஆமாண்டா, நீ உடனே கோச்சுக்கறே. என்ன செய்யணும்னு சொல்லேன்."

"செய்வேன்னு சொல்லு."

"சரிடா, செய்யறேன்."

"நிச்சயமாச் செய்யறேன்னு சொல்லு."

"நிச்சயமாச் செய்யறேன்."

"சத்யமாச் செய்யறேன்னு சொல்லு."

"சத்யமாச் செய்யறேன்."

"என் உள்ளங்கையிலே அடிச்சு மூணு தடவை சாமி சாக்ஷியா சத்யமாச் செய்யறேன்னு சொல்லு."

"சாமி சாக்ஷியா சத்யமாச் செய்யறேன். சத்யமாச் செய்யறேன், சத்யமாச் செய்யறேன். போதுமா?"

"அப்புறம் மாட்டேன்னு சொல்லப்படாது."

"இல்லே."

"சொல்லட்டுமா?"

"சொல்லேன்."

"அந்தக் காலண்டரை எனக்குக் கொடுத்துடு."

"இதையா, இந்தக் காலண்டரையா!"

"ஆமாம்."

"நேத்திக்கு ராத்திரிதானேடா வாங்கிண்டு வந்தேன். இன்னொரு காலண்டர் தரேயே. இதைவிட நன்னா இருக்கும்."

"எனக்கு இதுதான் வேணும்."

"என்னடா நீ?"

"என்னமோ சத்யமாக் கொடுக்கறேன்னு சாமி சாக்ஷியாச் சொன்னியே."

"அதுக்காக இதைக் கொடுக்கச் சொல்றியே."

"சத்தியம் பண்ணிப்பிட்டா எதைக் கேட்டாலும் கொடுக்கணும். அதுவும் சாமி சாக்ஷியாச் சொல்லியிருக்கே."

"சரிடா, தரேன்."

"..."

"இந்தா."

"சரி, நான் போயிட்டு வரட்டுமா."

"..."

"ஓடுடி, ஓடு. இந்தப் பயலுக்கு இருக்கிற சாமர்த்தியத்தைப் பாரு. ஓடுடி, ஓடு. கூப்பிடு அந்தப் பயலை."

"யாரை?"

"எதிர்த்த வீட்டுப் பயலையடி; கூப்பிடேன். அப்பறம் பேசிக்கலாம். சரி, நான் கூப்பிடறேன். எலே, சின்னாணி, இஞ்ச வரியா இல்லையா. ஏய் ஓடறதைப் பாரேன்."

"ஏன் திரும்பி வந்துட்டேள்?"

"வீட்டுக்குள்ளே ஓடிப்போயிட்டான்."

"ஏன், என்னத்துக்கு?"

"உம் பிள்ளை இருக்கான் பாருடி ஜடபரதர். அதை ஏச்சுப்பிட்டான் அந்தப் பய."

"என்ன?"

"ரூமலெ உக்காந்து கேட்டுண்டே இருந்தேன். என்னமோ, 'சத்யமாச் செய்யறேன்னு சொல்லு; சத்தியமாச் செய்யறேன்னு சொல்லு'ன்னு அந்தப் பய இவனைக் கேட்டுண்டே இருந்தான். இதுவும் செய்யறேன்னு சொல்லித்து. அந்தக் காலண்டரை வாங்கிண்டு போயிட்டான் அந்தப் பய."

"எதை? நேத்திக்கு வாங்கிண்டு வந்தானே, அதையா?"

"ஆமாம்."

"ஐயையோ! துடைகாலி! நன்னா இருந்துதே! ஏண்டா கொடுத்தே அதை? ஏன் விசும்பி விசும்பி அழறே கொடுத்துட்டு?" சரி, அழாதே. ஏன் கொடுத்தே?"

"ஒண்ணுசொல்வேன் செய்யறியா செய்யறியான்னு கேட்டான் சத்தியமாச் செய்யணும்னு சொன்னான். சாமி சாக்ஷியா, சத்தியமாச் செய்யறேன்னு சொன்னேன். அப்புறம் அந்தக் காலண்டர் வேணும்னு கேட்டுட்டான்."

"மாட்டேன்னு சொல்றதுக்கு என்ன?"

"சத்தியம் பண்ணினப்புறம் எப்படி மாட்டேங்கிறதாம்?"

தி. ஜானகிராமன்

"நீ எப்படிடா பொழைக்கப்போறே! தரித்ரமே! அழகாப் பளிச்சுனு இருந்துதே! அதைப் போய்க் கொடுத்திட்டியே. அப்பாவைக் கேட்காமெ கொடுக்க மாட்டேன்னு சொல்றதுக்கென்ன!"

"..."

"என்னடா முழிக்கிறே?"

"அவன்தானேடி வாங்கிண்டு வந்திருக்கான். சுதந்தர பாத்யமாக் கொடுத்திட்டான்."

"கொடுத்துட்டு அழுதுண்டு நில்லு."

"அந்தப் பய அப்படிப் பண்ணிவிட்டான்டி அவனை. ஆணி அறஞ்சாப்போலென்னா சத்தியம் வாங்கிப்பிட்டான். இனிமே, பொழைக்கிற பிள்ளைன்னா வக்கீல் குமாஸ்தா கணேசன் பிள்ளை மாதிரி பிறந்து வரணும். முன்னாடி ஒண்ணு சொல்றேன் செய்வியானான். இவன் என்ன, என்னன்னு தலைகீழே நின்னான். அந்தப் பய சொல்ல மாட்டேன்னுட்டான். அப்புறம் கோச்சுக்க ஆரம்பிச்சான். இவன் சமாதானம் பண்ணினான் அவனை. அப்புறம் அந்தப் பய சத்யம் பண்ணச் சொன்னான் இவனை. இது பண்ணித்து. கடைசியிலே அடி மடியிலே கையைப் போட்டுட்டான் அந்தப் பய! எவ்வளவு அஸ்திவாரம்! எவ்வளவு பீடிகை! இது கொடுத்திட்டு அழறது! எனக்கு ஆச்சரியமாயிருக்கு."

"ஏண்டா, மாட்டேன்னு சொல்றதுக்கென்ன? இதுக்கு வாயில்லையே இந்தப் பிள்ளைக்கு."

"கையிலே மூணு தரம் சத்யமாச் செய்யறேன்னு அடிச்சுக் கொடுத்தேன். எனக்கு அதைக் கேக்கப் போறான்னு தெரியுமா?"

"அதுக்குத்தான் அவ்வளவு கஷ்டப்பட்டு அதை வாங்கிண்டு வந்தியா?"

"அந்தப் புள்ளைக்குத்தான் அதைக் கேக்க மனசு வந்துது பாருங்களேன்! ஏ அம்மாடி! அப்பன், ஆயி, பிள்ளை எல்லாம் ஒண்ணைப் பாத்தாப்போல ஒண்ணு இருக்கு. எரிச்சல், அசூயை, பிறத்தியார் பண்டத்திலே ஆசை எல்லாத்தையும் பிள்ளை அப்படியே வாங்கிண்டிருக்கான்."

"நான் கூப்பிடறேன். எப்படி ஓடறான் தெரியுமோ அந்தப் பய! ஒரு நொடியிலே வீட்டுக்குள்ளே மறைஞ்சுட்டான்!"

"பண்டம் போயிடுத்தே, அதுக்கு என்ன வழி இப்போ?"

"ஏய் ரமணா, நீதான் வாங்கிண்டு வரணும் அதைத் திருப்பி."

"..."

"என்ன பேசாமெ நிக்கறே? இதே மாதிரி அவன் வித்தையை அவன்கிட்டே காமி. அவன் கிட்டேயும் சத்தியம் வாங்கிண்டு அந்தக் காலண்டரைத் திருப்பி வாங்கிண்டு வந்துடணும் என்ன?"

"..."

"என்ன பேச மாட்டேங்கறே?"

"எப்படிப்பா வாங்கறது?"

"அவன் கேட்டாப் போலவே, சத்யமாச் செய்யறேன்னு சொல்லச் சொல்லி, அதைக் கேட்டு வாங்கிண்டு வா. வந்தாத்தான் ஆச்சு. இல்லாட்டாச் சோறு கிடையாது."

"காலண்டரை இஞ்ச மாட்டிப்பிட்டியாடா சின்னாணி?"

"இந்த இடத்திலே மாட்டினா நன்னா இருக்கோல்லியோ?"

"நன்னா இருக்கு –"

"ஆமாம்மா, ரமணன்தாம்மா. இந்தக் காலண்டரை, இவன்தாம்மா எனக்குக் கொடுத்தான்."

"ஏண்டா, நீதான் கொடுத்தியா?"

"ஆமாம் மாமி."

"சின்னாணி, கிழிச்சுப்பிடாமெ ஜாக்கிரதையா வச்சுக்கோ."

"சரீம்மா ... ஏய் வாடா, வாசல்லே போய் விளையாடுவோம்."

"ஏய் அந்தக் கன்னுக்குட்டி எப்படிக் காதைத் தூக்கிண்டு நிக்கறது பார்."

"ஆமாம்."

"மொழு மொழுன்னு எப்படி இருக்கு பார், அது."

"ஆமாம் ... போவோமா?"

"இருடா போவோம்."

"அப்புறம் நாழியாயிடும், இருட்டிப் போயிடும்."

"போறதுன்னா இப்பவே போய் விளையாடிட்டு வந்துடணும். ராத்திரி எட்டு மணிக்கு வரப்படாது! தெரியறதாடா?"

"சரீம்மா, பாத்தியாடா; சட்டுன்னு வாடா. அப்புறம் நாழியாயிடுத்துன்னா எங்கம்மா அடிப்பா."

"சரி."

தி. ஜானகிராமன்

"என்ன விளையாடலாம்?"

"ஏதாவது விடையாடலாம்டா."

"ஏதாவதுன்னா?"

"ஏதாவது விளையாடுவோம்."

"ஏன், உனக்கு உடம்பு சரியா இல்லை?"

"அதெல்லாம் ஒண்ணும் இல்லை."

"பின்னே ஏன், என்னமோபோலே இருக்கே?"

"ஒண்ணுமில்லை ... இன்னிக்கு விளையாட வாண்டாமே."

"ஏன்?"

"சும்மாத்தான்."

"பின்னே விளையாடாமே என்ன பண்றது?"

"நான் ஒண்ணு சொல்றேன், கேக்கறியா?"

"என்ன?"

"நான் ஒண்ணு கேப்பேன் தருவியா?"

"என்ன?"

"தரேன்னு சொல்லு."

"என்னன்னு சொல்லு."

"நீ தரேன்னு சொல்லு."

"முடிஞ்சாத் தரேன்."

"அப்படின்னா?"

"எனக்குத் தர முடிஞ்சாத்தான்."

"உனக்கு முடியும்."

"என்ன, சொல்லேன்."

"நிச்சயமாத் தரேன்னு சொல்லு."

"முடிஞ்சா நிச்சயமாத் தரேன்."

"சத்யமா."

"முடிஞ்சாச் சத்யமாத் தரேன்."

"வந்து, வந்து நீ ஒரு ரப்பர் வச்சிருக்கே பாரு, பென்சில், மசி ரண்டையும் அழிக்குமே, அதைக் கொடுப்பியா?"

"அப்பாடா, இதானே! என்னடாப்பான்னு பாத்தேன். வேற எதையோ கேக்கப்போறேன்னு நெனச்சுட்டேன்."

"என்ன?"

"உனக்கு இப்பவே வேணுமா?"

"இப்பவே வாண்டாம். விளையாடி முடிஞ்சப்புறம் உன் வீட்டுக்கு வந்து வாங்கிக்கறேன்."

"இப்பவே இருக்கு ட்ராயர் பையிலே. இதோ பாத்தியா. இந்தா எடுத்துக்கோ. அப்புறம் ஒண்ணும் கேக்கப்படாது."

"இல்லெ."

○

"எங்கேடா, காலண்டர்?"

"பாத்தியாப்பா, சின்னாணிகிட்டேருந்து இந்த ரப்பரை வாங்கிண்டு வந்துட்டேன். இது மசியைக்கூட அழிக்கும்பா. ஒஸ்தி ரப்பர்!"

"காலண்டர் கேட்டியா?"

"இல்லை."

"ஏன்?"

"எப்படிப்பா கேக்கறது?"

"அவன் கேட்ட மாதிரியே கேக்கறது."

"வாண்டாம்பா."

"என்னடா வாண்டாம்."

"எனக்குப் பயமாயிருக்கு."

"என்ன பயம்?"

"கேக்கறதுக்கு."

"எதைக் கேக்கறதுக்கு?"

"அதைத்தாம்பா, காலண்டரை."

"ஏன்?"

"கொடுத்தப்பறம் எப்படிப்பா கேக்கறது?"

"என்ன?"

"இந்த ரப்பர் ஒஸ்தி ரப்பர் அப்பா. இது இப்பக் கிடைக்கவே இல்லெ."

தி. ஜானகிராமன்

"இதைத்தான் கேட்டியா?"

"ஆமாம்."

"அதைக் கேக்கலியா?"

"அது எனக்கு வாண்டாம்பா. எனக்கு அது பிடிக்கலெ."

"ஏண்டா?"

"என்னமோ பிடிக்கலெ."

"பலேடா சிங்கம் ... சரி போ."

"ஏய் யாரு உள்ளே, இஞ்ச வாயேன்."

"என்ன?"

"இஞ்ச வா."

"குழந்தை எங்கே?"

"சாப்பிடச் சொன்னேன். கொல்லையிலே போயிருக்கான் கைகால் அலம்ப."

"இதைப் பாரு, உம் பிள்ளை சாமர்த்தியத்தை. எதிராளாத்துப் பயல்கிட்டேருந்து இதைச் சாமர்த்தியமா வாங்கிண்டு வந்துட்டானாம்! சொல்லிக்கிறான்."

"இது என்ன ரப்பரா?"

"மசி அழிக்கிறதாம். ரொம்ப ஒஸ்திங்கறான். காலண்டருக்குப் பிரதி."

"நீங்க ஏன் காலண்டர் காலண்டர்னு நச்சரிக்கிறேள் அவனை?"

"இல்லேடி இந்த மாதிரி தெய்வங்கள்ளாம் இந்தப் பூமிலே ஏண்டி பிறக்கிறதுகள்? இது கெட்டிக்கார உலகமாச்சே. அதுக்குன்னா சொல்றேன்."

"உங்க மனசு இன்னும் பலமாத்தான் இருக்கு. கண்ணைத் துடைச்சுக்குங்கோ. வாங்கோ சாப்பிட. வயசானாத் தானா புத்தி வரது."

அமுதசுரபி, 1956க்கு முன்

பரதேசி வந்தான்

வக்கீல் அண்ணா பந்தியை ஒரு நோட்டம் விட்டார்.

அடியேன் அவருக்கு நேர்த் தம்பி அல்ல. ஒன்றுவிட்ட தம்பிகூட அல்ல. அவருடைய மேதா விலாசத்தைக் கண்டு உலகமே அவரை, 'அண்ணா அண்ணா' என்று வாய்நிறைய அழைத்தது. அந்த மாதிரித் தம்பிதான் நான். ஒரே தெரு, எதிர்த்த வீடு - இந்த உறவைத் தவிர வேறொன்றும் இல்லை. அதே காரணத்தால் உலகத்தாரைவிட நான் மிக மிக நெருங்கிய தம்பி. கூப்பிட்ட குரலுக்கு ஏன் என்று ஓடும் தம்பி. ஈஸன் ஹோவர் போட்டி போடுவதிலிருந்து இளம் வித்வான் கச்சேரி வரையில் அவருடைய அபிப்பிராயத்தை எல்லோருக்கும் முன்னால் முதல் முதலாக, அந்தரங்கத்தில் கேட்கும் அபிமானத் தம்பி.

அண்ணா பந்தியைச் சாரி சாரியாக நோட்டம் விட்டார். ஜூனியர் பாப்பா பந்துலு, பூதகணங்களாகச் சேவைக்குக் காத்துக்கிடக்கும் அண்டை வீட்டு இளைஞர்கள், எதிர்த்த வீட்டு நான், இரண்டு குமாஸ்தாக்கள் – எல்லோரும் செய்த சாப்பாடு ஏற்பாடு சரியாக இருக்கிறதா என்று அந்த ராஜாளி நோட்டம் ஆராய்ந்துகொண்டிருந்தது. அவர் திருப்தி அடைய வேண்டுமே என்று எல்லோர்க்கும் கவலைதான். ஜூனியர் பாப்பா, வேற்றுத் தெருவுக்குள் கால் வைத்துவிட்ட நாயைப்போல ஒண்டி ஒடுங்கி நடந்துகொண்டிருந்தார். அண்ணாவின் பார்வை கம்பீரமாக

தி. ஜானகிராமன்

ஒவ்வொரு நபரையும் அவருடைய அந்தஸ்தையும் எடை போட்டு, 'சரி, ம், சரி' என்று ஆமோதம் செய்துகொண்டு வந்தது.

அண்ணா கோர்ட்டில் வக்கீல். வாழ்க்கையில் நீதிபதி. கொலையும் பறியும் புரிந்துவிட்டு, குற்றுயிரும் குலை உயிருமாகச் சட்டத்தின் வாயில் மாட்டிக்கொண்டு இழுத்துக் கொண்டிருந்தவர்களை வெளியே பிடுங்கி எறிந்து அபயம் தந்திருக்கிறார். தீவட்டிக் கொள்ளையோ, கொலை பாதகமோ – எதுவாயிருந்தால் என்ன? அண்ணா திவலைபறக்க, நீர்வீழ்ச்சியைப் போல வாதாடும்போது நீதிபதியின் தனித்தன்மை, நடுநிலைமை எல்லாம் அமுங்கி ஆற்றோடு போய்விடும். இப்பேர்ப்பட்ட அண்ணா, வாழ்க்கையில் நீதிபதி – வாழ்க்கையில் எந்தத் தப்பையும் – குற்றம் கிடக்கட்டும் – தவறைக்கூட சின்னத் தப்பைக்கூட லேசில் விடமாட்டார். சாணக்கிய சாகசம் செய்து வேரை எற்றி, நீராக்கி, வெற்றி அடைந்த பின்புதான் அமைதி காணுவார்.

அண்ணாவின் பிள்ளைக்கு முதல் நாளைக்கு முதல் நாள் கல்யாணம் ஆகிவிட்டது. மறுநாள் இரவு எல்லோரும் திரும்பி விட்டார்கள். மூன்றாம் நாள் காலையில் கிருகப் பிரவேசம். மணப்பெண்ணை அழைத்தாகிவிட்டது. கோலாகலமாகத்தான் எல்லாம் நடந்தது. ஒரே பிள்ளை!

சாப்பாட்டுக்கு இலை போட்டாய்விட்டது. நூற்றைம்பது இலை போடக் கூடிய கூடத்தில் நெருக்கி இன்னும் ஐம்பது இலை விழுந்திருக்கிறது. கொல்லைக்கட்டு, அடுக்களை, கொல்லை நடை, வாசல் நடை எங்கே பார்த்தாலும் இலை போட்டிருக்கிறது. கூடத்துப் பந்தி 'பொறுக்கான' பந்தி. இருநூறு இலையும் அண்ணாவின் அபிப்பிராயத்தில் 'முதல்' வகுப்பைச் சேர்ந்தவர்கள். ஜூனியர் பந்துலுவும் நானும் பார்த்துத்தான் உட்கார்த்தி வைத்திருக்கிறோம்.

அண்ணா கம்பீரமாகப் பார்க்கிறார். வாழ்க்கையில் நீதிபதி அவர். சின்னத் தவறு நடந்தாலும் தவறுதான். துளி அபஸ்வரம் பேசினாலும் அபஸ்வரந்தானே... அண்ணாவும் வெறும் வக்கீல் அல்ல; பெரிய சங்கீத ரசிகர். ரசிகர் என்பதைவிடச் சங்கீத 'க்ரிடிக்' (விமரிசகர்) என்று சொல்வது பொருந்தும். கர்நாடக சங்கீதத்தில் ஊறித் திளைத்து நீந்தியவர். வேங்கடமகி, சார்ங்க தேவர் எல்லாம் அவருக்குத் தலைகீழ்ப் பாடம் தமிழ்ப் பண்களை எல்லாம் துருவித் துருவிக் கேட்டிருக்கிறார். மாகாணத்தின் எட்டு மூலையிலும் எங்கே சங்கீத சர்ச்சை நடந்தாலும் அண்ணா அங்கே இருப்பார். தலையின் முன், வழுக்கை பளபளக்க, ஒரு மகாநாட்டில் பிரமாதமாக ஒரு ராகத்தை – பேச்சில்தான் – விளக்கிக்கொண்டிருந்த அண்ணாவின் தலையை ஒருவர்

கார்ட்டூனாக வரைந்திருந்தார். அது பெரிதாகி அண்ணாவின் ஆபீஸில் தொங்குகிறது.

அண்ணாவுக்கு யார் பாடினாலும் பிடிக்காது. அவருடைய லக்ஷிய சங்கீதத்தின் வாசற்படியைக்கூடத் தற்கால சங்கீத வித்வான் யாரும் மிதிக்கவில்லை என்பது அவர் கருத்து. அவருடைய சொந்த ஊரான பூக்கால் குளத்தில் ஒரு பெண் நன்றாகப் பாடும். அதன் பாட்டைத்தான் அவர் திருப்தியோடு கேட்பார். ஒன்றரை நூற்றாண்டுகளுக்கு முன் வாழ்ந்த ஒரு வாக்கேயக்காரரின் பேரனுடைய சிஷ்யனின் பெண் வயிற்றுப் பேத்தி அந்தப் பெண். அவள் இப்போது கல்யாணமாகி மூன்று குழந்தைகளுக்குத் தாயாகி ஹைதராபாத்தில் குடியும் குடித்தனமுமாக வாழ்க்கை நடத்திக்கொண்டிக்கிறாள். கிருகப்பிரவேச வைபவத்திற்கு, மாலையில் அவள்தான் கச்சேரி செய்யப் போகிறாள். ஹைதராபாத்திலிருந்து அதற்காகத்தான் அவள் வந்திருக்கிறாள் ... அபஸ்வரம் என்ற வார்த்தையிலிருந்து எங்கெங்கோ போய்விட்டது. அபஸ்வரம் என்ன, அவச்சொல்கூட அண்ணா காதில் விழக்கூடாது. கல்யாணத்திற்கு முன், கிருகப்பிரவேசத்திற்காகப் பந்தல் போட்டுக்கொண்டிருந்தான். காலை எட்டுமணி; குமஸ்தாக்கள் இன்னும் வரவில்லை. பிச்சைக்காரன் ஒருவன் வந்து சேர்ந்தான். அந்த நிழலே அண்ணா வீட்டு வாசலில் விழக்கூடாது. ஆள் புதிது. துந்தனத்தை மீட்டிக் கொண்டு சுருதியோடு இழைந்து கவ்விய குரலில் பாடிக்கொண்டு வந்தான்.

"காஞ்சிமா புரியில் வாழும் காமகோடி வாவா, வாங்கைஷீ யுடன் வந்தெனக்கு வரமருள வாவா, தற்பரம் அளிக்கும் திவ்ய கற்பமே வாவா."

"ஏய், மறுபடியும் பாடு."

"காஞ்சிமா புரியில் ... வாங்கைஷீயுடன் வந்தெனக்கு ..."

"என்னது?"

"வாங்கைஷீயுடன் ..."

"என்னது?"

"வாங்கைஷீயுடன் ..."

"வாஞ்சையா? வாங்கைஷீயா?"

"வாங்கைஷீதானுங்க."

"வாஞ்சையில்லை?"

"இல்லீங்க."

"ஏன்?"

"எங்க குருநாதன் அப்படித்தான் சொல்லிக் கொடுத்தாரு"

"யாரு உங்க குருநாதன்?"

"முருகப் பண்டாரம்."

"எங்கே இருக்கார் அவர் இப்போ?"

"சமாதி ஆயிட்டாருங்க."

"போனாப் போறார். நீ இனிமே வாஞ்சைன்னு சொல்லு."

"அவரு வாங்கூஷின்னு தானே சொல்லுவாரு."

"அப்ப உனக்கு அரிசி கிடைக்காது."

"வேணாமே."

"நீ வேணும்னுதான் கேட்டுப் பாரேன் – கிடைக்கிறதா பார்ப்போம்"

"நீ வேணும்ணுதான் என்னைச் சொல்லச் சொல்லிப் பாரேன். நான் சொல்கிறேனா, பார்ப்போம்."

"சீ, சீ, நாயே! போ! பதில் பேசாதே!"

"நானா இப்போ வள்ளு வள்ளுனு உளுவறேன்?"

"போடான்னா!"

"அட போய்யா, பிச்சைக்கு வந்த இடத்திலே சண்டைக்குல்ல நிக்கிறே! கச்சை கட்டிக்கிட்டு" என்றுபந்தல்காரன் இடைமறித்தான்.

"போய்யா ... போ ... ஏங்க அந்த ஆளோட வம்பு? தக்குபிக்குன்னு ஏதாவது உளுறுவான். நமக்கு என்னாத்துக்குங்க?"

"குருநாதன் சொல்லிவிட்டானாம், இவன் சொல்ல மாட்டானாம்!"

"ஆமாய்யா! சொல்லத்தான் மாட்டேன். சொல்லு மனுசன் உண்டாக்கினதுதான். காக்காய்க்குக் கிளின்னு பேர் வச்சு நானூறு பேர் அளைச்சா கிளிதான். ஆமாம்."

"நீ இப்பப் போகமாட்டே ...? போய்யா ... அப்புறம் தெரியுமா?"

அப்போதுதான் நானும் வந்து சேர்ந்தேன்.

"ஏதோ, தெரியாத பயல்."

"யாரு, அவனா? நீன்னா தெரியாத பயல்! பாயின்ட் பாயின்டாப் பேசறான்! தெரியாத பயலாம் ... பிடிவாதக்காரப் பயன்னா அவன்!"

பாயசம் 159

"தொலையறான் அண்ணா; விடுங்கோ."

அண்ணா வாழ்க்கை, வார்த்தை எல்லாவற்றிலும் நீதிபதி; ஆமாம்.

அண்ணா பந்தியைப் பார்த்துக்கொண்டே வந்தார். திடீரென்று முகம் இருண்டது. புருவத்தைச் சுளித்தார். மூக்கின் இதழ்கள் விரிந்தன.

"ஏய், பஞ்சாமி!"

"அண்ணா ..."

"வா, இப்படி."

ஓடினேன்.

"யாரது?"

"எங்கே?"

"அதோ பார்!"

கூடத்தில் நடைநிலைக்கு எட்டிய தாழ்வாரத்தில் போட்டிருந்த பந்தியில் ஒரு பரதேசி உட்கார்ந்திருந்தான். நடுப் பருவத்தைக் கடந்து கிழத்தனத்தில் கால் வைத்த பருவம். எலும்பும் தோலுமான உடல். அளவுக்கு மிஞ்சிய நரை. கன்னம் முழுவதையும் மறைத்த தாடி. ஒழுங்கில்லாத குரங்குத் தாடி. பலபல பட்டினிகளால் வயதை மீறிய மூப்புத் தோற்றம். கண்ட தண்ணீரில் நனைத்து நனைத்துப் பழுப்பேறிய, மடித்துப் போன, ஒட்டுகள் போட்ட வேட்டி; பக்கத்தில் அதே பழுப்பு நிறத்தில் ஒரு மூட்டை; இவ்வளவு காபந்துக்களுக்கிடையே, ராகு வந்து அமுதத்திற்கு அமர்ந்துபோல அமர்ந்துவிட்டான். அமுத சுரபியை ஏந்தி வரும் மால் பூண்ட மோகினி வேடந்தான் மயங்கி விட்டது; அண்ணாகூட ஏமாந்து விடுவாரா, என்ன?

"எப்படிடா வந்தான் அவன்?" என்று இரைச்சல் போட்டார்.

மௌனத்தைத் தவிர வேறு விடை எதைச் சொல்ல?

"அழகாக இருக்குடா நிர்வாகம்! கிளப்புடா அந்தக் கழுதையை!"

"உட்கார்ந்துவிட்டானே, அண்ணா" என்று மெதுவாகச் சொன்னேன்.

தி. ஜானகிராமன்

"அப்படியா, மன்னிக்கணும்!" என்று ஒரே ஓட்டமாக ஓடினார். அந்த இலைக்குமுன் நின்றார். இருநூறு முகங்களும் அவரைப் பார்த்துக் கொண்டிருந்தன.

"ஏய். எழுந்திறா!"

அவன் வாய் பேசாமல் அவரை நிமிர்ந்து பார்த்தான். வாயில் போட்ட கறி உள்ளே செல்லாமல் அந்தரத்தில் நிற்க, எச்சிலான கை இலையில் இருக்க, அவரை மௌனமாகப் பார்த்தான்.

"எழுந்திருடா."

மீண்டும் அதே தீனமான பார்வை.

"எழுந்திருடான்னா!"

"பசிக்கிறது, எச்சில் பண்ணிவிட்டேன்."

அவ்வளவுதான்.

அப்படியே தலைமயிரை ஒரு லாவு லாவினார் அண்ணா! உடும்புப்பிடி!

"எழுந்திர்றாங்கறேன். பதில் சொல்லிண்டா உட்கார்ந் திருக்கே?"

பிடித்த பிடியில், பரதேசியின் கை தானாகவே பக்கத்தி லிருந்த மூட்டையை அணைத்துக்கொள்ள, காலும் தானாகவே எழுந்துவிட்டது. இடது கையால் அப்படியே தரதரவென்று அவனைத் தள்ளிக்கொண்டு, நடையைக் கடந்து, வாசல் திண்ணையைக் கடந்து, ஆளோடியைக் கடந்து, படியில் இறங்கி, பந்தலுக்கு வெளியே ஒரு தள்ளு தள்ளினார் அண்ணா. தலை அவிழ்ந்து அலங்கோலமாகக் குப்புற விழுந்தான் அவன்.

"அப்பா, அம்மா, பாவி!" என்று முனகிக்கொண்டே எழுந்தான். திரும்பி அவரைப் பார்த்தான். முகம் கொதித்தது. பசியின் எரிச்சல் கண்ணில் எரிந்தது. கைக்கு எட்டி வாய்க்குக்கூடத் துளி எட்டி, பசியைக் கிளப்பிவிட்டு முழுவதும் கிட்டாமல் போனதன் எரிச்சல் முகத்தில் எரிந்தது. ஆற்றாமையும் கோபமும் தொண்டையை அடைக்க, பசியால் மூச்சு வேகமாக, சின்னச் சின்னதாகத் தொண்டையில் ஏறி இறங்க, வயிறு குழைய, ஒரே கத்தாகக் கத்தினான் அவன்.

"ஓய் வக்கீலே, நீர் நன்னா இருப்பீரா? இலையில் உட்காந்து எச்சில் பண்ணினவனைக் கிளப்பி, யமதூதன் மாதிரி தள்ளிண்டு வந்தீரே!"

"ஏய், போறயா, நொறுக்கி விடட்டுமா?"

கண் கனல் கக்க, சாணக்கியனைப்போல, விரிந்த குரலில் ஓர் இரைச்சல் போட்டான் அவன்.

"போறேன், போறேன், இதோ போறேன். ஆனால் திரும்பி வருவேன். அடுத்த மாசம் இதே தேதிக்கு உம்ம வீட்டிலேயே சாப்பிட வரேன். நீர் அழுதுகொண்டு போடற சாப்பாட்டுக்கு வரேன், பார்த்துக்கும்!"

விறுவிறுவென்று நடந்தான்.

எனக்குச் சொரேர் என்றது. என்னமோ சொல்லிவிட்டானே!

அண்ணா ரௌத்ரம் பொங்கச் சீறினார்.

"ஏய், போய் அந்தப் பயலை இழுத்துண்டு வாடா. சும்மா விட்டுவிடுகிறதா அந்தப் பயலை?"

"அண்ணா, உள்ளே போங்களேன். சகதியிலே கல்லைத் தூக்கி எறியலாமா?" என்று அவரை இறுக அணைத்து உள்ளே தள்ளிக்கொண்டு போனேன். என் பிடியை மீற முடியாமல் அண்ணா மெதுவாக உள்ளே சென்றார்.

என்ன அவச்சொல்! ஆபாசமான வார்த்தைகள்! மங்கள மான வைபவத்தில் கேட்கவொண்ணாத கொடீர அவச்சொல்! ருசிக்க முடியாத அவச்சொல்! உதட்டில் வைத்துப் பருகும் பாலில் மேலேயிருந்து ஒரு துளி நஞ்சு விழுந்து, வாய்க்குள் போய்விட்டதுபோல் என் கண் இருண்டது; உள்ளம் இருண்டது. எப்படிப் பேசினான் இந்த வார்த்தைகளை! பாவி! இனிய நாதம் பொழியும் தந்தியை அறுத்து அவ ஒசையை எழுப்பிவிட்டான். என் மனம் படபட என்று பறந்தது.

"எலே, உம் மூஞ்சி ஏண்டா அசடு வழியறது ... முட்டாள்!"

மாலையில் கச்சேரி நடந்தது. பூக்கால் குளத்துப் பர்வதம் பாடினாள். இனிய குரல். ஞானம் நல்ல ஞானம். ஆனால் மூன்று குழந்தைகளுக்குத் தாயார் என்பதைக் குரல் காட்டிக் கொண்டே வந்து, பாட்டைக்கூட மூன்றாம் தரமான பாட்டாக அடித்துவிட்டது. அண்ணா முன்னால் உட்கார்ந்து கைமேல் கையில் தாளம் போட்டு, விரலை எண்ணி, சிரக்கம்பம் செய்துகொண்டிருந்தார். இரண்டு மணி நேரம் ஆவதற்குள் இரண்டாயிரம் ஆஹாகாரம் வந்துவிட்டது. ஆட்டுகிற ஆட்டலில் தலை ஒடிந்து விழுந்துவிடும்போல் இருந்தது. அண்ணாவின் கற்பனை பயங்கரமானதுதான்.

மணமகனும் மணமகளும் ஒரு சோபாவில் உட்கார்ந்து கச்சேரி கேட்டுக்கொண்டிருந்தார்கள். நடுவில் மணமகன் எழுந்து கொல்லை நடைப்பக்கம் சென்றான்.

பத்து நிமிஷத்திற்கெல்லாம் அண்ணாவின் சம்சாரம் பரபரவென்று என்னைக் கூப்பிட்டாள்.

"ஏய் பஞ்சு, அண்ணாவைக் கூப்பிடு."

அண்ணாவும் நானும் உள்ளே போனோம். அடுக்களையில் கல்யாணப் பையன் பிரக்ஞை தவறிப் படுத்துக் கிடந்தான். கொல்லையில் போனவன் ஒருமுறை வாந்தி எடுத்தானாம். பிறகு, "தலை கிறுகிறு என்கிறது" என்று முனகினானாம். அடுக்களையில் வந்து மடேர் என்று விழுந்தானாம். மூர்ச்சை போட்டுவிட்டது. ஸ்திரீகள் சுற்றி நின்றுகொண்டிருந்தார்கள். அண்ணாவின் தமக்கை விசிறிக்கொண்டிருந்தாள்.

"குழந்தே, குழந்தே!" என்று அண்ணா அழைத்தார்.

"விஸ்வநாதா, விஸ்வநாதா!" என்று நான் அழைத்தேன்.

நல்ல மூர்ச்சை. பதில் வரவில்லை. "பஞ்சு, நான் என்னடா செய்வேன்?" என்று உட்கார்ந்தவாறே என்னை நிமிர்ந்து பார்த்தார் அண்ணா. திகில் படர்ந்த அந்தப் பார்வையை அந்த முகத்திலேயே நான் பார்த்ததில்லை.

"ஒண்ணுமில்லேண்ணா! இதோ போய் டாக்டரை அழைச்சுண்டு வரேன். கவலைப்படாதிங்கோ" என்று சொல்லி விட்டு ஓடினேன்.

டாக்டர் வந்தார். அரை மணி தட்டிக் கொட்டிப் பார்த்தார். ஊசி போட்டார். மருந்து எழுதிக் கொடுத்தார். மூர்ச்சை தெளியவில்லை. பெரிய டாக்டரை அவரே போய் அழைத்து வந்தார். கோமா சோமா என்று ஏதோ வைத்திய பாஷையில் பேசிக்கொண்டார்கள்.

என்னத்தைச் சொல்கிறது! மூர்ச்சை தெளியும் வழியாக இல்லை. ஒரே பேத்தல், பிதற்றல். ஏழெட்டு நாள் கண்திறக்க வில்லை. உள்ளூர் டாக்டர்கள், மந்திரவாதிகள் எல்லோரும் பார்த்தார்கள். திருச்சியிலிருந்து இரண்டு டாக்டர்கள், பிறகு மதராஸிலிருந்து ஐந்தாறு டாக்டர்கள்! கடைசியாகக் கல்கத்தாவிலிருந்து விமானத்தில் ஒரு நிபுணர் வந்தார். கையைப் பார்த்தார். "இன்னும் நாற்பத்தெட்டு மணி நேரத்திற்குப் பிறகுதான் சொல்ல வேண்டும்; பிறகு மூர்ச்சை தெளிந்தால் கொடுங்கள்" என்று ஒரு மருந்தை எழுதிக் கொடுத்துவிட்டு ஆயிரம் ரூபாய் பீஸையும் வாங்கிக்கொண்டு போய்விட்டார்.

பாயசம் 163

அவ்வளவு பெரிய டாக்டர் சொல்வது வீணாகவா போய்விடும்? மூன்றாம் நாள் காலையில் எல்லாம் அடங்கி விட்டது.

எல்லாம் மாயாஜாலம்போல் இருந்தது எனக்கு. எவ்வளவு வேகம்! அண்ணாவின் ஒரே பிள்ளை! ஒரே இன்பக்கனவு! அவருடைய ஜகமே அவன்தான் – அது அழிந்துவிட்டது!

அண்ணா தேம்பினார். திடீரென்று நினைத்துக்கொண்டு வாய்விட்டு அழுவார். அழாத நேரத்தில் சூன்யத்தைப் பார்த்துக் கொண்டு உட்கார்ந்திருப்பார். திடீரென்று புன்சிரிப்புச் சிரிப்பார்; பேய் சிரிக்கிறாற் போல் இருந்தது எனக்கு! குலை நடுங்கிற்று!

"என்னடா பஞ்சாமி, என்ன சிரிக்கிறேனென்று பார்க்கிறாயா? நாளைக்குத் தேதி ஐந்து. அதனால்தான் சிரிக்கிறேன்."

நான் பதில் சொல்லவில்லை. 'சோகத்தில் சிரிக்கிறார், அழுகிறார், புலம்புகிறார். இஷ்டப்படி பேசட்டும்' என்று விட்டுவிட்டேன். பிரமையடைந்து, நிதானமிழந்து ஆடிக்கொண் டிருந்த சித்தத்தில் என்ன என்ன தோன்றுகிறதோ? மோகம் சோகத்தின் இரட்டை.

"நாளைக்குத் தேதி ஐந்துடா. நாளைக்குத்தான் பன்னிரண்டாம் நாள் என் உயிர் போய். போன ஐந்தாம் தேதி கிருகப் பிரவேசம். அந்தப் பரதேசிப் பய எவ்வளவு கணக்காக ஆணியடித்தாற்போலச் சொன்னான், பார்."

எனக்கு ஞாபகப்படுத்தத் தேவையில்லை. பரதேசியின் நினைவாகத்தான் இருந்தேன்.

மறுநாள் பன்னிரண்டாம் நாள் காலையில் ஈமக்கடன்கள் தொடங்குகிற சமயம். காலை எட்டு மணி இருக்கும்; வாசலில் வந்து நின்றான் அவன். சவம் உயிர் பெற்று வந்ததுபோல் வந்து நின்றான். வெளுத்துப்போன தாடி, மீசை, எலும்பும் தோலுமான உடல், பழுப்பேறிய நைந்துபோன துணி, கையில் மூட்டை; கல்யாணத்தன்று வந்த அதே வேஷந்தான்.

எனக்கு ஒரேயடியாகப் பற்றிக்கொண்டு வந்தது. நெஞ்சு கோபத்தில் விம்மிற்று. ஒரே பிடியாகக் கழுத்தைப் பிடித்து அழுக்கித் திருகிப் போட்டுவிடலாமா என்று, கை நெஞ்சு எல்லாம் துடித்தன. ஆனால் ஒன்றும் செய்ய இயலவில்லை. உள் மனம் நடுங்கிச் செத்தது. இவ்வளவு ஆத்திரமும் முடவனின் கோபமாகப் புகைந்து அணைவதைத் தவிர வேறு ஒன்றும் செய்ய முடியவில்லை.

அண்ணா அவனைக் கண்டதும் தேம்பித் தேம்பி அழுதார்.

தி. ஜானகிராமன்

"ஸார், வருத்தப்படாதீர்கள். நான் புண்ணில் கோல் இடுவதற்காக வரவில்லை. வாக்குத் தவறக்கூடாது என்று வந்தேன்" என்று பரதேசி சொன்னான்.

அண்ணா சிறிது நேரம் முகத்தை வேறு பக்கம் திருப்பிக் கொண்டார். பெரிய முயற்சி செய்து பல்லைக் கடித்து, உதட்டைக் கடித்து, கண்ணைத் துடைத்து, துக்கத்தை அடக்கிக்கொண்டார். பரதேசி தலைகுனிந்து நின்றுகொண்டிருந்தான். ஐந்து நிமிஷம் ஆயிற்று.

"ஓய், உம்முடைய வாக்குப் பலித்துவிட்டது!" என்றார் அண்ணா.

"என் வாக்காவது பலிப்பதாவது! நடப்பது நடந்துதான் தீரும்."

"நீர்தானே ஐயா சாபமிட்டீர்?"

"என் பசி சாபமிட்டது. ஆனால் இது நடப்பதற்கு அதுதான் காரணம் என்று நான் நினைக்கவில்லை. தெரியாமல் இருந்ததை நான் சொல்லியிருக்கலாம்!"

"எப்படி?"

"எங்கும் இருக்கிறது நாதம். கேட்கவா முடிகிறது? கை தட்டியோ, ஏதாவது செய்தோதானே அதைக் கேட்க முடிகிறது! அது மாதிரிதான்."

"உமக்கு வருங்காலம் தெரியுமா?"

"தெரியாது; என்னமோ வாயில் வந்ததைச் சொன்னேன்."

"ம்...நீர் பெரிய அறிவாளியாக இருப்பீர்போல் இருக்கிறதே. ஏன் இப்படிச் சோற்றுக்கு அலைகிறீர்?"

"அறிவு இருந்தால் வக்கீல் தொழில்தான் செய்ய வேண்டுமா, என்ன? அறிவு இருந்தால் பிச்சை எடுக்காமல், சோற்றுக்கு அலையாமல் இருந்துவிட முடியுமா?"

"நீர் சொல்வது எனக்குப் புரியவில்லை."

"எப்படிப் புரியும்? பந்தியில் அவ்வளவு பெரிய மனிதர்களுக்கு நடுவில் நான் உட்கார்ந்து சாப்பிடுவதைப் பார்த்துக் கொண்டிருக்க உமக்குத் தைரியம் இல்லை. தெம்பு இல்லை. உம்முடைய அகங்காரம் அவ்வளவு லேசாக, பஞ்சையாக இருக்கிறது. அந்தத் தெம்புக்கு அஸ்திவாரமான அன்பு உம்மிடம் இல்லை. சிமிண்டில், வலுவில்லாததுபோல் தோன்றுகிறது. நீரைக் கலந்தால் அப்புறம் சம்மட்டி போட்டுத்தான் உடைக்க வேண்டும். உம்முடைய கல்நெஞ்சம் வெறும் வலுவில்லாத கல் நெஞ்சம்.

துளி அன்பை இவ்வளவு பெரிய அகந்தையில் கலந்திருந்தால், அது கம்பீரமாக நிற்கும். அத்தர் கலந்தாற்போலப் பரிமளிக்கும். உண்மையான வலு, உம் நெஞ்சுக்கு இல்லை. இருந்திருந்தால் பட்டப்பகலில் இரட்டைக் கொலை செய்த பாண்டிக்கு நீர் வக்காலத்து வாங்கியிருப்பீரா? அவன் கொலை செய்தது உலகறிந்த விஷயம். நீர் சரமாரியாக வாதாடி, அவனுக்கு நீதியளிக்காமல் காப்பாற்றினீர். உம்முடைய அகங்காரத்திற்கு நான் சொன்ன வலுவில்லை. இருந்தால் மோட்டார், ஆயிரம் வேலி, வைரக் கடுக்கன், இந்தப் பரதேசி, தரித்திரம் எல்லாவற்றையும் சேர்த்து உட்கார வைத்துக் காது நிறைய, கண் நிறைய, உள்ளம் நிறைய ஆனந்தமடைந்திருப்பீர். மோட்டார், வைரம், இதற்கப்பால் உம் அகங்காரத்திற்குக் கண் தெரியவில்லை."

அண்ணா சூன்யத்தைப் பார்த்துக்கொண்டு தேம்பினார்.

சற்றுக் கழித்து, "ஓய் காலதேவரே, உட்கார்ந்து பேசுமேன். கால் வலிக்கவில்லையா?" என்று வேண்டினார்.

காலதேவன் வயிறு குழைய, கண் குழைய, விலா எலும்புகளின் தோல் விம்ம, "ஈசுவரா!" என்று பசியின் வடிவாக உட்கார்ந்துகொண்டான்.

அமுதசுரபி, 1956க்கு முன்

தி. ஜானகிராமன்

முள் முடி

"அப்ப,எங்களுக்கு உத்தரவு கொடுக்கிறீங்களா?" என்று கண்ணுசாமி எழுந்ததும் கூட்டத்தை அடைத்து உட்கார்ந்திருந்த கூட்டமும் எழுந்துகொண்டது.

"நான் வரேன் சார்!"

"நான் வரேன் சார்!"

"சார்! போய்ட்டு வரேன் சார்!"

நடுவில் ஒரு பையன் அவர் காலைத் தொட்டுக் கண்களில் ஒற்றிக்கொண்டான். சட்டென்று காலை இழுத்துக்கொண்டார் அனுகூலசாமி.

"அட, இதென்னடா தம்பி!"

"செய்யட்டும் சார் – இந்த மாதிரி யார் கிடைக்கப் போறாங்க அவங்களுக்கு? – நல்லாயிருக்கணும்ணு உங்க வாயாலே சொல்லுங்க, நடக்கும்" என்றார் கண்ணுசாமி.

அந்தப் பையனைப் பார்த்து மற்றப் பையன்கள் அத்தனை பேரும் அவர் காலைத் தொட்டுத் தொட்டு ஒற்றிக்கொண்டார்கள்.

அனுகூலசாமி குன்றிப்போய் நின்றார்.

"இதெல்லாம்..? என்று அவர் இழுப்பதற்குள் கண்ணுசாமி இடைமறித்தார்: "அனுகூலசாமி, நீங்க நிஜமான கிறிஸ்தவர். முகத்துக்குச் சொல்லலே. முப்பத்தாறு வருஷம் பிரம்பைத் தொடாம, அதிர்ந்து ஒரு வார்த்தை சொல்லாம, வாத்தியாராய்

இருக்கிறதுன்னா, அந்தத் தெய்வத்தை விழுந்து கும்பிட்டாத்தான் என்ன?"

"அதெல்லாம் சொல்லாதீங்க."

"நான் சொல்லலே, ஊர் முழுக்கச் சொல்லுது. கடைத் தெருவிலே உக்காந்து நானும் விசாரிக்கிறேனா? வயத்திலே பொறந்த பிள்ளையைக்கூட ஒரு அடியாவது எப்பவாவது அடிக்காம இருக்கமாட்டாங்க. ஒரு வெசவாவது வெய்வாங்க. அதுகூட இங்கே பேசப்படாது! இந்த மாதிரி யாரால் இருக்க முடியும்? குழந்தையும் தெய்வமும் கொண்டாடற இடத்திலே, இந்தக் குழந்தைகளை, இன்னும் எத்தனையோ புள்ளைங்களை மனுஷப் பிறவிக்குக் கொடுக்கிற மரியாதை கொடுத்து மதிச்சீங்க..."

கண்ணுசாமி பேசும்போது பையன்கள் குனிந்து கும்பிட்டுக் கொண்டிருந்தார்கள். அனுகூலசாமிக்கு வாயைத் திறக்கவே முடியவில்லை. வாயைத் திறந்தால் குரல் உடைந்து நாக்குப் புரளும் போலிருந்தது.

"நான் வரட்டுமா... அப்ப?"

"செய்யுங்க" என்று சிரமப்பட்டு வாயைத் திறந்து உடனே மூடிக் கொண்டார் அவர்.

"எங்களுக்கும் உத்தரவு கொடுக்கணும்" என்று முற்றத்தில் நாயனக்காரர் கும்பிட்டார். அதற்கும் அவரால் தலையசைக்கத்தான் முடிந்தது.

கூட்டுக் கூட்டம் முழுவதும் வாசற்படி வழியாக வெளியேற இரண்டு நிமிஷமாயிற்று.

இரண்டு மூன்று பையன்கள் கிசுகிசுவென்று பேசிவிட்டு, "சார், விளக்கு ரண்டும் இங்கியே இருக்கட்டும்; காலமே வந்து எடுத்துக்கறோம்" என்று சொல்லிவிட்டு நகர்ந்தார்கள்.

வாசல்வரை கொண்டு விட்டுத் திரும்பி வந்தபோது கூடம் வெறிச்சிட்டுக் கிடந்தது. அந்தச் சூன்யமும் நெஞ்சைப் பிடுங்குகிற ஏக்கமும் முன்னே ஒரு தடவை வந்துண்டு. பத்து வருடம் முன்னால் லூயிசாவை மாப்பிள்ளை வீட்டில் கொண்டு விட்டுவிட்டு வரும்போது வந்த அதே சூன்யம்; அதே ஏக்கம்.

'புஸ்ஸ்' என்று பெட்ரோமாக்ஸ் இரண்டும் சூன்யத்தை நிரப்பிக் கொண்டிருந்தன.

தனியாக விட்டுவிட்டுப் போய்விட்டார்கள். நாளைக்குப் புதன்கிழமை. ஆனால் அவருக்கு சனி, ஞாயிறு, நாளை, மறுநாள்; அதற்கும் மறுநாள் – இனிமேல் எப்போதும் சனி, ஞாயிறுதான்.

தி. ஜானகிராமன்

பள்ளிகூடத்துக்கு இனிமேல் போக முடியாது. அவருக்கு வயது அறுபதாகிவிட்டது. ஓய்வு கிடைத்துவிட்டது.

ஊஞ்சல் மீது உட்கார்ந்துகொண்டார் அவர். பக்கத்தில் ப்ரேம் போட்ட ஏழெட்டு உபசாரப் பத்திரங்கள். ஒரு வெள்ளித்தட்டு, ஒரு பேனா. கடையில் நாலு ரூபாய் விலை. ஆனால் இங்கு இந்தப் பேனாவுக்கு விலை கிடையாது. நாலு லட்சம், நாலுகோடி பெறும் என்று சொன்னால் வீண்வார்த்தை – ஏதோ இரண்டும் சமம் என்று ஆகிவிடும்.

கொர்னாப் பட்டையும் வெள்ளி நூலுமாக நாலைந்து ரோஜா மாலைகள் சுருண்டு கிடந்தன.

ஊஞ்சல் சங்கிலி இரண்டையும் பிடித்துக்கொண்டு நின்றாள் மகிமை. பேசவில்லை; அவரையே பார்த்துக்கொண்டு நின்றாள். இத்தனை மேளதாளங்களும் தழதழப்பும் தனக்குக் கிடைத்தாற்போல ஒரு பார்வை. ஒரு நிமிஷம். அவரைப் பருகிக்கொண்டு நின்றவள், சட்டென்று வாசலுக்குப் போய்க் கதவைத் தாழிட்டு வந்து, மாலைகளை ஒவ்வொன்றாக அவர் கழுத்தில் போட்டு, தோள்களைப் பற்றி முகத்தைப் பார்த்துக்கொண்டே நின்றாள்.

"என்னைக் கூடத்தான் நீங்க அடிச்சதில்லே. அதிர்ந்து சொன்னதில்லே" என்று மார்பில் தலையைச் சாத்திக்கொண்டாள்.

"உலகத்திலே வந்து இருக்கிறது கொஞ்ச காலம், ஈசல் மழைக்கு வந்து மடியறாப்பல. அந்தப் பொழுதை அடிச்சுக் கோச்சுகிட்டுப் போக்கணுமா? அடிச்சு யாரைத் திருத்த முடியும்?"

"ராட்சசன் மாதிரி கோச்சுக்க வாணாம். ஆம்பிளையா இருக்கறதுக்காவது ஒரு தடவை கோபம் வர வேணாம்?"

"வராமயா இருக்கும்?"

"வெளியிலே காமிக்கணும்."

"அதுக்குத்தான் பால்காரி, வேலைக்காரி எல்லாம் இருக்கறாங்க உனக்கு. நான் வேற கோச்சுக்கணுமா?"

"பள்ளிக்கூடத்திலே அடிக்காம அதட்டாம இருக்க முடியுமா?"

"இருக்க முடிஞ்சுதே!"

பரவசமாகப் பார்த்துவிட்டு, அவர் மீசையை இழுத்துவிட்டு, "காபி சாப்பிடறீங்களா?" என்று நகர்ந்து நின்றாள் மகிமை.

பாயசம் 169

அவள் உள்ளே விரைந்தபோது தன் பிராணனே இன்னொரு உடம்பு எடுத்து விரைவது போலிருந்தது. மேலே சுவரைப் பார்த்தார். முள் முடியுடன் அந்த முகம் கருணை வெள்ளமாகப் பொழிந்துகொண்டிருந்தது. நாலைந்து படம் தள்ளி இன்னொரு படத்தில் அதே முகம் ஒரு ஆட்டுச் சிசுவை அணைத்துக்கொண்டிருந்தது.

கண்ணுசாமி சொன்னது அப்படியே உண்மைதான். முப்பத்தாறு வருஷ உத்தியோகத்தில் ஒரு பையனைக்கூட அடிக்கவில்லை; அதட்டிப் பேசவில்லை அவர்.

சுபாவமே அப்படி. லூயிசா பிறந்து, பள்ளிக்கூடம் சேர்ந்து, ஆறு வயதில் ஏதோ விஷமம் பண்ணியதற்காக வாத்தியாரிடம் அடிவாங்கிவிட்டது. அந்த வாத்தியார் ஸ்கேலால் அடித்தபோது சட்டைக்குள் இருந்த கோடைக் கட்டியின்மீது பட்டு... அப்பப்பா! – அன்று துடித்த துடி! அதைப் பார்த்ததும் சுபாவத்தை சங்கல்பமாகச் செய்துக்கொண்டார் அனுகூலசாமி. எல்லோரும் செய்த பாவங்களுக்குத் தன் உயிரை விலை கொடுத்தானே, அவன் எல்லாத் தலைமுறைகளுக்கும் சேர்த்துத்தான் கொடுத்தான்.

அந்த உறுதி முப்பத்தாறு வருஷமும் ஒரு மூளி விழாமல் பிழைத்துவிட்டது. இல்லாவிட்டால் பதவியைவிட்டு ஓய்வு எடுக்கிற எந்த வாத்தியாரை மேளதாளத்துடன் வீடுவரை கொண்டுவிட்டுப் போயிருக்கிறார்கள்?

பள்ளிக்கூடத்தில் நேற்று நடந்த பாராட்டுக்கள் போதாதென்று, அவர் வகுப்பு என்று நாற்பது பையன்கள் இருக்கிறார்களே அவர்கள் நினைத்திருக்க வேண்டும். இன்று நடந்தது அந்தக் கூட்டம்தான். மாலை மாலையாகப் போட்டார்கள். மடல் மடலாக வாசித்துக்கொடுத்தார்கள். இருந்தாற் போலிருந்து வராந்தாவில் 'உம்' என்ற ஒத்தும், தொடர்ந்து தவலும் ஒலித்தன.

"என்ன தம்பி, இதெல்லாம்?"

"வேற யாருக்கு சார் செய்யப் போறோம்? வாங்க சார்" என்று நாட்டாண்மை மாதிரி நின்ற பெரிய பையன் அவரை அழைத்தான். அந்த ஆறுமுகத்துக்கு வயது இருபத்து மூனு. இன்னும் பள்ளிக்கூடப் படிப்பு முடியவில்லை. வெகுகாலமாக வாசிக்கிறான். மற்றபடி உலக ஞானம் அதிகம். அனுகூலசாமி பதில் சொல்லாமல் அவன் வேண்டுகோளுக்குக் கட்டுப்பட்டுவிட்டார். இல்லாவிட்டால் மற்ற வாத்தியார்களைப் பற்றி ஆரம்பித்துவிடுவான். நாலு வார்த்தை சொல்லிக்கூட விட்டான்.

தி. ஜானகிராமன்

"எங்களுக்குத் தெரியாதா சார்? 'நான் ரிடயராகப் போறேன்; நிதி திரட்டுங்க'ன்னு நீங்க சொல்லலே; கில்ட்டு நகையை வச்சுக் கடன் வாங்கலே; கடுதாசைக் காட்டிக் கடன் வாங்கி ஊர்ப் பாவத்தைக் கொட்டிக்கலே –"

"சரி – கொஞ்சம் தண்ணி கொண்டுவா" என்று என்னமோ சொல்லி அவனை அனுப்பிப் பேச்சை மாற்ற வேண்டியிருந்தது."

அவன் வாயை அடைக்க வேண்டியிருந்ததே தவிர, சொன்னது என்னமோ தப்பில்லை. ஊர் பாவத்தைக் கொட்டிக் கொண்டதில்லை. ஓங்கி ஒருவனை அறைந்தால் என்ன, கடனை நாமம் சாத்தினால் என்ன? – எல்லாம் ஒன்றுதான். அந்த ஹிம்சையும் அவர் கொடுத்ததில்லை.

நாரணப்பய்யரும் அவர் மாதிரிதான். சம்சாரம் அதிகம் இல்லை. ஒரு பிள்ளை, ஒரு பெண். ஆனால் மனுஷனுக்கு நவத்துவாரமும் கடன். ஐவுளிக் கடையிலிருந்து கொத்தமல்லிக்காரி வரை காலணாவுக்கு மதிக்க முடியாத நிலை வந்துவிட்டது. இந்த நிலையிலும் நாரணப்பய்யர் சும்மா இருக்கவில்லை. பட்டணத்தில் கல்வி டைரக்டர் ஆபீசிலே வேலை செய்கிற யாரோ உறவுக்காரன், "உங்களை இந்த வருஷம் பரீட்சை அதிகாரிகளில் ஒருவராகத் தேர்ந்தெடுத்திருக்கிறார்கள். உத்தியோகப் பூர்வமாக இன்னும் இரண்டு வாரத்தில் கடிதம் வரும்" என்று ஒரு கடிதம் எழுதியிருந்தான். அந்தக் கடிதத்தைக் காட்டியே, ஐம்பது எழுபத்தைந்து என்று இருபது பேரிடம் கடன் வாங்கிவிட்டார். அந்த வேலைக்குக் கிடைக்கப் போகிற கூலி என்னமோ இருநூற்றுச் சொச்சம்தான். கடைசியில் கடிதம் பொய்த்துவிட்டது. அவ்வளவுதான்: ஷராப் கடை நாயுடு நாரணப்பய்யரை வளைத்துக்கொண்டு சைக்கிளைப் பிடுங்கிக் கொண்டுவிட்டார். ஏமாந்த கோபம். பிடுங்கினதா பெரிது? சைக்கிளை ஓட்டுகிறது யார்? வாத்தியாராயிற்றே! நாரணப்பய்யரே, உம்மால் இந்த இனத்துக்கே அவமானம்!

பாங்க் ஏஜெண்ட் அய்யங்காரை யாராவது ஏமாற்ற முடியுமோ? கடைந்த மோரில் வெண்ணெய் எடுக்கிறவர்! அவரிடம் இந்த சாமிநாதன் கைவரிசையைக் காட்டினாரே! வாத்தியார் என்று நம்பி சாமிநாதன் கொடுத்த சங்கிலியை எடைபோட்டு ஒன்பது பவுனுக்கு முன்னூறு ரூபாய் கடன் கொடுத்தார் அய்யங்கார். சாமிநாதன் பேசாமலிருந்திருக்கலாம். பதினைந்தாம் நாள் இன்னொரு சங்கிலியைக் கொண்டுபோனால் அதையுமா உரைத்துப் பார்க்காமல் பணத்தைத் தூக்கிக் கொடுப்பார்கள்? சங்கிலியை உரைத்துக்கொண்டே புன்சிரிப்புடன், "என்ன அய்யர்வாள்! பள்ளிக்கூடத்திலே பையன் சந்தேகம் கேட்டால்,

பாயசம்

'சீ' அதிகப் பிரசங்கி உட்காருன்னு அதட்டி, நம்ம அஞ்ஞானத்தை மறைச்சுக்கலாம். ஆனால் கடைத் தெருவிலே அது செல்லுமோ என்னமோ? எனக்குத்தான் சரியாகத் தெரியலையோ என்னமோ? சித்தே இரிங்கே, பத்தரை அழைச்சிண்டு வரேன்" என்று வெளியே எழுந்து போனாராம் ஐயங்கார். சாமிநாதய்யருக்கு வயிற்றைப் புரட்டியது. பத்தரைக் கூப்பிட ஆள் இல்லையா? என்ன சமாதானம் சொல்லலாம் என்று அவர் தேடுவதற்குள் பத்தர் வந்துவிட்டார். "ஏட்டு"ம் வந்துவிட்டார். அந்த சாட்சிகளோடு கஜானா அறையைத் திறந்து பார்த்தபோது, போன தடவை கொடுத்த சங்கிலியும் 'நான் பித்தளை' என்று பல்லை இளித்துக் கொண்டிருந்தது. அந்தச் சமயத்திலேகூட ஐயங்கார் வாத்தியார் குலத்துக்கு மதிப்புக் கொடுத்துவிட்டார். மூன்றாம் பேருக்குத் தெரியாமல் சாமிநாதய்யரின் அப்பத குழித் தோட்டத்தை எழுதி வாங்கிக்கொண்டு ஆளை விட்டுவிட்டார். நல்ல வேளை, "ஏட்டு"ம் உடையில் வராமல் வேட்டி சட்டையோடு போயிருந்தார். கூட்டமில்லை; ஊர் சிரிக்காமல் போயிற்று.

இன்னும் நாலைந்துபேரின் நினைவு வந்தது. "ஏண்டலே! ரிடையராயாச்சு; இன்னமே கால் வயிறு சாப்பாடுதான். அந்த நாள்ளெ எங்க வாத்தியாருக்கு நிதி திரட்டிக் கொடுத்தோம் நாங்க –" என்று ஒரு பையனைக் குழையடித்து வசூலுக்குக் கிளப்பிவிட்டார் ராமலிங்கம்.

காப்பியை எடுத்துக்கொண்டு வந்தாள் மகிமை.

"என்ன யோசனை? சாப்பிடுங்க, சூடு சரியாயிருக்கு" என்று உபசாரப் பத்திரங்களை ஒவ்வொன்றாக வாசித்துக்கொண் டிருந்தாள். நடுநடுவே பெருமையுடன் அவரை நிமிர்ந்து பார்த்துக்கொண்டாள்.

"அதெல்லாம் நெசம்னு நெனைச்சுக்காதே, இனிமே வேலைக்கு வர முடியாதுன்னா அளப்போறானேன்னு உளுவாக்காட்டியிருக்காங க ... சக்கரை முட்டாயி."

"தெரியும். ஆனால் நெசத்தை மட்டும் எல்லாரும் சொல்லியிருக்காங்க" என்றாள் மகிமை. "உங்கள் கை நீளாம, குரல் வெடுவெடுக்காம இருந்தது நெசம்."

"த்ஸ ... பெரிய நெசத்தைக் கண்டுபிட்டாங்க."

"திறமென்னு சொல்றதும் நெசந்தான்" என்றாள் மகிமை: "தடியெடுக்காம, அதட்டாம, அப்படியே கெட்டிக்காரன்னு பேர் எடுக்கறதும் கஷ்டம்தானே?"

தி. ஜானகிராமன்

அனுகூலசாமி யோசித்துப் பார்த்தார். அதுவும் உண்மைதான் என்று பட்டது. அவருக்குக் கர்வப்படக்கூட உரிமை உண்டு என்று தோன்றிற்று.

"ஒரு கஷ்டமும் இல்லே. பால்காரி, கூட்டுக்காரிகிட்டயும் அப்படி இருக்கலாம். மனுஷனாப் பொறந்தவன் யாரும், புத்தியிருக்கறவன் யாரும் அடியிலே நம்பிக்கை வைப்பானா?"

"எல்லாருக்கும் முடியாதுங்க!"

"என்னமோ நான் இருந்துட்டேன்" என்றார் அவர்.

"சார்!" என்று வாசற் கதவைத் தட்டுவது கேட்டது.

"யாரு?"

"நான்தான் சார்?"

மகிமை போய்த் திறந்தாள்.

"சார் இருக்காங்களா?"

"இருக்காங்க ... யாரு? ... ஆறுமுகமா, வா!"

ஆறுமுகம் மட்டும் வரவில்லை. இன்னொரு பையனும் வந்திருந்தான். அவர் வகுப்பில் படிக்கிற பையன்தான். கூட ஒரு அம்மாள். வயது நாற்பது நாற்பத்திரண்டு இருக்கும். நெற்றி, காது, மூக்கு, கைகளில் ஒன்றுமில்லை. அனுகூலசாமி எழுந்து நின்றார்.

"என்ன சேதி, சின்னையா?"

"சின்னையன் அம்மா சார், இது" என்றான் ஆறுமுகம்.

"வாங்க!"

ஆறுமுகம் யாரையாவது அழைத்து வருவதென்றால் சிபார்சு என்று அர்த்தம். இருபத்து மூன்று வயதில் இன்னும் பள்ளிக்கூடத்தை முடிக்காத பையன்! நாட்டாண்மைக்காரன் மாதிரி ஒரு அந்தஸ்து உண்டு அவனுக்கு. எதற்கு வந்திருக்கிறானோ? பரீட்சைப் பேப்பர்கூட இல்லையே!

"என்ன ஆறுமுகம்?"

"சின்னையன் பார்கணும்னான் சார்!"

"என்ன சேதி... சின்னையா?"

சின்னையன் பதில் பேசவில்லை. தலைகுனிந்து நின்றான். கேட்டு அரை நிமிஷம் ஆயிற்று; குனிந்த தலை நிமிரவில்லை. அழுதான்.

பாயசம்

"சொல்லுடா!" என்றாள் அந்த அம்மாள்.

உற்றுப் பார்த்தார் அனுகூலசாமி.

பையனின் முகச்சதை கோணிற்று; உதடு நடுங்கிற்று.

"சொல்லேண்டா" என்றான் ஆறுமுகம்.

"ஒரு வருஷமாத் துடிச்சுப் போயிட்டுதுங்க அது" என்றாள் அம்மா.

"ஒரு வருஷமாத் துடிச்சுப் போயிட்டுதா?"

"ஆமாம் சார்" என்றான் ஆறுமுகம். "நீங்க இனிமே பேசலாம்னு சொல்லிடுங்க சார்."

"நல்லாச் சொல்லேண்டா. எனக்கு ஒன்றும் புரியலியே!"

"சாருக்கு மறந்துபோச்சு" என்று அந்த அம்மாளையும் மகிமையையும் பார்த்தான் ஆறுமுகம்.

'எனக்கு என்ன மறந்துபோய்விட்டது?' – அனுகூலசாமி யோசித்து யோசித்துப் பார்த்தார்; ஒன்றும் ஞாபகமில்லை.

ஆறுமுகம் சொன்னான்: "சார், போன வருஷம் இவன் காயாரோகணத்தோட இங்கிலீஸ் புஸ்தகத்தைத் திருடிட்டுப் போயி, வேற பேர் ஒட்டி, கடையிலே பாதி விலைக்கு வித்துப்பிட்டான். நான்தான் அதைக் கண்டுபிடிச்சு உங்களிட்ட கொண்டு நிறுத்தினேன் –"

பையன் விசும்பி விசும்பி அழவே, "சும்மா இருடா" என்று தாயார் அவனைச் சமாதானம் செய்தாள்.

"அப்புறம்?"

"நீங்க அவனைச் சித்த நேரம் பாத்திங்க. 'நம்ம கிளாசிலே ஒருபய இதுவரைக்கும் இந்த மாதிரிப் பண்ணினதில்லே. இனிமே இந்தப் பயலோட ஒருத்தரும் பேசாதீங்கடா'ன்னு சொன்னீங்க."

பையன் அழுகை நிற்கவில்லை.

"அன்னிலேந்து அவனை நாங்க ஒதுக்கிப்பிட்டோம் சார். யாரும் பேசறதில்லே. அப்புறம் இன்னக்கிப் பார்ட்டி நடத்தினோமில்ல? அதற்குரண்டு, ஒண்ணுண்ணு பையன்கள்கிட்ட வசூல் பண்ணினோம். இவனும் ஒரு ரூபா கொடுக்க வந்தான். வாண்டாம்னுட்டோம். பார்ட்டிக்கும் வரக் கூடாதுன்னிட்டோம். ஒன்னும் பேசாதபோயிட்டான் நேத்து. இப்ப இங்கே வந்திட்டு வீட்டுக்குப் போனேனில்ல, அவங்க அம்மாளை அழச்சிட்டு

174 தி. ஜானகிராமன்

வந்து திண்ணையிலே நின்னுக்கிட்டிருந்தான். இவங்க அம்மாவும் சொன்னாங்க. அழச்சிட்டு வந்தேன்" என்று, பயந்து, மென்று விழுங்கிக்கொண்டே சொன்னான்.

அனுகூலசாமிக்கு அந்தச் சம்பவம் ஞாபகம் வந்துவிட்டது. ஆனால் இவ்வளவு கடுமையான தண்டனையா விதித்தோம்? ஏதோ சொல்லி வைத்தார். ஆனால் இவ்வளவு கண்டிப்பாகவா அதை நடத்த வேண்டும்?

"சின்னையா, அழாதடா ஏய்!" என்றார் அவர்.

"நாங்களள்ளாம் அவனோட பேசலாம்னு சொல்லுங்க சார், நீங்க."

"ஒரு வருஷம் அவன் சொரத்தாவே இல்லீங்க. எப்பவும் சிரிச்சுப் பேசிட்டு இருப்பான். இப்ப சரியாகப் பேசறதில்லே. ஒரு வார்த்தை பேசுவான், போயிடுவான். என்னமோ அதுங்க மனசிலே இருக்கிறது நமக்குத் தெரியுதுங்களா? தங்கச்சிகளோட சரியாப் பேசறதில்லை. இன்னிக்கிச் சாயங்காலம்தான் எல்லாத்தியும் சொன்னான். ஊட்டுலே அதெல்லாம் விளையாடப் போயிருந்திச்சு. வாத்தியாரை இன்னிக்கிப் பாத்தாத்தான் உண்டுன்னான். வந்தேன். நீங்க பெரிய மனசு பண்ணுங்க."

அனுகூலசாமி கையும் களவுமாகப் பிடிபட்டு விழித்தார். புழுத் துடிப்பாக அவர் உள்ளம் துடித்துக் கொண்டிருந்தது.

"பையனைச் சேத்துக்க மாட்டேன்னுட்டாங்களாம். இதை உங்க கையாலே வாங்கிங்க. எல்லோரும் செய்யறப்ப அவன் மனசு கேக்குங்களா ... கொடுடா" என்றாள் அம்மா.

பையனுக்கு அழுகை அதிகமாகிவிட்டது கையில் வேர்த்துக் கொண்டிருந்த ரூபாயை அவரிடம் நீட்டினாள்.

"வாங்கிக்கிங்க சார்" என்று கெஞ்சினான் ஆறுமுகம்.

— பேசாமல் வாங்கிக்கொண்டார்.

"ரொம்ப நல்ல பையன் சார், அன்னிக்கி ஏதோ புத்திபிசகாப் பண்ணிட்டான். அப்புறம் ஒரு புகார் கிடையாது சார், அவன் மேலே."

"நீங்க சொல்லுங்க பெரிய மனசு பண்ணி. கூட இருக்கறதுங்க பேசாம இருந்தா என்ன செய்யும்? சிறுசுதாங்களே!" என்றாள் அம்மாள்.

பாயசம் 175

"இந்தப் பயலுங்க இப்படிப் பண்ணுவாங்கன்னு தெரியாமே போயிடிச்சே எனக்கு" என்றார் அவர்.

"நீங்க சொன்னதைத்தானே செய்தாங்க" என்றாள் மகிமை.

"அது சரி" என்று லேசாகச் சிரித்தார் அவர். அழுகைதான் சிரிப்பாக வந்தது. மேலே படத்தில் தோன்றிய முள் முடி அவர் தலையை ஒருமுறை அழுத்திற்று.

ஆனந்த விகடன் தீபாவளி மலர், 1958

தி. ஜானகிராமன்

அக்பர் சாஸ்திரி

மாயவரம் ஜங்ஷனில் இறங்கிச் சாப்பிட்டு விட்டுத் திரும்பியபோது, வண்டியில் மூன்றாவது ஆத்மா ஒன்று என் தோல் பையையும் துணிப் பையையும் நடுவே நகர்த்தி, என் இடத்தில் உட்கார்ந்து பூரி உருளைக்கிழங்கு சாப்பிட்டுக்கொண்டிருந்தது. வெறுமனே சாப்பிடவில்லை. உருளைக்கிழங்கு ஒட்டிக்கொண்டிருந்த விரல்களை ஆட்டி ஆட்டிப் பேசிக்கொண்டிருந்தது. குரலாவது குரல்! தொண்டைக்குள் வெண்கலப் பட்டம் தைத்த குரல். அதிகாரமும் வயசான பெருமையும் எக்களித்துக் கொண்டிருக்கிற குரல்.

"எக்ஸைஸ் இலாக்கான்னா என்ன டெஸிக்னேஷன்?" என்று எக்களிப்பும் அழுத்தமு மாக அந்தக் குரல் போட்ட கேள்விக்கு, அடக்கமும் புன்சிரிப்புமாக என்னமோ மேலதிகாரிக்குப் பதில் சொல்லுகிறாற்போல "சூப்ரிண்டு" என்றார் மேலண்டைக் கோடியில் இருந்தவர். சீர்காழி ஸ்டேஷனில் ஏறி உட்கார்ந்திருந்த என்னை லட்சியமே செய்யாமல் ரயில்வே கைடுக்குள் முகத்தைப் புதைத்துக்கொண்டிருந்த இந்த ஆசாமிக்குப் புது ஆசாமியைக் கண்டு என்ன மரியாதை! என்ன வினயம்!

எதிரே 'சூப்ரிண்டின்' மனைவி காலை நீட்டிப் படுத்துத் தூங்கிக்கொண்டிருந்தவள், கண்ணைத் திறந்து ஒரு தடவை பார்த்துவிட்டு, மறுபடியும் மூடிக்கொண்டாள். காலடியில் உட்கார்ந்திருந்த குழந்தைகள் இரண்டும் உருளைக்கிழங்கு சாப்பிடுகிற

வரையும் அவருக்கு பதில் சொல்லுகிற அப்பாவையும் மாறி மாறிப் பார்த்துக்கொண்டிருந்தன.

"எங்கேருந்து வறீர்"

"மெட்ராஸிலேருந்து!"

"பகல் வண்டியிலே மெட்ராஸிலேயிருந்து யாராவது வருவாளோ?"

"இல்லை, நேத்து ராத்திரிப் புறப்பட்டேன். கடலூரிலே இறங்கி, என் மருமாளுக்கு உடம்புக்கு சரியில்லேன்னா, பாத்துட்டு இன்னிக்கு மத்தியானம் கிளம்பினோம்."

"எதுவரையில் பயணம்?"

"தஞ்சாவூருக்கு. தாயாருக்கு உடம்பு சரிப்படலே. பார்க்கப் போறோம்."

"அப்படியா?... ம்!" என்று எழுந்து இலையை ஜன்னல் வழியாக வீசி எறிந்தார் வந்தவர். காற்று வாக்கில் இலை என் மேல் பறந்துவிடப் போகிறது என்று கதவோரமாக இருந்த நான், சற்று உள்ளே நகர்ந்துகொண்டேன். வண்டி அப்போது ஸ்டேஷனை விட்டுக்கிளம்பி லெவல் – கிராஸிங்கைத் தாண்டிப் போய்க்கொண்டிருந்தது.

அவர் கதவைத் திறந்துகொண்டு உள்ளே கையலம்பப் போனார். நடுவே நகர்த்தப்பட்டிருந்த தோல் பையையும் துணிப் பையையும் நகர்த்திக்கொண்டு, காலியான என் சீட்டில் உட்கார்ந்துகொண்டேன். கையலம்பிவிட்டு வாயைத் துடைத்துக்கொண்டவர் இடத்தை மீட்டுக்கொண்ட என்னை அலட்சியமாகப் பார்த்துவிட்டு நடுவில் உட்கார்ந்துகொண்டார்.

ஆள் ஆறடி உயரத்துக்கு குறைவில்லை. இரட்டை நாடியில்லை. ஆனால் ஒல்லியுமில்லை – சாட்டை மாதிரி முறுக்கு ஏறிய உடம்பு. நேரான உடம்பு. உட்கார்ந்திருந்தபோதுகூட வளையா நேர் முதுகு. கறுப்பில்லை. மாநிறமுமில்லை. அப்படி ஒரு கறுப்பு. சந்திர வளைய வழுக்கையில் ஓரம் கட்டியிருந்த தலைமயிர் முழுவதும் நரைத்திருந்தது. நீள மூக்கு, நீளக் கை, கால். குரலில் தெறித்த அதிகாரத்துக்கேற்ற உடம்புதான்.

உட்கார்ந்துகொண்டவர் "நீ போடா கிடக்கு, சின்னப்பையா!" என்று சொல்லாமல் இலேசாக எனக்கு முதுகைக் காட்டிக்கொண்டு திரும்பி உட்கார்ந்துவிட்டார்.

"ம்...தாயாரைப் பார்க்கப் போறீராக்கும்? என்ன விசேஷம்?"

தி. ஜானகிராமன்

"போன மாசம் உடம்பாகக் கிடந்தா. அப்பப் போய்ப் பார்க்க முடியலே. எனக்கு இப்பத்தான் லீவு கிடைச்சுது. நீங்க ..?" – அதே அடக்கம், புன்னகை.

"நானா? எனக்கு மதுரை. கோவிந்த சாஸ்திரின்னு பேரு. அட்வகேட்டாயிருக்கேன். ஒரு கேஸ் விஷயமா பட்டணம் போயிட்டு வரேன். மாயவரத்திலே எங்க சகோதரியைக் கொடுத்திருக்கு. இறங்கி பார்த்துட்டு வரேன். முதல் கிளாஸ்லே டிக்கெட் கிடைக்கல்லே. 'சகிண்ட்' கிளாஸ்தான் இருக்குன்னான். வாங்கிண்டுவந்து ஏறிட்டேன். ராத்திரி சாப்பிடறதில்லே. பலகாரம் பண்றேனே அண்ணான்னா தங்கை. அடி போடி பைத்தியம்னு வந்துட்டேன். பூரி இரண்டு வாங்கினேன். சாப்பிட்டேன். ஒண்டி ஆளுக்காகப் பலகாரம் பண்ணச் சொல்லவாவதுய்யா! இப்ப என்ன செத்தா போயிட்டேன்!" என்று சொல்லிக்கொண்டே கோவிந்த சாஸ்திரி வண்டியைச் சுற்றி ஒரு நோட்டம் விட்டார். குழந்தைகளைப் பார்த்தார்.

"உம்ம குழந்தைகளா?"

"ஆமாம்."

"என்ன வயசாகிறது?"

"அவன்தான் பெரியவன். பத்து ஆறது. இவ சின்னவ. இப்ப ஏழு நடக்கிறது!"

"மலேரியா அடிச்சுக் கிடந்தாப்ல இருக்கே ரண்டும். ஏலே இங்க வா... வாடா... பரவால்லே. வா... ஒண்ணும் பண்ணலே."

பையன் வந்து நின்றான். குச்சி குச்சியாக இருந்த கையைப் பிடித்தார் கோவிந்த சாஸ்திரி. கை முழுவதையும் ஒருமுறை தடவினார்.

"நாக்கை நீட்டு, கண்ணைக் காட்டு."

"அதெல்லாம் ஒன்றுமில்லை. சாப்பிடவே மாட்டான். சாப்பிட உட்கார்ந்தான்னா, பருப்பு நன்னாலே, நெய் நாத்தம் அடிக்கிறது, இப்படி ஏதாவது சொல்லி எழுந்திண்டு போயிடுவான்" என்றார் கோடி ஆசாமி.

"சட்டையைத் தூக்கு."

பையன் சட்டையைத் தூக்கி வயிற்றைக் காண்பித்தான். அதை ஒரு அழுத்து அழுத்தி "ம்" என்றவண்ணம் அவனைப் பார்த்தார்.

பாயசம்

"ஏண்டா! முழங்கால், முழங்கையெல்லாம் இப்படி எலும்பு முட்றது? கண்ணு சுண்ணாம்பா இருக்கு. நித்யம் ஒரு முட்டை கொடுமையா."

"எல்லாம் பார்த்தாச்சு. எதையும் தொட மாட்டேங்கறான் சார்."

"காட்லிவர் ஆயில்."

"அதுவும் கொடுத்துப் பார்த்தாச்சு."

"காட்லிவர் ஆயிலை 'மால்டா'க் கொடுக்கிறது. தித்திப்பாயிருக்கும்."

"பார்க்கணும்."

கோவிந்த சாஸ்திரி இன்னும் கையை விடவில்லை. பார்வையையும் எடுக்கவில்லை.

"இல்லாட்டா ஒண்ணு செய்யறீரா இவனுக்கு?"

"என்ன?"

"கொள்ளு தெரியுமா கொள்ளு."

".. ?"

"குதிரைக்கு வைப்பாளேய்யா, அது."

"ம் ம்."

"அதைத் தினமும் இவ்வளவு எடுத்துத் தண்ணியை விட்டுக் கொதிக்க வைச்சு, அந்தத் தண்ணியைச் சாப்பிடச் சொல்லும். அப்புறம் அந்தச் சுண்டலையும் கொஞ்சம் உப்பைப் போட்டுச் சாப்பிடச் சொல்லும். பையன் அரபிக் குதிரை மாதிரி ஆறானா இல்லையா, பாரும். இப்ப நான் எங்க வீட்டுக்கு அழைச்சிண்டு போய் மூணு மாசம் கொடுத்தேன்னா, அப்புறம் உம்ம பையன்தான் இவன்னு நான் சத்தியம் பண்ணினாலொழிய உம்மாலே நம்ப முடியாது. என்ன! செய்யறீரா?" அதட்டுபவர்போலக் கேட்டார் சாஸ்திரி.

"செய்யறேன்."

"இதோ பாரும், நான் டாக்டர் இல்லே. அதுக்குப் படிச்சுக் கிடிச்சுப் பாஸ் பண்ணலே. ஆனா எங்க வீட்டிலேருந்து போற மருந்துகளும் அங்க வரவாளும் கணக்கு வழக்கு இல்லே. எல்லாம் கடசீலே பாட்டியம்மா வைத்யம். கருவேப்பிலைக் குழம்பு வச்சுப் பத்துநாள் வட்டம் சாப்பிடுவேன். ஏழுநாள் வட்டம் வேப்பம் பூவைச் சாதத்து மேலே வச்சு ஆமணக்கெண்ணையைக்

தி. ஜானகிராமன்

காய்ச்சி அது மேலே ஊத்தச் சொல்லிப் பிசைஞ்சு சாப்பிட்டுடுவேன். நீர் நம்பமாட்டீர். இதுவரை டாக்டருக்குன்னு ஒரு தம்பிடி? பேசப்படாது. பெரியவா புண்ணியத்துலே பத்துக் காணி நிலம் இருக்கு. ஆனால் அதிலேருந்து ஒரு நெல்லு வித்த காசு டாக்டருக்குப் போனதில்லை."

"நல்ல புண்ணியம் பண்ணினவா நீங்க. ஹி ஹி ஹி."

"புண்ணியமாவது, புடலங்காயாவது. எல்லாம் நம்ப மனோபலத்தைப் பொருத்திருக்குய்யா."

"என்னமோ சார்! நான் தலையெடுத்த நாளையிலேருந்து பாருங்கோ. டாக்டர் வராத நாள் கிடையாது. இதைப் பாருங்கோளேன். நீங்கதான் பார்க்கறேளே, எதிர்த்தாப்பல கிழிச்ச நார் மாதிரி படுத்துண்டு கிடக்கா. கடலூர்லே வண்டி ஏறினோம், படுத்துண்டா. இன்னும் ஏந்திருக்கலே. புருஷா முன்னாடி நிக்கமாட்டா அந்த நாளே. அவளேதான் இப்படி ஆயிட்டா. என்னத்தைப் பண்றது?" என்று மனைவியைப் பார்த்தார் 'சூப்ரிண்டு'.

சூப்ரிண்டு மனைவி இலேசாகப் பாதிக் கண்ணைத் திறந்து பார்த்தாள்.

"என்ன உடம்பு?"

"அந்தக் காலத்திலே பம்பரமாக சுத்தி வந்து காரியம் பண்ணிண்டிருந்தவ. திடீர்னு ஒரு நாளைக்கு வயத்தை வலிக்கிறதுன்னா. டாக்டர் வயத்திலே கட்டி, ஆபரேஷன் கேசுன்னார். செஞ்சுது. அது தேவலையாச்சு. அப்புறம் பிரமை புடிச்சாப்பல எது கேட்டாலும் பதில் சொல்றதில்லே. அப்படி நாலு வருஷம் உட்கார்ந்திருந்தா. அதுக்கு வேற ஊசி, மாத்திரை கொஞ்சமில்லே. அது தேவலையாப் போயிடுத்து. இப்ப பத்து வருஷமா தினம் போது விடிஞ்சா தலைவலி, கால் துணியாப் போயிடறது. எழுந்து நடமாட முடியலே. காப்பி சமையல் முதல்கொண்டு, கூட நான் நிக்க வேண்டிருக்கு."

சூப்ரிண்டு மனைவி கண்ணை மூடாமல் இதைக் கேட்டுக் கொண்டேயிருந்தாள்.

"வாரா வாரம் எண்ணெய் தேச்சுக்கணும்" என்றார் கோவிந்த சாஸ்திரி.

"எண்ணெயா! ஒரு முட்டை தலையிலே வச்சாப்போரும், 'ஐயோ கடப்பாறை போட்டு இடிக்கிறதே இடிக்கிறதே'ன்னு அலற ஆரம்பிச்சுடுவா. எண்ணெய்தான் சத்ரு அவளுக்கு.

"என்னய்யா ஆச்சரியம்! எண்ணெய் ஒத்துக்காத ஒரு மனுஷா உண்டோ? நல்லெண்ணெய் தலைவலிக்குப் பரம சஞ்சீவி ஆச்சேய்யா."

"எண்ணெயைத் தவிர மீதி எது வேணும்னாலும் சொல்லுங்கோ. போடாத ஊசியில்லை, குடிக்காத மருந்து இல்லே. இந்தத் தலைவலி நின்னாப்போரும்" என்று படுத்தவாறே வாயைத் திறந்தாள் சூப்ரிண்டின் மனைவி.

பேச ஆரம்பித்த பிறகுதான் தெரிந்தது. வயதுக்கு மீறிய மூப்பு. முகத்தில் சோகை, வாயில் குழறல். அழகாக இருந்த அம்மாள் இப்போது, விகாரமாக மாறிவிட்டிருந்தாள்.

"தலைவலியைத்தானே நிறுத்தணும்?" என்று கேட்டுவிட்டு வெளியே பார்த்தார் கோவிந்த சாஸ்திரி.

வண்டி குத்தாலத்தில் நின்றது. ஒரு அணாவுக்கு வேர்க்கடலையை வாங்கி மென்றவாறு யோசனையில் ஆழ்ந்திருந்தார் அவர். வண்டி புறப்பட்டதும் தம் பேச்சை ஆரம்பித்தார்.

"சொல்லட்டுமா?" என்று அவர் ஆரம்பித்ததும், அவசரம் அவசரமாக புஷ்கோட் பையிலிருந்த ஒரு டயரியையும் பென்சிலையும் எடுத்து வைத்துக்கொண்டார் 'சூப்ரிண்டு'.

"எழுதிக்கிறீமா? சரி வேப்பம் பருப்பு, வெள்ளை மிளகு, கசகசா, சுக்கு..."

இன்னும் நாலைந்து சொன்னார் அவர். எனக்கு அது மறந்துவிட்டது.

"இதையெல்லாம் பால்லெ போட்டு ஊறவச்சு நசுக்கி அம்மியிலே ஓட்டி, உருண்டை உருண்டையாப் பண்ணிக் காய வச்சுக்கிறது. அப்புறம் நித்தியம் காலமே ஒரு உருண்டையைப் பால்லெ கலந்து தலையிலே தேச்சு ஸ்நானம் பண்ணச் சொல்லும். ஒரு மாசத்துக்கப்புறம் எனக்கு எழுதும்."

அமிருதம் கிடைத்த மாதிரி சூப்ரிண்டு எழுதிக்கொண்டு நாலு தடவைகள் சந்தேகங்களைக் கேட்டுத் தெளிந்து, டயரியைத் திருப்பித் திருப்பி வாசித்துப் பையில் போட்டுக்கொண்டார்.

"இதுதான் கல்கம். எல்லாக் 'கம்ப்ளெய்ண்டு'க்கும் சேத்திருக்கேன் அம்மா! உங்க தலைவலி இன்னியோட தீந்துது" என்றார் சாஸ்திரி.

அந்த அம்மாள் எழுந்து உட்கார்ந்து, "அதை இன்னொரு தடவை நன்னாக் கேட்டு வச்சுக்குங்கோ" என்றாள் தன் புருஷனைப் பார்த்து.

தி. ஜானகிராமன்

சாஸ்திரி இன்னும் பல ரகசியங்களையெல்லாம் சொன்னார். சொறி சிரங்கு, சீதபேதி, ஆஸ்துமா, பாலுண்ணி – இப்படிப் பல வியாதிகளுக்கு அவரிடம் சஞ்சீவிகள் இருந்தன. சூப்ரிண்டின் கண்கள் மேலே அகல இடமில்லை. அப்படி ஒரு வியப்பு. தன்வந்திரி, சித்தர்கள் – எல்லாரும் அவர்மேல் கருணைக்கொண்டு இரண்டாம் வகுப்பில் சக பிரயாணியாக வந்து காட்சி கொடுத்து, வினை தீர்த்த பரவசத்தை அவருடைய மரியாதையிலும் அடக்கத்திலும் காண முடிந்தது.

"இத்தனைக்கும் நான் டாக்டர் இல்லே" என்றார் சாஸ்திரி மீண்டும். "எனக்கு வயசு எத்தனை இருக்கும்? எங்கே? சொல்லும், பார்ப்போம்."

வியப்பில் ஆழ்ந்து கிடந்த 'சூப்ரிண்டு' தயங்கிப் புன்சிரிப்புச் சிரித்தார்.

"சும்மாச் சொல்லும்?"

"ஐம்பது இருக்கும்."

"ஐம்பதா? எனக்கு அறுபதாம் கலியாணம் ஆகியே எட்டு வருஷங்கள் ஆச்சுய்யா."

"அறுபத்தெட்டா! உங்களுக்கா!"

முதுகைப் பார்த்துக்கொண்டிருந்த எனக்கும் நம்பத்தான் முடியவில்லை.

"பின்னே என் பெரிய பொண்ணுக்கே இப்ப வயசு நாப்பத்தஞ்சு. அவ பிள்ளை 'அக்கௌண்ட்ஸ்' ஆபீசரா முந்தாநாள்தான் வேலை ஒத்துண்டிருக்கான். என் பெரிய பையனுக்கு வயசு நாற்பது முடிஞ்சுடுத்து... நீர் மாத்திரம் இல்லை. பார்க்கறவா ஒவ்வொருத்தருமே இப்படித்தான் ஆச்சரிப்பட்டுண்டிருக்கான்னேன்."

"ஏ, அப்பா!" என்று அவரையே ஒரு நிமிஷம் பார்த்து, 'சூப்ரிண்டு' புன்சிரிப்புப் பூத்துக்கொண்டிருந்தார். "நீங்கள்ளாம் அந்தக் காலத்து மனுஷா."

"யாரு? நன்னாச் சொன்னீரே, எந்தக் காலத்திலேயும் முடியும்யா!" திடீரென்று கோவிந்த சாஸ்திரி ஆங்கிலத்தில் பேச ஆரம்பித்தார். குரலும் தணிந்தன. "ரகசியம் என்ன தெரியுமா? எட்டாவது குழந்தை பிறந்தது. என் சம்சாரத்தைப் பார்த்தேன். என்ன சரிதானேன்னேன். சரின்னுட்டா. அதிலேருந்து ஒதுங்கிப்பிட்டோம். அப்ப எனக்கு முப்பத்தெட்டு வயசுதான்."

"அப்படியா!"

"அப்படியேதான். எங்க அப்பா அம்மா செஞ்ச தப்பையும் உணர்ந்துனுட்டேன். எனக்குப் பதினேழு வயசிலே கலியாணம் பண்ணி வச்சாளே... அதைச் சொல்றேன். என் பிள்ளைகளுக்கெல்லாம் முப்பது வயசிலேதான் கலியாணம் பண்றது. பெண்களுக்கு இருபத்திரண்டு வயசுக்கு அப்புறம் தான் கல்யாணம் பண்றதுன்னு தீர்மானம் பண்ணிண்டேன். அப்படியே நடத்திண்டும் வரேன். நீர் பார்க்கிறது எனக்குப் புரியறது. என்னடாது ஒரு பக்கம் சுக்குக் கஷாயம், கருவேப்பிலைக் குழம்புன்னு ரொம்பப் பாட்டியா இருக்கான், இன்னொரு பக்கம் பார்த்தா ரொம்ப "அல்ட்ரா"வா இருக்கானேன்னு நினைக்கிறீர். உண்டா, இல்லியா?"

"ஆமாம் ஆமாம், ஹிஹிஹி."

"அதனாலேதானே என் சம்பந்தி என்னை, 'அக்பர் சாஸ்திரி'ன்னு கூப்பிட ஆரம்பிச்சார்... ஏன்னேன். அக்பர் சக்கரவர்த்தி எப்படியிருந்தான்? உலகத்திலே இருக்கிற நல்லதெல்லாம் சேர்த்துத் தனக்குன்னு ஒரு வாழற முறையை ஏற்படுத்திண்டான். அந்த மாதிரி நீங்களும் இருக்கேள்ன்னார் அவர். பொண்களுக்குக் கலியாணம் பண்ணினேன், புள்ளைகளுக் கும் பண்ணினேன். முதல் காரியமா ஊர்வலத்தை நிறுத்தினேன். அந்தக் காலத்திலே பத்து வயசிலே கலியாணம் பண்ணினா, திருஷ்டி பட்டுடப் போறதேன்னு குழந்தைகளை வைச்சு ஊர்கோலம் எடுக்கறது. இப்பப் புள்ளைக்கு முப்பது வயசு. பொண்ணுக்கு இருபத்தஞ்சு. ஊர்வலமாவதுய்யா? இரண்டாவது பொண்ணுக்கு கலியாணம் பண்றபோது ஒரு கிழவி வந்தா. 'என்னங்காணும் ஊர்வலம் இல்லேன்னுட்டிராமே'ன்னா. 'ஊர்வலமா, உன்னை வாணா வச்சு நாலு தெருவிலேயும் சுத்தச் சொல்றேன்'னேன். அப்புறம் ஏன் பேசறா?... அ! நம்ம தாத்தாவும் அப்பாவும் பண்ணினாங்கறதுக்காக எல்லாத்தை யும் செஞ்சுற முடியுமோ? காலே காலே நம்ம புத்தியை உபயோகிச்சு மாத்தாட்டா நாம் என்ன மனுஷாளா? மிருகங்களா? ஒரு உதாரணம் சொல்றேன். புருஷா சாப்பிட்ட அப்புறம்தான் பொண்டுகள் சாப்பிடறதுன்னு வச்சிண்டிருக்கோமே? அது எதிலேய்யா எழுதிருக்கு? உனக்குச் சமைச்சும் கொட்டிப்பிட்டு, மீதியிருக்கிற அடிவண்டலெல்லாம் அவ தனியா சாப்பிடணுமோ? என்ன நியாயம்யா? எங்க வீட்டிலே என்ன பழக்கம் தெரியுமோ? நானும் சம்சாரமும் சேர்ந்துதான் சாப்பிடுவோம். வீட்டுக்கு யார் வந்தாலும் சரி... குழந்தை குஞ்சு பொண்டுகள் எல்லாரையும் சேர்த்து உட்கார்த்தி வைச்சித்தான் சாப்பிடுவேன். அவாளோட என் சம்சாரத்தையும் உட்கார வைச்சுப்பிடுவேன்.

தி. ஜானகிராமன்

கும்பகோணத்திலே மூணாவது சம்மந்தியிருக்கார். ஜவுளிக்கடை வச்சிருக்கார். சக்ரபாணி அய்யர்னு, அவர் நான் இப்படியெல்லாம் இருக்கறதைப் பார்த்துப்பிட்டு ஏதோ பரிகாசமா பேசினாராம். நான் சொல்லிப்பிட்டேன். 'சார்! இதப்பாருங்கோ, நான் உங்க வீட்டுக்கு வந்தா இந்த மாதிரி சேத்து வச்சுத்தான் போடணும் இல்லாட்டா வரவேயில்லேன்'னேன். அப்புறம் வழிக்கு வந்தார். இத்தனை வயசுக்கு மேலே இந்தக் கிழவனுக்குச் சபலத்தைப் பாரும்னு யாராவது சொல்லிண்டிருப்பன். சொல்லட்டுமே, இதுக்கெல்லாமா பயந்து முடியும்? முப்பத்தெட்டு வயசிலேருந்து நான் எப்படியிருக்கேன்னு எனக்குன்னாய்யா தெரியும்! எல்லாரோடும் உட்கார்ந்து சேர்ந்து சாப்பிட்டு, ஒரு மணி நேரம் எல்லாரையும் பக்கத்திலே வச்சிண்டு கலகலன்னு பேசி சந்தோஷமா இருக்க முடியலேன்னா அவன் என்ன ஆள். ஐயா! யார் என்ன சொன்னாலும் சரி. நான் அப்படித்தான் இருப்பேன். இருந்துண்டு வரேன். அதனாலேதான் அறுபத்தெட்டு வயசுன்னவுடனே நீர் பிரமிக்கிறீர். நான் மாத்திரம் இல்லே. என் சம்சாரம் குழந்தைகளெல்லாம் இப்படித்தான் இருப்பா. டாக்டருக்குன்னு காலணா கொடுத்ததில்லையா! சத்தியம் வேணும்னாலும் பண்ணத் தயார். போதுமா?" என்றார் சாஸ்திரி.

சத்தியமே பண்ண வேண்டாம், உங்களைப் பார்த்தாலே போதும் என்று நினைத்துக்கொண்டேன். என்னை இவர் லட்சியம் பண்ணாவிட்டால் என்ன? பேசாவிட்டால் என்ன? அக்கறையில்லை. இந்த வயசில் இவ்வளவு நேர் முதுகு – கணார் கணார் என்று இந்தக் குரல். டாக்டருக்கு ஒரு நெல்கூடக் கொடுக்காத பத்துக் காணி – ஏ அப்பா.

எதிரே சூம்பின கையும் காலுமாக இரண்டு குழந்தைகள். துணியாகக் கிடந்த 'சூப்ரிண்டு' மனைவியின் சோகக பாய்ந்த உடல். 'சூப்ரிண்டி'ன் முகத்தில் நிரந்தரமாகக் கோடிட்டுவிட்ட குடும்பக் கவலை. இத்தனைக்கும் நடுவில் அக்பர் சாஸ்திரி, சித்த புருஷர்கள் அரைக்கைச் சட்டையும் வேஷ்டியும் அணிந்து வந்ததுபோல் உட்கார்ந்திருந்தார். அவருக்குப் பின்னால் வயிற்றுவலி – அதாவது நான். என்னை மூன்று வருஷங்களாக வதைத்துக்கொண்டிருக்கிற வயிற்றுவலியை நான் சொல்ல வில்லை. 'சொல்லு சொல்லு' என்று அது முனகின குரல் கேட்டது. அது மட்டுமில்லை; 'இஸினோபீலியா இஸினோபீலியா' என்று என் மனைவி எட்டு வருஷங்களாக எனக்கும் அவளுக்கும் ராத்தூக்கம் வராமல் கண் பனிக்கப் பனிக்க இருமுகிற வாதையையும் சொல்லு சொல்லு என்றது. சொல்லுகிறேன் சொல்லுகிறேன் என்று அவற்றைச் சமாதானப்படுத்திக் கொண்டிருந்தேன். திடீர் என்று எப்படிச் சொல்கிறது? முன்னால்

இரண்டு வார்த்தையாவது அவருடன் பேசவேண்டும் அதற்குச் சமயம் கிடைக்காமலா போகும்?...

"மதுரைக்கு எப்பவாவது வந்தீர்னா, வீட்டுக்கு வாரும். சந்தோஷமா எப்படியிருக்கிறது, திடகாத்திரமா எப்படி இருக்கிறதுன்னு புரியும். டாக்டரை எப்படி அண்டவிடாமல் வாழறதுன்னு தானே புரிஞ்சுக்குவீர். பயந்திண்டு வராம இருந்துடாதீர். அதுக்காக வந்தவர்களுக்குக் குளிக்க வெந்நீர் போடாமல் இருந்துட மாட்டோம். என்னோடத்தான் நீரும் எழுந்திருக்கணும்மா காலமே நாலு மணிக்கே எழுப்பிட மாட்டேன். கவலைப்படாதீர் என்ன, வறீமா?"

"கட்டாயம் வரேன்."

"உம்ம சம்சாரத்தையும் அழைச்சிண்டு வரணும். என்ன வறீமா?"

எனக்கும் அக்பர் சாஸ்திரி வீட்டுக்குப் போக வேண்டும்போல் தானிருந்தது. கூப்பிட்டால்தானே? மனுஷன் தற்செயலாகக்கூடத் திரும்பமாட்டார் போலிருக்கிறது. ஓர இடத்தைக் கொடுக்க வில்லை என்று மனுஷனுக்கு வருத்தமோ?

திருவிடைமருதூர் ஸ்டேஷன் வந்தது. "மகிழமாலை விற்குமே இங்கே?" என்று எழுந்தார் அக்பர் சாஸ்திரி. எதிர் ஜன்னலண்டை எழுந்துபோனார். "மகிழ... மகிழ... மகிழ" என்று பாதி பாதியாகக் கூப்பிட்டார். பேசின பேச்சில் தொண்டை சோர்ந்து விட்டது. குழந்தைகளுக்குப் பக்கத்தில் உட்கார்ந்துகொண்டார்.

"சார்!" என்று சொல்லாமல் என்னை ஜாடைகாட்டி அழைத்தார். அவர் விழியைப் பார்த்து அருகே ஓடினேன். மார்பைத் தடவு என்று சைகை காட்டினார். சடசடவென்று புத்தானைக் கழற்றி மார்பைத் தடவினேன்.

"கும்பகோணத்திலே..." அவரால் மேலே பேச முடியவில்லை.

"கும்பகோணத்திலே என்ன?"

"சக்ர... சக்ர... சக்ர..."

பேச முடியாமல் அப்படியே சாய்ந்துகொண்டார். பையனின் கை அவர் முதுகுக்கும் ஜன்னலுக்கும் இடையே அகப்பட்டுக்கொண்டது, இழுத்துக்கொண்டான்.

"என்ன சார், என்ன சார்" என்று 'சூப்பிரண்டு' எழுந்து வந்தார்.

தி. ஜானகிராமன்

"சார், சார், கோவிந்த சாஸ்திரிகள்" என்று உரக்கக் கூப்பிட்டார்.

அவர் மனைவி எழுந்து, "என்ன?" என்று கண்ணைத் திறந்து நிலைமையைப் புரிந்துகொண்டு எழுந்து உட்கார்ந்தாள். "இந்தாண்டை வாடா கிச்சு, கௌரி!" என்று குழந்தைகளைக் கூப்பிட்டாள்.

நான் மார்பைத் தடவிக்கொண்டிருந்தேன். "என்ன சார், என்ன சார்?" என்று பதறினார் 'சூப்ரிண்டு'.

மூக்கில் கை வைத்துப் பார்த்தேன்.

"என்ன சார்?"

"கும்பகோணத்திலே அவர் சம்பந்தி பேர் என்ன என்று சொன்னார்."

"சக்ரபாணி ஐய்யர், ஐவுளிக்கடை வைச்சிருக்காராம்."

"நீங்க இறங்கிப் போய் ஸ்டேஷன் மாஸ்டர்கிட்டச் சொல்லி அவரைக் கும்பகோணம் ஸ்டேஷனுக்கு வரச் சொல்லி 'மெஸ்ஸேஜ்' கொடுக்கச் சொல்லணும்."

"ஏன்! என்ன?"

"ஒன்றுமில்லை."

"அப்படின்னா?"

அவர் மனைவி அருகில் வந்தாள். "அட, ராமா!" என்று சாஸ்திரியைப் பார்த்தாள்.

"என்ன?" என்றார் 'சூப்ரிண்டு' மறுபடியும்.

டாக்டர் உதவியில்லாமேலே அக்பர் சாஸ்திரி மனிதன் கடைசிக் காரியத்தையும் செய்துவிட்டார் என்று அவருக்குப் புரிந்தபாடில்லை.

கல்கி, ஏப்ரல் 1959

கோவிந்தராவின் மாப்பிள்ளை

கோவிந்த ராவ், மொட்டை மாடிக் கைப்பிடிச் சுவர்மீது ஒரு காலை மடக்கிப்போட்டு உட்கார்ந்ததும் உட்காராததுமாக, எங்கோ தொலைவில் பார்த்துக் கொண்டிருந்தார்.

"ரொம்பப் பெரிய யோசனை போலிருக்கு!"

"ஆமாம் சார், எங்களுக்கெல்லாம் ஏன் பண்டிகை வருதுன்னு கேட்டுக்கிட்டிருக்கேன்."

"யாரை?"

"யாரையோ! உடுப்பி கிருஷ்ணனைக் கேட்டாச்சு, பதிலில்லை. வேறு யாரைக் கேட்கலாம்னு யோசனை" என்று வழக்கமாகப் பூக்கிற புன்முறுவலைப் பூத்தார். அந்தப் புன்முறுவல் சோடா பாட்டில் மூக்குக்கண்ணாடிக்குள் சிறுத்திருந்த கண்களை இன்னும் சிறிதாக்கிவிட்டது!

"உங்க எஜமானைக் கேக்கறது!"

"எதுக்கு எஜமானர்? வேலைக்கா, விச்வாசத்துக்கா? போனஸ் முப்பது ரூபா கொடுத்திட்டாரு, சும்மா அவர்தான் என்ன செய்வாரு?" என்று மறுபடியும் கண்ணைத் தொலைவில் வீசிவிட்டார் அவர்.

மாநிறமாயிருந்த உடலில் ஓயாத வேர்வை யிலும் அடுப்புச் சூட்டிலும் தாமிரக் கறுப்பு ஏறியிருந்தது. கோவில் மூலவரைப்போல மாறாத

தி. ஜானகிராமன்

ஒரு எண்ணெய்ப் பாடம் வேறு. கூராக மீசை, வளையம் வளையமாகத் தலைமயிர், நல்ல கறுப்பு மயிர், ஆனால் வாரிப் பார்த்து வெகு காலமாகிவிட்டதாக ஞாபகம். இடையில் கடலைமாவு வேகம் வீசுகிற நரையும் கறையும் படர்ந்த நாலு முழவேஷ்டி. ஜோட்டி ஜோட்டியாக அரிசி உளுந்தைப் போட்டு ஆட்டுரல் முன் உட்காருகிற உடம்பு. கையும் காலும் மார்பும் கண்டுகண்டாக வைரம் ஏறிக்கிடந்தன. விரல்களில் நிரந்தரமாக ஏறிவிட்ட வேலைக் கறுப்பு இல்லாவிட்டால் சற்று அழகாகவே இருக்கவேண்டிய கை கால்தான்.

என்னதான் ஹோட்டலில் சாப்பிட்டுவிட்டாலும், ஆறு குழந்தைகளை வைத்துக்கொண்டு எழுபத்து நாலு ரூபாய்க்குள் பட்டணவாசம் நடத்துகிற பீதாம்பர ஜாலம் ஒரு ஜாலம்தான். இதைப் பார்த்திருந்தால் நரகாசுரனை அவன் கொன்றேயிருக்க மாட்டான். மகிஷாசுரனை அவள் மறந்து போய்க்கூடப் பார்த்திருக்க மாட்டாள்.

"மாப்பிள்ளை வந்தாச்சு, தெரியுமா?" என்றார் கோவிந்தராவ், கண்ணைத் தொலைவிலிருந்து என் பக்கம் திருப்பி.

"மாப்பிள்ளையா, எப்படி?"

"ஒரு மணியாச்சு. வந்தாரு, காப்பி சாப்பிட்டாரு, இப்படிப் 'பார்க்' பக்கம் போயிருக்காரு."

அவருக்கு மாப்பிள்ளை வாய்த்த அழகைத்தான் எப்படிச் சொல்வது? அவனும் உடுப்பிப் பையன் தான். ஹோட்டலில் வேலையாயிருந்தவன், திடீர் என்று அதை விட்டுவிட்டுச் சினிமாவில் சேர்ந்துவிட்டதாகச் சென்ற தடவை வந்தபோது சொன்னான்.

"சினிமாவா, நடிக்கிறியா?"

"ஆமா சார்."

"இப்ப எதிலே நடிக்கிறே?"

"நாலு படத்திலே நடிக்கிறேன் சார் ... ரண்டு தமிளு, ஒரு தெலுங்கு, ஒரு மலையாளம்."

"தெலுங்கு, மலையாளம்லாம் தெரியுமா உனக்கு?"

"என்னத்துக்கு சார் தெரியணும்? நான் இப்ப 'ஆடியன்ஸா'த் தானே வந்துட்டிருக்குறேன்."

"என்னது?"

"ஆமா சார். கல்யாணம், டீ பார்ட்டி இந்த மாதிரி ஸீன்ஸ் வந்துதுன்னா அதிலே கூட்டத்திலே இருப்பேன்!"

"அதிலே, எத்தனை வந்துடும்?"

"ஒரு நாளைக்கு அஞ்சு ரூவா. ஏஜண்டு ரூபாய்க்கு கால் எடுத்துக்குவான். மூணே முக்கா ரூபா கிடைக்கும்."

"தினமும் இப்படி சான்ஸ் வருமா?"

"வராது, அதான் கஷ்டமாயிருக்கு. மாசத்துக்கு நாலு தபா வரும்!"

"வேலையிலிருந்துகொண்டே பாத்துக்கப்படாதா இதையெல்லாம்?"

"அது ரொம்பக் கஷ்டம் சார், வேலையிலே இருந்தா அவங்க திடீர்னு வந்து கூப்பிட்டா போக முடியுமா? அப்புறம் சான்ஸ் போயிடும்."

கலைகளுக்கெல்லாம் தேவதையாமே சரஸ்வதி தேவி, அவள் நினைவுதான் வந்தது எனக்கு. என்ன ஆசையம்மா உனக்கு? யார் யாருடைய மனசில் எல்லாமோ புகுந்து பெயர் சொல்ல ஆசைப்படுகிறாயே. இவன் பிழைப்பையும் கெடுத்து!

பையன் நல்ல சிவப்பு. ஆனால் ரத்தம் செத்த சோகைச் சிவப்பு. எண்ணெய் மாந்தின செம்பட்டை மயிர். நல்ல கருநீலமாக ஒரு புஷ் சட்டை. கீழே ஒரு நாலு முழம். சாந்துப் பொட்டு. கையில் சுருட்டின ஒரு சினிமாப் பத்திரிகை. மெல்லிய குரல். அழுகையும் சிரிப்புமாக வந்தது எனக்கு அப்போது. இரண்டு மாதம் முன்னால் நடந்தது இது:

"மாப்ளைக்குத் தங்கச் செயின் வேணுமாம் கைக்கு" என்னைப் பார்த்துப் புன்சிரிப்புச் சிரித்தார் கோவிந்த ராவ்.

"போடு சக்கை! . . . ம் . . . மறுபடியும் வேலைக்குப் போ . . . பண்ணிப் போடறேன்னு சொல்றதானே?"

"பண்ணிப் போட்டுப்பிட்டு, அதைச் சொல்லலாம்னு இருக்குறேன்."

"எதுக்காக?"

"நீங்க சொல்றது மத்தவங்களுக்கு; மாப்ளைக்கு அந்த மாதிரி சொல்லலாமா?"

கோவிந்த ராவ் இப்படித்தான் என்னை வாயடைக்கிற வழக்கம். துரும்பைப் போட்டுவிட்டு மாப்பிள்ளை என்ற

தி. ஜானகிராமன்

பெயர் வைத்தால் அது விடைக்குமாம்: விறைக்குமாம்! என்ன அசடாயிருந்தால் என்ன? மாப்பிள்ளை என்ற பெயர் கதாயுதம்போல அதற்குப் பலம் கொடுத்திருக்கிறபோது? முகத்தில் வெள்ளைப் பொடியையப் பூசிக்கொண்டு கூட்ட 'ஸீன்' எப்போது வரப் போகிறதென்று ஸ்டுடியோ மரத்தடியில் உண்டைக் கட்டியைச் சாப்பிட்டுவிட்டுக் காத்துக் கிடக்கற ஒரு பதர், கோவிந்த ராவின் இந்த வைரம் பாய்ந்த உடலில் இவ்வளவு கிலியைப் பாய்ச்சியிருக்கிறதே? விதியின் திருவிளையாட்டுத் தானே? கோவிந்த ராவ் தானே தலையில் வாரிப்போட்டுக் கொண்ட அவதி இது. லல்லிக்குப் பதினாறு வயசு இன்னும் முடியவில்லை, அதற்குள் குடுகுடுவென்று ஓடிப்போய்க் கலியாணத்தைப் பண்ணிவைத்தானே இந்த மனிதன்! பையன் எப்படி, என்றுதான் யோசித்தானா?

நான் யோசித்துப் பார்த்தேன் பொறுக்கவில்லை. "நீர் தானய்யா சொன்னீர் சித்தே முன்னாலே, 'ஏழைகளுக்குப் பண்டிகை வரப்படாது'ன்னு" என்று சூடாகச் சொன்னேன்! "மாப்பிளே கேக்கறான்னு கைக்குத் தோடா வாங்கிப்போடும் நான் வாண்டாம்கலே! அதுக்கு இந்த அழுகை எதுக்கு? பேசாம வாங்கிண்டு வாரும்!"

"வாங்கியாச்சு சார். அதனாலே தான் சொன்னேன்."

"வாங்கியாச்சா!"

"ஆமா சார்...லல்லீ" என்று கூப்பிட்டுத் துளுவிலே என்னமோ சொன்னார்.

லல்லி ஒரு டிஷ்யூ காகிதப் பொட்டணத்தைக் கொண்டுவந்து நீட்டிற்று.

"நல்லாருக்கா மாமா பாருங்க!" என்று அடக்கமாகக் கேட்டாள் லல்லி. நாலு வயசிலிருந்து நான் தூக்கி விளையாடின லல்லி இது. என் முதுகு கை கால்களெல்லாம் துவைக்கும். ஆனால் இந்த – இப்போது கேட்கிற குரலில், அந்தக் காலம் மலையேறி மறைந்த தொலைவுதான் கேட்டது. நாயகனின் திருவடியில் வைக்கும் காணிக்கையப் பயபக்தியுடன் காண்பித்தாள் அவள். இது என்ன உலகம். விலகி விலகிப் போகிற இது என்ன உலகம்.

பொட்டணத்தை வாங்கிப் பிரித்தேன். ஒரே பவுன் இருக்கும். ஒரு மெல்லிய சங்கிலி. மணிக்கட்டில் துவள்கிற சங்கிலி. புது மெருகும் பட்டையுமாக மின்னிற்று.

"செய்யறதையும் செஞ்சுப்பிட்டுத்தானா இந்தக் கூழைப் பாட்டுப் பாடினீர், ஏன்யா!"

அவர் குறும்புச் சிரிப்புச் சிரிக்கும்போதே மாடிப்படியில் காலடி கேட்டது. கோவிந்த ராவின் ஆறு வயதுப் பையன் ஏறி வந்தான். பின்னால் மாப்பிள்ளை. அதே வேஷம்: கருநீல புஷ் சட்டைக்குப் பதிலாக, இப்போது கருஞ்சிவப்பில் ஒரு புஷ் சட்டை. மற்றதெல்லாம் முன்மாதிரியே – கையில் சுருட்டின சினிமா பத்திரிகை உள்பட.

மாப்பிள்ளை என்னை க்ஷேமம் விசாரித்தான். கோவிந்த ராவின் மகன், அவர் ஐஸ்க்ரீம் வாங்கிக் கொடுத்ததைச் சொன்னான். "இங்கே வா" என்று மாப்பிள்ளையை அருகில் அழைத்து, மணிக்கட்டில் சங்கிலியைப் போட்டார். கோவிந்த ராவ். என்னை வணங்கச் சொன்னார். என்னோடு அவரையும் வணங்கி எழுந்தான் அவன்.

மாப்பிள்ளை உள்ளே போனான். லல்லியும் உள்ளே போயிற்று.

"வெள்ளை வர்ணம் அவரு. கைக்கு நல்லா இருக்குல்ல சங்கிலி?" என்றார் கோவிந்த ராவ்.

"அட கூறு கெட்ட மனுஷா!" என்று சொல்வதற்குப் பதிலாக, "ஆமாம்" என்று சொல்லி வைத்தேன். இந்த மனிதனின் சந்தோஷக் கண்றாவியைப் பார்க்கப் பொறுக்க முடியவில்லை. எழுந்து உள்ளே போனேன். 'தடிமுண்டம்' என்று கோவிந்த ராவை என் மனைவியிடம் மூன்றாம் காதில் விழாமல் வைதேன்.

"பார்த்தா சாது மாதிரியிருக்கு. கண்ணிலே விரலைக் கொடுத்து ஆட்டியிருக்கும் போலிருக்கு அவரை. இல்லாட்டா இது இப்படி ஓசைப்படாம வாங்கிண்டு வந்து நிக்குமா? ஆனா, அதுக்கும் ஆசைதான். மாப்பிள்ளை கேட்டுப்பிட்டார்ணு அது ஜனகமகாராஜா மாதிரி பரந்த பரப்பைப் பார்க்கணுமே?" என்று கண் காதெல்லாம் வைத்து ஆரம்பித்துவிட்டாள் கௌரி.

"சரி, வேலையை முடி ... அப்பறம் பேசிக்கலாம், கடைக்குப் போகணும்."

"இதோ இன்னும் நாலு ஈடு. அப்பறம் முகத்தை அலம்பிண்டு வேற புடவை கட்டிண்டு கிளம்பவேண்டியதுதான்" என்று ஓமப்பொடியை எண்ணெயில் பிழிந்தாள் கௌரி.

"ஆறு வச்சிண்டிருக்காளே கோவிந்த ராவ் பெண்டாட்டி. பேசாமே ஒண்ணை ஸ்வீகாரம் பண்ணினூடேன்."

"பொண்ணையா, புள்ளையையா?"

"பொண்ணைத்தான் எடுத்துக்கோயேன். காலாகாலத்திலே புருஷன் வீட்டுக்குப் போகும். கடியாரச் சங்கிலி போடலாம் மாப்பிள்ளைக்கு!"

தி. ஜானகிராமன்

"வேறே நாலு வடச் சங்கிலியா போட முடியும்? நீங்க போட்டிருக்கிற புகையிலைக் காசிலே இன்னொருத்தியாயிருந்தா ஒரு காசு மாலையும் புளுஜாகரும் பண்ணிப் போட்டிருப்பா!"

பிள்ளை வளர்க்கிற சாமர்த்தியத்தை மிச்சம் பிடித்த கௌரி, பேச்சில் அதை வளர்த்துக்கொண்டிருந்தாள். ஜிலுஜிலுவென்று பேசிக்கொண்டே இருந்தாள். எத்தனையோ நாலு ஈடு ஆகி விட்டது. நான் உள்ளே பேசத் தொடங்கி ஒரு மணி நேரத்திற்குமேல் ஆகிவிட்டது. ஒரு பாடாக எண்ணெய்ச் சட்டியை இறக்கி, பட்சணங்களை டப்பாக்களில் வைத்துப் பூட்டிவிட்டு அவள் முகம் கழுவ ஆரம்பித்தாள்.

அமைதியாயிருந்த கோவிந்த ராவ் வீட்டில் பேச்சுப் பொரிந்தது. எனக்குத் துளுவும் தெரியாது, கன்னடமும் தெரியாது. ஆகே, கோட்ரே என்று கோவிந்த ராவும் மாப்பிள்ளையும் மாறிமாறிப் பொரிந்துகொண்டிருந்தார்கள்.

மாப்பிள்ளையின் குரல் சூடாக இருந்தது. இயற்கை தானே, அதே இயற்கையை ஒட்டி மாமனாரின் குரல் தணிந்து போயிற்று. கோவிந்த ராவின் மனைவியும் நடு நடுவே என்னமோ சொல்லிக்கொண்டிருந்தாள்.

பளார் என்ற ஒரு அறை யாரோ ஒரு குழந்தையின் முதுகில் விழுந்தது. அது வீல் என்று அழாமல் குற்றத்தை ஒப்புக்கொண்ட அழுகையாக விம்மி அழுதது.

"உமக்குப் புத்தி கித்தி இருக்கா?" என்று மாப்பிள்ளை கத்துவது போலிருந்தது. அடுத்த க்ஷணம் என் அறைக்குள்ளே அழுகிற மைத்துனனைக் கையுடன் அழைத்துக்கொண்டு வந்து நின்றான் மாப்பிள்ளை. அவன் உதடு துடித்துக்கொண்டிருந்தது.

"என்னப்பா?" என்றேன்.

"ஒண்ணுமிலே சார், உங்க சிநேகிதரு புத்தியையும் சேத்து ஆட்டுக்கல்லில் அரைச்சுப்பிட்டாரு" என்றான்.

"என்னது?" என்று பரபரப்போடு எழுந்தேன்.

"நான் சினிமாக்காரான்னா என்ன வேணாச் செய்யலாம்னு நெனச்சிருக்கார் சார் இவுரு!"

"என்னப்பா, சொல்லேன்."

"கடியாரச் சங்கிலி போட்டுக்கிட்டிருக்கான் என்னோட நடிக்கிற கட்டாம்பிள்ளுன்னு சொன்னேன் சார், ஒரு நாளைக்கு லல்லிகிட்ட. அது போயி இவருகிட்ட சொல்லிருக்கு. இவுரு பாருங்க சார்..." என்று குழந்தையை விட்டுவிட்டு வெளியே

ஓடினான் மாப்பிள்ளை. இன்னொரு குழந்தையைத் தூக்கிக் கொண்டுவந்து என் முன்னால் வைத்தான். நாலு வயசு டிக்கி அது.

"பாருங்க சார், இந்த கொளந்தைக்கு நான் என்ன சார் செஞ்சேன்? இதும் காதிலே இருக்கறதைப் பிடுங்கிக்கிட்டுப் போயி சங்கிலி வாங்கிட்டு வந்திருக்கார் சார். நான் இவரைக் கேட்டனா சார்? சத்தியமாச் சொல்றேன். கேக்கவே இல்லே சார். இவரை யாரு சார் குழந்தை காதிலே இருக்கிறதைப் பிடுங்கிக்கிட்டுப் போகச் சொன்னாங்க? சங்கிலியைப் போட்டுக்கிட்டு உங்களை நமஸ்காரம் பண்ணிட்டு உள்ளே போனேனா? இதைப் பார்த்தேன், காதிலே ஒன்னுமில்லே. என்னமோ தோணிச்சு, உடனே பட்டாசு வாங்கறாப்பல இந்தப் பையனைக் கடைத்தெருக்கு அளைச்சிட்டுப் போய்க் கேக்கறேன். அப்பாதான் களட்டினாங்கன்னு சொன்னான் இவன். எனக்கு என்னாத்துக்கு சார் இந்தப் பாவம்! உடனே சங்கிலியை வித்து லோலக்கு வாங்கியாந்து போட்டேன். 'நான் மாமனாரு: நீ என்னமா நான் வாங்கிக் கொடுத்தை வாண்டாம்கலாம்னு' சட்டம் பேசறாரு சார் இவரு. நான் சினிமாவிலே நடிச்சிட்டா முட்டாள்னு நினைச்சிட்டார் போலிருக்கு... அப்புறம் நீ ஏண்டா சொன்னேன்னு இதை வேறே போட்டு அடிச்சிட்டாரு சார். சுத்தமா சென்சில்லாத மனுசன் சார் இவரு..!"

முகம் கோண, உதடு துடிக்கக் கத்திக்கொண்டிருந்தான் அவன்.

"என்னய்யா கோவிந்தராவ். என்ன இது?" என்றேன்.

"உம்" என்றுகொண்டே வந்து நின்றார் அவர்.

"என்ன?"

"என்ன, உம்ம மாப்பிள்ளை இப்படி"

"ஆமா சார், செஞ்சு போடறோம். வாங்கிட்டாத்தான் சந்தோஷமா இருக்கும். அதான் நான் சொல்றது."

"ஏன் ஸார், நமக்கு மாத்திரம் சந்தோசம் கிடையாதா – வேணாமா – சொல்லுங்க சார்" என்றான் பையன். "இத பாருங்க, இந்தக் குளந்தை காதிலே லோலக்கு போடாட்டி, நான் போப்போறே ஸ்டுடியோவிலேயோ, எங்கியோ குளாயிருக்கு. நான் அங்கே எண்ணெ போட்டு ஸ்நானம் பண்ணிக்குவேன்."

"அதென்ன பேச்சு?" என்றார் கோவிந்த ராவ்.

"அதான் பேச்சு!" என்றான் மாப்பிள்ளை.

அவன் கிளம்பிப்போய் ஒண்டிக்கட்டையாகத் தீபாவளியை ஸ்டூடியோ குழாயடியிலேயே கொண்டாடிவிடுவான் போலிருந்தது. நானும் அவன் பக்கம் சேர்ந்துகொண்டேன்.

"ஹூம் . . . இதெல்லாம் என்னா சார் புள்ளீங்க!" என்று சரணடைந்தார். லோலக்கை மாப்பிள்ளையின் கையில் கொடுத்தார் கோவிந்த ராவ். டிக்கியின் காதில் போட்டான் அதை மாப்பிள்ளை.

"மகா தெரிஞ்சவன் போல" என்ற பாவனையில் இருந்தது கோவிந்த ராவின் புன்சிரிப்பு.

ஆனந்த விகடன், தீபாவளி மலர் 1959

நாய்க்கர் திருப்பணி

ஜன்னல் வழியாக ஒரு காட்சி.

பிள்ளையார் கோயில் வாசலில் ஒரு விறகு வண்டி வழிய வழிய விறகுக் கட்டுகள் அடுக்கிய வண்டி. வண்டிக்காரன் இடத்தில் இல்லை. மாடுகளை அவிழ்க்கவும் இல்லை. இரண்டு மூன்று விறகுக் கட்டுகள் தெருவில் கிடக்கின்றன. அவற்றின் மீது குப்புற விழுந்து அம்மி அழுத்திக்கொண்டிருக்கிறார் நாய்க்கர். சாட்டைக் குச்சியை அக்குளில் அடக்கிய வண்ணம் விறகுக் கட்டுகளை நாய்க்கர் பிடியிலிருந்து இழுக்க முக்கிக்கொண்டிருக்கிறான் வண்டிக்காரன். அவனோடு வந்திருந்த கூட்டாளியும் அவனுக்குக் கை கொடுத்து உதவுகிறான்.

"ஒரு சிரா உருவிட முடியுமா உங்களாலே?" என்றார் நாய்க்கர் சிரித்துக்கொண்டே.

"பார்த்துப்பிடறோம்."

"விடாதே நாய்க்கரே" என்று வண்டிப் பேட்டையிலிருந்து ஒரு குரல் வந்தது. பிள்ளையார் கோயிலுக்கு எதிரே, அதாவது வீதிக்கு எதிர்ப்பக்கத்தில் ஒரு சிவன் கோயில். சிவன் கோயிலுக்குப் பக்கத்தில் ஒரு வண்டிப் பேட்டை; பத்து ஒற்றைமாட்டு வாடகை வண்டிகள் நிற்கும் இடம். இரண்டு பூட்டியும் நாலு அவிழ்த்தும் போட்டுக்கிடந்தன. அவிழ்த்துப் போட்ட வண்டிக்காரன்தான் நாய்க்கரை உற்சாகப்படுத்தியவன்.

"நம்ம நாய்க்கரா விட்டுப்பிடற ஆளு?" என்று இன்னொரு வண்டிக்காரன் சிரித்தான்.

தி. ஜானகிராமன்

"விடாதே, நாய்க்கரே,"

"நாய்க்கரே, காவேரித் தண்ணியோட, கொள்ளிடத்து தண்ணி வம்புக்கு நிற்கிறதாவது! விடாதீங்க."

நாய்க்கருக்கு உற்சாகம் தாங்கவில்லை.

"எலெ, வீணா அளிஞ்சு போகாதீங்க, இது சாமி காரியம்."

"நாங்க இல்லேன்னு சொல்லலியே. ஒரு கட்டு எடுத்துக்குங்க. வேண்டாம்கலே."

"புளியஞ்சிரா, கருகஞ்சிரான்னா ஒரு கட்டு, இந்த முருங்கக் குச்சியை எட்டுக் கட்டு எடுக்காம, மூணு எடுத்தேன் பாரு, அது என் தப்புத்தாண்டா. அட! இழுத்துப்பிடுவீங்களா? பாக்கிறீங்களா இப்ப?" என்று விறகை அம்மிக்கொண்டே காலால் ஓர் எம்பு எம்பி முதுகை ஒரு திருப்புத் திருப்பினார் நாய்க்கர். அவ்வளவுதான். இரண்டு பேரும் ஏழெட்டு அடி தள்ளிப்போய் விழுந்தார்கள். விழவில்லை. விழாமல் சமாளித்துக் கொண்டார்கள்.

கீழே விழுந்த சாட்டையை எடுத்துக்கொண்டு, "ம்! அவ்வளவுதான் தெரியுமா?" என்று கையாலாகாத வீறாப்புடன் கத்தினான் ஒருவன்.

"நீதான் தெரிஞ்சுக்கிட்டியே இப்ப!" என்று மூன்று கட்டுகளையும் தூக்கிப் பிள்ளையார் கோயில் திண்ணையில் எறிந்தார் அவர்.

வண்டிக்காரர்கள் மறுபடியும் சிரித்தார்கள். பிள்ளையார் கோயிலின் மறு திண்ணையில் ஓமப்பொடி, கொத்துக் கடலைச் சுண்டல், காரா பூந்தி விற்கிற முத்துவையர், "நாய்க்கரே, ஜாக்கிரதை. கொள்ளிடத்துத் தண்ணி முளிக்குது பாருங்க. கபால்னு விறகு மறஞ்சாலும் மறஞ்சிப்பிடும்" என்றார்.

"ம், கையை வைக்கியட்டும். பார்த்துக்கலாம். எலே போங்கடா, புள்ளையாரு பத்து மடங்காக் குடுப்பாரு. மூக்காலே அளுவாம போங்க."

வண்டிக்காரர்கள் போகவில்லை நின்றுகொண்டே இருந்தார்கள்.

சிவன் கோயில் திண்ணையில் உட்கார்ந்திருந்த இரண்டு பண்டாரங்களில் ஒருவன், "ஏன்யா நிக்கிறே! போலீஸ்டேசன்லே போய்ப் புகார் குடேன்" என்று உண்மையாகச் சொல்வது போலச் சொன்னான்.

"சும்மாப் புகார் பண்ணாதே. சாமிக்கு மூணு கட்டுக் கேட்டாங்க. ஒரு கட்டுப் புண்ணியம் எனக்குப் போதும்னேன்.

நாய்க்கரு அடிக்காத குறையா மூணு கட்டுப் புண்ணியத்தை என் தலைமேலே கட்டிப்பிட்டாருன்னு சொல்லு. இப்படிக் கூறுகெட்ட ஜன்மமா இருக்கலாமாய்யா? புள்ளையார் போணிக்கு ஒரு கட்டுப் போட இப்படி அளுதா உன் வியாபாரம் உருப்பட்டாப்போலத்தான், போ" என்று கூட்டாளிப் பண்டாரம் சாபமா நையாண்டியா என்று தெரியாமல் கலந்து கட்டியாக உதிர்த்து வைத்தான்.

கொள்ளிடக் காட்டுக்காரர்கள் இப்படி நகரக்கட்டில் மாட்டிக் கொண்டு, மூக்கு விடைக்கப் பார்த்தார்கள். "நல்ல நியாயம்டா இது" என்றான் ஒருவன்.

"நாய்க்கரே, இதுதான் கடைசித் தடவை. நாளையிலேர்ந்து இதெல்லாம் நடக்காது, சொல்லிப்பிட்டேன்" என்று சாட்டைக்காரன் வண்டியில் ஏறித் தலைக் கயிற்றைப் பிடித்தான். கூட்டாளி பின் தொடர வண்டி புறப்பட்டது.

"இந்த விறகெல்லாம் அப்படியே தங்கமா மாறிடும்மா. அப்படியே தங்கமா – தங்கமாகா – ஆம்மாம்!" என்று இத்தனை நேரமாகக் கேட்காத குரல் ஒன்று வந்தது.

"ஆமாண்டா, பாண்டிய மகாராஜாவே சொல்லிப்பிட்டாரு" என்று தேர் முட்டிக்கருகில் வைக்கோலைப் போட்டு அதன்மேல் வண்டிப் பாயைப் போட்டுப் படுத்திருந்த பாண்டியனைப் பார்த்தார்கள் எல்லோரும். பாண்டியன் புன்சிரிப்புச் சிரித்தான். கண்ணை மூடினான்; மறுபடியும் சிரித்தான். அவனுக்கு வேலை போது கிடையாது. வார்னீஷ் பட்டை எதுவும் தள்ளுபடி இல்லை. அது இல்லாவிட்டால் கை காலெல்லாம் சுவாதீனம் இல்லாமல் நடுக்கல் எடுக்கும் நிலையை எட்டியவன்.

நாய்க்கர் பின்னால் கையைக் கட்டி, வெற்றியுடன் பார்த்தார். போலீஸ் மெரட்டினா ரெண்டு ரூபாயைக் கொடுத்தாலும் கொடுப்பானுவ. இதுக்கு எவ்வளவு மாலாசு பண்றானுக பார்த்தீங்களா? என்று பொதுவாக எல்லாரையும் பார்த்துச் சொன்னார். திரும்பி அருகில் நின்ற என்னையும் பார்த்தார். "பார்த்துக்கிட்டீல்ல தம்பி!" என்றார்.

நான் என்ன சொல்வது? வெறுமே புன்சிரிப்புச் சிரித்தேன்.

ஒண்டியாக நின்று நாலு ஆட்களை அடிக்கக் கூடிய அவர் தேகக்கட்டையும் துணிச்சலையும் பார்க்க எனக்கு எப்போதுமே பரவசமாக இருக்கும்; ஓர் எலும்பு, ஒரு சுருக்கம் தெரியாத மேனி. தேர்ச் சக்கரம்போல வைரம் பாய்ந்த மார்பு. காலில் ஆடுசதை தெரியும்படியாக ஒரு நாலு முழம் கட்டிக்கொண்டிருக்கிறார். அது ஆடாத சதை. கற்லாக் கட்டை மாதிரி இருக்கும். வெள்ளிப்

தி. ஜானகிராமன்

பூண்போட்ட கைத்தடியைப் பிடிக்கிற அந்தக் கையைப் பார்க்கும்போது மணிக்கட்டில் அவ்வளவு வைரமும் ஆண்மையும் தெரியும். கிராப்பும் குடுமியும் இல்லாத தலையில் இரண்டுமாத முடிநரையும் கறுப்பும் கலந்து மண்டிக் கிடந்தன. முன் தலையில் மட்டும் 'ப'வைக் கவிழ்த்தாற்போல அழகு க்ஷவரம் செய்து தென்கலை நாமம் போட்டிருந்தார் அவர்.

நாய்க்கர் சொந்தமாகவே விறகுக் கடை வைத்திருந்த காலம் உண்டு. நான் ஏழெட்டு வயசுப் பையனாக, தலையில் பின்னலும் வாயில் விரலும் கையில் தங்கக் காப்பும் காதில் பொன் தட்டையும் இடையில் மூலக்கச்சமுமாகப் பார்க்கப் போவேன். வியாபாரத்தை அல்ல; கெரடிக் கூடத்தை. விறகுவாடியில் ஒரு கீற்றுச் சார்ப்பில் விறகுகள் அடுக்கியிருக்கும். மிச்சம் இருந்த திறந்த வெளி முழுவதும் நாய்க்கர் இரண்டு 'ஹரிஸாண்டல் பாரு'ம் 'வர்ட்டிகல் பாரு'ம் நட்டியிருந்தார். அவர் பையன் தாழு பாரில் வேர்க்க வேர்க்கச் சுற்றிக்கொண்டிருப்பான். திடரென்று நாலு சுற்றுச் சுற்றிப் பத்தடி தூரத்தில் இருந்த பார் கம்பிமேலே நிற்பான். அவன் தவறிவிட்டால் பிடித்துக்கொள்வதற்காகத் தயாராக நிற்பார் நாய்க்கர். ஆனால் அவன் தவறி நான் பார்த்ததில்லை. நாய்க்கரையே உரித்து வைத்தாற் போலிருப்பான் அந்தப் பையன். நிறம் மட்டும் எண்ணெய் தடவின உளுந்து. அவன், அவன் தகப்பனார் இரண்டு பேரிடத்திலுமே எல்லையில்லாத பிரமை உண்டு எனக்கு. கிராப்புத் தலையே மருந்துக்குக்கூட இல்லாத அந்தக் காலத்தில் அவர்கள் இருவரும் கிராப்பு வைத்துக்கொண்டிருந்தார்கள். அது ஒரு காரணம். கம்பி மேல் நடப்பது. 'பார்' விட்டுப் 'பார்' தாண்டுவது, ஊஞ்சல் சங்கிலியை அறுப்பது இந்த அசகாய வேலையெல்லாம் அவர்கள் செய்தது இன்னொரு காரணம்.

விறகுவாடிச் சார்ப்பின்மீது ஓர் அதிசயமான கொடியை வளர்த்துப் படரவிட்டிருந்தார் நாய்க்கர். அதன் பூ நீலமாக ஒரு கிளியை அப்படியே அச்செடுத்தாற்போல் இருக்கும். நான் இன்னும் அந்தமாதிரிப் பூவைப் பார்க்கவில்லை. தாவர உலகத்தில் கிளி பூக்கிற கொடியை எங்கேயோ தேடிப் பிடித்துப் பயிர் செய்ய இவர்கள் எப்பேர்ப்பட்ட அதிசய பிறவிகளாக இருக்க வேண்டும்! இந்தப் பிரமிப்பில்தான் அவர் இட்ட வேலைகளையெல்லாம் நான் செய்துகொண்டிருந்தேன். வாடிக்கைக்காரர்களுக்கு விறகெடுத்துத் தராசில் போடுவது, அவருக்கு வெற்றிலை பாக்கு வாங்கி வருகிறது, சில்லறை வாங்கிவருகிறது – எல்லாப் பணிவிடைகளும் செய்துகொண்டிருந்தேன். கடைசியில் ஒரு நாள் வாயைத் திறந்து வெட்கத்தை விட்டுக் கேட்டும் விட்டேன்.

"நாய்க்கர் மாமா, எனக்கு 'பார்' விளையாடக் கத்துத் தறீங்களா?"

நாய்க்கருக்கு ஆச்சரியம் தாங்கவில்லை. புருவம் தலை மயிரைத் தொட்டுவிடுகிறாற்போல வியந்துகொண்டே, "ஏண்டா தம்பி, உனக்கென்னாத்துக்குடா? உங்கப்பாரு தான் இந்த ஜில்லாவிலேயே பெரிய வக்கீலு. நீயும் கோட்டுப் போட்டுகிட்டு நாளைக்குப் பெரிய வக்கீலாயிடுவே. ஜோராக் குருதை வண்டியிலே கோர்ட்டுக்குப் போவே!" என்றார்.

"இல்லே மாமா, நானும் பார் ஆடுவேன்."

"இப்ப என்னமாடா முடியும்? அதுக்கு இன்னும் பெரிய புள்ளையாகணும். இப்ப என்ன வயசு உனக்கு?"

"ஏழு."

"பின்னே! இன்னும் அஞ்சு வருசம் போகணும்."

ஐந்து வருடம் நான் காத்திருக்கத் தயார். ஆனால் அதே வருடம் கிறிஸ்துமஸ் லீவுக்குப் பட்டணம் போய்விட்டு வந்து உடனே விறகுவாடிக்கு ஓடினேன். பூட்டிக் கிடந்தது. மூங்கில் கதவிடுக்கில் பார்த்தபோது. விறகு, பார் ஒன்றையும் காண வில்லை. யாரைக் கேட்பது என்று தெரியாமல் நாலைந்து நாள் விழித்துவிட்டு, கடைசியில் அவர் வீட்டைக் கண்டுபிடித்து அவர் மனைவியைக் கேட்டேன்.

"அவங்க ரெண்டு பேரும் கல்கத்தாவுக்குப் போயிட்டாங்க" என்றாள் அவள்.

"கல்கத்தாவுக்கா? எதுக்கு?

"சர்க்கேஸிலே சேந்துப்பிட்டாங்க."

"சர்க்கேஸிலேயா?" – பறிகொடுத்த ஏக்கத்தில், "எப்ப வருவாங்க?" என்று கேட்டேன்.

"எங்க வரது? ஸர்க்கேஸ் கம்பெனியோட ஊர் ஊராப் போவாங்க."

நான் சமைந்துபோய் நின்றேன்.

விறகுக் கடைக்கு வேறு யாரோ முதலாளி வந்துவிட்டார். கிளிக்கொடி, பார்கம்பி இருந்த இடம் எல்லாம் விறகாக அடுக்கிக் கிடந்தது. நாய்க்கரும் தாமுவும் திரும்பியே வரமாட்டார்களா?

ஐந்தாறு வருடம் கழித்து ஒருநாள் மார்க்கெட்டுக்குள் நுழைந்ததும் நாய்க்கர் ஒரு சார்ப்பின் கீழ் ஸ்டூலைப் போட்டு

தி. ஜானகிராமன்

உட்கார்ந்திருந்ததைக் கண்டு எனக்குத் தூக்கிவாரிப் போட்டது. அவருக்கு முன்னால் ஒரு மேஜை. மேஜைமீது காலணா, ஓர் அணா, இரண்டணா, இப்படிச் சில்லறையாக அடுக்கியிருந்தது. "இங்கே சில்லறை தரப்படும். ரூபாய்க்கு அரையணா வட்டம்" என்று மேஜையின் பக்கவாட்டில் எழுதியிருந்தது.

"நமோ கணபதி எட்டணா..." நாய்க்கர் ஏற்றிக்கொண்டே இருந்தார்.

"என்ன நாய்க்கரே, என்னைத் தெரியுதா?"

"அட! வா, தம்பி, அப்பா சௌக்யமா?"

"சௌக்யம், எப்ப வந்தீங்க?"

"நாலு நாளாச்சு. ஸர்க்கேஸு விளையாட முடியலே. திரும்பிட்டேன், சில்லறைக் கடை வச்சுப்பிட்டேன்."

"தாமு?"

"தாமு வரமாட்டான், அவன் ஸர்க்கேஸ்லியே ஒரு பொம்பளையைக் கண்ணாலம் பண்ணிக்கிட்டான்" என்று எங்கேயோ முகத்தைத் திருப்பிக் கொண்டார் நாய்க்கர். அவர் கண்கணில் நீர் கட்டிவிட்டது.

"ஸர்க்கஸ் பொம்பிளையா?"

"ஆமாம் தம்பி, வெள்ளக்காரச்சி, அவன் இனிமே வரமாட்டான். அவன் அம்மா, தங்கச்சி எல்லாம் கறுப்பு. அவங்களைப் பார்க்கவே பிடிக்காது."

"அவன் மட்டும் ரொம்பச் சேப்போ?"

"என்னை ஒண்ணும் கேக்காதே தம்பி" என்று குரல் உடைந்து அழுகையை அடக்கி மூக்கைச் சிந்திக்கொண்டார்.

ஆளே உடைந்துவிட்டார். என்ன செய்வதென்று நிலைகொள்ளாமல் தொழிலை மாற்றிக்கொண்டே வந்தார். மாட்டுத் தரகு, கறிகாய்த் தரகு, இப்படி இரண்டு மூன்று வருடகாலம் போயிற்று. நானும் படிப்பதற்காகப் பட்டணம் வந்துவிட்டேன். படிப்பு முடிந்து மீண்டும் ஊருக்கு வக்கீல் என்று போர்டைத் தொங்கவிட்ட பொழுது நாய்க்கர் இந்தத் திருப்பணியில் ஈடுபட்டிருந்தார்.

திருப்பணி நடந்த விதம் இதுதான். ஊருக்குள் வருகிற விறகு வண்டிகளிலிருந்து ஒன்றிரண்டாகக் கட்டைகளை உருவுவார். ஒரு சுமை சேர்ந்தவுடன் ஏலம் விட்டுவிடுவார். அப்பை சப்பையான விலைக்கு விட்டுவிடுகிறதுமில்லை. திருப்பணி

பாயசம்

திருப்பணி என்று கொத்திக் கொத்தி மார்க்கெட்டு விலைக்கு ஓர் அணா இரண்டு அணாத் தூக்கலாகத்தான் ஏலம் போகும். விறகு கொடுக்க, உடையவன் தகராறு செய்தால் இரைச்சல், அடிதடி, சாபம்.

"ஏலே, புள்ளையாருக்கா மாட்டேன்னு சொன்னே? பார்த்துகிட்டே இரு; பதினஞ்சு நாள்ளே கண்ணெல்லாம் பஞ்சடைஞ்சுப்பிடும்; புடலம்பூவாக் கொதறிப்பிடும்" என்று கடைசியாக ஒரு பாணத்தைப் போட்டுக் கக்க வைத்துவிடுவார். ஒன்றுக்கும் மசியாத ஆட்களோடு தெருவில் கட்டிப் புரள்வார். பொழுது விடிதால் நாலு சண்டையில்லாமல் அவர் திரும்புகிறதில்லை. உச்சி வேளையோடு இந்தத் திருப்பணி வேலை முடிந்துவிடும். சேர்த்த விறகையெல்லாம் ஏலம் போட்டுக் காசை எடுத்துத் தபாலாபீஸ் சேமிப்பு நிதியில் போட்டுவிட்டு போய்விடுவார். அப்புறம் மறுநாள் ஆளைக் காணமுடியாது.

மணி பதினொன்று இருக்கும். ஏலம் மும்முரமாகக் கேட்டது. கொள்ளிடத்துக் கட்டுக்களோடு அப்புறம் சேர்ந்த பத்துப் பதினைந்து சிராயும் விலையாகிற புண்ணியத்தைப் பெற்றுவிட்டன. பிள்ளையார் கோயில் வாசலில் ஒரு சிறு கும்பல்.

"நமோ கணபதி எட்டணா. நமோ கணபதி பத்தணா" என்று நாய்க்கர் ஏற்றிக்கொண்டேயிருந்தார்.

"ஒண்ணேகால் ரூபாய், ஒரு தரம், ரெண்டு தரம் –"

"ஒரு ரூபா ஆறணா" என்று ஒரு குரல்.

"உன் கிட்டக் காசு இருக்காடா" என்றார் நாய்க்கர். "காசு இல்லாட்டி கேக்கப்படாது."

"ஏன்... நான்... நான் வந்து... நான் வந்து... பாருய்யா, என்னா நாயம் இது? நாய்க்கர் பேசறதைக் கேட்டீங்களா?" என்று ஆறணாவுக்கு உயர்த்தின பாண்டியன் கண்சிவக்க, தலைதொங்கவிட ஆட்சேபித்துக்கொண்டிருந்தான்.

"ஒண்ணேகால் ரூபா" என்றார் நாய்க்கர்.

"நான் ஆறணாக் கேட்டேனே."

"நீ தரையிலே நின்னு கேட்டா ஒத்துப்பேன். வெள்ளைக் குதிரையிலல்ல ஏறிட்டிருக்கே! இரண்டு தரம் – மூணாம் தரம் – ஒண்ணேகால் ரூபா."

ஏலம் முடிந்துவிட்டது. நாய்க்கர் காசை வாங்கி மடியில் செருகினார். கட்டுக்களை ஏற்றிவிட்டார்.

தி. ஜானகிராமன்

பாண்டியன் இடத்தைவிட்டு அசையவில்லை. வெறித்து அவரைப் பார்த்துக்கொண்டே நின்றான். கட்டுக்களை ஆள் தலையில் ஏற்றிவிட்டுக் கையைக் கீழே போட்டார் நாய்க்கர். ஒரே பாய்ச்சலாகப் பாய்ந்து பாண்டியன் மடியைத் தட்டிவிட்டான். காசு உருண்டு தெருவில் ஓடிற்று. அவர் சிரித்துக்கொண்டே குனிந்து பொறுக்கப்போனார். ஓர் எம்பு எம்பி அவர் கழுத்தில் ஏறி உட்கார்ந்துவிட்டான் பாண்டியன். இருவரும் கட்டிப் புரண்டார்கள்! சாக்கடை ஓரமாக உருண்டார்கள். வீதியோரம் ஓடுகிற சாக்கடை பெரிய சாக்கடை. அதற்குள் விழுந்துவிட்டார் நாய்க்கர். விழுந்தவர் எழுந்து பாண்டியனையும் பிடித்து இழுத்தார். மறுகணம் அவனும் உள்ளே போய்விட்டான். மேலே கூட்டம் கூடிவிட்டது. வாயால் விலக்கினார்கள்.

சண்டை முடிந்து நாய்க்கர் மேலே ஏறும்போது அவருக்கு இன்னொரு கஷ்டம் காத்திருந்தது. மூன்று கட்டுக்களைப் பறிகொடுத்த கொள்ளிடக்காரர்கள் போலீஸ் ஸப் – இன்ஸ்பெக்டரையே அழைத்து வந்துவிட்டார்கள். நாய்க்கரும் பாண்டியனும் போலீஸ் ஸ்டேஷனுக்குப் போகவேண்டியிருந்தது. நாலைந்து வண்டிக்காரர்களும் கூடப் போனார்கள்.

கேஸ் விபரீதமாக வளரும் போலிருந்தது. கலவரம் செய்வது, அமைதியைக் குலைப்பது, வழிப்பறி – இப்படிப் பல ஷராக்களில் அவர்மீது குற்றம் ஜோடனையாகிக்கொண்டிருந்ததாம். விழுந்தடித்து ஸ்டேஷனுக்கு ஓடினேன். ஸப் – இன்ஸ்பெக்ட்ரோடு இங்கிலீஷில் பேசினேன். அப்பா ஐயா என்று மோவாய்க் கட்டையைப் பிடிக்காத குறையாகக் கெஞ்சினேன்.

"அது என்னாங்க, ஐயா சொல்றதும், சரிதானுங்களே. இஷ்டப்பட்டுக் கொடுத்தா வாங்கிக்கிறதா? ஆளை மறிச்சு அடிச்சு மெரட்டி வாங்கவாவது?" என்று வண்டிக்காரர்கள் எல்லாருமே இடம்மாறிப் பேசினார்கள். சிவப்புக் கட்டடத்தின் ராசி!

"அவர் நன்னடத்தைக்கு நான் உத்தரவாதம்" என்று சொல்கிறவரையில் இன்ஸ்பெக்டர் இரங்கவில்லை.

"சரி, இவ்வளவு தூரம் நீங்க கேட்கறதுக்கு நான் மரியாதை செய்யணும். ஒண்ணே ஒண்ணு சொல்லிப்பிடறேன். இந்த நாய்க்கர் இன்னமே இந்தப் பிள்ளையார் கோவில் பக்கமே, இந்த வீதிப் பக்கமே வரப்படாது. அவரு இருக்கிறது வடக்கு வீதி. மேல வீதி முச்சந்திப் பிள்ளையாருக்கும் அவருக்கும் என்ன?"

"அவர் இனிமே அந்தப் பக்கமே வராம நான் பார்த்துக்கிறேன்."

"மேல வீதியிலே மறுபடியும் அவரைப் பார்த்தேனோ, கட்டாயமா அவரு பள்ளிக்கூடத்துக்குத்தான் போகணும்."

பாயசம்   203

"நான்தான் வரமாட்டார்ங்கறேனே."

"கொளந்தே, உங்க வார்த்தை மூளியாயிரப்படாதுன்னுதான் நான் அந்தப் பக்கம் வரலே. ஆனா நீங்க செஞ்சிருக்கிற காரியம் என்னை மட்டும் தடுக்கலே. தெய்வக் காரியத்தையே தடுத்திருக்கு. திருப்பணியை யார் நடத்துவாங்க இனிமே?" என்று நாலைந்து நாள் கழித்துக் கீழ வீதி பஸ் ஸ்டாண்டில் என்னைக் கண்ட நாய்க்கர் புகையாய்ப் புகைந்தார். போலீஸ் பிடியிலிருந்து தப்புவித்தற்கு நான் அவருக்குச் சமாதானம் சொல்ல வேண்டியிருந்தது. அவர் அதை ஏற்கவில்லை. விருவிருவென்று போய்விட்டார்.

வீதியில் உண்மையாகவே இப்போது அமைதி நிலவிற்று. விறகு வண்டிகள் பிள்ளையாரைக் கண்டு பயப்படவில்லை. கூச்சல் இல்லை. கை கலப்பு இல்லை. பத்து நாள் ஆயின. பதினைந்து நாளாயின. நாய்க்கரை அந்தப் பக்கம் காணவில்லை.

இருபது நாளாயின. இருபத்தைந்து... ஒரு மாதம், அதுவும் தாண்டி எட்டு நாளாயின.

"ஐயா, கொளந்தையைத்தானே! எழுந்திருங்க. இங்கே வந்து பாருங்க இந்த அக்குறும்பை" என்று அரைத்தூக்கம் கால்தூக்கம் என்று படிப்படியாக விழிப்பை நோக்கித் தடுமாறிக் கொண்டிருந்த என்னை உலுப்பிவிட்டது குரல்.

எதிரே பாண்டியன் நின்றான்.

"என்ன பாண்டி?"

"புள்ளையாரைக் காணும்."

"என்றது?"

"ஆமாம் ஓடியாந்து பாருங்க."

எழுந்து ஓடினேன். பிள்ளையாரையே காணவில்லை. அவர் இருந்த இடத்தில் பள்ளந்தான் இருந்தது. கதவு திறந்து கிடந்தது. வாசலில் ஒரே கூட்டம். "பாவிப்பய திருப்பணி திருப்பணின்னு திருட்டுப் பணியாவே பண்ணிப்பிட்டானே?" என்று பாண்டியன் அழுதான்.

நகையா, பணமா தேட? சாய வேட்டியை உடுத்திக் கொண்டு குந்திக்கிடந்த பிள்ளையார்! போலீஸும் மும்முரமாகக் கொஞ்சம் முண்டிப் பார்த்தது – அதாவது நாய்க்கர் வீடு பூட்டிக் கிடந்ததைப் பார்த்து. ஆனால் ஏழாம் நாள் வேறு பிள்ளையாரைச் சுதையில் செய்து வைத்துவிட்டார்கள். கல்லுப்பிள்ளையார் வரும் வரையில் இருக்கட்டும் என்று மேளதாளமெல்லாம் கொட்டினார்கள். கொழுக்கட்டை செய்து வழங்கினார்கள்.

தி. ஜானகிராமன்

"வக்கீல் குழந்தைக்கு நமோ கணபதி கோபால நாய்க்கன் எழுதிக்கொண்டது. அபகாரம் பண்ணுகிற ஆத்மாக்களுக்கு உபகாரம் பண்ணினால்தான் புத்தி வரும். இது பெரியவர்கள் சொல்கிற நியாயமான சேதி. தாமுவுக்கு நம்ம வரகுண விநாயகரிடம் பக்தி ரொம்ப உண்டு. அவரைக் கும்பிட்டுத்தான் ஸர்க்கேஸில் சேர யோக்யதை அடைந்தான் அவன். எனக்கும் அவரிடம் அந்தப் பக்தி உண்டு. ஆகையினால்தான் அவன் வெள்ளைக்காரச்சியைக் கல்யாணம் பண்ணிக்கொள்ளக் கூடாது என்று நூறு தேங்காய் சிதறுவதாக நேர்ந்துகொண்டேன். எப்போது அதை அவர் கேட்கவில்லையோ, அப்போது அவருக்குத் திருப்பணி செய்ய நாம் அப்படியாப்பட்ட சின்ன மனுஷன் இல்லை என்கிற உண்மையை ருசுப்படுத்த நினைத்தேன். அது நடைபெறவில்லை. தபாலாபீசில் ஆயிரத்துச் சொச்ச ரூபாய் சேர்ந்திருந்தது. நான் பிள்ளையாரிடம் வருவதைப் போலீசு எப்படி தடுக்க முடியும்? அதனால்தான் பிள்ளையாரையே தூக்கி வந்துவிட்டோம். இதை எப்படியடா கொண்டுபோனான் என்று குழந்தைக்கு மலைப்புத் தட்டும். அப்புறம் கோபாலநாய்க்கன் என்ற பேரில் ஒருத்தன் இருந்தால் என்ன? இல்லாவிட்டால் என்ன? ஒன்றரை முழப் பிள்ளையாராக இருந்ததால் கள்ளிப்பெட்டியில் போட்டுக்கொண்டு வந்துவிட்டோம். மலாய் நாட்டு ஜனங்கள் ரொம்பவும் பிரியமா இருக்கிறார்கள். நம்மவங்கள் தானே?

"தாமு ஸர்க்கேஸ் கம்பெனியோடு எப்பவாவது நம்ம ஊர்க்கு வந்தாலும் வருவான். அவன் தகப்பனாருக்கு அப்படி ஒன்றும் வருத்தமில்லை என்று குழந்தை அவனைப் பார்த்தால் கட்டாயம் சொல்ல வேண்டும்.

"திருப்பணி அடுத்த வருடம் நடக்கும். நான் இப்போது பண்டாரவாடை இஸ்மாயில் ராவுத்தர் கம்பெனியில் வேலை பார்க்கின்றேன் – இப்படிக்கு, பிரியமுள்ள, நமோ கணபதி கோபாலநாய்க்கன்."

இந்தக் கடிதம் இரண்டு மாதம் கழித்து மலாயாவிலிருந்து வந்தது.

நாய்க்கரே, நான் ஆச்சரியமே படவில்லை. மூன்று முழப் பிள்ளையாராக இருந்தாலும் நீர் கொண்டு போயிருப்பீரே!

கலைமகள், நவம்பர் 1960

கள்ளி

சட்டையைக் கழற்ற முடியவில்லை. விடேன் விடேன் என்று வேர்வை இழுத்துப் பிடித்துக்கொண்டிருந்தது. வேர்வை மட்டுமில்லை; பிடிக்கப் பிடிக்கத் தைத்திருந்த தையலும் சேர்ந்துகொண்டது. மூன்று கஜம் வாங்கினால் இந்த வேதனைகளைத் தவிர்க்க முடியாது என்றுதான் மூன்றே கால் கஜமாக வாங்கிக் கொடுத்து, தாராளமாகத் தை என்று சொன்னது. தையற்காரன் அதற்காகத் தனி மரியாதை செய்துவிடவில்லை. சென்னைப் பட்டணத்தின் பிசுக்கும் புழுக்கமும் 'ஹா ஹா' என்று தபிக்கச் செய்தன. சென்னைக்கே உரித்தான ஒரு நரக நிலை – துளிக் காற்றில்லாத, காற்று எப்போதாவது வீசும் என்ற நம்பிக்கைக்கிடமிலாத, புழுக்கி, கண்ணை ஜிவு ஜிவு என்று பொங்கவைத்து, உடலில் ஜுரச் சூட்டை ஏற்றிவிடுகிற ஊமை வெயிலும் மூட்டமும், ஒன்றிலும் மனத்தைச் செலுத்த முடியாத திணறல்! வெளியே போனால் வீட்டுக்குத் திரும்ப வேண்டும்போல ஒரு ஏக்கம். வீட்டுக்கு வந்தால் வந்துவிட்டோமே என்று பதைப்பு. தையற்காரன் போன்ற மனிதப் புழுக்களின் அற்பத்தனம் வேறு. கூவரத் தகட்டால் சட்டையைக் கிழித்துவிடலாமா என்று ஒரு கணம் நெஞ்சுக் குமுறல். மெதுவாகத் தாஜா பண்ணிப் பண்ணித் தலை வழியாகச் சட்டையை எடுத்து, பனியனை யும் உரித்து 'சீ' என்று மாட்டி, தொங்கத் தொங்கக் கட்டிய வேட்டியை அவிழ்த்து கணுக்கால் முழங்கால் வரைக்கும் அந்த அடிக்காத காற்று படும்படியாகத் தூக்கிச் சுருட்டிக் கட்டி… அதுவும் செய்தாயிற்று.

தி. ஜானகிராமன்

புறக்கடைக்கு ஓடி குளுகுளுவென்ற தண்ணீரைக் கொட்டிக்கொள்ள வேண்டும்.

அதற்குள் 'இப்பதான் வராப்பல இருக்கு?' என்று குரல்.

கிருஷ்ணன் திரும்பிப் பார்த்தார். வாசலில் சரியாக வெளிச்சமில்லை.

'காலமே வந்தாரே அவர்ப்பா' என்று மரியாதையாக, மெதுவாக, உற்சாகமாகச் சொன்னான் கிருஷ்ணனின் பிள்ளை.

'நான்தான் சார். அவசரமில்லை, மெதுவா வாங்கோ.'

அந்தக் குரலைக் கேட்டதும் நெஞ்சில் வந்த முனகல், குரோதமும் வெறுப்புமாக மாறி மாறிப் பாய்ந்தது.

'யாரு! அடெடெ! சுப்பண்ணாவா! இதோ வந்துவிட்டேன்' என்று அவர் வாசல்படி ஏறுவதற்கு முன்னாலேயே ஒரு எட்டில் அங்குபோய் நின்றார் கிருஷ்ணன். படபடப்பைக் குரலில் காட்டிக்கொள்ளாமல், வறட்டு அலுப்புக் குமையச் சொன்னார். 'ரண்டு, மூணு இடத்திலே 'ட்ரை' பண்ணினேன். கிடைக்கலே சார்' என்று ஈரமில்லாமல் சொல்லி நிறுத்தினார்.

'ஆங்! கிடைக்கலியா?'

'அலைஞ்சு அலைஞ்சு பார்த்தேன், கிடைக்கலே.'

கிருஷ்ணன் வந்தவரை உள்ளே கூப்பிடவில்லை. கூப்பிட இஷ்டமில்லை.

'ரண்டு, மூணுகூடக் கிடைக்காதா?'

'கிடைக்கலியே!'

'உங்க ஆத்திலே...' என்று மனைவியிடம் வாங்கித் தரக் கூடாதா என்று சூசகமாக அவர் கேட்டதும், கிருஷ்ணனுக்குப் பொங்கிக்கொண்டு வந்தது. தரித்திரம் வந்துவிட்டால் என்ன கேட்கிறது, பேசுகிறது என்ற வரம்புகூடவா இடிந்துவிடும்?

'ஆத்திலே ஏது? இந்தத் தரித்திரத்துக்கு வாழ்க்கைப்பட்ட தரித்திரம் அது!' என்று பொருமினார்.

'சார் சார் – அப்படிச் சொல்லாதீங்கோ...' என்று சட்டென்று குறுக்கிட்டார் சுப்பண்ணா.

'உம்மைத் திட்டுவதற்குப் பதிலாக, என்னையும் மனைவியையும் திட்டிக்கொண்டேன்' என்று மனதிற்குள் சொல்லிக்கொண்டார் கிருஷ்ணன்.

பாயசம் 207

'அப்ப நான் வரட்டுமா?'

'சரி.'

சுப்பண்ணா நகரவில்லை. அவர் நகரட்டும் என்று உள்ளேபோகத் துடித்தார் கிருஷ்ணன்.

'நாளைக்குச் சம்பளம் கட்டினாலொழிய பரீட்சைக்கு உட்காரப்படாதுங்கறாராம் ஹெட்மாஸ்டர். பேர் அடிச்சாச்சு, நாலஞ்சு நாளைக்கு முன்னாலியே. பரீட்சைக்காவது உட்கார வச்சுப்பிடலாம்னு பார்த்தேன் —'

சொல்லிக்கொண்டே, பிரமை பிடித்தாற்போல் கிருஷ்ணனின் முகத்தையே பார்த்தார் அவர். இரண்டு வருஷங்களாக சுப்பண்ணாவின் கண்ணில் புகுந்துவிட்ட அதே பார்வைதான். கண் கொட்டாத, பித்துப் பிடித்தாற் போன்ற பார்வை. பத்து வினாடி கழித்து மீண்டும் சென்னார்: 'ரொம்ப வேண்டியப்பட்டவர்களையெல்லாம் கேட்டாச்சு, கையை விரிச்சுப்ட்டா... முந்தாநாள் பத்து ரூபா இருந்தது. நேத்திக்கி சிரார்த்தம். அதுக்குச் சரியாய்ப் போயிட்டது. சிரார்த்தத்தை நிறுத்த முடியுமோ?... இப்ப என்ன செய்யறதுன்னு புரியலியே...'

கிருஷ்ணன் அசைந்து கொடுக்கவில்லை. சற்று பேசாமலிருந்துவிட்டு மீண்டும் சொன்னார் சுப்பண்ணா: 'நான் உங்களைத்தான் நம்பிண்டிருந்தேன். நீங்கதான் என்ன செய்வேள்? அலைஞ்சு அலைஞ்சு பார்த்தேங்கறே. எனக்குன்னு நினைச்சுண்டு கேட்டாலே வராது. இன்னிக் காலமே பாருங்கோ, ஆதிநாள் சிநேகிதன், ஐநூறோ, அறுநூறோ சம்பளம் – ஹார்பர்லே. அவனைப் போய்ப் பார்த்தேன். இப்படி ரொம்பக் கஷ்டமாயிருக்குப்பான்னு சொன்னேன். சட்டைப் பைக்குள் கையை விட்டான். அப்பறம் என்ன தோணித்தோ, தெரியலே. அரிக்கிறாப்போல, சொரிஞ்சுனுட்டான். நம்ம முகத்தைப் பார்த்தா கொடுக்கப்போன விரல் கூட அப்படி மாறிப்பிடறது...'

நிமிர்ந்து பார்த்தார் சுப்பண்ணா. முகத்தில் இரண்டு வார வெள்ளை மயிருடன் அடிபட்ட கிழட்டு நாய்போல் பார்த்தார் அவர்.

'அப்ப நான் வரட்டுமா..?'

'சரி... எங்கிட்ட இருந்தா கொடுத்துப்பிடுவேன்' என்று கிருஷ்ணன் சொல்லும்போது, அவர் கால் விரல்கள் வீட்டின் உட்பக்கத்தை நோக்கித் திரும்பி நின்றன.

'உங்களுக்கு ரொம்பச் சிரமம் கொடுத்துட்டேன். வரேன்' என்று நகர்ந்தார்.

தி. ஜானகிராமன்

'பரவாயில்லை' என்ற கிருஷ்ணன், அவர் ஒரு அடி எடுத்து வைப்பதற்குள் மூன்றடி உள்நோக்கி எடுத்துவைத்துவிட்டார்.

உள்ளே வந்தார். துண்டையெடுத்துக்கொண்டு கொல்லையில் போனார். தலை, முகம், முதுகு, காலெல்லாம் தண்ணீரை மடார் மடார் என்ற சத்தத்துடன் மொண்டு மொண்டு விட்டுக் கழுவிக்கொண்டார். நேராக மாடிப்படி ஏறினார்.

'வந்து . . .' என்ற அவர் மனைவி பின்தொடர்ந்து மாடிப்படியிலேயே நின்றாள்.

'என்ன?' என்று கடுகடுத்த முகமும், தடைப்பட்ட வேகமுமாக நின்றார் அவர்.

'சாப்பிட –'

'இப்ப பசிக்கலே எனக்கு.'

'கொஞ்சம் காப்பியாவது...'

'அதெல்லாம் வாண்டாம்.'

'இல்லை; அவர் என்ன சொல்லிவிட்டுப் போனார்?'

'இவன் உயிரை வாங்காதே. வேணுங்கறபோது வந்து சாப்பிடுவன்னு சொல்லிவிட்டுப் போனார்...தொணதொணன்னு ... யாரு என்ன சொன்னா என்ன, 'பூடே' என்று பின் பகுதியை ஆத்மகதமாக முணுமுணுத்துக்கொண்டு, மாடியேறி, சுவரில் சாத்தியிருந்த சாய்வு நாற்காலியை எடுத்து, மொட்டை மாடியில் தடார் என்று பிரித்துச் சாய்ந்துகொண்டார்.

வானம் ஸ்தம்பித்துக் கிடந்தது. மொட்டை மாடியிலிருந்து தெரிகிற தென்னந்தோப்பு யாரோ சபித்துவிட்டாற் போல ஆடாமல், அசங்காமல் கல்லாக நின்றது. அங்கு இரவு, பகலென்று பாராமல் கத்துகின்ற நார்த்தங் குருவிகள் கத்தவில்லை. வானில் நட்சத்திரங்களும் தெரியவில்லை. ஒரு அசட்டுச் சாம்பல் மூட்டம் போட்டிருந்தது.

அந்த மூட்டத்தில் வாழைக்காய்க் குடாப்பில் அகப்பட்டது போல உடல் வெந்தது. நனைத்துத் துடைத்த முதுகு, நெற்றி, ஆடுசதையெல்லாம் மீண்டும் வேர்த்து இம்சித்தன. என்ன இன்பமான பட்டணம்.

கெட்டவர்கள் சேர்கிற பட்டணம். கெடாதவர்கள் சேர்கிற பட்டணம். பசிக்கிறவர்கள் வந்து சேர்கிற பட்டணம். இருக்கிறவர்கள் போதாதென்று ஊரிலிருந்து வேறு பணத்தைக் கொண்டுவந்து வயிற்றில் அடிக்கிறவர்கள் தொகையைப் பெருக்குகிற பட்டணம்.

பாயசம் 209

'பட்டணத்திற்கு வந்ததிலேர்ந்து நீ ஆளே மாறிவிட்டாய்' என்கிறார்கள், ஊரிலிருந்து வந்துவிட்டுப் போகிற நண்பர்கள். ஆமாம், மாறித்தான்விட்டார் அவர், சுப்பண்ணா பத்து ரூபாய் கேட்டார். கீழே பெட்டியிலிருக்கிறது, பதினைந்து ரூபாய். எடுத்துக் கொடுக்கலாம். ஏன் கொடுக்க வேண்டும்?

'ஒரு கையெழுத்து கேட்டேனா கொண்டேனா? ஐம்பது, இருநூறு, முந்நூறு என்று கைமாற்றாக வாங்கிக்கொள்கிறான்கள். பணம்கைக்கு வரும்போது,என் ஞாபகமா வருகிறது அவனுகளுக்கு? பொண்டாட்டியாத்தாளுக்கு எந்தப் புதுத் தினுசுப் புடவை வாங்கலாம், வீட்டிலே எந்தக் கண்டா முண்டான் சாமான்களை வாங்கி அடைக்கலாம் என்றுதானே அலையறான்கள்!

'மாப்பிள்ளை அழைக்கிறபோது, இந்தான்னு தேடிண்டு வந்து கொடுத்தேள். நான் கேட்ட முழுப் பணம் இல்லாமல் கடன் வேறு வாங்கிண்டு வந்து கொடுத்தேள். எனக்கு எல்லாம் தெரியறது. ஆனா, நான் என்ன செய்வேன்! மூணு வருஷமாச்சு, காலாவதிகூட ஆயிடுத்து.இதோ பாருங்கோ, என்னை நம்புங்கோ, அடுத்த மாசம் போகட்டும். மூணாம் மாசத்திலேருந்து பத்துப் பத்து ரூபாயாவது கொடுத்துத் தீத்துப்பிடறேன். நீங்க வந்து கேக்கறது என்னாலே தாளமுடியலே' என்கிறார்.சைக்கிள் பாட்டு வாத்தியார் மூணாமாசம் என்ன செய்தார், அந்த மனுஷன்? முதல் தேதியன்று பல்லைக் கடித்துக்கொண்டு மொழுக்குமாதிரி இருந்துவிட்டு, இரண்டாம் தேதி சம்பளத்தை வாங்கி மூன்று நாள் லீவு போட்டுப் போய்விட்டார்.எட்டு மாசம் ஆகிவிட்டது. பத்துத் தேதி வரையில் ஆள் கண்ணில் படாமல் அலைகிறார். பத்து தேதிக்குமேல் யாருக்குத்தான் பணம் கேக்க மனசு வரும்? இந்தக் கடன் வாங்குகிற பயல்கள்தான் எவ்வளவு ஸைக்காலஜி தெரிந்து வைத்துக்கொண்டிருக்கிறான்கள்!

சுப்பண்ணா! ரங்கசாமி! வெங்கடாச்சாரி! தேவாச்சரியம்! கிட்டாண்ணா! சங்கரய்யர் ..! உங்களுக்கெல்லாம் கடன் கேக்க என் மாதிரி அன்றாடங்காச்சிதானா அகப்பட்டார்கள்! அதோ தென்னந் தோப்புக்கப்பால் நீலவிளக்கு எரிகிறதே, வாழைத்தண்டு விளக்கு, அந்த வீட்டுக்காரரை, ஆசாரவாசல், குமாஸ்தா எல்லாவற்றையும் தாண்டிக்கொண்டு போய்ப் பார்த்துக் கேட்டுப் பாருங்கள், என்ன கிடைக்கிறதென்று! இந்தக் கதையைக் கேளுங்கள்: ஹைதராபாத்திலிருந்து என் தமக்கையின் கணவன் வேலையிலிருந்து ஓய்வு பெற்று வந்திருக்கிறார். அவருக்கு இந்தச் சொர்க்கலோக சென்னப்பட்டணத்தில் நிரந்தரமாக 'செட்டில்' பண்ண வேண்டுமாம், வீடு கட்டிக்கொண்டு! என்னை உட்காரவிடவில்லை. ஏதடா என்று நீல விளக்கு வீட்டுக்காரரைப்

தி. ஜானகிராமன்

போய்ப் பேட்டி கண்டேன். வாயைத் திறந்து உட்காரு என்று சொல்லமாட்டானா மனுஷன்! முகத்தில் ஒரு புன்சிரிப்புக்கூட இவர்களுக்கு வராதா? அவ்வளவு படிப்பு! அவ்வளவு சொத்து! அவ்வளவு செல்வாக்கு! புழு மாதிரித் துடித்தேன். காரியமல்லவா முக்கியம்? புழு பேச ஆரம்பித்தேன். நாற்பதடிக்கு அறுபதடி மனை. ஏழு மனுஷ அகலம், பதினேரு மனுஷ நீளம்! இதற்குப் பத்தாயிரம் ரூபாய் வேண்டுமாம். நாலாயிரம் ரூபாய்தான் சாஸனத்தில் எழுதுவாராம். மீதியைக் கையில் கொடுத்துவிட வேண்டுமாம் – சர்க்காருக்குத் தெரியாமல். எனக்குக் கொஞ்சம் திடுக்கென்றது. அந்த மகா சண்டாள சினிமாக் கொட்டகைப் பக்கமே போகாத இந்த சுத்தாத்மாவுக்கு அந்தப் பரம சண்டாள நட்சத்திரங்களின் தந்திரம் எப்படி தெரிந்தது! ஒரு மணிநேரம் இளிப்பு, நயம், கூழைப்பாட்டு – எல்லாம் பாடினேன். பல ராகங்களில் பாடினேன், மனிதன் இறங்கவில்லை. கடைசியில் சோபாவைவிட்டு எழுந்தார், சிரித்தார். 'இதோ பாரும் எனக்குச் சந்தியாவந்தனம் பண்ணனும். மடத்துக்குப் போகணும். பூஜையை முதல்லேர்ந்து இன்னிக்குப் பார்க்கணும்னு நெனச்சிண்டிருக்கேன். நீர் நாளைக்கு வாரும். அதுவும் காலமே வந்துடனும். இல்லாட்டா, நடக்காது. பன்னிரண்டாயிரம் ரொக்கத்தோட யாராவது சாயங்காலம் வந்து நிப்பான்காணும், இப்பப் பத்தாயிர ரூபாய்ன்னு மாஞ்சு போறீர்! இன்னும் பத்து வருஷம் கழிச்சு பம்பாய், கல்கத்தா, நியூயார்க் மாதிரி சதுர அடி பதினஞ்சு ரூபா முப்பது ரூபான்னு மனைக் கணக்குக்குப் பதிலாக அடிக்கணக்கிலே அங்குலக் கணக்கிலே விக்கப் போறது. பங்கு மார்க்கெட்டிலே வேலை பார்க்கிறீர். மெட்ராஸ் வளர வேகத்தையும் பார்த்துண்டிருக்கீர்... ம்... அங்காடிக்காரிகிட்ட பேசற மாதிரி பேரம் பண்றீர். நீர் ஏதோ ஸம்ஸ்கிருதம் கிம்ஸ்கிருதம் வாசிச்சிருக்கீரேன்னு உமக்குக் கொடுக்கலாம்னு நெனச்சா சொன்னத்தைச் சொன்னத்தைச் சொல்லிண்டிருந்தீர்னா! எனக்கு வேலை கிடக்கு. உம்மோடு பேசிண்டிருக்க டயமில்லே' என்று எழுந்து உள்ளே போய்விட்டார்.

'சுப்பண்ணா! அவரை உமக்குத்தான் தெரியுமே. அங்கே போய்க் கேட்கக் கூடாதோ?'

'பட்டணத்திற்கு வந்த பிறகு நான் மாறிவிட்டேனாம். ஆமாம், மாறித்தான்விட்டேன், நான் என்ன தேவனா!... மாறிவிட்டேன் என்று நீங்கள் சொல்லுவானேன்! எனக்கே தெரிகிறது!'

கிருஷ்ணனுக்கு மனசு புகைந்தது. குரோதம் குமைந்தது. சுப்பண்ணா மீதில்லை. தான் மாறிவிட்டதாகச் சொன்னவர்கள் மீதுமில்லை, மாறிவிட்ட தன்மீதே வந்தது. தன்னையே சுக்கு

பாயசம்   211

நூறாகக் கிழித்துப் பட்டணத்து அசுரனான பணமுடைக்கு முன்னால் பலியாக வைக்கவேண்டும் போலிருந்தது. மனவலி தாளாமல் முனகினார்.

சுப்பண்ணா கடனுக்கு ஏந்திய கையை நினைத்தால் நெஞ்சு எரியாமல் என்ன செய்யும்!

அதே கைதான். பிடில் வாசிக்கிற கை அது. நாற்பது வருஷங்களாக லட்சோப லட்சம் பேர்களை அதன் ஸ்வரத்தில் மோடி கிறக்கிய கை, மகா மகா தாள அசுர்களையெல்லாம் பல்லைப் பிடித்துப் பார்த்த கை. இங்கே இருக்கிற கீர்த்தி போதாதென்று நினைத்தோ என்னவோ பல பாஷைகள் பேசுகிற சங்கீத கோஷ்டியோடு அவரை வெள்ளைக்கார நாடுகளுக்கு அனுப்பினார்கள். அவர் போனார். ஆறு மாசம் சுற்றினார். மேதையை இறைத்து எல்லோரையும் பிரமிக்க அடித்தார். வெள்ளைக்கார நாடுகளை ரசித்தார். அனுபவித்தார். திரும்பி வந்தார். மலை, காடு, மேடு, பள்ளம், சேறு, சகதி, ஆய்ச்சல் – இப்படியெல்லாம் ஓடிவிட்டு வந்த மோட்டார் மாதிரி திரும்பி வந்தார். இங்கே வந்து செய்த முதல் கச்சேரியிலேயே நிமிஷத்துக்கு இரண்டு அபஸ்வரங்களாக உதிர்ந்தார். வாசித்துக்கொண்டே வருகிறவர் திடீர் என்று வேறு தாளத்தில் வாசிப்பார். 'பெரியவா சீமையை ரொம்ப ரசிச்சுட்டாப்பல இருக்கு' என்று வேறு சொல்லிச் சொல்லி அவரைக் குழியை வெட்டி இறக்கினார்கள் ரசிகப்பிரபுக்கள். பிடிலின் வில்லை விட்டு பர்மிட் விஸ்கி பாட்டில்களையும், அதன் நிழலுக்குள்ளே ஒண்டி வந்த அதிகப்படி சீசாக்களையும் பற்றிக்கொண்டது அவர் கை. காசும் போச்சு, உலகப்பிரயாணத்துக்காக மண்ணடி சாயபு தைத்துக் கொடுத்த கால், கைச் சட்டைகள்தான் இப்போது மிச்சம். அடிபட்ட நாய் போல ஒரு பார்வை இரண்டாவது மிச்சம். பிரபுக்களுக்கும் சபைகளுக்கும் பதிலாக நண்பர்கள் காப்பாற்றி வருகிறார்கள். பழைய மோட்டாருக்கு டாக்டர் உண்டு. அதையும் மீறினால் உடைத்துத் தகடும் ஆணியுமாக ஏலம் போடலாம். சுப்பண்ணாவை எப்படி ஏலம் போடுவது? யார் எடுப்பார்கள்?

சுப்பண்ணாவையும் மூட்டம் பிடித்துக்கொண்டுவிட்டது. இந்த மூச்சை முட்டுகிற பட்டணத்தின் தனியருளான புழுக்கம் அவரை ஏன் விடவேண்டும்?

கிருஷ்ணன் முனகிக்கொண்டே கண்ணைச் சற்றுத் திறந்தார். இது என்ன திடீர் என்று!

குளிர்ந்த காற்று வீசிற்று. பளீர் பளீர் என்று மொட்டைமாடி யிலும் தென்னந்தோப்பிலும் ஒளி சிமிட்டிற்று. திரும்பித் தெற்கே

தி. ஜானகிராமன்

பார்த்தார், பளீர் என்று ஒரு மின்னல் சொடுக்கிற்று. அதன் ஒளியில் ஒரு பெரிய மேகக் கும்பல் மலையில் ஏறுவதுபோல தெற்கிலிருந்து உச்சி வானத்தை நோக்கி ஏறிக்கொண்டிருந்தது. மீண்டும் மின்னிற்று. யாரும் தடுக்க முடியாததுபோல, கலகக் கூட்டம்போல் நகர்ந்தது முகில் திரள். வெள்ளிச் சாட்டையை முன்னும் பின்னும், வலத்திலும் இடத்திலும் சற்றைக்கொருமுறை சொடுக்கிற்று. 'மடார்' என்று உலோகப் பாளம் வெடிக்கிறாற்போல ஒரு பேரொலி. கிருஷ்ணன் கையைத் தலைக்குமேல் தூக்கித் தடுத்துக்கொண்டார். எலும்பு தசைகளிலெல்லாம் அச்சத்தைப் புகுத்தி உலுக்கிய ஒலியின் அடி தாங்காமல் நாற்காலியை அவசர அவசரமாக மடக்கி அறைக்குள் கொண்டு போட்டார்.

உள்ளேயும் ஒளி அவரைத் துரத்திக்கொண்டு வந்தது. சுவர்கள், அலமாரி, புத்தகங்கள், இண்டுஇடுக்கெல்லாம் வெள்ளியொளி பாய்ந்து மறைந்தது. மார்பு, முதுகு, முகமெல்லாம் சில்லிட்ட காற்று பட்டுக் குளிர்ந்து சிலிர்த்தது. அவர் விளக்கைப் போடவில்லை. இமைப்புக்கு இமைப்பு அறையில் குதித்து நிரப்பிய ஒளியைத் தடுக்க மனமின்றிப் பேசாமல் நின்றார். பீரோவுக்கும் புத்தகங்களுக்கும் பின்னால் ஒளிந்துகொண்ட இருளைக் கண்டு அவருக்கு வேடிக்கையாக இருந்தது. மறுகணமே அந்த இருள், விரட்ட விரட்டத் திரும்பிவரும் காக்காய்போல அறையை வந்து கவிற்று.

இடி வானத்தில் மூலைக்குமூலை உறுமிற்று. முடுமுடுத்தது. எதிரொலிகள் நீண்ட கார்வையாக ஓடித் தேய்வதற்குள் மடேர் என்று பின்னால் நின்று தலையிலடித்தாற்போல ஒரு சிரிப்பு இடிக்கும். துமுதுமுவென்று முழவின் அதிர்வாய் அதிர்ந்து ஒடுங்கும்.

சரசரவென்று கம்பி கம்பியாகத் தூறறல் மண்ணை நோக்கிப் பாய்ந்தது. மின்னலின் ஒளியில் கம்பிகள் மெலிந்து நீண்டன.

கிருஷ்ணன் பார்த்தார். தென்னந்தோப்பு குளித்துக்கொண் டிருந்தது. குடிசைகள் குளித்தன. மின்னலும் குளித்தது. கூடல் வாயில் நீர் சுமந்து வெளியே கொட்டிற்று. ஜன்னல் சார்ப்பில் நீர் தோரணம் கட்டித் தாரையாய் விழுந்தது. பட்டணம் முழுவதும் குளித்தது.

சாதாரண மழை இல்லை. ஒரே கனமும் இரைச்சலுமாக விழுந்த மழை. அலமாரி, புத்தகங்கள் மீதெல்லாம் சாரல் விசிறி அடித்தது. கொடியிலிருந்து எட்டு முழத்தைப் போட்டு அலமாரியைப் போர்த்திவிட்டு மீண்டும் சாரலை உடம்பில் வாங்கிக்கொண்டு நின்றார் கிருஷ்ணன்.

பாயசம்

கீழே தெருவில் ஆறாக ஓடிற்று. எதிர்வீட்டு ஒட்டுத் திண்ணையில் ஏறி, சின்னஞ்சிறுசாக நாலைந்து குட்டிகளுடன் இரண்டு வெள்ளாடுகள் ஒண்டி நின்றன.

தோப்புகளின் மீது ஊடே தெரிந்த கோயிற் கோபுரம் மழையில் நனைந்தது. தோப்பிலுள்ள குடிசைகள் நனைந்தன. பின்னால் திரும்பியபோது, நீல விளக்கு வீட்டுக்காரர் வீடும் மனைகளும் நனைந்து கொண்டிருந்தன. முருங்கை மரமும் வாழை மரங்களும் நனைந்தன. பட்டணம் முழுவதும் நனைந்துகொண்டிருந்தது.

அதோ அந்தத் தோப்புக்குப் போகிற திறப்பில் ஒரு முனையில் கட்டியிருந்த எருமை இரண்டும் பசு ஒன்றும் இந்தக் கொட்டுகிற மழையில் நனைந்துகொண்டு நின்றன. இருநூறு மைலுக்கப்பால் உள்ள தன் கிராமத்து மாடுகளைக் கிருஷ்ணன் நினைத்து நினைத்துப் பார்க்கிற வழக்கம். கவணை நிறைய வைக்கோல் திணித்துக் கிடக்க, வேண்டியமட்டும் தின்றுகொண்டிருந்த கொடுத்துவைத்த ஜன்மங்கள் அவை. இங்கே இந்த மூன்றும் கால்வாய்க் கரையிலிருந்து வாங்கிப் போட்ட வைக்கோல் ரேஷனைக் கடித்துவிட்டு இளம் வெயில், உச்சி வெயில், மாலை வெயில் எல்லாவற்றையும் தாங்கியவண்ணம், முளையைப் பார்த்துக்கொண்டே தவம் கிடக்கும். பசுவிற்குக்கூட கிராமணி மறைப்புக் கட்டவில்லை. வீட்டை ஒரு அங்குலம் மிச்சமில்லாமல் தடுத்துத் தடுத்து குடக்கூலிக்கு விட்டுவிட்டார். இப்போது அவை நிற்கிறது புறம்போக்கு.

கிருஷ்ணன் மழையைப் பார்த்துக்கொண்டே நின்றார். பட்டணத்தை மறந்து, பார்த்துக்கொண்டு நின்றார். ஒளியும் நீருமாக நிறைந்த வெளியைப் பார்த்தார். இப்போது, சாரலில் அவர் உடல் வேர்த்தது. தலையையும் உடலையும் தடவிய சாரல், தோலையும் எலும்பையும் ஊடுருவி உள்ளே விசிறிற்று. குளிர்ந்த காற்றை அங்கே தெளித்தது.

இன்னும் இரவு முழுவதும் இப்படியே பெய்யவேண்டும். இப்படியே மின்னவேண்டும்.

'அச்சச்சோ, மறந்தே போய்விட்டேனே' என்று எங்கோ தொலைவில் ஒரு குரல் கேட்டது.

'நீ இங்கியாப்பா நிக்கிறே?' என்று அருகே வந்து கேட்டது. கிருஷ்ணன் திரும்பினார், மாடிப் படியேறி வந்த குழந்தை, மொட்டை மாடியைப் பார்க்க ஓடிற்று.

'எங்கம்மா ஓடறே? துணி உலத்திருக்கியா?' என்று கூட ஓடி, மழைக்குப் பயந்து சார்ப்பிற்குள்ளேயே தடைப்பட்டு நின்றார் அவர்.

214   தி. ஜானகிராமன்

'நீ போப்பா. பேசாம நின்னுண்டிருக்கியே. இஞ்சவாப்பா... இது ரண்டையும் உள்ள கொண்டு வையி. எனக்குத் தூக்க முடியலேப்பா' என்று சொட்டச் சொட்ட மழையில் நனைந்து கொண்டே கத்தினாள் குழந்தை. மின்னலில் குழந்தையின் முகம், உடலெல்லாம் பளிச்சிட்டது.

ஒரு தாவாகத் தாவி ஓடினார் கிருஷ்ணன். 'நீ உள்ள போ. நான் கொண்டுவந்து வைக்கிறேன்' என்று கட்டைச் சுவர் மீதிருந்த மண்தொட்டியை இரண்டு கைகளாலும் அணைத்து உள்ளே கொண்டு வைத்தார். மறுபடியும் ஓடிப்போய் இரண்டாவது தொட்டியையும் உள்ளே கொண்டு வைத்தார். விளக்கைப் போட்டார்.

ஆழமில்லாத அகல மண் தொட்டிகளிரண்டும் உள்ளே உட்கார்ந்து கொண்டிருந்தன.

அவசர அவசரமாத் தொட்டியில் தேங்கியிருந்த தண்ணீரைக் கையால் இறைத்து வடித்தாள் குழந்தை.

'உனக்குத் தெரியாதாப்பா, இதுக்கு ரொம்பத் தண்ணியே கூடாதுன்னு!' என்று அவரைக் கடிந்துகொண்டாள்.

'மறந்தே போயிடுத்து' என்று கள்ளிகளைப் பார்த்தார் அவர்.

இரண்டும் கள்ளிச் செடிகள்; சப்பாத்தி மாதிரி தட்டை யில்லை. உருண்டைக் கள்ளிகள். சாம்பல் நிறமான கள்ளிகள். இலை இல்லை. வெறும் தண்டு தண்டாகப் பக்கவாட்டில் காய்கள் போல உருண்டை கண்ட கள்ளிகள். அழுகுக்காக அதைத் தொட்டி வாங்கிக் கொடுக்கச் சொல்லி வளர்த்திருந்தாள் குழந்தை. அவள் 'டீச்சர்' அம்மாவின் அக்கா, மூன்றாம் வருஷம் பல வாத்தியார்களோடு அமெரிக்கா போன போது அதை எடுத்து வந்தாளாம். அபூர்வமான கள்ளியாம் அது. இரண்டு தண்டை ஒடித்து வந்து வளர்த்த பயிர் அது.

'இது பாலைவனத்துக் கள்ளிப்பா. தண்ணி ரொம்ப ஊத்தப்படாது' என்று வாங்கி வந்தவுடனேயே எச்சரித்திருந்தாள் அவள். காலையில் கண்ணைப் பிட்டுக்கொண்டவுடன் மாடிக்குப் போய் ஒரு தடவை பார்ப்பாள். பள்ளிக்கூடம் போகுமுன் ஒரு தடவை, திரும்பி வந்ததும் வராததுமாக ஒரு தடவை, நிலாக் காயும்போது இரவில் பல தடவை.

மலரோ, காயோ இதுவரை ஒன்றும் கொடுக்கவில்லை. கொடுக்காது. இருந்தால்தானே கொடுக்க? அபூர்வமான கள்ளி என்று அவருக்குக்கூட தோன்றத் தொடங்கிவிட்டது.

எது அழகில்லை? மழை, வெயில், மின்னல், எருமை, மரவட்டை எல்லாம் அழகுதான். பரம்பரையாகக் கால் வயிற்றுக்கில்லாமல் எழும்பும் தோலும் துந்தனமுமாக வளர்ந்த பிச்சைக்காரனும் அழகுதான்.

கள்ளி அழகாகத்தானிருந்தது. 'இனிமே மழை வந்தா உள்ள எடுத்து வச்சுடுப்பா ஞாபகமா' என்று உதடுகளைக் கூட்டிக் குறைக்கோபமாகக் கடிந்துகொண்டாள் பெண்.

'சரிடா கண்ணு, இன்னிக்கி என்னமோ மறந்து போச்சு' என்று தொட்டிகளைச் சுவரோரமாக நகர்த்திவிட்டுக் கீழே இறங்கினார் கிருஷ்ணன். பெட்டியிலிருந்து மூன்று ஐந்து ரூபாய் நோட்டுகளில் இரண்டை எடுத்துக்கொண்டு, குடையுடன் கிளம்பினார். அவர் மனைவி, 'எங்க இந்த மழையிலே?' என்று சொன்னது கேட்டது. பதில் சொன்னோமா சொல்லவில்லையா என்று தெரியாமலேயே குடையைப் பிரித்துத் தெருவில் இறங்கினார். இரண்டு தெருக்களுக்கு அப்பாலிருந்து சுப்பண்ணா வீட்டை நோக்கி நடந்தார். மழை ஓய்ந்துகொண்டிருந்தது. தெருவில் மட்டும் வெள்ளம் நிற்கவில்லை. கணுக்கால் வெள்ளம் பாத வெள்ளமாகக் குறைந்துகொண்டிருந்தது. நாலு தடவை கதவை இடித்ததும் 'யாரு யாரு' என்று நாலு தடவை கேட்டுவிட்டுச் சுப்பண்ணாவின் மனைவி கதவைத் திறந்தாள்.

'நான்தான், சுப்பண்ணா.'

'யாரு?'

'கிருஷ்ணன்.'

'அடடே, எங்க இப்படி!' என்று சாய்வு நாற்காலியை விட்டு எழுந்து வந்தார். கால்சட்டையும் கோட்டுமாக வந்தார்.

'வரணும். குளுரு தாங்கலே. அதுக்காக இதைப் போட்டுண்டேன்' என்று மண்ணடி சாயபு தைத்துக் கொடுத்த உடையோடு நின்றார் சுப்பண்ணா.

'உட்காரணும்.'

'உட்கார நேரமில்லே. நீங்க சொல்லிட்டுப் போனேளோல்லியோ. உடனே சரி, இன்னொரு முயற்சியும் பண்ணிப் பார்த்துவமேன்னு நெனச்சுண்டேதான் கிளம்பினேன். நாலு வீடு போட்டு எங்க ஆபீசிலேயே ஒருத்தர் இருக்கார். கேட்டவுடனே எடுத்துக் கொடுத்துட்டார். முதல் தேதி ராத்திரி கொண்டுவந்து கொடுத்துடறேன்னு சொல்லி வாங்கிண்டு வந்தேன்' என்று பத்து ரூபாயை அவரிடம் கொடுத்தார் கிருஷ்ணன்.

தி. ஜானகிராமன்

'ஆகா, ஆகா' என்று சுப்பண்ணா வாய் நிறைய கூறி உடைந்துவிட்டார். 'நான் என்ன சொல்றதுன்னு தெரியலியே ... நானும் முதல் தேதிக்குள்ள கொடுத்துடறேன். ஆனா திருப்பிக் கொடுக்கிறதா பெரிசு! இப்படிக் கொட்ற மழையிலே, மூணாம் மனுஷாகிட்டே போய்... ஹ்ம்... ஸத்குரோ' என்று பெருமூச்சு விட்டார் சுப்பண்ணா.

அந்தப் பெருமூச்சில் லேசாக 'அந்த' வாசனை வீசிற்று. தன் வாயிலிருந்து வரும் பட்டணத்து வாடைக்கு ஏற்ற வாசனைதான் என்று கிருஷ்ணன் தனக்குள் சொல்லிக்கொண்டார்.

சுதேசமித்திரன் தீபாவளி மலர், 1960

கோதாவரிக் குண்டு

பழைய பேப்பர்க்காரன் தராசு தெய்வீகக் கொல்லன் கைவேலை. ஆனையை வைத்தால் ஆறு பலம் காட்டும். ஆறுமாசத் தினசரிக் காகிதம் எந்த மூலை? கண்ணில் விளக்கெண்ணெய் போட்டுக்கொண்டு இப்பால் அப்பால் திரும்பாமல் தவம் புரிந்து முள்ளைப் பார்த்துக் கொண்டிருந்தேன்.

"அம்மா இருக்காளோ?" என்று அந்தச் சமயம் பார்த்துக் குரல் கேட்டது. நிமிர்ந்தேன். காதுக்குக் காது புன்னகை நீள அந்த அம்மாள் நின்றுகொண்டிருந்தாள். பெயர் கங்காவோ, கோதாவரியோ – சரியாக ஞாபகம் இல்லை. ஏதோ நதியின் பெயர்தான். இடுப்பில் எதையோ இடுக்கி, அதை முந்தானையால் மறைத்துக்கொண்டிருந்தாள்.

"உள்ளே இருக்கா – போங்கோ" என்றேன். கச்சம் ஆட கூடத்தைக் கடந்து போனாள் அம்மாள்.

தராசு முள்ளைப் பார்த்தேன். தெய்வீக முள்ளாயிற்றே அது! அறுபது காகிதமானால் என்ன? அரைக் காகிதமானால் என்ன? நடுநிலை பிசகுமோ? – ஹூம் நமக்கென்று சொந்தமாகத் தராசு வைத்துக்கொள்ள எப்போது காலம் வரப்போகிறமோ, கை வரப்போகிறதோ, ஈசுவரா!

கடைசி வாக்கியத்தை வாயைவிட்டே சொல்லிவிட்டேன். இப்படி ஏமாறுவதை எந்தப் புழுதான் சகிக்கும்?

"சாமி! இந்தத் தராசைப் பார்த்து இப்படிச் சொல்றீங்களே. எழுதின கார்டுக்கும் எழுதாத

தி. ஜானகிராமன்

கார்டுக்கும் வித்தியாசம் காட்டும் சாமி. உங்களுக்குச் சந்தேகமா இருந்தால் கடையிலே போய் ஒரு தராசை வாங்கிட்டு வாங்க ... என்னாத்துக்குப் பொல்லாப்பு?"

கடைக்குப் போக ஏது நேரம்? அதுவும் காலையில் ஒன்பதரை மணிக்கு வியாபாரத்தைக் கவனிப்பானா, தராசைக் கடன் கொடுப்பானா கடைக்காரன்? இன்னும் அரைமணிகூட இல்லை, ஆபீசுக்குக் கிளம்ப. குளித்துச் சாப்பிட்டாக வேண்டும்! ஏதாவது காசைக் கண்ணால் பார்த்தால் போதும் போலிருக்கிறது. இல்லாவிட்டால் ஞாயிற்றுக்கிழமையை விட்டு 'வீடு போ போ, ஆபீஸ் வா வா' என்கிற வியாழக்கிழமையாகப் பார்த்துப் பழைய காகிதம் விற்க உட்காருவானேன்! இருள் இரண்டு மூன்று உருவத்தில் பயமுறுத்துகிறது. மின்சார பில் கட்டும் கடைசித் தேதி கடந்து இரண்டு மாதங்களாகிவிட்டன. இன்று கட்டாவிட்டால் இருள் கவிந்துவிடும். 'தக் தக் தக்'கென்று குதித்து, ஏற்றின ஒரு நிமிஷத்தில், அணைந்துவிடுகிற அரிக்கேன் விளக்கோடு போராட முடியாது. பெண் முகத்தைத் தூக்கிக்கொண்டு உள்ளே உட்கார்ந்திருக்கிறாள். பள்ளிக்கூடம் போக மாட்டாளாம். ஏதோ சாமியாருக்கு எட்டணாக் கொடுக்க வேண்டுமாம். இது வாரப்பிடுங்கல், கொடுக்கிற சம்பளம் பற்றாதென்று, போன மகான்களின் பேரையெல்லாம் சொல்லிக்கொண்டு வரிவைக்கிற கான்வென்ட் பள்ளிக்கூடத்துப் பிடுங்கல். எட்டணா இல்லாமல் இன்று அவள் அமைதியைக் காண முடியாது.

ஆறு மாசத் தினசரித் தாள்கள், வாரப் பத்திரிகைகள் எல்லாமாகப் போட்டு ஆறரை ரூபாய் வந்தது.

"எத்தனை கொடுத்தான்?" என்று பேப்பர்க்காரன் போன கையோடு வந்தாள் கௌரி.

"ஆறரை ரூபாய்."

"ஆறுமாசப் பேப்பருக்கா?"

"இப்ப ஏன் பதர்றே! அவன் இருக்கிற போதுன்னா பதறியிருக்கனும்."

"நான் உள்ளே பேசிண்டிருந்தேன்!"

"அப்ப இங்கே வந்து பேசாதே."

"பேசலே, எனக்கு இரண்டு ரூபாய் வேணும்."

"இரண்டு ரூபாயா! என்னத்துக்கு?"

"வேணும்."

"எலெக்ட்ரிக் பில் மூணே கால் ரூபாய்; உன் பொண்ணுக்கு எட்டணா. உனக்கு இரண்டு ரூபா. மீதி முக்கால் ரூபா வச்சிண்டு நான் என்ன பண்ணுவேன்? டிபன், வெத்திலை சீவல், பஸ்ஸு!"

"டிபன் கட்டிவச்சிருக்கேன் – மிளகு அவல் பண்ணி."

"காப்பி?"

"தர்மாஸ் பிளாஸ்கிலே போட்டு வைச்சிருக்கேன்."

"வெத்திலை பாக்கு?"

"அதுவும் மடிச்சு வைச்சிருக்கேன்."

"சரி, வியாழன், வெள்ளி, சனி, மூன்று நாட்கள் பஸ்ஸுக்கு ஆச்சு, திங்கட்கிழமை என்ன பண்றது?"

"அதுக்கு இப்ப என்ன? அப்புறம் பார்த்துக்கலாம்."

"எப்படி பார்த்துக்கிறது?"

"பாட்டுக்கார சுப்பிரமண்யய்யரைப் போய்க் கேட்கிறது."

ஸப்த நாடியும் ஒடுங்கிவிட்டது எனக்கு. என் வாயை மூடி முத்திரையிடப் பாட்டுக்கார சுப்பிரமண்யய்யரின் பெயரைக் கௌரி உபயோகிக்கிற வழக்கம் இரண்டு வருஷங்களாக வலுத்து வருகிறது. பாட்டுக்கார சுப்பிரமண்யய்யர் தொள்ளாயிரத்து ஐம்பத்தாறாம் வருஷம் பத்து ரூபாய் நாளைக்குக் கொடுப்பதாக வாங்கிப்போனார். நாளைக்கு என்று மனச்சுவரில் செதுக்கிவிட்டுப் போய்விட்டார். கடன் கேட்காது போச்சு என்பார்களே என்று தொள்ளாயிரத்து ஐம்பத்தொன்பதாம் வருஷத்திலிருந்து அவரைக் கேட்கத் தொடங்கினேன். ஓடி ஒளிந்தார், குழைந்தார், கெஞ்சினார். காசை மட்டும் இளக்கினபாடில்லை.

கடைசியில் ஒருநாள் வந்தார். 'தலைவாசல்' ஆபீசில் மானேஜர் உங்களுக்கு வேண்டியவாளாமே. என் பையன் படிப்பை முடிச்சுட்டான். ஒரு வருஷமாச்சு. நூறு மனுப் போட்டாச்சு. வேலை கிடைக்கலே ... நீங்க அவர்களைப் பார்த்து ..." என்று கெஞ்சினார். 'சரி' என்றேன். இப்போது நான் அவரைக் கண்டு ஓடி ஒளிந்துகொண்டிருக்கிறேன். "அந்தத் தலைவாசல் மானேஜரை ..." என்று என் தலையைக் கண்டதுமே ஆரம்பித்துவிடுகிறார். அவருடைய குடும்பையும், பச்சை சைக்கிளையும் ஒரு மைலுக்கு அப்பாலே அடையாளம் கண்டு என் கால் மிக அருகேயுள்ள சந்தில் பதுங்கிவிடுகிறது. "அந்த ... தலைவாசல் மானேஜரை" என்று மனசில் குரல் எழுந்து விரட்டுகிறது.

தி. ஜானகிராமன்

"ஏதுக்கு இரண்டு ரூபாய் உனக்கு?"

"கங்காபாய் கேட்கிறா ... இப்படி வாங்கோ" என்று குரலை உயர்த்தினாள் கௌரி.

கங்காபாய் வந்தாள். இரட்டை நாடி சரீரம். தலையில் பாதி நரை. இடையில் கச்சம்போட்ட புடவை. கழுத்தில் கருக மணி. தலையை வாரிப் பின்னிப் பின்னால் சக்கரக் கட்டு கட்டியிருந்தது. வயது ஐம்பது இருக்கும். முந்தானையிலிருந்து ஒரு வெண்கலப் பானையை எடுத்து முன்னால் வைத்தாள்.

"இந்தக் கோதாவரிக் குண்டை வச்சிண்டு இரண்டு ரூபாய் கொடுக்கச் சொல்றா" என்றாள் கௌரி.

கோதாவரிக் குண்டு பெரிய குண்டு. பட்டணம் படியால் இரண்டு படி அரிசி வடிக்கலாம். புளி போட்டுத் தேய்த்துப் பளபளத்தது.

"நீங்கதானே இரண்டு மாசம் முன்னால் ஒரு ரூபாய் வாங்கிண்டு போனது ஒரு வெங்கலப் பானையை வச்சு?"

"ஆமா. அது நாச்சியார் கோயில் போனி. ஒரு படி பானை!"

"அதையே இன்னும் மீட்குக்கலையே!"

"ஒரு மாசத்திலே இது, அது இரண்டையும் மீட்டுக்கறேன். இப்ப எனக்கு ரொம்ப முடை."

நான் அரைமணி முன்னால்தான் அந்த நாச்சியார் கோயில் பானையைப் பார்த்தேன். சமையல் உள் அலமாரிக்கு மேல் மாம்பலகைப் பரண்மீது அது கவிழ்த்து வைக்கப்பட்டிருந்தது. இரண்டு மாசமாகத் தினமும் அதைப் பார்த்து வருகிறேன். பிள்ளையார் சதுர்த்தியன்று இரண்டு மூன்று விருந்தினர்கள் வந்தபோது கௌரி அதை எடுத்து உலைவைத்த ஞாபகம்கூட வருகிறது.

"இரண்டு மாசமாச்சு. ஒரு ரூபாயைக் கொடுத்துச் சின்னப் பானையை மீட்க முடியலே. இது வேறேயா?"

"நீங்க ஒன்றும் வித்தியாசமாக நெனச்சுக்கப்படாது. இன்னும் பதினைஞ்சு நாளிலே நான் வந்து இரண்டையும் மீட்டுண்டு போகலேன்னா, ஏன்னு கேளுங்கோ."

"வாண்டாம்மா ... நீங்க பேசாமல் எடுத்துண்டு போங்கோ ... இங்கேயே முடை கழுத்தைப் பிடிக்கிறது. ஒண்ணும் சௌகரியப்படாது."

"நீங்க அப்படிச் சொல்லப்படாது."

பாயசம்

"சொல்லப்படாதுன்னா! நீங்களே தானே பார்த்துண்டிருந்தேள், பேப்பர்க்காரன்கிட்ட போட்டுட்டு வாங்கினது" என்று குளிப்பதற்காகக் கொல்லைப் பக்கம் நடையைக் கட்டிவிட்டேன். ஒரு நிமிஷத்துக்குள் அங்கே வந்து சேர்ந்துவிட்டாள் கௌரி.

"இரண்டு ரூபாய் இல்லேன்னா ஒரு ரூபாயாவது கொடுங்கோங்கறா..." என்று இழுத்தாள்.

"ரூபாயும் கிடையாது; பீப்பாவும் கிடையாது."

"ரொம்பக் கெஞ்சறான்னா."

"நான் யார்கிட்டே கெஞ்சறதுன்னேன்..." என்று உருட்டி விழித்தேன். "நாலு மணிக்கு ஒரு டீ சாப்பிடுவோம்னா வெறும் பையிலே கையைவிட்டு ஆட்டவேண்டியிருக்கு. ஒரு ரூபாய் கடன் கொடுக்கிறாளாம். இப்ப ஒன்றும் கேட்காதே. நாழியாச்சி குளிக்கணும்."

குளித்துவிட்டு வந்த பிறகும் கங்காபாய் கூடத்திலேயே நின்று கொண்டிருந்ததைப் பார்த்தேன்.

முகத்தைச் சிணுங்கிக்கொண்டே அடுக்களைக்குள் திரும்பிவிட்டேன்.

"என்ன?"

"ஏன் இப்படி எரிஞ்சு விழணும்? இல்லாமதானே வந்து கேக்கறா."

"இங்கேயே இல்லே."

"ம்க்கும், இல்லே, அவ என்ன வெறுமே கேட்கிறாளா? ஈடு வச்சுத் தானே கேக்கறா. இன்னிக்குக் கடைத்தெருவுக்கு எடுத்திண்டுபோய்க் கேட்டால் முப்பது ரூபா விலை சொல்லுவான் இந்தக் கோதாவரிக் குண்டுக்கு. அதை வைச்சு ஒரு ரூபா கேக்கறாள்னா ஒருத்திக்குத் தலைபோகிற முடையாகத்தானே இருக்கும்."

"ஆமாமா."

"உங்களுக்கு இரக்கமே கிடையாதுன்னா பாட்டுக்கார சுப்ரமண்யய்யர்னா பத்தும் இருபதுமாகத் தூக்கிக் கொடுத்துட்டு அலையலாம். தேமேன்னு பாவம், ஏழை மூணு வீசை வெங்கலத்தை வச்சு ஒரு ரூபாய் கேக்கறது ... அதுக்கு இவ்வளவு மாலாசு பண்ணத் தெரியறது."

பளிச்சென்று முடிவுக்கு வந்துவிட்டேன். "இத பாரு, வேணும்ன்னா ஒரு ரூபா வாங்கிண்டு போகச் சொல்லு, அதையும்

தி. ஜானகிராமன்

பத்து நாளிலே திருப்பிக் கொடுத்திடணும்" என்று ரூபாயைக் கொடுத்தேன்.

கூடத்துக்குப் போனவள் இரண்டு நிமிஷங்கள் கழித்துத் திரும்பி வந்தாள். கையில் பளபளவென்று கோதாவரிக் குண்டு மிளிர்ந்தது.

"சேட்டுக் கடையிலே வச்சா பத்து ரூபாய் கொடுப்பான் இதுக்கு. தெரியுமோல்லியோ?" என்று அதைக் கீழே வைத்துத் தூக்கியும் சுற்றியும் குழந்தையைக் கொஞ்சுகிறாப்போல் பார்த்தாள் கௌரி.

"ம் ... ம். பத்து ரூபா கொடுப்பான். வட்டியும் பதினைஞ்சு ரூபா வாங்குவான்."

"பாவம். என்ன கஷ்டமோ தெரியலை. இதை வச்சு ஒரு ரூபாய் வாங்கிண்டு போறதே. அகமுடையான் வழியாயிருந்தான்னா இப்படிக் கஷ்டப்படுமோ பாவம் ..."

"தத்தோஜி ராவ் அப்படி ஒன்றும் வழியில்லாத ஆளில்லை. அவரும் ஏதோ சம்பாதிக்கத்தானே செய்யறார்."

"இதென்ன சம்பாத்தியம் சாதகபட்சி மாதிரி! போய், ஓடியாடி முண்டியடிச்சுச் சம்பாதிக்கணும். இவாளுக்குத் துவரம் பருப்பே ஒரு மூட்டை வேணுமே மூணு மாசத்துக்கு."

"அவர் புத்தி, படிப்புக்கு அவ்வளவுதான் முடியும்."

எனக்குப் பரிமாறும்போது கோதாவரிக் குண்டைத் திரும்பித் திரும்பிப் பார்த்துக்கொண்டிருந்தாள் கௌரி. நவராத்திரி வருகிறது. ஒன்பது நாட்களில் ஒரு நாளாவது அதை அடுப்பில் வைக்காவிட்டால் அவளுக்கு அமைதி வராது.

ஆபீஸ் போகும்போது கொங்கணேசுவரன் கோவில் வாசலைப் பார்த்துக்கொண்டே போனேன். வழக்கம்போல் தத்து அங்கே உட்கார்ந்திருந்தார். முகத்தில் என்றும் மாறாத புன்சிரிப்பு. தத்துவைப் படத்தில் எழுதிப் பார்க்க வேண்டும். முகமும் உடலும் அவ்வளவு அமைப்பு. இரண்டு பகுதியாக விரிந்து தெரியும் மார்பு. குழந்தை வயிறு. அகன்ற தோள். நடுத்தர உயரம். முகத்திலும் பழைய பீஷ்வாக்களைப் போல ராஜகளை. தொங்கு மீசை. ஐம்பத்தைந்து வயதிருக்கும். ஆனால் நாற்பது வயதுதான் மதிக்கலாம். ஒரு நரை காண முடியாது. கங்காவுக்கு ஐம்பது வயது என்பது பார்த்த மாத்திரத்தில் தெரியும். அவள் கணவர் என்ற உறவினால்தான் அவருக்கு வயது ஐம்பதுக்கு மேல் என்று ஊகம் செய்ய முடிகிறது. இல்லாவிட்டால் நாற்பதுதான் மதிப்பு.

கொங்கணேசுவர் கோயில் திண்ணையைவிட்டு அசையமாட்டார் தத்து. அங்கே வந்துதான் அவரை அழைத்துப் போவார்கள், அவர் இனத்தைச் சேர்ந்த புரோகிதர் யாராவது. புரோகிதத் தொழிலுக்கான படிப்போ, நெட்டுருவோ தத்துவுக்குத் தெரியாது... சும்மா எடுப்பாளாகத்தான் போவார். ஓர் அணா இரண்டு அணா தட்சிணைக்குக் கை நீட்டுவார். சாப்பிடச் சொன்னால் சாப்பிடுவார். கோயில் திண்ணைக்கு வந்து கால்மேல் கால் போட்டுத் தொங்கு மீசையைப் பாம்பு விரலால் கோதிக்கொண்டே உட்கார்ந்துவிடுவார்.

இரவு வேளைகளில் எங்காவது மடத்தில் பஜனை நடந்தால் ஒரு மிருதங்கத்தை வலது கையால் அணைத்துக்கொண்டு போவார். 'திம் திம் தரு திம் திம் தரு' என்று ஒரு சொல்லை வைத்துக்கொண்டே எல்லாத் தாளங்களும் வாசித்து விடுவார்... அதைத்தவிர 'தகஜுணு தொம்' என்று மூன்றுமுறை திருப்பி மோரா வைப்பார். மற்றபடி தாளத்தைப் பற்றி ஒரு பாவமும் தெரியாது. ஆனால் நாதத்தில் மட்டும் ஒரு சுகம் இருக்கும் – அவருடைய புன்சிரிப்பைப் போல.

மனுஷனுக்குக் கோபமே வராது. திட்டினாலும் புன்சிரிப்புதான், வேகமாக நடக்கமாட்டார். வியக்கமாட்டார். அதிர்ந்து பேசமாட்டார்.

கோவிலுக்குப் பத்து வீடு தாண்டி அவர் வீடு, சொந்த வீடுதான். வாடகை கொடுத்து எப்படிக் கட்டுப்படியாகும் அவருக்கு? தலைமுறை தலைமுறையாக வந்த வீடு. ஆனால் வீடு என்று கண்டுபிடிக்க ஓர் அளவாவது ஆராய்ச்சி ஞானம் வேண்டும். தெருவைவிட நாலு அடி உயர்ந்திருந்த ஒரு பெரிய மேடை பெரிய வீட்டின் அடித்தளமாக ஒரு காலத்தில் இருந்திருக்க வேண்டும் அது. அந்த மேடையின் பின்கோடியில் கறுப்பும் நரையும் ஓடிய ஒரு சுவர் தெரியும். வீடு இருந்ததன் கடைசிச் சின்னமும் அத்தாட்சியுமாக இருந்த ஒரே அறையின் சுவர் அது. அதில்தான் கங்காபாய் சமையல், தூக்கம் முதலிய காரியங்களைச் செய்துகொண்டு மற்ற பொழுதுகளில் அந்தப் பெரிய மேடையைக் கடந்து வந்து தெருவில் இறங்கும் படியில் உட்கார்ந்திருப்பாள். நான் அந்த வீட்டைக் கடக்கும்பொழுது அவள் கையில் ஏதோ பொட்டணத்துடன் அறைக் கதவைத் திறந்துகொண் டிருந்தாள்...நாம் கொடுத்த ஒரு ரூபாய் வீண்போகவில்லை. ஏன் இவ்வளவு அற்பத்தனமாக மல்லுக்கு நின்றோம், கேவலம் இந்த ஒரு ரூபாயைக் கொடுக்க! எனக்கே ஏன் என்று புரியவில்லை. மனிதனுக்கு அற்பத்தனம் வர நேரம் போது ஏது?

தி. ஜானகிராமன்

கங்காபாயின் புடவையில் கண்ணுக்குத் தெரிந்து பதினைந்து ஓட்டுக்களாவது இருக்கும். தத்தோஜியின் பஞ்சகச்சத்தில் அதற்குக் கூடுதலாக நாலு இருக்குமே தவிரக் குறைவாக இராது. நல்ல வேளையாகத் தத்து சாப்பாடே வேலையாக இருக்கிற ஒரு தொழிலைச் செய்ய ஆரம்பித்தாரே – அதுவரையில் அதிர்ஷ்டம். அந்த வேலைக்குக் கூலிகூட உண்டு. ஆனால் அதுகூட இப்போது நலிந்துவிட்டது. புரோகிதர்களுக்கு முன்மாதிரியெல்லாம் சாப்பாடு யார் போடுகிறார்கள்? ஒரு சடங்கு என்றால் வேட்டி துண்டு வாங்குவதும் மலையேறிப் போய்விட்டது. இல்லா விட்டால் தத்துவின் வேட்டி வேட்டியாயில்லாமல் சல்லடை யாக இருப்பானேன்? மந்திரம் தந்திரம் தெரிந்த புரோகிதராக இருந்தாலாவது ஏதோ காலத்தை ஓட்டலாம் என்ற நம்பிக்கைக்கு இடமிருக்கும். வெற்று ஆளுக்கு என்ன பயன்?

படைத்தவன் வயிற்றுக்குப் படைக்காமலா இருப்பான் என்று ஏன் வேதாந்தம் பேசுகிறார்களோ, தெரியவில்லை. வயிற்றுக்குப் படைக்கிற வெண்கலப் பானையே அடுக்குக்குப் பெயர்ந்துவிட்டது.

ஒரு ரூபாய் கொடுக்க ஏன் இவ்வளவு தகராறு செய்தோம்? கோதாவரிக் குண்டே இல்லாமல், ஒரு ரூபாய் ஏன் கொடுத்திருக்கக் கூடாது? ... எப்பொழுதும்போல் என் பின்புத்தி இந்தக் கேள்விகளைக் கேட்டுக்கொண்டேயிருந்தது.

கங்காபாயைப் பார்த்த இடங்களெல்லாம் ஞாபகத்துக்கு வருகின்றன. எங்கே கல்யாணம், எங்கே அன்னதானம், எங்கே சமாராதனை என்று போய்விடுவாள். சின்னதோ பெரியதோ எந்தக் கல்யாணமாயிருந்தாலும், சம்பந்திகள், பிரமுகர்கள், நண்பர்கள் இந்தக் கூட்டமெல்லாம் சாப்பிடட்டும் என்று அடிவண்டல் பந்திக்காகத் திண்ணையில் காத்துக்கொண்டிருக்கிற கும்பலில் கங்காபாய் ஒரு பூனா டம்ளரோடு உட்கார்ந்திருப்பாள். கோவிலில் நவராத்திரி சமாராதனை என்றால் அங்கே அவளை முன்பந்தியில் பார்க்கலாம். ஒன்றும் கிடைக்காவிட்டால் ஏதோ அவலோ, பொரியோ இடித்துக் கறுப்புத் தகர டப்பாவில் போட்டு விற்க வந்துவிடுவாள். இன்று அதற்குக்கூட வழியில்லை போலிருக்கிறது.

தத்துவின் முப்பாட்டன்மார்கள் அரண்மனையில் புரோகிதம் செய்தவர்களாம். இந்த நாச்சியார் கோவில், கோதாவரிக் குண்டுகளெல்லாம் அந்தக் காலத்தில் சேர்த்த சொத்தாகத்தானிருக்க வேண்டும். தத்துவின் படிப்புக்கு இருப்புச் சட்டிகூட தானம் கொடுக்கமாட்டார்கள். அவ்வளவு

மட்டமாகக் கொடுக்கவும் தோன்றாது, அவரைப் பார்த்தால். ஆள்தான் மீசையும் பளபளப்புமாக ராஜ கம்பீரமாக இருக்கிறாரே. அப்பனே! ஏழையாகத்தான் படைத்தாயே! கெச்சலா, கருவலாக, நாய் பிடுங்கினாற் போல் படைக்கப்படாதோ! இப்படியா வாட்டசாட்டமாக, மீசையும், வடிவுமாகப் படைக்க வேண்டும்! தானம் கொடுக்கிறவனுக்குக் கொஞ்சமாவது இரக்கம், அனுதாபம் வரவேண்டாம்! அச்சாரம் கொடுத்துப் பண்ணினாற்போலப் படைத்துவிட்டு, அதிர்ஷ்டத்தையும் புத்தியையும் கழித்துவிட்டு... சை! கடவுள் இவ்வளவு சராசரிக்குக் குறைவான படைப்பாளியா?

"என்னய்யா! பிரமாத யோசனையா இருக்கு இன்னிக்கு! என்னமோ சுவரைப் பார்க்கிறீர்! தரையைப் பார்க்கிறீர்! கொஞ்சம் எழுதறீம்! நிற்கிறீம்!" என்று கத்தினான் சிரஸ்தார் பக்கிரிசாமி.

"ஒன்றுமில்லை. நீ உன்னுடைய வேலையைப் பாரு!"

"என்ன சொல்லேன்! நானும் தெரிஞ்சுக்கறேன்!"

"தெரிஞ்சு என்ன பண்ணப் போறே? இந்தாடாப்பா கஷ்டப் படாதேன்னு பத்து ரூபாயைத் தூக்கி கொடுத்திடப்போறியா?"

"ஓகோ – அப்படியா சமாசாரம்! என்னா இப்படி? தேதி பத்துதானே ஆச்சு! அதுக்குள்ளியும் அள ஆரம்பிச்சிட்டியே. ஏனப்பா! எனக்குப் பத்தும் அஞ்சும் கொடுக்க இயலாது. இரண்டு நாள் பொறுத்துக்க! நானும் அப்ப உன்னோட சேர்ந்து அளுவறேன்!"

"ஏன்! நீ நியூஸ் பேப்பர் எல்லாம் மாசா மாசம் போட்டுடறியோ!"

"ஓகோ! அதுவும் ஆயிடிச்சா? பலே ஆளுடாய்யா!" மத்தியானம் மிளகு அவல் சாப்பிடுகிறாற்போல் கூட இல்லை.

வழக்கம்போல் ஆபீஸ் கடையைக் கட்ட ஆறு மணியாயிற்று. மத்தியான டிபனை ஜாடராக்னி துரும்பை எரிக்கிறாற்போல் எரிந்துவிட்டு, வயிற்றில் குமைந்தது. மணிக்கூண்டு ஹோட்டலை நினைத்துக்கொண்டு நடந்து வந்தேன். ஹோட்டலுக்குள் நுழையப் போகிற சமயம், ஹோட்டல் வாசலிலிருந்து வெற்றிலை பாக்குக் கடைக்கு முன்னால் நின்று மேல்நோக்கி மணிக்கூண்டின் முள்ளைப் பார்த்துக்கொண்டிருந்தார் தத்தோஜி – மீசையும் ஒட்டுப் போட்ட பஞ்சகச்சமுமாக. காரும், பஸ்ஸும் நடையுமாக உலகம் தெற்கேயும் வடக்கேயும் விரைந்துகொண்டிருந்தது. தத்து சாவகாசமாக நின்று மணி பார்த்துக்கொண்டிருக்கிறார். மணி பார்க்கும்படியாக என்ன அவசரம் அவருக்கு? இல்லை

தி. ஜானகிராமன்

மணிக்கூண்டு என்ற அதிசயத்தைத்தான் வியந்துகொண்டிருக்கிறாரா?

"என்ன ராயர்வாள்!" என்று கூப்பிட்டேன். ஏதோ சிறு கருணை வெள்ளம் என் மனதில் ஊற்றெடுத்த சமயம் அது.

தத்து திரும்பினார். என்னைப் பார்த்தார். புன்சிரிப்பைப் பெரிது பண்ணினார். "கோடி வீட்டு சாரா! நமஸ்காரம் சார். பேட்டியே கிடைக்கமாட்டேங்கிறதே" என்று அருகே வந்தார்.

"எங்கே இவ்வளவு தூரம்! மணி வேறு பார்க்கிறீர்! என்ன சேதி?"

"சும்மாத்தான் வந்தேன். வீட்டிலே வரச்சொன்னாள்."

"யாரு?"

"என் சம்சாரம். பயாஸ்கோபுக்குப் போயிருக்கா – மூணு மணி ஆட்டத்துக்கு. ஆறேகால் மணிக்கு வருவாளாம். முடிஞ்சா வந்து அழைச்சிண்டு போங்களேன்னாள். அதுதான் இப்படி வந்தேன்."

"சினிமாவுக்கா போயிருக்கா?"

"ஆமா – இந்தக் கொட்டகையிலேதான் ..."

"நீங்க போகலியா?"

"ஒரு டிக்கட்டுக்குத்தான் காசு இருந்தது. அதுவே சான்ஸாகத்தான் அவளுக்குக் கிடைச்சுதாம்."

"அதுக்காக நீர் கூடப் போக வேண்டாமோ ..?"

"இல்லே சார். சொல்றேன், கேளுங்களேன். காலமே ரெட்டிப் பாளையத்திலேந்து மல்லிகைப்பூ கொண்ணாந்தா ஒரு பொம்பிளை. பெரட்டாசி மாசம் மல்லிகைப்பூ வர்றது ரொம்ப அபூருவம் இல்லியா? என் சம்சாரம் சடக்குனு ஒரு சேர் வாங்கிப்பிட்டா, தலைப்பிலே பூவைக் கொட்டிக்கிட்டு உள்ளே போய்ப் பாத்திருக்கா. சில்லறையில்லை. காலமே பூவை வாங்கிப்பிட்டுத் திருப்பிக் கொடுப்பாங்களோ? பக்கத்து வீடுங்கள்ள கேட்டிருக்கா. கிடைக்கல்லே. அப்புறம் ஏதோ பாத்திரத்தை எடுத்துக்கிட்டு ஒரு வேண்டியவா வீட்டிலே வச்சு, ஒரு ரூபா வாங்கிண்டு வந்தா. மல்லிப்பூ பத்தணாத்தான், மீதி ஆறணா இருந்தது. என்ன செய்யலாம்னு கேட்டா, புதுப்படம் இன்னிக்கு வருதாமே. பார்த்திட்டு வாயென்னேன். சரின்னு புறப்பட்டு வந்தா, அழைச்சிண்டு போகணும்!"

'அட துடகாலிகளா?' என்று கத்த வாயெடுத்தேன்.

'வாயை மூடு – அரசிக குடுக்கை' என்று யாரோ பல்லைக் கடிக்கும் குரல் கேட்டது. யார் என்று திரும்பிப் பார்க்கவில்லை. குரல் என் உள்ளேயிருந்து கேட்ட குரல்தான்.

'புத்தி புத்தி' என்று மனசு கன்னத்தில் போட்டுக்கொண்டது. "காப்பி சாப்பிடலாம், வரீறா?" என்றேன். தத்தோஜி மறுக்காமல் வந்தார்.

வீட்டுக்குப் போனபோது, கௌரியின் தலையில் மல்லிகைச்சரம் மோகன வேடு கட்டியிருந்தது, 'உங்களுக்குன்னு கொண்டுவந்தேன் மாமி' என்று கங்காபாய் கொடுத்துவிட்டுப் போனாளாம்.

ரெட்டிப்பாளையம் மல்லிகைப் பூவின் வாசனை உலகத்தில் வேறு எந்த மல்லிகைக்கும் கிடையாதே, அப்பா! என்ன மணம்!

கல்கி தீபாவளி மலர், 1961

வெங்கிடிசார் ஏன் ஓடினார்!

வெங்கிடிசார் இடைகழி மாடத்தில் செருப்பை உதறிவிட்டு உள்ளே வந்தார்; கூடத்து ஊஞ்சலில் உட்கார்ந்தார். "மாலீ, கொஞ்சம் மோர்த் தண்ணி கொண்டாடா கண்ணு, நீர்க்க இருந்தால் போதும். ரொம்ப நீர்க்க இருக்கணும், நீராரத் தண்ணிவிட்டாலும் சரி" என்று அடுக்களையைப் பார்த்துக் கத்தினார்.

"எப்பப்பா வந்தீங்க?" என்று கத்திக்கொண்டே ஓடி வந்தது மாலி. ஊஞ்சல் சங்கிலியைப் பிடித்துக்கொண்டு நின்றது.

"இப்பதான் வரேன்."

"வண்டி கிடைச்சுதா?"

"வண்டி வந்தது, ஏத்திட்டுத்தான் வர்றேன்."

"அப்பா... டீ" என்றது மாலு. ஏதோ பெரிய பாரம் குறைந்தாற்போல் வந்த அந்தக் குரலைக் கேட்டார் அவர். ஆனால் அதன் அர்த்தத்தைக் கவனிக்காதது போலிருந்துவிட்டார்.

"மோர் கொண்டாரலே?"

"அம்மா கரைச்சிட்டு வருது."

"நீர்க்கக் கரைக்கச் சொன்னியா?"

"கெட்டி மோரே கிடையாது."

"ம். என்ன பண்ணிக்கிட்டிருக்கே உள்ளே? நீ படிக்கிறியா?"

"இல்லேயப்பா, பலகையிலே உளுந்தை ஒட்டிக்கிட்டிருக்கேன்."

"கல்லா இருக்கா?"

"ம்க்கும்."

"பள்ளிக்கூடம் இல்லே?"

"இன்னிக்கித்தான் சனிக்கிழமையாச்சேப்பா."

"அரைப் பள்ளிக்கூடம்!"

"இல்லே!"

வெங்கிடிசாரின் மனைவி மோரை எடுத்து வந்தாள்.

"வண்டி கிடைச்சுதா?"

"கிடைச்சுது."

"எல்லாரும் ஒருவளியா தொலைஞ்சாங்கடாப்பா. இப்பதான் அக்கடான்னு இருக்கு ஊடு" என்றது மாலி. வெங்கிடிசார் சிரிப்பைச் சிரமப்பட்டு அடக்கிக்கொண்டார். மனைவி, வந்த சிரிப்பைப் புன்சிரிப்பாக அழுத்திக்கொண்டாள். அதையும் பார்த்துவிடாமலிருக்க முகத்தைத் திருப்பாமல் அவரையே பார்த்துக்கொண்டு நின்றாள்.

இனிமேல் சிரிப்பு தன்னை மீறி வராது என்று தெரிந்தவுடன் "அப்படியெல்லாம் சொல்லப்படாது மாலி" என்று குழைவாக உபதேசம் செய்தார் வெங்கிடிசார்.

"சொன்னா என்னவாம்?"

"என்னவா! நீயே பாரு! வீடு இதுவரைக்கும் எவ்வளவு கலகலன்னு இருந்திச்சு. இப்பப் பார்த்தியா – எப்படி வெறிச்சினு இருக்கு!"

"ஆமாமா!"

"என்ன ஆமாமா? விருந்து வந்தா சந்தோசப்படறதா! விருந்து வரதுக்குக் கொடுத்து வக்யணுமே!"

"நீங்க சொல்லுவீங்க. ஒரு மாசமா எனக்குத் தலாணியே கிடைக்கலே, தெரியுமா!" என்று உதட்டைப் பிதுக்கினது மாலி.

"அது கிடக்கு போ. நீ எனக்கு ஒரு காரியம் செய்வியா?"

"என்ன?"

"விறுவிறுன்னு போறது. நம்ப ஆராமுது சார் வீட்டுக்குப்போயி, அப்பாக்கு லேசா கொண கொணங்குதாம். ஒரு பட்டையிலே

தி. ஜானகிராமன்

ரண்டு தரத்திற்குப் பொடி போட்டுத் தரச்சொன்னாங்கன்னு வாங்கிட்டு வருவியா?"

"சளி பிடிக்கும் போலிருக்கா?"

"ம்க்கும்."

"ரண்டு தரத்துக்குன்னு சொல்லணுமா?"

"ஆமா."

"இதோ வாங்கிவாரேன்" என்று வாசலில் ஓடிற்று மாலி.

"இப்ப என்னாத்துக்கு அதை அய்யங்கார் ஊட்டுக்கு விரட்டணும் வெயில்லெ?"

"எதுக்கு விரட்டினேன்னு தெரிஞ்சுகிட்டே கேக்கறப்ப நான் என்ன பதில் சொல்றது?"

"ஆமாம் – ஏழு வயசுக் குழந்தைக்கே தாள முடியலெ. போதும்டாப்பா விருந்துன்னு அலுப்புப் பிடுங்கு. நாம் சொல்லிக்கலெ. அது சொல்லுது, சொல்லிட்டுப் போகட்டுமே!"

"அதான் சொன்னப்பறம் போச்சொன்னேன்" பர்வதம் சிரித்தாள்.

"எனக்கென்ன தெரியாமலா இருக்கு? வந்த விருந்தை விரட்டிட்டா முடியுமா அதுக்காக?" என்றார் வெங்கிடி சார்.

"வெரட்டணும்னு சொல்லலே ... இருந்தாலும் மட்டுப்படுத்திக்கிட்டாத்தான் தேவலாம். அவங்க வரதுக்கு மேலே நீங்க கொந்திக் கொந்தி உபசாரம் பண்றதும், சீராட்றதும் கொண்டாடறதும் ..! என்னமோ மாசம் ஐந்நூறு ஆயிரம் நமக்கு வராப்போலே அவங்க நெனச்சிட்டு 'டேராப்' போடறதும்."

"இது என்னத்துக்குக் கவைக்குதவாத பேச்சு? வர விருந்தை இங்கே யாரும் உள்ற வரப்படாதுன்னு சொல்றதுக்கு தைரியமிருக்கா உனக்கு?"

"ஒளுங்கா கட்சி பேசறதாக நினைப்பா?"

"உனக்கு வெரட்ட தைரியமிருக்கா? – இல்லையா, பேசாம இரு."

"குழந்தைக்குத் தலகாணி இல்லாம ஒரு மாசம் கையைத் தலைக்கு வச்சுப்படுத்த ஆத்தாமை – இப்ப என்ன?"

"பொறந்த நாள்ளேர்ந்து மாசத்துக்கு இருபது நாளு தலைக்கு அண்டை இல்லாமத்தான் படுத்திருக்கு –"

வெங்கிடி சார் கண்ணை மூடிக்கொண்டுவிட்டார். காதுக்கு இமையில்லாததனால்தான் அப்படிச் செய்தார்.

என்னென்னமோ சொல்லிக்கொண்டிருந்தாள் அவள். அவருக்கு மூடின கண் திறக்கவில்லை. விருந்தாக வந்து தங்குகிற உறவு ஜனங்கள் ஏன் இப்படி நின்று திடீரென்று இவளுக்குப் பிரச்னையாகிவிட்டார்கள்?— நாக்கில் பல்லைப் போட்டுப் பேசவே கூசுகிற விஷயமாச்சே!

நொணநொணவென்று அவள் குறைபாட இன்னும் கேட்கிறது.

அவள்தான் என்ன செய்வாள்! இப்படி ஊர் உறவுக்குச் செய்து போட்டு அவள் உடம்பு தேய்ந்துதான் விட்டது. உடம்பைவிட மனசுதான் தேய்ந்துவிட்டிருக்க வேண்டும். ஒரு நாள், கிழமை என்று வந்தால் பார்க்கும்படியாகக் கட்டிக்கொண்டோம் என்பதற்கு இரண்டு நல்ல மாற்று புடவைக்கு வழியில்லை...

அழுகிறதை அழுது தீர்க்கட்டும் என்று கண்ணை மூடி, ஊஞ்சல் கம்பியைப் பிடித்துக்கொண்டே உட்கார்ந்திருந்தார்.

அந்தக் கொடிக்கால் தெரு எண்பது வீடுகளுமே அவர் எப்படி இவ்வளவு சமாளிக்கிறார் என்று ஆச்சர்யப்படுவதுண்டு. தினம் பொழுது விடிந்தால் நாலு இலைக்கு ஆள் வந்த மணியமாகத்தானிருக்கும் வெங்கிடிசாருக்கு. பாண்டு சோகைக்கு வைத்தியம் பார்க்க வருகிற அவருடைய அத்தைமார்கள், வயிற்றுக்கட்டி ஆபரேஷன், பக்கவாதம், உள் நாக்கு வீக்கம், இப்படிப் பலவகை மருத்துவங்களுக்காக வந்து தங்குகிறவர்கள். மாஜிஸ்ரேட் கோர்ட்டில் ஈரங்கிக்கு வருகிற சுற்று வட்ட கிராமங்களில் உள்ள பந்துக்கள் — சாசனம், பரிவர்த்தனை பதிவு செய்ய வருகிறவர்கள் — ரிஷப வாகனம், வெண்ணெய்த்தாழி, புன்னை வாகனம், தேர் என்று வருகிற திருவிழா, நவராத்திரி வேடிக்கை பார்க்க வருகிறவர்கள் —

ஒன்றிரண்டு பேர் ஒருவீசை சேப்பங்கிழங்கையும் நாலு மரக்கால் அரிசியையும் கொண்டு போட்டுவிட்டு, இரண்டு மாசம் இருந்துவிட்டுப் போகிற சாமர்த்தியசாலிகள் —

ஒரு தடவை இந்த அரிசி கொண்டு போகிற சேதி அவர் வரையில் எட்டி அவர் மனைவியைக் கண்ணில் விரலை கொடுத்து ஆட்டின ஆட்டலில் பர்வதத்துக்கு, யாராவது விருந்தினர்கள் பெரிய மூட்டையோடு வந்தாலே சிம்ம சொப்பனமாக ஆகிவிட்டது.

தி. ஜானகிராமன்

இதெல்லாம் சரி, இல்லாதவர்கள், கொஞ்சமாக இருக்கிறவர்கள், போனால் போகிறது. இருக்கிறவர்கள் கூடவா? திலகுப் பிள்ளைக்கு எழுபது வேலி சொத்து வட்டாறு குடுமுருட்டி பாசனங்களில். மனைவிக்குக் கிறுகிறுப்பு என்று வந்து சேர்ந்தார். இந்த ஊரில் அரண்மனை மாதிரி வீடு கிடைக்கும், இருபது ரூபாய் வாடகைக்கு. ஆனால் வெங்கிடிசார் கொடுத்து வைத்திருக்கிற பொழுது அவருக்கு எப்படி வீடு வாடகைக்கு எடுத்துக்கொண்டு வைத்தியம் பண்ணத் தோன்றும்? எண்ணி நாலு மாசம் இருந்தார். கடைசியில் தங்களை ஆதரவாகக் கவனிக்கவில்லை என்று அவர் மனைவி பட்டம்மாள் பெரிய தாகக் குற்றம் சாட்டினதற்கு, மௌனமாக ஆமாம் போட்டுக் கொண்டே போய்ச் சேர்ந்தார்.

"அம்பாரம் அம்பாரமாய் விளையுதே, இந்தக் குழந்தை கையிலே ஒரு பப்புருமுட்டு வாங்கிக் கொடுத்தாளா?" என்று பர்வதம் குழைந்தாள். "ராமா" என்று வெங்கிடிசார் தலையில் கையை வைத்துக் கண்ணை நாலு விநாடி மூடித்திறந்து அப்பால் போனார்.

"இந்தப் பொம்பிளை ஜன்மத்துக்குப் பெரும் போக்கு எப்படா வரும்?" என்று வார்த்தையில்லாமல் தலையில் வைத்த கை சொல்லிற்று.

"இதென்னய்யா வெங்கிடி! இது என்ன சத்திரமா, வீடா? அவதான் என்ன மனுஷியா, பூதமா – செஞ்சு போடறதுன்னா அவளுக்கு உடம்பிலே திராணி வாண்டாமாங்காணும்?" என்று ஆராமுதுசாரின் தாயார்கூட கேட்டுவிட்டாள். "ரண்டு மாசம் பிறந்த வீட்டுக்கு அனுப்பி வையுமேங்காணும்" என்று வழி சொல்லிக் கொடுத்துவிட்டுப் போனாள். அவரும் அப்படியே செய்தார்.

ஆனால் அந்த இரண்டு மாதமும் போதும் போதுமென்றாகி விட்டது. ஹோட்டலுக்கு அவர் கூடவே வந்து அவருடைய விருந்துபசாரம். பர்வதம் இருந்திருந்தால் முக்கால் செலவுதான் ஆகியிருக்கும்!

வெங்கிடிசாருக்கு வீடமட்டும் இல்லை. வெளியேயும் இந்த மாதிரிதான். ஏதாவது கும்பாபிஷேகம், அன்னதானம், ஆஸ்பத்திரி கட்டுகிறது, பெரியவர்களுக்குப் பணமுடிப்பு அளிப்பது – என்றால் அவரையும் அந்தப் 'பிச்சை'க் கூட்டத்தில் சேர்த்துக்கொண்டேதான் போவார்கள். மூன்றோ, ஐந்தோ தன் பங்குக்குக் கையெழுத்தைப் போட்டுவிட்டு, அவரும் கை ஏந்திக்கொண்டே தெருத்தெருவாய் ஊர் ஊராய் நடந்து வசூல் பண்ணிக் கொடுத்துவிட்டுத்தான் வருவார்.

பாயசம்

இதனால் அவரிடம் 'பிரைவேட் ட்யூஷன்' வைத்துக்கொண்ட பையன்கள் பாதிநாள் காத்துக் காத்துவிட்டு வெறுமே திரும்பிப் போவார்கள். கடைசியில் காட்டாள்சாரிடம் ட்யூஷனை மாற்றிக்கொண்டு விடுவார்கள். காட்டாள்சார் காட்டில்தான் இப்பொழுது மழை பெய்கிறது. காலையில் ஆறுமணிக்குப் பிடித்தால் பள்ளிக்கூட நேரம்போக, இரவு பத்து மணிவரை ட்யூஷன் பையன்கள் மணிக்கு ஐந்து, ஆறு பேர் என்று வந்து வந்து நகர்ந்துகொண்டேயிருப்பார்கள். காட்டாள்சாருக்கு வெளியே மட்டும் இரண்டு சம்பளம் கிடைத்துவிடுகிறது.

வெங்கிடிசாருக்குப் 'பொது மனிதர்' என்ற ஒரு கௌரவம்தான் மிச்சம். அதில்கூட மூளியிருந்தது. பணமுடிப்பு வசூல் செய்வதற்கு அவர் ஊர் ஊராக அலைந்தாலும் கடைசியில், அதைக் கூட்டத்தில் அளிக்கிற பெருமை பஞ்சாயத்து பிரெசிடெண்ட் ஒல்லி ராமையாவுக்குத்தான் போகும். பணமுடிப்பு கொடுக்கிறபோது கண்ணைப் பறிக்கும்படியாக மின்னல் போட்டு எடுக்கிற புகைப்படத்தில் ஒல்லி ராமையாவும் பெரிய மனிதரும்தான் விழுந்திருப்பார்கள். பஞ்சாயத்து டவுனில்கூட வாத்தியாருக்கு அவ்வளவுதான் செல்லுபடி!

இத்தனையையும் ஊஞ்சல் சங்கிலியைப் பற்றி நின்றவாறு விட்டுவிட்டுப் புலம்பிக்கொண்டிருந்தாள் பர்வதம். அவரும் கண்ணை மூடியும் திறந்தும், இரு கைகளையும் தூக்கிப் பிடரிமீது கோத்தும் மூக்கு மலரப் பெருமூச்சு விடுவதுமாகக் கேட்டுக்கொண்டேயிருந்தார். பதிலே பேசவில்லை.

பர்வதம் நிறுத்தவில்லை, அடுத்த மூச்சைத் தொடங்கினாள். அப்பொழுது இடைக்கழிக்கப்பால் வாசல் தாழ்வாரத்தில் ஒரு குரல் கேட்டது.

"ஐய்யா ... ஐ ... யா."

அதைக் கேட்டதுமே வெங்கிடி சாருக்கு உடல் பதறிற்று. பர்வதத்துக்கும்தான்.

"ஐ ... யா ..."

இவ்வளவு தீனமான குரலை அவர் கேட்டதேயில்லை. அந்த ஒரு வார்த்தையை வெளிப்படுத்த அந்த உடல் எவ்வளவு வேதனைப்பட்டிருக்க வேண்டும்!

பர்வதம் சங்கிலியைவிட்டு இரண்டு எட்டு நடந்து எட்டிப் பார்த்தாள். வெங்கிடிசாரும் சரேலென்று ஊஞ்சலிலிருந்து எழுந்துபோய்ப் பார்த்தார்.

"ஐ ... யா!"

தி. ஜானகிராமன்

ஒரு பையன். பேசமுடியாமல் பேசினான். தலைமுடி அழுகாகக் கத்தரித்திருந்தது. கட்டை குட்டையான உடல். பதினான்கு பதினைந்து வயதிருக்கும். இடையில் ஒரு பழைய பழுப்புநிற டிராயர். உடல் திறந்து கிடந்தது. குழைத்த கறுப்பில்லாமல், துருப்பிடித்த தகரக் கறுப்பு.

"யாருப்பா!" என்று பதறினார் வெங்கிடி.

"பசி ஐ... யா, நாலு நாளா பருக்கைசோறு கிடைக்கலெ..."

நிமிர்ந்து நிற்க முடியவில்லை பையனால்; குரலும் எழும்பவில்லை. கம்மித் தொய்ந்தது. அந்த வார்த்தைகளை நெஞ்சிலிருந்து வெளியே கொண்டுவரக்கூட அவனுக்குத் தெம்பில்லை. பசியின் இவ்வளவு கோர சொரூபத்தைக் கண்டதும், வெங்கிடி சாருக்குக் கைகால் எல்லாம் ஒரு தடவை நடுங்கிற்று.

பையன் கண் செருகிக்கொண்டு நின்றது. புருவத்தைச் சுருக்கி முகம் முழுவதையும் வாட்டியிருந்த பசி நிமிர முடியாமல் உடலைக் கூனாக்கிவிட்டது.

வெங்கிடிசாருக்குக் கண்ணில் தெப்பம் கட்டிற்று. எப்படியோ சமாளித்துக்கொண்டு பர்வதத்தைப் பார்த்தார்.

"இன்னும் சமையலே தொடங்கலியே!" என்றாள் பர்வதம், அவரைப் பார்த்துத் தாழ்ந்த குரலில்.

"இட்லி சுட்டிருந்தியே காலமே!"

"தோட்டி ஒரு நாளாவது இட்லி, ஆப்பம் ஏதாச்சிம் தரப் படாதாம்மான்னு கேட்டுக்கிட்டேயிருந்தான். அவனுக்கு நாலைக் கொடுத்துப் பாத்திரத்தை ஒழிச்சேன், நீங்க வரதுக்கு முன்னாலே. அப்புறம் அம்மங்கா மகன் பழையது சாப்பிட்டுப் போச்சு."

"என்ன இப்படி எல்லாத்தையும் துடைச்சு வச்சிட்டே?" என்று சிணுங்கினார். அலமாரியிலிருந்த வெற்று சாக்கலேட் டப்பாவைத் திறந்து பார்த்தார். சில்லறையாகப் பதினாலணா இருந்தது. எட்டணாவை எடுத்து, "கடைத்தெரு மூணு பர்லாங் இருக்கு. ஓட்டல்லே சாப்பிட இது பத்தாது. ரொம்ப தூரம் நடக்கணும், வெயில் வேற, உனக்கு ஏதாவது... ம்... ம்?" என்று பையனிடம் கொடுத்தார்.

வாங்கிக்கொண்ட பையன் குனியமுடியாமல் தரைமட்டம் குனிந்து கும்பிடு போட்டான். இது வேறா? வெங்கிடி அதைப் பார்க்க முடியாமல் முகத்தைத் திருப்பிக்கொண்டார். உள்ளே வந்து திரும்பிப் பார்த்தார். பையன் கூனிக்கொண்டே மெள்ளப் படியில் நடக்கலானான்.

பாயசம்

சத்து மாவையாவது கரைத்துக் கொடுத்திருக்கலாம். காசை மட்டும் கொடுத்தனுப்பிய வேதனையில் இருப்புக்கொள்ளாமல் வாசலைப் பார்க்க நடந்தார். படியில் நின்று பார்த்தார். அவனா அது? வேறு யாருமில்லை. மேற்கே போகிறவன்தான்.

என்ன இது? அவனா இவன்!

பையன் முதுகு விறைக்க விடுவிடுவென்று நடந்துகொண்டிருந்தான். நல்ல பலசாலிகள், முண்டர்களுக்கிருக்குமே அந்த மாதிரி முதுகு. இவனா பசியில் உயிர் போகத் துடித்தவன்! அட களவாணித் தறிதலை!

"தம்பி!" என்று உரக்கக் கூப்பிட்டார்.

பையன் சடக்கென்று திரும்பினான். திரும்புவதில்தான் என்ன சுறுக்கு! குதிரை திரும்புகிற மாதிரி இருந்தது.

"இங்க வாடா?"

"ய் யான்?"

"இங்க வாடான்னா?"

"எதுக்கு?"

"இங்க வாடா சொல்றேன்."

பேசாமல் நின்றான் பயல்.

"என்னடா நிக்கிறியே. இப்படி வாடாங்கறேன்."

பையன் வரவில்லை. வெங்கிடிசாருக்கு கை, காலெல்லாம் ஆவேசம் பரந்தது. ரத்தம் முகத்திற்கு ஏறி கண்கள் ஜொலித்தன.

"தடி திருட்டுப்பயலே. இங்க வாடாங்கறேன், ஏன் என்று கேட்குகிட்டா நிக்கிறே?" என்று ஒரே பாய்ச்சலாகப் பாய்ந்தார்.

பையன் எடுத்தான் ஓட்டம். வெங்கிடி சார் துரத்திக்கொண்டு ஓடினார். பையன் பறக்கிற மாதிரி ஓடினான். என்ன வேகம்! நல்ல முண்டன்.

"பிடிங்க அந்தப் பயலை" என்று தெருக்கோடியில் நின்ற ஒரு ஆளைப் பார்த்து ஜாடை காட்டிக் கத்தினார் வெங்கிடி சார். அவன் பயலைப் பிடிக்கப் போனான். பையன் நழுவிட்டு சாலியத் தெருவில் புகுந்துவிட்டான்.

"விசுவம், சித்தே ஓடேன். அந்தப் பயலைப் பிடி சொல்றேன். இதோ சாலியத் தெருவிலே ஓடறான்" என்று கோடி வீட்டில் திண்ணையில் உட்கார்ந்து வாசித்துக்கொண்டிருந்த ஒரு பையனைக் கூப்பிட்டார் அவர்.

தி. ஜானகிராமன்

உடனே புஸ்தகத்தை அப்படியே ஜன்னல் வழியாக உள்ளே எறிந்துவிட்டு ஓடினான் விச்வம்.

சாலியத் தெருவுக்குள் இருவரும் ஓடினார்கள். சற்று நின்று திரும்பிப் பார்த்த பையன், மறுபடியும் ஓட ஆரம்பித்தான். தைக்கால் தெரு, வாணக்காரத் தெரு, குயத்தெரு என்று இப்படி ஓடினான். வெங்கிடி சாரால் ஓட முடியவில்லை. சிறு ஓட்டமாக ஓடி பெருநடையாக நடந்து ஒரு வீட்டு வாசலில் பந்தல் நிழலில் நின்றார். மேல்மூச்சு வாங்கிற்று. பத்து நிமிஷம் கழித்து விச்வம் வெறும் கையோடு திரும்பி வருவதைப் பார்த்தார்.

"அந்தப் பயலைப் பிடிக்க முடியலெ சார். என்ன ஓட்டம் ஓடறான்! வாய்க்கால் தெருவுக்குள்ளாக ஓடினான். ரெட்டியார் ரைஸ்மில் வழியாக ஓடினான். அப்படியே ஓடி மறைஞ்சிட்டான், பஸ் ரோடு திருப்பத்திலே. சிட்டாப் பறக்கறான் சார்! என்னாலெ முடியலெ. என்ன சார் – எதையாவது திருடிட்டானா சார்?" என்று நிதானமாகக் கேட்டான் விச்வம்.

வெங்கிடிசார் விவரமாக விஷயங்களைச் சொன்னார்.

"எட்டணாத்தானே சார். தொலைந்தது சார். தலை முழுகி விடுங்க" என்றான் பையன்.

"அது தெரியும்டா எனக்கு. அந்தப் பய என்னை அழவச்சிட்டான். அப்படி ஏமாத்துறான். உசிரு போயிடறாப்பல்ல பசி பசின்னு வேஷம் போட்டான். அப்புறம் வெளியிலே வந்து பார்க்கறப்ப, சும்மா நாற்காலி முதுகு மாதிரி முதுகை வளைச்சு வெறச்சிட்டுல்ல போறான்."

விச்வம் சிரித்தான்.

எதற்காகச் சிரிக்கிறான் இங்கிதம் தெரியாமல்? ஆறாவது பாரம் படிக்கிறானாம்! போத்து மாதிரி வளர்ந்திருக்கிறான். மண்டைக்குள் ஏதாவது இருந்தால் இப்படிச் சிரிப்பானா? இந்தக் காலத்துப் பிள்ளைகளே இப்படித்தான் இருக்கிறதுகள்.

"சரி, நீ போய்ட்டு வா. நான் இப்படிக் கடைத் தெருவுக்குப் போய்ட்டு வரேன்" என்று அவனை அனுப்பிவிட்டு நடந்தார் அவர்.

அவருக்கு இன்னும் ஆத்திரம் அடங்கவில்லை. வாய்க்கால் கரைத் தெரு வழியாக நடந்து ரெட்டியாரின் நெல்லுமிஷன் பக்கம் போய் சற்று ஒதுக்கமாக நின்றார். விச்வம் ஓட்டத்தைக் கைவிட்டுவிட்டுத் திரும்பின இடம் இதுதான். ரெட்டியார் மில்லுக்குப் பக்கத்தில் ஒரு பெட்டிக் கடை – சற்று உள்ளடங்கினாற் போல இருக்கும். அதன் சார்ப்பில் இருந்து ஒரு விசுப்பலகையில்

பாயசம்   237

உட்கார்ந்து, கடன் சொல்லி இரண்டு பூவன் பழமும், லைம் ஜூஸும் வாங்கிச் சாப்பிட்டார். உட்கார்ந்திருந்தார்.

இவருக்கு லேசாக ஒரு நம்பிக்கை, பயல் இப்படிப் போனாலும் போகலாம் என்று. கடைத் தெருவுக்கு இப்படித்தான் நடந்து போகவேண்டும். எட்டணாவை வேறு எங்கே செலவழிப்பது?

பெட்டிக்கடை ஒரு நிமிஷம் சும்மா இல்லை. உப்பு, மண்ணெண்ணெய், வெற்றிலை பாக்கு, மிளகாய், பீடி, கத்தைப் புகையிலை, கடலை, எள்ளுருண்டை, ஸ்லேட் குச்சி – இப்படி ஏதாவது வியாபாரம் நடந்துகொண்டேதானிருந்தது. பார்க்கப் பார்க்க விநோதமாயிருந்தது. 'நாம்கூட இந்தமாதிரி ஒரு இடத்தில், மூன்று சாலைகள் கூடுகிற இடத்திற்கருகில் பெட்டிக்கடை வைத்தால், எதிரே கண்ணுக்கெட்டின வரை பசபசவென்று பரந்துகிடந்த வயல் காட்சியையும், தென்னந் தோப்புகளையும், மேகங்களையும், இளங்காற்றையும் ரசித்தார்போலிருக்கும்; தொழிலுக்குத் தொழிலுமாச்சு, என்று அவருக்குத் தோன்றிற்று.

"ஒரு கலர் சோடா கொடுங்கய்யா – கோலி பாட்டில்" என்று ஒருவன் வந்தான். கடைக்காரர் கலரை எடுத்தார்.

வெங்கிடி கவனித்துப் பார்த்தார். அதே பயல்தான்! கண்டு கண்டாக சதை. நெருங்கிக் கத்தரிக்கப்பட்ட தலைமுடி. அவன் இந்த வழியாகப் போகலாம் என்றுதான் அவர் நினைத்தார். ஆனால் இந்தக் கடைக்கே வந்து சிங்கத்தின் வாயிலே நேராக விழுவான் என்று அவர் எதிர்பார்க்கவில்லை.

"ஆம்பிட்டுக்கிட்டியா?" என்றார். அவன் திரும்பினான், அவரைப் பார்த்தான், உடனே ஒரே பாய்ச்சலாக வெளியே பாய்ந்து ஓடினான்.

பயல், ஸ்டேஷன் சாலையில் திரும்பி ஓடினான். நல்ல தடிப்பயல், பதினைந்து வயதாயிருந்ததால் மார்பின் இரு பாரிசமும் எஃகுப் பட்டம் தைத்தாற் போலிருந்தது.

திரும்பித் திரும்பிப் பார்த்துக்கொண்டே ஓடினான். அவன் எத்தனை தூரம் ஓடினாலும் சரி இன்றைக்குப் பிடித்துவிடுவது என்று ஓடினார். வெங்கிடி சார் தலை தெறிக்க ஓடினார். அவனைப் பிடி என்று சொல்ல அங்கு ஆள் இல்லை. மூச்சைக் கையில் பிடித்துக்கொண்டு ஓடினார். ஏதோ கல் இடறவே, மடேர் என்று விழுந்தார். நாலு தடவை உருண்ட பிறகுதான் அவர் உடம்பு நின்றது.

238   தி. ஜானகிராமன்

முழங்கால், தோளெல்லாம் சிறாய்த்துவிட்டது, அடியில்லை. வலியில் முழங்கை துடித்தது, தரை தாக்கிய அதிர்ச்சியில் கண்ணில் பொறி பறந்தது.

அந்தப் பயல் தூர நின்று சிரித்தான். கவனித்தான். பேசாமல் நின்றான். பின்பு என்ன நினைத்துக்கொண்டானோ! திரும்பி வந்தான். வீசி அந்த எட்டணாவை அவர் முகத்தைப் பார்க்க எறிந்தான். ஓடியே போய்விட்டான்.

வெங்கிடிசார் காசை எடுத்தார். பரதைப் பயலே என்று கத்தினார். எழுந்தார். சுற்றும் முற்றும் பார்த்தார். சாலையிலே அந்தக் காசை வீசி எறிந்தார். விந்தி விந்திக்கொண்டே ஜில்லா போர்ட்டு ஆஸ்பத்திரியை நோக்கி நடந்தார்.

ஆனந்த விகடன் தீபாவளி மலர், 1961

ஸ்ரீராமஜெயம்

வேலுமாரார், ராகவாச்சாரியைக் கவனித்துக் கொண்டேயிருந்தான். அன்று மாத்திரமில்லை; நாலு நாளாகவே இந்தக் கவனம் நடந்து வருகிறது. ஆனால் அந்த கவனத்தில் சந்தேகமோ கல்மிஷமோ இல்லை. ஒரு வேடிக்கை – அவ்வளவுதான்.

இந்த அச்சாபீஸில் அவன் காவல்காரனாக வந்து இருபது வருஷம் ஆகிவிட்டது. அவனுக்கு மூத்த மூதாதை ராகவாச்சாரி. அவர் ப்ரூப் ரீடராக வந்து இருபத்து ஆறு வருஷமாகிறது. இந்த அச்சாபீஸிலேயே சொந்தக்காரருக்கு அடுத்த பெரியவர் அவர்தான் – வயது, ஊழிய காலம் இரண்டிலும். வேலுமாராருக்குத் தெரிந்து இருபது வருஷமாக, ஆபீசு ஆரம்பிக்கிற எட்டரை மணிக்கு முன்னால் ராகவாச்சாரி இந்தக் கட்டடத்தில் நுழைந்து அவன் ஒரு நாள்கூடப் பார்த்ததில்லை. ஒரு நாள்கூட என்று சொல்வது தவறு; ஒரே ஒரு நாள் இரண்டு நிமிஷம் நேரத்திற்கு முன்னால் வந்தார். அன்றுதான் ஜப்பான்காரன் சென்னை மீது குண்டு வீசிவிட்டுப் போனான்!

ராகவாச்சாரி எட்டு முப்பத்தைந்திலிருந்து ஒன்பதேகால் மணிக்குள் ஏதாவது ஒரு நிமிஷத்தில் ஆபீசுக்குள் வாயில் வெற்றிலை மணக்க நுழைகிற வழக்கம். காலர் இல்லாத ஒரு காக்கிச் சட்டை – அரைக்கைச் சட்டைதான் அவருக்குப் பிடிக்கும். நாலு ஐந்து வருஷத்திற்கு ஒரு ஜோடி சட்டை தைத்து, தோய்த்துத் தோய்த்துப் போட்டுக்கொண்டு வருவார். கோட்டுத் துணியாக வாங்கிச் சட்டையாகத் தைத்த விசேஷம், ஜோடி நாலைந்து வருடமாவது தாக்கும்

தி. ஜானகிராமன்

பிடிக்கும்! பிறகு மூட்டும் ஒட்டுப் போட்டும் ஒரு வருடம் ஒட்டிவிட்டு, ஐந்தாவது அல்லது ஆறாவது தீபாவளியன்று புதுச்சட்டையில் புகுந்து கொண்டுவிடுவார். முகத்தில் அம்மை வடு. அம்மை போட்டு ஒரு கண் பார்வை சற்று மங்கிவிட்டது. அதற்காகத்தான் இடது கண்ணுக்கு ஒரு பூதக்கண்ணாடி. வலது கண் நல்ல கண்; வெறுங் கண்ணாடியால் பார்க்கும் அது. வலது கண்ணைப்போல இரண்டு மடங்கு பெருத்து, பூதக்கண்ணாடி வழியாக விழிக்கும் இடது கண் அவர் முக அழகைக் கெடுத்துவிடவில்லை. அம்மை வடுவோடும் வழுக்கைத் தலையோடும் அதுவும் பாந்தமாகத் தான் இருந்தது.

"ஏன் லேட்?" என்று அவரை யாருமே கேட்டதில்லை. அவருடைய சட்டையையோ இடது கண்ணையோ பார்த்து அதன் பின்னால் மறைந்து ஏங்கின நாலு பெண் குழந்தைகளையும் மூன்று ஆண் குழந்தைகளையும் முதலாளி பார்த்துவிட்டாரோ என்னவோ – சாய்த்தாற்போல இருந்து விட்டார். இன்று வரை யாருமே அவரை ஏன் தாமதம் என்று கேட்டதில்லை.

வேலுமாராரும் அவருக்கென்று இதயத்தில் ஒரு இடம் ஒதுக்கியிருந்தான். இருபத்தாறு வருடமாக அதே மேஜை முன்னால் உட்கார்ந்து அதே பழுப்புக் காகிதத்தில் வரும் கோடானுகோடி அச்சுப் பிழைகளைப் பார்த்துப் பார்த்து மன்னிக்கிற காருண்யம் மகத்தான காருண்யம் என்று அவன் நினைத்திருக்க வேண்டும். நடுப்பகல் ஒரு மணிக்கு மணியடித்ததும் இந்த ஆபீசே அப்படியே போட்டது போட்டபடி குழாயடிக்குக் கை கழுவ ஓடும். அந்த ஒரு மணி நேரத்தில் மகா விஷ்ணுவே வந்தால்கூட மரியாதை காட்டமாட்டார்கள்; எழுந்திருக்க மாட்டார்கள். ராகவாச்சாரி மட்டும் இந்த விடுதலையில் நம்பிக்கை இல்லாமல் ஒன்றரை மணிக்குப் பேனாவைக் கீழே வைப்பார். கைகால் அலம்பிவிட்டு அலுமினிய டப்பாவைத் திறந்து அதில் இருக்கிற தேங்காய்ச் சாதத்தையோ மோர் சாதத்தையோ நாலைந்து கவளமாக உள்ளே தள்ளிவிட்டு ஒரு டம்ளர் தண்ணீரைச் சாப்பிட்டுவிட்டு மறுபடியும் பேனாவைக் கையில் எடுத்துவிடுவார். ஐந்து நிமிஷத்திற்கு மேல் சாப்பாட்டிற்கு வீணாக்காத அவருடைய பெருந்தன்மைக்காக ஒரு பெரிய இடமே வேலுமாராரின் மனத்தில் அவருக்காக ஒழித்து விடப்பட்டிருந்தது.

அவருக்கு ஆசை கிடையாது. இந்த ஆபீசில் நடந்த எத்தனையோ வேலை நிறுத்தங்களில் அவர் கலந்துகொண்டதில்லை. கலந்துகொள்ளவில்லையே என்று கம்பாஸிட்டர்களோ மற்றவர்களோ அவருடைய வெள்ளி விளிம்பு மூக்குக்

கண்ணாடியைப் பிடுங்கியதும் இல்லை. காக்கிச் சட்டையைக் கிழித்ததும் இல்லை. முதலாளிக்குத் தெரிந்த குடும்பக்காட்சி தொழிலாளி கண்ணுக்குத் தெரியாதா?

வேலுமாராருக்கு எப்போதாவது ஒழிந்தால் ராகவாச்சாரியின் மேஜைக்குப் பின்னால் வந்து நிற்பதுதான் பொழுதுபோக்கு. முன்னால் நிற்பதில்லை; பின்னால் நின்றால்தானே அவர் திருத்துகிறது தெரியும்! ராகவாச்சாரிக்கு விரல்கள் பெரியவை. அந்த விரல்களில் அவர் பேனாவைப் பிடித்துத் திருத்தும் லாகவத்தை நாள் முழுவதும் பார்க்கலாம். பேனாவைக் கழுத்தைப் பிடித்து எழுதுகிறவர்கள் மன முதிர்ச்சி இல்லாதவர்கள் என்றும், நடுவில், வயிற்றில் பிடித்து எழுதுகிறவர்கள் பக்குவமும் லாகவமும் உள்ள விசேஷ மனிதர்கள் என்றும் வேலுமாராருக்கு ஒரு அபிப்பிராயம் உண்டு. ராகவாச்சாரிக்கு மனப்பக்குவம் சராசரிக்கு அதிகம் என்றுதான் அவன் தீர்மானம் செய்து வைத்திருந்தான்.

ராகவாச்சாரி வேலை செய்யும்போது இந்தண்டை அந்தண்டை பார்ப்பதில்லை. மத்தியானம் மூன்று மணி சுமாருக்குப் பேனாவை மேஜை மேல் வைத்துவிட்டு வலது கையை ஒரு உதறு உதறிவிட்டு, இரண்டு கைகளையும் மேலே உயர்த்திச் சோம்பல் முறிப்பார்; திரும்புவார்; வேலுமாரார் அங்கு வந்து நின்றிருந்தால் "மாரார், ஒரு காரியம் பண்ணுவியா?" என்பார்.

"என்ன சாமி?"

"வெத்திலைபாக்கு வேணும்!"

"வாங்கி வரேனே."

1944 – ம் வருஷத்திற்கு முன்னால் ஒரு தம்பிடிக்கு வெற்றிலை சீவலும் ஒரு தம்பிடிக்குப் புகையிலையும்தான் அவர் வாங்குகிற வழக்கம். அதற்குப் பிறகு அந்த இரண்டு தம்பிடிகளின் வேலையைச் செய்ய அரையணா வேண்டியிருந்தது.

"என்ன அநியாயம் சாமி!" என்று சொல்வதைத் தவிர வேறு ஒன்றும் வேலுமாராரால் செய்ய முடியவில்லை. அவனுக்குப் பீடிப் பழக்கம்கூட கிடையாது. அவனால் செய்ய முடிந்தது ஒன்றுதான். அச்சாபீசுக்குப் பத்துக் கடை தள்ளி ஒரு நாயர் பெட்டிக் கடை வைத்திருந்தான். பக்கத்துக் கடைகளையெல்லாம் விட்டு, அதுவரையில் நடந்துபோய் ஸ்வதேச அபிமானத்தைப் பயன்படுத்தி இரண்டு மூன்று வெற்றிலை அதிகப்படியாகத் தண்டி வாங்கி வருவான் மாரார்.

என்னவோ அவர்மேல் அவனுக்கு ஒரு தனிப் பரிவு, தனி அநுதாபம். வறுமை இப்படிப் பொறுமையும் பெருமையுமாக நடமாடுகிற விந்தைதான் அவனை இப்படி ஈர்த்திருக்க வேண்டும்.

தி. ஜானகிராமன்

இந்த ராகவாச்சாரி இப்போது நாலு நாளாக எட்டு மணிக்கே வேலைக்கு வந்துவிடுகிறார். முதலாளியே வராத நேரம். தொழிலாளிகள்கூட ஆபீஸுக்குப் பக்கத்திலும் முன்னாலும் உட்கார்ந்து காக்கத் தொடங்காத நேரம்.

முதல்நாள் எட்டு மணிக்கே வந்தவர் சிறிது நேரம் உட்கார்ந்து முதலாளியின் கண்ணாடி அறையைப் பார்த்துக் கொண்டேயிருந்தார்.

"சாமி என்ன இவ்வளவு சீக்கிரம் இன்னிக்கு?" என்றார் வேலுமாரார்.

"ஒரு நாளைக்கு ஒழுங்காயிருப்போமே!" என்று புன்சிரிப்புச் சிரித்தார் ராகவாச்சாரி. என்றுமே காணாத புன்சிரிப்பைக் கண்ட வேலுவுக்கு மனசு நிறைந்து வழிந்தது. இந்த மனிதனையும் சந்தோஷமடையும்படி செய்துவிட்டானே பகவான் என்று எண்ணி மகிழ்ந்தான் அவன்.

அடுத்தடுத்து நாலு நாள் அதே மாதிரி அரைமணிக்கு முன்னாலேயே வந்துகொண்டிருந்தார் ராகவாச்சாரி. அக்ஷய திருதியைக்குக் கருடசேவை பார்க்கக் காஞ்சீபுரம் போவதற்காக வருஷா வருஷம் மூன்றே மூன்று நாள் அவர் லீவு எடுக்கிற ஆச்சரியத்தைவிட நாலு நாள் அவர் நேரத்திற்கு அரைமணி முன்னே வருவது பெரிய அற்புதம் என்று வேலுவுக்குத் தோன்றியதும் அற்புதமில்லை.

நாலாம் நாள் மாலை வீட்டுக்குப் போகும்போது, "நான் நாளைக்கு வரவில்லை, மாரார்; லீவு போட்டிருக்கேன்" என்றார் ராகவாச்சாரி.

"என்ன சாமி, காஞ்சிபுரத்திலே உங்களுக்கு ஸ்பெஷல் கருட சேவையா?"

"அதெல்லாம் இல்லை. எங்க அண்ணா ஊரிலேந்து வந்திருக்கார். அவர் ஜாஸ்தி வந்ததே இல்லை. நாளைக்கு அவரோட பேசிண்டிருக்கலாம்னு ..."

"நல்லா, நல்லா!"

மறுநாள் காலையில் ஏழேமுக்கால் மணிக்கு அவர் ஆபீசுக்கு வந்தபோதுதான் வேலுமாராருக்குச் சற்றுத் திகைப்பாக இருந்தது.

"லீவு கான்சலா சாமி?" என்றான்.

"இல்லேப்பா, கொத்தவால் சாவடிக்கு வந்தேன் – அண்ணா வந்திருக்காரே – கறிகாய் வாங்கணுமே சாப்பாட்டுக்கு! முதலாளியையும் பார்க்கணும்; கொஞ்சம் பணம் வேணும்."

"நேத்து லீவு எடுக்கிறபோது கேட்கப்படாது?"

"என்னமோ அப்ப தோணலே."

"சரி, இருங்க" என்றான் வேலு.

ராகவாச்சாரி எங்கு வேண்டுமானாலும் போகலாம், வரலாம் – ஆபிசுக்குள். அவருக்கு அவ்வளவு சுதந்திரம் உண்டு. வீட்டிலே நடமாடுகிற பூனைக்குட்டியை அடுக்களைக்குள் வராதே, அங்கு வராதே, இங்கு வராதே என்று யார் விரட்டப்போகிறார்கள்? விரட்டுகிறவர்கள் கருணையில்லாதவர்களாகத்தான் இருக்க முடியும்.

ராகவாச்சாரி வெளியே ஒரு நாற்காலியில் உட்கார்ந்தார். சற்றுக் கழித்து உதவி மானேஜரின் நாற்காலியில் உட்கார்ந்தார். அங்கும் இருப்புக் கொள்ளாமல் டெலிபோன் ஆபரேட்டர் மேரி உட்கார்கிற ஸ்டூலில் உட்கார்ந்துகொண்டார். அங்கும் இருப்புக் கொள்ளாமல் டைப்பிஸ்ட் நாற்காலிக்குப் போனார். கடைசியில் கண்ணாடி அறையைத் திறந்து முதலாளியின் மேஜைக்கு முன்னால் உள்ள விசிட்டர்கள் நாற்காலியிலேயே உட்கார்ந்துவிட்டார்.

சற்றைக்கொருதரம் வாசலிலிருந்து உள்ளே வந்து வேலுமாரார் அவரைக் கவனித்துக்கொண்டிருந்தான். கால்மணியாயிற்று. இப்போது இடம் மாற்றவில்லை அவர்; கண்ணாடி அறைக்குள்ளேயே இருந்தார்.

வேலுமாரார் மறுபடியும் வாசலில் வந்து நின்றான். மணி எட்டு பத்து; அச்சுக் கோப்பவர்கள் நாலைந்து பேர் எதிர்த்த மூக்குக் கண்ணாடி கடை வாசலில் வந்து உட்கார்ந்திருந்தார்கள். போர்மன் சுப்ரமண்யன் பக்கத்து வெற்றிலை பாக்குக் கடையில் சிகரெட் பிடித்துக்கொண்டிருந்தான்.

"மாரார், ஐயாட்ட நான் வந்திட்டு போனேன்னு சொல்லு. கறிகாயை வாங்கிக் கொடுத்திட்டு ஒரு மணியிலே வரேன்" என்று சொல்லிக்கொண்டே வாசல்படி இறங்கினார் ராகவாச்சாரி.

"இன்னும் பத்து நிமிஷத்திலே வந்திருவாங்களே முதலாளி."

"இல்லேப்பா, அப்புறம் சமையலுக்கு லேட்டாயிடும். நான் காய்கறியை வாங்கித் தந்துட்டு ஒன்பது மணிக்கு வரேன்." என்று முகத்தைப் பார்க்காமலே சொல்லிக் கோண்டு தெருவில் இறங்கினார் அவர்.

தி. ஜானகிராமன்

வேலுமாராருக்குச் சந்தேகப்படுவதுதானே வேலை? சந்தேகப்படுவதற்காகவே அறுபது ரூபாய் சம்பளம் கொடுக்கிறபோது ஏன் சந்தேகப்படாமலிருக்க வேண்டும் என்ற பேய் நினைவு தோன்றிவிட்டது.

"இப்படி வாங்க சாமி. ஒரு விஷயம்" என்றார் மாரார்.

"எனக்கு நிக்க நேரமில்லை" என்று நகர்ந்தார் ராகவாச்சாரி.

பேயின் உருவம் இப்போது பெரிதாகிவிட்டது.

"பரவாயில்லை, வாங்க!"

"என்ன விசேஷம்?" என்று நின்றுகொண்டே கேட்டார் அவர்.

"அங்கேயே நின்னுக்கிட்டு கேக்கிறீங்களே?"

"எனக்கு நாழியாச்சுப்பா!"

"இப்படி ஒரு செகிண்டு வந்திட்டுப் போயிருங்களேன்."

"எதுக்கு?"

"உங்க பையைப் பார்க்கணும்."

"என் பையையா? என் பையிலே எட்டணாதான் இருக்கு. நான் என்ன செய்வேன்?" என்று காக்கிச் சட்டையின் தையல் பிரிந்த பையைத் தொட்டுக் காட்டினார் ராகவாச்சாரி.

"சட்டைப் பையை இல்லை; கைப்பையை!"

"கைப் பையையா? எதுக்கு?"

"பாக்கறேனே ..." என்று கீழே இறங்கிவிட்டான் வேலு.

"எதுக்கு?" என்று சொல்லிக்கொண்டே தெருவில் நின்றவர் 'விறுவிறு'வென்று படியேறினார்.

"சும்மாத்தான்" என்று வேலு பையைப் பார்த்தான். மேலே இருந்த அழுக்குத் துண்டை எடுத்தான். உள்ளே வாயை அகட்டிப் பார்த்தான். கையை விட்டு எதையோ எடுத்தான். பளபளவென்ற பைண்ட் செய்த பெரிய நோட்டுப் புத்தகம். ஐந்நூறு பக்கம் உள்ள நோட்டு. பிரித்தான்; ஒன்றுமே எழுதாத புதுநோட்டு!

"முதலாளி மேஜைமேல் இருந்தது இது." என்றான் அவன்.

"நோட்டா! அடெடே! பார்த்துண்டேயிருந்தேன்; தவறிப்போய்ப் பையிலே போட்டுனுட்டேன் போலிருக்கு" என்றார் ராகவாச்சாரி.

அவர் முகத்தை ஏறிட்டுப் பார்த்தான் வேலு.

"நீங்க தவறி எடுக்கலே. இதை எடுக்கத்தான் நாலு நாளா இங்க பராந்து மாதிரி வட்டமிட்டீங்க"

"ஏய் என்னது! யாரைப் பார்த்துச் சொன்னே? இது என்னத்துக்குடா எனக்கு?"

"அதெல்லாம் தெரியாது எனக்கு. நீங்க இப்படியே உட்காருங்க. முதலாளி வந்தப்புறம் போகலாம்."

"இதை நீயே வச்சுக்கோ எனக்கு என்னத்துக்கு? நான் போணும்" என்று வேகமாக வாசல்படியைக் கடக்கப் போனார் அவர்.

கையில் இருந்த லத்திக் கழியைக் குறுக்கே பிடித்து நிலையில் எதிர்ப் பக்கத்தில் ஊன்றிக்கொண்டான் மாரார்.

"என்னதாது விளையாடறே?" என்று புன்சிரிப்புச் சிரித்தார், தடைப்பட்ட ராகவாச்சாரி.

மாரார் கண்ணுக்கு அந்தச் சிரிப்பில் காவிதான் தெரிந்தது. சத்தியம் தெரியவில்லை.

"நீங்க போய் உட்காருங்க" என்றான், கடுமையோ சுவாதீனமோ இல்லாத வறண்ட குரலில்.

"என்னடா அதிகப்பிரசங்கியா இருக்கே?" என்று இடது விழி பெருக்க விழித்தார் ராகவாச்சாரி.

"சும்மா கத்தாதீங்க. நீங்க கத்தினீங்கன்னா, மத்தவங்களுக்குத் தெரிஞ்சுபோயிடும். அப்படி அசிங்கம் பண்ண வேண்டாம்னு பார்க்கறேன் நான். முதலாளி வரட்டும். கண்ணாடி ரூம்லெ உங்களைக் கொண்டு நிறுத்தறேன். கதவைச் சாத்திக்கிட்டு இதைச் சொல்றேன். அப்புறம் அவர் சொல்றபடி கேக்கறேன். ஒருத்தருக்கும் காதிலே விழாது."

"சரிடா, நீ இதைப் போய்ச் சொன்னா முதலாளி நம்பிடுவாரா?"

"நம்பாம இருக்கணும்னுதான் நான் வேண்டிக்கறேன்."

"அப்படின்னா உனக்கு வேலை போயிடும்; இல்லாட்டா அபராதம் விழும். தெரியுமா?"

"விழட்டும், நான் எனக்குத் தோண்றதைச் சொல்லணும்; அதுதான் கடமை. இல்லாட்டி முதலாளிக்குத் துரோகமாயிடும்."

"சரி; நீ சொன்னதை அவர் நம்பி அவர் என்னை வேலையை விட்டுத் தள்ளிப்பிட்டார்னா – ஏழு குழந்தைகள் பட்டினி கிடக்குமே; அதை யோசிச்சுப் பாத்தியா?"

தி. ஜானகிராமன்

இதைக்கூடச் சற்று மிரட்டலாகத்தான் கேட்டார் அவர்.

"நாம என்ன சாமி செய்யறது! நம்மாள் சிரசிலெ எப்படி லிகிதமோ!"

"உனக்கு ரொம்பப் பாவம் சம்பவிக்கும்."

"நீங்கதான் எடுக்கலேன்னு சொல்றப்ப, ஏன் இந்தக் கவலை? பகவான் ரக்ஷிக்கட்டும்!" என்றான் வேலு மாரார். "என் டீட்டியை நான் செய்யணுமா இல்லையா? எனக்குச் சம்சயம் வந்திருக்கு."

ராகவாச்சாரி பெருமூச்சு விட்டுக்கொண்டே உதவி மானேஜரின் மேஜைக்கருகில் உட்கார்ந்துகொண்டார்.

எட்டு இருபத்தைந்து கார் வந்து நின்றது. முதலாளி இறங்கினார். உள்ளே வரும்போதே "என்ன ஸ்வாமி! என்ன அதிசயமாயிருக்கு!" என்று கேட்டுக்கொண்டே கண்ணாடி அறைக்குள் போனார்.

வேலு நோட்டுப் புத்தகத்தை எடுத்துக்கொண்டு ராகவாச்சாரியை முன்னால் போகச் சொல்லி உள்ளே சென்றான்.

ராணுவ முறையில் சலாம் செய்தான்.

"சாமி ஏழே முக்காலுக்கே ஆபீசு வந்தாங்க. ஏழு ஐம்பதுக்கு இந்த உள்ற வந்து உக்காந்தாங்க உங்களைப் பார்க்கணும்னு. திடீர்னு அப்புறம் வந்து பார்க்கறேன்னு கிளம்பிட்டாங்க. பையை 'ஸர்ச்சு' பண்ணினேன். இந்த நோட்டு இருந்தது!" என்று சொல்லிவிட்டு நின்றான் வேலு.

முதலாளி "என்னய்யாது!" என்று நோட்டை வாங்கிப் பிரித்துப் பார்த்தார். "தினப்படி கொடுக்கிற சில்லறைக் கணக்கு எழுதுன்னா பண்ணச் சொன்னேன் இந்த நோட்டை, இது எதுக்கு உமக்கு?"

"எனக்கு வாண்டாம்; ஏதோ பார்த்துண்டேயிருந்தேன். அசதி மறதியா பைக்குள்ளே போட்டுனுட்டேன் போலிருக்கு."

"அப்ப, மேலேயிருந்துண்டு உள்ளல்ல அழுங்கியிருக்கணும்!" என்று வேலு, நோட்டுக்கு மேல் துணியிருந்ததை விலக்கிக் காண்பித்தான். மறுபடியும் கண்ணைத் துடைத்துக்கொண்டார் ராகவாச்சாரி.

"அதுக்கு என்னைக் கேட்கப்படாதா? இந்த மாதிரி பத்து நோட்டுப் பண்ணித் தரமாட்டேனா?... சரி போம்! ஏய் மாரார், பைண்டர்கிட்டச் சொல்லி இந்த மாதிரி பத்து நோட்டு பண்ணி

பாயசம்   247

இவர்கிட்ட கொடுக்கச் சொல்லு. சாயங்காலத்துக்குள்ள கொடுக்கணும்.

"சரி சார்!"

"சரி, போம்யா – போய் வேலையைப் பாரும். இனிமே ஏதாவது வேணும்னா எங்கிட்ட வந்து கேளும். இது என்ன அசட்டுத்தனம் இந்த வயசிலே! எழுந்திரும்!"

ராகவாச்சாரி எழுந்து கண்ணாடி அறையை விட்டுத் தன் மேஜையை நோக்கிப் போனார். வேலுமாரார் மணி அடித்துவிட்டு முதலாளியின் உத்தரவைத் தெரிவிப்பதற்காகப் பைண்டிங் இலாகாவுக்குச் சென்றான். ராகவாச்சாரிக்கும் தாம் அன்று லீவு எடுத்துக்கொண்ட நினைவு வராமலே போய்விட்டது.

வெளிவந்த இதழ் காலம் தெரியவில்லை

தி. ஜானகிராமன்

பிடி கருணை

வாழப்பட்டுசாமி இன்னக்கி புடி கர்ணையும் ஒரு சீப்பு மொந்த வாளப்பளமும் கொண்டாரச் சொல்லிருக்கு. மணிக்கணக்கால்லே உக்காந்திருக்கு, நிட்டையிலே – கல்லிலெ அடிச்சாப்பல! நெஞ்சு வயிறு மூலம்லாம் நெருப்பா எரியுமே! அதுக்குத்தான் மொந்த வாளப்பளமும் புடி கர்ணையும் திங்கிதாம். இந்தச் சாமிங்க என்னல்லாம் கண்டுபிடிச்சு வச்சிருக்கு! புடி கர்ணையை அப்படியே நெருப்பிலே போட்டு வாட்டி, தோலைத் தேச்சிட்டு கையாலே நசுக்கி உதுத்து, தேனோ என்னவோ குளச்சுச் சாப்பிட்டா கண்ணெரிச்ச, மூலம்லாம் இருக்கிற இடம் தெரியாமே பறந்திருமாம். அதே புடி கர்ணையை தண்ணியிலே வேக வச்சு மசியப் பண்ணி சாப்பிட்டா கூடாம். யப்பப்பா! என்னா ரகசியம்லாம் தெரியுது இதுங்களுக்கு! சும்மாவா சாமியா ஆயிருக்கு?

அதுவும் இந்தக் கர்ணையாச் சாப்பிட்டா, எந்த மூலம் தான் பறக்காது! காராக் கர்ணையெல்லாம் இதுகிட்ட பிச்சை வாங்கணும். அப்படியாப்பட்ட கிளங்கு. பச்சையாக்கூடத் திங்கலாம். நாக்கிலே ஒரு காரல் காருமா? ஒரு நமைச்சல்தான் ராவுமா? புதுத்தெரு கிளங்கில்லே! பாத்தா கறுப்பும் சொரசொரப்புமா ஆனை கணக்கா இருக்கு. தின்னா வெண்ணெய்! சாமியும் எம்மேலே வெண்ணெயாத்தான் இருக்கு. நான் போனா அது முகத்திலேதான் என்ன பாத்தியம்! என்ன அன்பு! சிரிப்பிலேயே எத்தனையோ சிரிப்பு இருக்கே. எல்லாரையும்தான் பார்த்துச் சிரிக்கிறோம். மனசார,

நீ ஒண்ணும் எனக்குக் கொடுக்கவாணாம், செய்யவாணாம், உன்னைக் கண்ணாலெ பார்த்ததே போதும்ங்கறாப்பல சுத்தமாச் சிரிச்சிற முடியுமா யாரைப் பார்த்தாலும்! நாய் வாலை ஆட்டுறாப்பல, குளந்தெங்க சிரிக்கறாப்பல, எப்பவும் சிரிக்க முடியுமா சுத்தமா! ஆனா என்னைக் கண்டவுடனே சாமி சிரிக்கிறது, குளந்தை சிரிக்கிறாப்பலதான்.

நான் என்ன பணம் கொடுக்கிறேனா, பாயசம் கொடுக்கிறேனா... சே! பணமும் பாயசமும் அதுக்கெதுக்கு? அது என்ன குடித்தனம் நடத்தற ஆம்பளையா? அதுக்கு வேண்டியதெல்லாம் ரண்டு மூணு பிடி கர்ணை, ஒரு மொந்த வாளப்பளம்! தேனுகூட எங்கிட்ட கேக்கறதில்லே, நான் கடைபடாதவன்னு. சாமியோட உடம்பைக் குளிரப்பண்ணும். அதோட கண்ணையும் மனசையும் குளிரப்பண்ணணும், இந்தப் பிடி கர்ணை.

இந்தக் கடைக்கு வந்து, ஒரு நொடி குந்துனாப்போதும் சாமி. இந்த இடத்திலே அது காலு பட்டாப்போதும். ஒரே ஒரு எள்ளுண்டை இங்க வந்து என் கையாலெ வாங்கித் தின்னாப் போதும். அப்புறம் இந்த அஞ்சுக்கு மூணுலே காலை ஒடிச்சுக்கிட்டு எள்ளுண்டை, கடலை உண்டை விக்குமா விக்குமான்னு ரோதனைப்பட வாணாம்! ஆனா சாமி ஊருக்குள்ள வந்தே ஒரு மாமாங்கம் ஆயிரிச்சாம்!

போன மாமாங்கத்துக்கு ரண்டு வருசம் முன்னாலே வந்திச்சாம். காபி கடை சுப்புணி அய்யர் கடைத் திண்ணையிலே வந்து குந்திச்சாம். சுப்புணி அய்யரு எளுந்து வந்தாராம். "ஏய், எனக்கு ஒரு இட்லி கொடுப்பியா?"ன்னு கேட்டுதாம் சாமி! உடனே உள்ள ஓடிப்போய், சுடச்சுட நாலு இட்லியை எடுத்து, எண்ணெய், கொச்சு, சட்னியெல்லாம் போட்டுக் கொண்டாந்து வச்சாராம் சுப்புணி அய்யரு. ஒரு பாதி இட்லியைத் தின்னிச்சாம் சாமி. மீதியை அப்டியும் இப்டியுமா எறைச்சுதாம், ரோடு திண்ணையெல்லாம். அப்படி அப்படியே இலையை இழுத்து வாசப்படியிலேயே எறிஞ்சுதாம். இறங்கி நடந்து போயிட்டுதாம். மறுநாள்ளேர்ந்து புடிச்சுதே பார்ப்பம் வியாபாரம் சுப்புணி அய்யருக்கு! கூட்டம் தாக்குப் புடிக்க முடியல்லே. பெரிய கட்டடத்துக்கு மாறிச்சு கடை. ரண்டு ஆளு வேலை செஞ்ச இடத்திலே இருவது ஆளு வந்தது. அதுவும் பத்தலே. அப்புறம் ஓட்டலுக்குத் தனிக் கட்டடமே கட்டிட்டாரு. கட்டடமே எம்பதாயிரம் பொறும்.

பாலு வெளியே வாங்கவாணாம், சுத்தமாயில்லேன்னு சீமைப் பசு, நெல்லூர்ப் பசு, காராம் பசுன்னு ஒரு அறுபது மாடு

வாங்கிட்டாரு. எருமை மாட்டிலே பதினைஞ்சு – அதுங்களுக்குத் தனி கொட்டிலு. காசுக்காரத் தெருவிலே பாதி வீடுங்களை விலைக்கு வாங்கினாரு. பிடாரி கோயில் கிட்ட நாப்பது காணி நிலம். உடம்பிலே ஒரு சேப்பு கொடுத்துது, மினு மினுன்னு ... ம், வந்தா ஒண்ணாவா வரும்? லச்சுமி அப்படி நடந்து போறப்போ அவ காத்து பட்டால் பத்தாது? அப்படில்ல அடிக்கிது சுப்புணி அய்யருக்கு! எல்லாம் அந்த ஒரு வாய் இட்லி செஞ்சிருக்கிற வேலை! சாமி அப்படிக் கொட்டிப்புட்டுப் போச்சாம்!

அந்த மாதிரி ஒரு நாளைக்கு இப்படி வந்து ஒரு பாக்கு வெட்ற நேரம் இங்க குந்தினாப் போதும். வராம இராது சாமி. நான் கால்லே வுளுந்து கும்பிட்டு கேட்டா, மாட்டேன்னு சொல்ல மனசு வருமா அதுக்கு! ஆனா எப்படி கேக்கறது! நம்ம பாடுதான் இப்படித் தாளம் போடற பாடா இருக்கே. பிடி கர்ணை வாங்கியாச்சு. மொந்த வாளப்பளம் வாங்கணும். காசில்லே! கிழக்கு வெளுக்கக் கடையெத் தொறந்தாச்சு இன்னக்கி. ஒரு கர்ப்பூரக் கட்டி விலை போகக் காணும். ஊரிலே இந்தப் பாழும் காச்சல் வரணுமா? அதுக்காகத் தலைவலி காச்ச மாத்திரைகளை வாங்கி வந்ததிலே மொந்தம் பளத்துக்கு காசில்லாம வாயை அகட்டிட்டு சுருக்குப் பை. காலையிலே ஏதாவது காசைப் பார்க்கலாம்னு தொறந்து வச்சா, இந்தத் தலைவலி மாத்திரைகூட விக்கல்லே.

மணி ஒம்பதாயிட்டாப்பல இருக்கு ... வாத்யாரம்மா பிலுக்கு பிலுக்குன்னு பள்ளிக்கூடம் போறாங்க. ராவுஜிகூட அச்சாபீஸுக்குப் புறப்பட்டுட்டாரு.

"செட்டியாரே"ன்னு அவரு கிட்ட வாதுக்கு முன்னாடியே இதோ எடுத்தாச்சு பத்து பீடி. ரண்டணாக்கு வெத்திலை பாக்கு.

"செட்டியாரே, கணக்கு என்னாச்சு?"

தினம் தினம் ராவுஜி இதை ஒரு தடவை கேக்காம போறதில்லே, என்னமோ உடனே கணக்குத் தீக்கப்போறாப்பல.

"ஏன், பணம் ஏதாவது கொடுக்கப் போறீங்களா?"

"பணமா, இன்னக்கி ஏது பணம்; பன்னண்டு தேதிக்கு?... என்ன ஆச்சுனு தெரிஞ்சுக்கலாமல!"

"என்னாத்த பெரிசா ஆயிடப்போவுது? தினம் பத்து பீடி, போறப்ப ரண்டணா வெத்திலை பாக்கு, வரப்ப ஒரணா வெத்திலை பாக்கு! கடசித் தேதி அன்னக்கித்தான் எளுதிக் கொடுக்கிறேனே, பத்தாதா?"

பாயசம் 251

அந்தக் கணக்கை மாத்திரம் ராவுஜி பாக்கறாரா என்ன? ரண்டு ரூவா கூட எழுதினாலும் எப்படி ஏதுன்னு கண்டுபிடிக்கப் புத்தி இருந்தால்ல? தினமும் நாலு பைசா, அஞ்சு பைசான்னு கூட்டி எழுதறது சரியில்லேதான். ஆனா அவுரு மாசா மாசம் கணக்குத் தீர்த்தா இந்த நாயம் பாக்கலாம். அது ஏது? அவருக்கு தீவுளி போனசு, சங்கராந்தி போனசு, நவராத்திரி அட்வான்சு, பள்ளிக்கூடத்துப் புத்தகம் அச்சடிக்கறப்ப ஓவர்டைம்... இப்படி வந்தாத்தானே காசு பேருது? அதுவரைக்கும் காத்துக்கிட்டிருக்கோமே! மாசம் ஒண்ணு ரண்டு கூடப் போனாத்தான் என்னவாம்? வாங்கற மாசத்துக்கு வட்டி!

"பொவயிலை வாங்கியாரச் சொல்லிச்சு அப்பா. அப்படியே ஒரு தேங்காக் கீறும் கருவேப்பிலே கொத்தமல்லியும் வாங்கியாரச் சொல்லிச்சு அம்மா."

காளிமுத்து ஆசாரியார் மவளா!... சரி, எடுத்துக்கிட்டுப் போ... கணக்கு எழுதுவம்... பொவயிலை 09 காசு, தேங்காபத்தெ 07 காசு, க – எல கொத்மலி 04 காசு, பூவம்பளம் 08 காசு... பூவம்பளம் வாங்கிக்கிட்டுப் போகலே அது. அதுனாலென்ன? என்னமோ எழுதியாச்சு... இனிமே அடிக்கக் கூடாது. அப்பறம் சந்தேகம் வரும். எழுதினாத்தான் என்ன குத்தம்? சும்மாவா எழுதறோம்! கடன்ல கொடுக்கறோம்! ஒரு மாசம் நாப்பது நாளுக்கு பைசா வாங்காம கொடுக்கறப்போ கொஞ்சம் கூடச் சொன்னா, கிராக்கியும் கையை உட்டுப் போயிடும்... ஒம்பது பைசா வாங்கின புகையிலைக்கு ஒரு பைசா லாபம் கொடுன்னா 'பேராசைக்காரன்' அப்படிம்பாங்க. இப்படி வாளப்பளம் எட்டு பைசான்னு எழுதினா கண்டுபிடிக்கத் தெரியாது!

ம்ஹூம்... கதவெத் திறந்து வச்சதிலேந்து இப்படியே கடன் கொடுக்கறதும் பத்து எழுதறதுமாவே இருக்கே. நாலணா முழுசாக் கல்லாவிலே விழுந்த பாடில்லே. ராவுத்தர் மவன் வந்து வயித்தே வலிக்குதுன்னு ஒரு சோடா குடிச்சிட்டுப் போனான். மூணு மணி நேரமா இதுதான் ரொக்க வியாபாரம்.

"சிகரெட் இருக்காய்யா?"

"இருக்குங்களே... இந்தாங்க..."

"ம்ஹூம்... பாக்கிட் வாணாம்... ரண்டே ரண்டு போதும்... எத்தினி?"

"எட்டு பைசா!"

"ஏன்யா! நீந்தானே பழம்புளி, புதுப்புளி, உப்பு எல்லாம் வண்டிலே வச்சிட்டு தெருவோட வித்திட்டுப் போவே?"

தி. ஜானகிராமன்

"ஆமாங்க."

"இப்ப கடையாவே வெச்சாச்சா?"

"அது வெச்சு ஒரு வருசம் ஆயிட்டுதுங்களே! முடியலீங்க! வெயிலு, மளை, குளிருன்னு எல்லாத்தையும் தலையிலே வாங்கிக்கிட்டு எத்தினி காலம்தாங்க சுத்த முடியும்? இருவது வருசம் வண்டியெத் தள்ளி வெயிலும் குளிரும்மாத்தான் தின்னாச்சு. இந்த ஆஸ்த்மா தொந்தரவு ரொம்ப சாய்ஸ்த்தீங்க. போன மார்களிக்கு ஒரேயடியா ஆளைத் தள்ளிரிச்சு. ஆசுபத்திரியிலே இருவத்தி நாலு நாளு கெடந்தேன். அப்பதான் டாக்டரு சொன்னாங்க. 'இந்தா பாரையா! இன்னமே வண்டி கிண்டி தள்ளிக்கிட்டு தெருவிலே சுத்தினியோ, அவ்வளவுதான். உம் பொண்டாட்டி புள்ளையெல்லாம் தெருவிலே வந்து நிக்க வேண்டியதுதான்'னாரு. அப்புறம் மேலேதான் சீட்டுக்கட்டுன பணம் ஒரு அறுவது ரூவா சேர்ந்திருந்தது. அதே வச்சுக்கிட்டு கள்ளிப்பெட்டி ஒரு டஜன் வாங்கினேன். இப்படி நாலு வெச்சேன். மீதியே உடைச்சு, அலமாரியாப் பண்ணச் சொன்னேன். கடை அஞ்சுக்கு மூணுதான். நான் வச்சிருந்த வண்டியெவிடச் சின்னதுதான். அது எட்டுக்கு மூணரை. இது அஞ்சுக்கு மூணு. இருந்தாலும் உக்காந்திருக்க முடியுது. அப்ப காசைத் தேடிக்கிட்டு போவம். இரக்கப்பட்டு வந்திச்சு. இப்ப நான் உக்காந்திருக்கேன். நீ என்னைத் தேடிக்கிட்டு வான்னா, சுளுவா வரத்தான் மாட்டேங்குது. என்னாங்க செய்யறது? கூட வர்ற காசு டாக்டருக்குப் போயிட்டிருந்துது. இப்ப அது இல்லெ. நடக்கிறமோ, குந்திருக்கறமோ, நமக்குக் கிடைக்கறதுதான் கிடைக்கும். கிடைக்கிறது கிடைச்சுத்தான் தீரும். தெரியலே நான் சொல்றது..?"

'ம்ம்ம். நமக்கு என்னா தேவை, என்னா தர்றதுன்னு அவனுக்குத் தெரியும்யா!'ன்னு சிகரெட்டைப் பத்தவச்சுக்கிட்டே போறாரு...

அது சரி, ஆண்டவனுக்குத் தெரியும்கிறாரே... என்னா தெரியும்? அஞ்சடிக்கு மூணடியிலே காலை ஒடிச்சுக்கிட்டு... உப்புலேருந்து கர்ப்பூரம் வரைக்கும், கருவேப்பலையிலிருந்து கடலைப்பருப்பு வரைக்கும், எள்ளுருண்டையிலேருந்து ஏலக்காய் வரைக்கும் வச்சுக்கிட்டு பொழுதன்னிக்கும் இப்படி முழங்காலை முகவாயிலே மொத்திக்கிட்டு உட்கார்ந்திருக்கறேன். ஒரு மனுசனுக்கு இதுதான் தேவையா? இது தந்தாப் போதுமா? இந்த மாதிரி நாங்கூடத்தான் பேசுவேன், எங்கப்பாரும் என்னைப் படிக்கவச்சு, இப்படிச் சொக்கா, குளாயெல்லாம் மாட்டி, 'வேலைக்குப் போடா, பேனாப்புடிச்சு எழுதுரா'ன்னு

சொல்லியிருந்தா!... ம் ஹம். அப்பவாவது காலாற நடந்து கிட்டாவது இருந்தோம். அட வெயிலோ, மளையோ – காலும் கையும் அசஞ்சுது. இந்த மாதிரி உக்காந்து உக்காந்து சோகை புடிக்கலியே! நாலு தெரு சுத்தறப்ப, ஒரு ஊருகோலம், ஒரு கரகம், ஒரு சண்டை, ரண்டு கோவிலு, நாலு சேதி இப்படி எத்தினியோ கண்ணிலே படும், காதிலே விழும், ஒரு சைக்கிள் மோதும், ஒரு பஸ்காரன் திட்டுவான், ஒரு நாய் குலைக்கும் ...

யாரு இது வாண்டு? பொறந்த மேனிக்கு வருது! பானை வயிறு, பரட்டைத் தலை, அதுலே ஒரு பின்னலு, ஒளுகு மூக்கு, மேலெல்லாம் சாம்பப் பூத்து ... பெத்தவளுக்கு இருக்காது கொஞ்சம் கருக்கன்னு பாப்பமேன்னு! இந்தப் பரட்டையைச் சீவி, இந்தச் சாம்பலைத் தேச்சுக் குளுப்பாட்டி மூக்கைத் துடச்சு, ஒரு துண்டைக் கட்டி அனுப்பப்படாது ..! வர்ணம் பூசறானே, பெயிண்டர் ராமலிங்கம் – மவன் மாதிரில்ல இருக்கு. ஆமடையான் ஊடு ஊடாப் பூந்து டப்பா டப்பாவா வர்ணம் பூசறான். உனக்கு ஒரு சவுக்காரக் கட்டிக்கி நாதியில்லியாம்மா, உம் மவன் மேலே இருக்கிற சாம்பலையும் புளுதியையும் கழுவி விடறதுக்கு..?

"என்னடா ஒணும்!"

"இது ... இது..."

"எள்ளுண்டையா – இந்தா."

"அது! அது!"

"அதுவும் வேணுமா, கடலை மிட்டாயா – இந்தா."

அட! என்னடா ஒரு ரூவாயை கொடுக்குது! சரி ... இருக்கட்டும். சரி, போ ... பேசக்கூடத் தெரியல. இதுகிட்ட ஒரு ரூபாயைக் கொடுத்தனுப்பனா ஒரு பொம்பிளை. அப்படில்ல இருக்கு காசு மிதப்பு – இவங்களுக்குத்தான்யா காலம் இப்ப!

அது பாக்கி சில்லறைகூட வாங்கிக்காமே போவுது... போவட்டும் போவட்டும் ... மம்புட்டி புடிச்சா நாலு ரூபா, பிரஷ் புடிச்சா அஞ்சு ரூவா ஆறு ரூவா! இப்படி 'எள்ளு முட்டாயி வாங்க முதல் வேணுமே, கண்ணாடி டப்பா வேணுமே'ன்னு கவலை கிடையாது! சரி ... வத்த மொளகா, பட்டைச் சோம்பு வாங்கக்கூட ஆளைக்காணும். ஊட்டுக்குப் போயி சுடுதண்ணி ஒரு வாயி குடிச்சாராலாம்.

யாரங்கே ... இதோ பாரு. இதோ ஒரு ரூவா இருக்கு. மார்க்கட்டுக்குப் போயி ஒரு டஜன் மொந்த வாளப்பளம்

தி. ஜானகிராமன்

வாங்கியா... சுருக்கப் போய் வரணும். எட்டணா ஆகும். மீதியை பத்திரமாக் கொண்டா ... கடையைத் தொறந்து போட்டு வந்திருக்கேன். யாருமில்லே, வரேன். நீ போறப்ப ஒரு லோட்டா சுடுதண்ணி கொண்டு வச்சிட்டுப் போ. ரொம்பத் தாகம். இருக்கிற சூடு போதும் ... இதுக்காக அடுப்பை மூட்டிக்கிட்டு உக்கார வாணாம். மார்க்கட்டுக்கு அப்புறம் நாளியாயிடும். நீ வந்தப்பறம்தான் நான் குளிச்சிட்டுச் சாமியைப் போயி பார்க்கணும்.

"என்னா செட்டியாரே ... புள்ளைகிட்ட முட்டாயி கொடுத்தீங்க, சில்லறையைக் கொடுக்கலியே!"

"சில்லறையா? ஏது சில்லறை?"

"ஒரு ரூவா கொடுத்தனுப்பிச்சேனே?"

"ஒரு ரூவாயா. அத வந்து இது இதுன்னு கையைக் காமிச்சுது. ரண்டு முட்டாயி கொடுத்தேன்."

"காசு குடுக்காமியா கொடுத்தீங்க?"

"நீ அப்புறம் குடுக்கப் போறேன்னு நெனச்சிட்டுக் குடுத்தேன் ... ரூவாயா கொடுத்தனுப்பிச்சே அது கிட்ட?"

"ஆமாம். ஒரு ரூவா கொடுத்தனுப்பிச்சேனே!"

"கடுதாசி ரூவாயா? காசு ரூவாயா?"

"காசு ரூவா."

"நல்ல பொம்பள போ. வாயைத் தொறந்து பேசக் கூடத் தெரியலெ. அது கிட்டவாவது ரூவாயைக் கொடுத்தனுப்பவாவதும்மா ..! ஏண்டா தம்பி! எங்கடா போட்டே ரூவாயை?"

"பப்புருமுட்டு டப்பா மேலே வச்சேன்னு விரலைக் காமிக்குது! நீங்க பார்க்கவேல்லேங்கிறீங்களே."

"வச்சா மீதியைக் கொடுத்திட்டுப் போறேன். நான் வச்சுக்கிட்டு என்னா செய்யப் போறேன்? நீதான் பாரேன். இதோ பாரு கல்லா பொட்டி ... பாத்துக்கிட்டியா! உன் ரூவா கெடக்கா பாரு. பதினாலு பைசா இருக்கு. காலமே பிடிச்சு இதான் போணி ... உன் ரூவா எனக்கென்னாத்துக்கு! போம்மா, தேடிப் பாரு. அது வந்த வழியே தரையிலே பாத்துக்கிட்டே போ ... உன் வீட்டு வாசல் வரைக்கும் பாரு. அது ஓரமாத்தான் நடந்திட்டு

வரும். குப்பையெல்லாம் கிளறிகிட்டே வரும். மினுமினுன்னு ஏதாவது இருந்தா பொறுக்கிக்கிட்டே போகும். ஓரம்லாம் பார்த்துக்கிட்டே போ ..."

"என்னாது?"

"சுடுதண்ணியா! வையி!"

"என்னா தேடுது அது!"

"ஏதோ காசு கொடுத்தனுப்பிச்சுதாம், குளந்தைகிட்ட. அது எங்கியோ போட்டிடிச்சு ... பதினாறு முளம் சேலை கட்டிக்கிட்டு, இதுக்குக் கூடவா புத்தியிராது! பச்சைப் புள்ளையிட்டவா காசைக் கொடுத்து அனுப்புவா ஒருத்தி? சரி ... நீ போ ... மொந்தம் பாத்தை வாங்கிக்கிட்டு சீக்கிரமா வந்து சேரு ... என்னாம்மா, உன் வீடுவரைக்கும் பாத்திட்டியா!"

"பாத்தாச்சு. எந்தக் காளியாயிலே போறவன் எடுத்துக் கிட்டானோ ... சால் கணக்கா வயித்தைப் போட்டுக்கிட்டு நடக்குது பாரு."

"ஊ ... ஊவ் ... அம்மா அம்மா ..."

"என்னாம்மாது புள்ளையை இப்படி அடிச்சுட்டே. இப்படியா அடிப்பாங்க? கீள விளுந்து துடிக்குது இப்படி! இப்படியா அடிக்கிறது புள்ளையே! முதுகுலே விரல் பதிஞ்சு தடிச்சுப் பூட்டுதே ... நீ யோசனையில்லாம பண்ணினதுக்கு அதுவா இப்படித் துடிக்கணும்? பச்சைப் புள்ளை ... ஏம்மா ..."

"பின்ன என்னய்யா! கல்லு மாதிரி ஒரு முளு ரூவாயை துலைச்சுப்புட்டு நிக்கிது."

"ஊவ் ஊவ்!"

தூக்க முடியாம, ரண்டு வீசை பிடி கர்ணை, ஒரு சீப்பு மொந்தம் பளத்தை தூக்கிட்டு, என்னத்துக்காகப் போறோம் இப்படி ... இந்தப் பதைபதைக்கிற வெய்யிலே! சாமி இதெல்லாம் தின்னுதுன்னா நமக்கென்ன வரப் போவுது! அந்த ஆளு சொன்னாப்பல, நமக்கு என்னாத்தை கொடுக்கதுன்னு ஆண்டவனுக்குத் தெரியாதா! ஏன் இப்படி சித்து, பண்டாரம், சாமின்னு அலைஞ்சிக்கிட்டேயிருக்கோம் ... அப்படின்னு நெனச்சு திரும்பிப் போகலாம்னா அதுவும் முடியலெ. காலு சாமிகிட்டதான் இளுத்துக்கிட்டுப் போவுது.

தி. ஜானகிராமன்

சாமிகிட்ட போகணும் போலவும் இருக்கு. போக வாணாம் போலவும் இருக்கு. ஒரு பக்கம் போங்குது. ஒரு பக்கம் திரும்பிப் போங்குது.

யப்பா! என்னா அடி! என்னா அடி! பச்சைப் புள்ளை! அப்படியே விளுந்து பல்லிவாலு மாதிரி அது துடிச்ச துடி ... தெருப் புழுதியிலே பெரண்டு! என் முதுகிலெ சுளீர்னுதே பார்ப்பம். அடெ! என்னை அடிக்க முடியலேன்னுதான் புள்ளையை அடிச்சாளா அவ? அடி என்னுது! முதுகு புள்ளையூது!

சாமி என்ன இன்னிக்கு சாவடித் திண்ணையிலேயே உக்காந்திருக்கு? ஆகா! என்ன சிரிப்பு! வெள்ளைச் சிரிப்பு! என்ன பாத்தியம்! குடிக்கிற தண்ணி மாதிரில்ல இருக்கு, சொகம்மா, ருசியா, இதம்மா!

"வாய்யா செட்டியாரே."

"வந்தேனுங்க ..."

"போதும் போதும் ... எத்தினி தடவை விளுந்து கும்பிடறது. மூணு தடவை போதாதா! ... என்னா மூட்டை?"

"பிடி கர்ணை, மொந்த வாளப்பளம்! புதுத்தெரு கர்ணக் கிளங்கு, வெள்ரிப் பிஞ்சுதான். ஒரு காரல், ஒரு நமைச்சல் எடுக்காது."

"சாமி மேல கொள்ளை விசுவாசம் உனக்கு ... வியாபாரம் எல்லாம் எப்படி நடக்குது?"

"இருக்கு!"

"குளந்தை, சம்சாரம்லாம் நல்லபடியா இருக்கா?"

"ஏதோ தள்ளிக்கிட்டுப் போவுது ... மொத்தம் பளத்தை என் கையாலெ உரிச்சுக் கொடுக்கிறேனே!"

"ம் ... ரொம்ப ருசியாயிருக்கே ... இந்த ஊர்ப் பளமா இது? அமிர்தமா இருக்கு! ... ஏன் செட்டியாரே! ஏன் இப்படி கண்ணாலே ஜலம் விடறே! ஏம்பா! என்னாது! ஏன் இப்படி விசும்பறே! ... சொல்லுப்பா ... திங்கவும் சொல்லிட்டு, இப்படி அழுவானேன்?"

"சாமிக்கு நெசமாவே அந்தப் பளம் தித்திக்குதா! ருசியாயிருக்கா?"

"ஏன் அப்பன் படைப்பிலே ருசியில்லாத பண்டம் ஏது? எட்டி, பாகல்கூட இனிக்கத்தானே செய்யுது! மண்ணுகூட இனிப்புதான். பட்டினிகூடப் பரமான்னம் தான்".

பாயசம்

"சாமி நான் பாவம் பண்ணாம, ஆகாத்யம் பண்ணாம இருக்கும்படியா எப்ப செய்யப் போவுது சாமி?"

"என்ன ஆகாத்யம் பண்ணினே?"

"தினமும் பண்ணிக்கிட்டே இருக்குறேன். மண்ணெண்ணெயை ரண்டு டப்பா தண்ணியாவது கலக்காம விக்க மனசு வல்லெ. அஞ்சு ரூவாக்கு சாமான் கொடுத்திட்டு ஏழு ரூவா கணக்கு எளுதறேன். சாமிக்கு மொத்தம் பளம் வாங்கக் காசில்லெ இன்னக்கி. ஒரு குளந்தை கையிலேந்து ஒரு ரூவாயை ஒசைப்படாம திருடிப்புட்டேன். இல்லவே இல்லேன்னு கொடி கட்டிப்புட்டேன். பெத்தவ பேய் மாதிரி பிள்ளையை அறஞ்சா... தூக்கிக்கிட்டு போய்ட்டா. என் உள்ளெல்லாம் வெந்துக்கிட்டிருக்கு..."

"யாரோ செய்யறாங்க... யாரோ படறாங்க."

"நான்தான் செஞ்சேன். புள்ளெ பட்டுது. எனக்கு வாயெல்லாம் கசக்குது. வயித்தெல்லாம் கலக்குது. தலை கனக்குது. பொட்டு வலிக்குது. நிக்கக்கூட முடியலெ அதை நெனச்சா! இந்தப் பாவம் எல்லாம் நான் பண்ணாம இருக்க சாமி ஏதாவது பண்ணக் கூடாதா?"

"சாமி என்ன செய்யணும்?"

"சாமி வந்து... ஒரு நொடி என் கடையிலே வந்து குந்திட்டுப் போனாப் போதும்."

"என்னாத்துக்கு?"

"வவுத்துக்குப் பத்தாமத்தானே இந்தப் பாவம்லாம் பண்றேன்."

"சாமி வந்து குந்தினா?"

"எனக்குத் தெரியும். நான் தொட்டதெல்லாம் பொன்னா ஆயிடும்..."

"பாவமெல்லாம்?"

"அதுக்கும் சாமிதான் வழி செய்யணும்."

"நான் வந்தாப் பணம் வருமா?"

"ஒரு வாய் இட்டலி சுப்புணி அய்யிரைக் குபேரனாக்குன கதை உலகம்லாம் பொடை பொடைச்சிருக்கே!"

"நீ கர்ணைக் கிளங்கை எடுத்திட்டு வரப்பவே தெரியும். ஊர்லெ யோக்கியமா இருக்கத் தெம்பில்லாத பயலுவள்ளாம் அப்படி ஒரு சேதியைக் கிளப்பிட்டானுவ. சாமிக்கு சாவடியை விட்டும் நகர முடியாம போச்சு அதுனாலெ. சுப்புணி அய்யன்

தி. ஜானகிராமன்

நல்ல இட்டலியா வித்தான்! நல்ல எண்ணெயா ஊத்தினான்! நல்ல காபியா கொடுத்தான்! அவன் வேலையை ஒழுங்காப் பாத்துக்கிட்டிருந்தான். உம் மாதிரி புடி கர்ணையை தூக்கிட்டா அலையறான்?"

"சாமி அவ்வளவு எளிசாச் சொல்லுதே!"

"போய்யா, என் வேலையைக் கெடுக்காதே... போய்யான்னா!"

"சாமி."

"போமாட்டியா! நான் போகணுமா?"

படார்!

சாமி கதவைத் தாப்பாப் போட்டுட்டுதே... நான் உத்தரவு வாங்கிக்கிட வேண்டியதுதானா?

"சாமி, இந்தப் பச்சைப் புள்ளையை நினச்சா என் உடம்பிலே காச்ச வராப்பல ஆயிடுதே... நான் என்ன செய்வேன்? ஒண்ணுக்கு நாலா அவங்க வீட்டிலெ கொண்டு போட்டுடறேன்."

"போடாதே. அப்பறம் மறந்து போயிடும். தினம் அடி வாங்கிக்கிட்டேயிரு... போ போ... இங்க நிக்காதே... என்னய்யா நிக்காதேங்கிறேன்..."

அப்பா! நல்ல அடி! சன்னல் வளியா ஒரு பிடி கர்ணையை எடுத்து குறி பார்த்து... அப்பா! என்னா குறி! டமார்னு மண்டையிலே ஈயக் குண்டு கணக்கா அது அடிச்ச அடி!

"சாமி! இந்தப் பிடி கருணையையாவது எடுத்திட்டுப் போறேன்."

"போ... போ... இன்னமே இங்க வராதே."

ஆனந்த விகடன் தீபாவளி மலர், 1964

யோஷிகி

கியோத்தோ ஸ்டேஷனில் இறங்கியதும் ஒரு டாக்ஸியைப் பிடித்து, கொக்குஸாய் ஹோட்டலுக்கு விடச் சொன்னேன். ஐந்தே நிமிஷங்களில் ஹோட்டல் வந்துவிட்டது. வரவேற்பு மேஜையண்டை போனேன்.

என் பெயரைச் சொல்லி, "இந்தியாவிலிருந்து வந்திருக்கிறேன்" என்று ஆரம்பிப்பதற்குள் ஹோட்டல் சிப்பந்தியே மீதியைப் பேசிவிட்டான்.

"தெரியுமே. டோக்கியோவிலிருந்து நீங்கள் எழுதிய கடிதம் வந்தது. உங்கள் அறை தயாராயிருக்கிறது. மூன்றாவது மாடியில். இந்த ஆள் உங்களை அழைத்துக்கொண்டு போவான். யோஷிகி என்பவர் உங்களை இன்று மாலை நாலு மணிக்கு வந்து சந்திப்பதாக எழுதியிருந்தாராமே?"

"ஆமாம்"

"அவருக்கு இன்று வர முடியவில்லையாம். போனில் கூப்பிட்டுச் சொன்னார். நாளை வருகிறாராம். மன்னித்துக் கொள்ளுமாறு உங்களிடம் கேட்டுக்கொள்ளச் சொன்னார். ஏதோ அவசர வேலையாம். உங்களை இன்று சந்திக்க முடியவில்லையாம்.'

"பரவாயில்லை. நாளைக்கே வரட்டுமே."

"நாளைக் காலை பத்து மணிக்கு உங்களைச் சந்திப்பதாகச் சொன்னார்."

சென்னையிலிருந்து புறப்படும்போது குருமூர்த்தி டோக்கியோ, ஓஸகா, கியோத்தோ நகரங்களில் உள்ள சில ஜப்பானிய நண்பர்களின் விலாசங்களைக் கொடுத்திருந்தான்.

தி. ஜானகிராமன்

டோக்கியோவிலிருந்து கியோத்தோ போகுமுன் யோஷிக்கு ஒரு கடிதம் எழுதியிருந்தேன். கியோத்தோவுக்கு வரும் தேதியைக் குறிப்பிட்டு, கொக்குஸாய் ஹோட்டலில் தங்கப் போவதாக அவருக்கு எழுதியிருந்தேன். வந்த அன்று மாலை சந்திப்பதாக யோஷிகியிடமிருந்து உடனே பதில் வந்துவிட்டது. என்ன அசௌகரியமோ! யோஷிகி மின்சாரச் சாமான் வியாபாரியாம். பி.ஏ. படித்திருக்கிறாராம். இங்கிலீஷ் பேசுவாராம். மூன்றாம் வருடம் இந்தியாவுக்கு வந்திருந்தாராம். சென்னைக்கு வந்து ஒரு வாரம் இருந்தாராம், மூன்று நாட்கள் குருமூர்த்தியோடேயே அவன் வீட்டில் தங்கிச் சாப்பிட்டுக்கொண்டிருந்தாராம். "கியோத்தோவில் அவரைப் பிடித்துக்கொள். ஓர் இடம் மீதி இல்லாமல் சுற்றிக் காண்பிப்பார்" என்று சொல்லியிருந்தான் குருமூர்த்தி.

யோஷிகி நாளைக் காலையில்தான் வரப் போகிறார். அதுவரையில் எப்படிப் பொழுதைப் போக்குகிறது?

பொழுது போக்குவது அப்படி ஒன்றும் சிரமமாக இல்லை. மூன்றாவது மாடியில் தங்குபவர்களைக் கவனிப்பதற்காக இரண்டு மூன்று பெண் சிப்பந்திகள் இருந்தார்கள்.

அறைக்குள் நுழைந்து முகத்தைக் கழுவித் துடைத்துக் கொண்டு படுத்தேன். அப்படி ஒன்றும் களைப்பாகவும் இல்லை. சும்மா கண்ணை மூடிக்கொண்டேன்.

"டொட், டொட் ..."

"யார்?"

"உள்ளே வரலாமா?" – பெண் குரல்.

"வரலாம்"

ஒரு பெண் வந்தாள். ஹோட்டல் சிப்பந்தி.

"ஏதாவது சாப்பிடுகிறீர்களா?"

"என்ன இருக்கிறது?"

என் தலைமாட்டில் வந்து சுவரில் தொங்கிய உணவுப் பட்டியலை எடுத்துக் கொடுத்தாள். பார்த்தேன்.

"எனக்குப் பிடித்தது ஒன்றுமே இல்லையே!"

"ஏன்?"

"நான் சாகபட்சிணி. இதில் பன்றி, மாடு, கோழிக்குஞ்சு – இப்படியே இருக்கின்றனவே!"

"ஏன், மீன் சாப்பிடலாமே?"

"மீன் தாவரமா?"

"மீன் கூடவா சாப்பிடமாட்டீர்கள்?"

"ம்ஹூம்"

"சரி. ஆம்லெட் இருக்கிறதே."

"அது முட்டையிலிருந்து செய்கிறதல்லவா..?"

"முட்டை கூடவா சாப்பிடமாட்டீர்கள்?"

"ம்ஹூம்"

"முழு சைவமா நீங்கள்?"

"ஆமாம்"

"எனக்கு ரொம்பவும் வருத்தமாக இருக்கிறதே!"

"எதற்கு?"

"நீங்கள் சாப்பிடும்படியாக இங்கு ஒன்றும் இல்லையே."

"பிஸ்கட் இருக்கிறதா?"

"இருக்கிறது. பிஸ்கத்து, சுருள் ரொட்டி எல்லாம் இருக்கிறது."

"பிஸ்கத்தும் காப்பியும் கொண்டா."

"போதுமா?"

"என்ன செய்கிறது?"

"எனக்கு ரொம்ப வருத்தமாக இருக்கிறதே."

"வருத்தப்படாதே. பிஸ்கத்தும் இரண்டு காப்பியும் கொண்டா."

"சரி. இதோ வந்து விடுகிறேன்."

"காப்பிக்கு பால் வேண்டும். கறுப்புக் காப்பி வேண்டாம்."

"பால் சாப்பிடுகிறீர்களா?"

"ஏன்?"

"முழு சைவம் என்று சொன்னாற்போல் இருக்கிறதே!"

"பரவாயில்லை. நீ ரொம்ப வருத்தப்படுகிறாயே. அதற்காகப் பாலாவது போட்டுக் காப்பியைக் குடித்து வைக்கிறேனே."

"வேண்டாம். எனக்காகப் பிடிக்காததையெல்லாம் சாப்பிடாதீர்கள். என்னை மன்னிக்க வேண்டும்."

"பரவாயில்லை. பாலும் கொண்டுவா!" என்று கதறினேன்.

தி. ஜானகிராமன்

"நிச்சயமாகவா?"

"நிச்சயமாக."

இந்தப் பேச்சு எனக்கு ஜப்பானில் புதிய அனுபவமில்லை. இரண்டு மாதமாகப் பழகிப் போனது. சாப்பாட்டைப் பற்றியே பல இடங்களில் பேசிப் பொழுதைக் கழித்திருக்கிறேன். மீனும் முட்டையும் சைவ உணவு என்று பலர் சாதிப்பதும் பால் சைவ உணவு என்று நான் சாதிப்பதும் தினம் நடக்கிற தத்துவ சர்ச்சை. காப்பியைக் கொண்டு வந்தவள் நான் வற்புறுத்தியதற்காக ஒரு காப்பியைக் கறுப்பாகக் குடித்தாள். சைவ அசைவச் சர்ச்சை மீண்டும் தொடர்ந்து பொழுதைத் தள்ளிற்று.

மூன்று மணி அடித்தது. என் ஜப்பானிய நண்பர் வராததைச் சொன்னேன். "இங்கு ஊர் காட்டிகள் இருக்கிறார்கள். உங்களை அழைத்துப் போவார்கள். நான் வரச் சொல்லட்டுமா ஒருவரை?"

"இங்கிலீஷ் பேசுவாரா?"

"உங்களுக்குத் தேவையானது பேசுவார்."

அவள் போனாள். அவன் வந்தான். குளிருக்காக மேல் கோட்டை மாட்டிக்கொண்டு கிளம்பினேன். நாடகக்கொட்டகை, ஒரு கீஷா நடனம் – என்று வகைக்கு ஒன்றாகப் பார்த்துவிட்டு இரவு பதினோரு மணிக்கு வந்து சேர்ந்தோம்.

"எனக்கு ஒன்பது மணிக்கே ட்யூட்டி முடிந்துவிட்டது. ஆனால் உங்களிடம் விடை பெற்றுக்கொள்ளவில்லையே என்று தங்கியிருந்தேன். காலையில் வருகிறேன். குழந்தை மாதிரி தூங்குங்கள்" என்று விடைபெற நின்றாள் அவள்.

"நான் இரண்டு மணிக்குத்தான் தூங்குகிற பழக்கம்."

"எனக்கு வருத்தமாக இருக்கிறதே."

"ஏன்?"

"உங்களுக்குப் பேசக்கூட ஆள் இருக்காதே. நான் வேண்டுமானால் இரண்டு புத்தங்கள் தரட்டுமா?"

"கொண்டா."

போகும்போது இரண்டு புத்தகங்களைக் கொடுத்துவிட்டுப் போனாள் அவள்.

ஒன்று கதைப் புத்தகம்: இன்னொன்று கட்டுரைத் தொகுப்பு. கதைப் புத்தகம் ஜப்பான்காரர்கள் எழுதின கதைகள். ஆங்கில மொழிபெயர்ப்பு. இன்னொன்று ஜப்பானியர்களின் பழக்க

பாயசம் 263

வழக்கங்களைப் பற்றி ஆங்கிலத்தில் யாரோ மேல் நாட்டவர் எழுதியது. வகைக்குக் கொஞ்சமாகப் படித்தேன். தூங்கினேன். காலையில் எழும்போது எட்டு மணி "குட்மார்னிங்!"

"ஓஹாயோ கொஸாய்மஸ்" என்று நான் பதில் கொடுத்தபோது அவளுக்குச் சந்தோஷம் தாங்கவில்லை.

"உங்களுக்கு ஜப்பான் மொழி தெரியுமா?" என்று கேட்டாள்.

"அதுதான் பேசினேனே!"

"ஜப்பான் மொழி உங்கள் காதுக்கு எப்படி இருக்கிறது?"

"ரொம்ப இனிமை."

"ரொம்ப நன்றி. ஜப்பான் மொழி பேசுவீர்களோ?"

"நன்றாகப் பேசுவேன். 'குட்மார்னிங்', 'குட் ஈவினிங்', 'குட்நைட்' 'முட்டை சாப்பிட மாட்டேன்', 'மரக்கறிதான் சாப்பிடுவேன்' – ஐந்தும் தலைகீழ்ப் பாடம்."

"போதுமே. உணவுப் பிரச்சனை தீர்ந்துவிட்டது" என்று சிரித்தாள் அவள். "நன்றாகத் தூங்கினீர்களா?"

"குழந்தை மாதிரி தூங்கினேன்."

மறுபடியும் சிரித்தாள் அவள். இந்த முக மலர்ச்சி ஜப்பானில் தண்ணீர் பட்டபாடு. கோடி ரூபாய் கொடுத்தாலும் சிடுசிடுப்புக் கிடைக்காது. இந்த மாதிரி மனுஷர்களோடு பேசுவதற்கு என்ன தயக்கம்? ஹோட்டலில் தங்குபவர்களுக்குப் பொழுது போக என்ன என்ன பேசலாம் என்று அவளுக்கு அற்றுபடியாக இருந்திருக்கவேண்டும். போன் மணியைக் கேட்டுத் தூக்கினபோது "யோஷிகி வந்திருக்கிறார், வரச் சொல்லலாமா?" என்று செய்தி வந்தது. மணி பத்து. ஒன்றரை மணி நேரம் பொழுதுபோனது தெரியாமல் பேசியிருக்கிறாள் இவள்! நண்பர் "யோஷிகி வருகிறார்" என்றேன்.

"நல்லது. அப்படியானால் இன்று ஊர் காட்டி தேவையில்லை."

"வேண்டாம்."

யோஷிகி வந்தேவிட்டார். நல்ல வெள்ளை நிறம். மூக்குக் கண்ணாடி.

"நீங்கள் ..?"

"ஆமாம்" என்று பெயரைச் சொன்னேன்.

"நான் யோஷிகி. நேற்று வரமுடியவில்லை. திடீர் என்று அவசர வேலை."

"பரவாயில்லை."

"அறை வசதியாக இருக்கிறதா?"

"ரொம்ப."

"நேற்று என்ன செய்தீர்கள்"

"ஒரு வழிகாட்டியுடன் சில இடங்களைப் பார்த்தேன்" என்று பார்த்த இடங்களைச் சொன்னேன்.

"நல்லது. இன்று முழுவதும் நான் சும்மாத்தான் இருக்கிறேன். நீங்கள் எத்தனை நாட்கள் தங்கப் போகிறீர்கள்?"

"இன்னும் இரண்டு நாட்கள்."

"அப்படியா? நீங்கள் ஊருக்குப் போகிறவரையில் உங்களோடு கூடவே நான் இருந்திருக்க முடியும். இந்தத் தடவை முடியவில்லை. இன்று முழுவதும் இருந்து முக்கியமான இடங்களுக்கு அழைத்துப் போகிறேன். அதற்குப் பிறகு தங்க முடியாது என்று நினைக்கிறேன். பொருட்படுத்த மாட்டீர்களே?"

"ஐயோ! என்ன இது? நான் பார்த்துக்கொள்கிறேன்."

யோஷிகி உயரம் என்றுதான் சொல்லவேண்டும். அதாவது ஐந்தரை அடி உயரம். குளிரைத் தடுக்க ஜப்பான் முழுவதும் கம்பளிக் கோட்டு, கால் சட்டை, கழுத்துப் பட்டி எல்லாம் அணிகிற பருவம் அது. அவருக்கும் அந்த உடை கன எடுப்பாக இருந்தது. உட்கார்ந்துகொண்டு பேச ஆரம்பித்தார் அவர்.

"ஜப்பானுக்கு எப்போது வந்தீர்கள்?"

"இரண்டு மாதமாயிற்று."

"ஜப்பான் பிடித்திருக்கிறதா?"

"ஜப்பான் பிடிக்கவில்லை என்று எவனாவது சொன்னால் அவன் பரம அரசிகனாக இருக்கவேண்டும்."

"ஓ! ரொம்ப நன்றி" என்று சிரித்தார் அவர்.

"அழகான ஆரோக்கியமான ஜனங்கள் நீங்கள். நான் ஜப்பானில் காலடி வைத்து இரண்டு மாதமாயிற்று. இன்னும் ஒரு நரைமயிரைப் பார்க்கவில்லை. ஒரு சிடுமூஞ்சியைப் பார்க்கவில்லை. எந்த பஸ் ஸ்டாப்பிலும் ஒரு நிமிஷத்துக்கு மேல் காத்திருக்கவில்லை. ஏறின பஸ்ஸிலும் 'சில்லறை இல்லேன்னா இறங்கு சார்' என்று எந்தக் கண்டக்டரும் கத்தவில்லை. சில்லறை கொடுக்க மறந்து போகவுமில்லை. தெருவிலோ தியேட்டரிலோ யாரும் இரைந்துபேசவில்லை. பத்து கல்லூரி மாணவர்கள்

சேர்ந்து உல்லாசமாகப் போகும்போதுகூட காச்சு மூச்சு என்று தலை கால் தெரியாமல் கத்தவில்லை. மாணவிகளைப் பார்த்துச் சீட்டியடிக்கவில்லை. எந்தச் சாமானும் கெட்டுப் போகவுமில்லை. ஹிபியா பார்க்கில் மத்தியானம் ஆபீஸ் இடைவேளையில் ஆயிரம் ஜனங்கள் வந்து கையில் கொண்டுவந்த டிபனைச் சாப்பிட்டுவிட்டு அரைமணி நேரம் இளைப்பாறிவிட்டுப் போகிறார்கள். நானும்போய் உட்கார்ந்தவன் ஒரு பெஞ்சில் எண்ணூற்றுச் சொச்ச ரூபாய் இருந்த பர்ஸ், டயரி எல்லா வற்றையும் மறந்துவிட்டுப் போய்விட்டேன். மூன்றரை மணிக்கு மேல் ஞாபகம் வந்தது. திரும்பி ஓடி வந்தேன். மூன்று மணிக்குப் பிறகும் அது வைத்த இடத்திலேயே இருந்தது. ரயிலில் போகும்போது யாரும் இங்கு கத்துவதில்லை. சிகரெட் பிடிப்பதில்லை. படிக்கிறார்கள். இல்லாவிட்டால் கண்ணை மூடிக்கொண்டு வருகிறார்கள்."

"போதும், போதும்" என்று சிரிக்க ஆரம்பித்தார் யோஷிகி. நான் நெட்டுருப் போட்டு ஒப்பிப்பது மாதிரி சொன்னதுதான் அவருக்குக் கிச்சுக் கிச்சு மூட்டியிருக்க வேண்டும்.

"ஏன் நான் சொல்வது சரியில்லையா? கண்ணால் பார்த்து அநுபவித்ததைச் சொல்கிறேன். உங்கள் மக்களுக்குத்தான் என்ன சுத்தம்! என்ன கட்டுப்பாடு, என்ன கலை உணர்ச்சி! காரியங்கள் செய்வதில்தான் எவ்வளவு கருக்கு! எவ்வளவு நருவிசு! மேம்புல் மேயாமல் ஆழ்ந்த செயலாற்றக்கூடிய பண்பு! என்ன ஓயாத உழைப்பு!"

"ரொம்ப நன்றி. பஸ்ஸுக்காகக் காத்திராதது, கண்டக்டர்கள் இனிமையாகப் பேசுவது-எல்லாம் சரிதான். பெண் கண்டக்டர்கள் பேசுவது வேறு எப்படி இருக்க முடியும்? ஆனால் ஒரு பெண் வந்து பஸ்ஸில் ஏறினால் ஓர் ஆணும் எழுந்து இடம் தரமாட்டான் இங்கே! நீங்கள் பார்த்திருக்கிறீர்களா?"

"உங்கள் பெண்கள் மிக்க பலசாலிகள்!"

"இல்லை. எங்கள் ஆண்கள் அவ்வளவு எடுத்துக்காட்டாக நடந்து கொள்ளவில்லை என்று அர்த்தம்."

பல விஷயங்களுக்கு மாற்றுச் சொல்லிக்கொண்டே வந்தார் யோஷிகி. ஆனால் உள்ளுக்குள் அவருக்குப் பூரிப்பு. 'மிளகுத் தண்ணி' இங்கிலீஷ் அகராதிக்குப் போய்விட்டது என்று நாம் ஆனந்தில் வெடித்துப் போகும்போது ஜப்பான்காரன் தன் சாதனைகளை உலகம் வியப்பதைக் கண்டு பூரிக்க மாட்டானா என்ன? ஆனால் 'நீங்கள் ரொம்பவும் மிகையாகப் புகழ்கிறீர்கள்' என்று யோஷிகி அடிக்கடி வெட்கப்பட்டுக் கொண்டிருந்தார். ஜப்பானே வெட்கப்படுவது போலிருந்தது.

தி. ஜானகிராமன்

அன்று முழுவதும் கியோத்தோவைச் சுற்றினோம். நாராவுக்குப் போனோம். பௌத்தக் கோயில்கள், ஷிண்டோ ஆலயங்கள், எல்லா வற்றையும் சுற்றினோம். ஓர் இடம் மிச்சம் வைக்கவில்லை என்றுதான் தோன்றிற்று. எதைப் பார்த்தாலும் 'எப்படி, பிடிக்கிறதா?' என்று கேட்பார் யோஷிகி.

"ரொம்ப நன்றாக இருக்கிறது"

"ரொம்ப நன்றி."

யோஷிகிக்குச் சிரிக்கச் சிரிக்கப் பேசவும் தெரியும். சிற்றுண்டிக் கடைக்குப் போனால் "ஆனோ... ஓ... ஓ..." என்று ஆரம்பித்து ஏதேதோ சொல்லுவார். பரிமாறுகிற பெண் குப்பென்று சிரிப்பாள். கடைக்காரர் சிரிப்பார், இவரும் சிரிப்பார். அப்புறம் மொழிபெயர்த்து எனக்குச் சொல்லுவார். அவருடைய நகைச்சுவை அசட்டுப் பிசட்டு ரகமல்ல. குப்புறத் தள்ளி வயிற்றைக் கிழிக்காது. சிரித்தவுடனேயே அடங்கிவிடுகிற ஹாஸ்யம்தான்!

யோஷிகி கார் கொண்டு வந்திருந்ததால் வேகமாக எல்லா இடங்களையும் பார்க்க முடிந்தது. தொழிற்சாலைகள், கோவில்கள், நாடக அரங்கு, நடன அரங்குகள், மாளிகைகள், கடைகள், மல்யுத்தம் – இப்படி ஒரு பட்டியலாகப் பார்த்து முடித்தோம். நடு நடுவே ஒரு கடையில் நின்று போன் செய்வார் யோஷிகி. வியாபாரி, என்னென்ன காரியங்களை எனக்காக விட்டு வந்திருக்கிறாரோ! ஒரு மணிக்கு ஒருமுறை கூப்பிட்டு விசாரிப்பார். சில சமயம் ஐந்து நிமிஷங்கள் தாமதமாகும் ஆள் கிடைக்க. பேச்சு முடிந்ததும் என்னைப் பார்த்து 'ஸாரி, மன்னிக்க வேண்டும்' என்று சிரிப்பார்.

"பரவாயில்லை. நான் உல்லாச யாத்திரைக்கு வந்தவன். ஒன்றும் குடி முழுகிப் போகவில்லை. எனக்காகக் கவலைப் படாதீர்கள்." என்று நானும் சொல்லிக்கொண்டே வந்தேன்.

ஹோட்டலுக்குத் திரும்புகிற போது இரவு மணி ஒன்பதரை.

"எங்கெல்லாமோ உங்களை இழுத்து அலைக்கழித்திருக்கி றேன். ரொம்பவும் களைத்துப் போயிருப்பீர்கள்" என்று ஆறுதல் கூறினார் யோஷிகி.

"ஒரு களைப்புமில்லை. உட்காருங்கள்" என்றேன். உட்கார்ந்தார்.

"குருமூர்த்தியிடம் சொல்லுங்கள், இந்தியாவுக்குப் போனதும், நான் ரொம்பவும் விசாரித்தேன் என்று. நான் ஒரு நாள்தான் உங்களோடு கழிக்க முடிந்தது. அதற்காகவும் அவரிடமும் மன்னிப்புக் கேட்டுக் கொள்கிறேன்... நான் மதராஸ் வந்தபோது

ரொம்பவும் உதவியாக இருந்தார் அவர். சினிமா ஸ்டூடியோக்கள், மகாபலிபுரம், காஞ்சிபுரம் என்று பல இடங்களுக்கு அழைத்துப் போனார்... ஓகோ ஜப்பானியக் கதைகள் கூடப் படிக்கிறீர்களா?" என்று கட்டிலில் கிடந்த புத்தகங்களை எடுத்தார் யோஷிகி.

"ஆமாம். ஹிரோமி கொடுத்தாள்."

"ஹிரோமி?"

"ஆமாம். இங்கே காலையில் இருந்தாளே ஹோட்டல் சிப்பந்தி"

"ஓ! அவளா?... ம்... படித்தீர்களா?"

"பாதி படித்தேன். உங்கள் சித்திரம், பேச்சு இவற்றைப் போலவே இந்தக் கதைகளும் நளினமாக இருக்கின்றன. மூங்கில் இலை மாதிரி ஓர் எளிமை. ஒரு கருக்கு. ஓர் ஆடம்பரமில்லாத அழகு."

புத்தகங்களைப் பிரித்துப் பார்த்தார் அவர். "முன்பெல்லாம் படிப்பதுண்டு. இப்போது வியாபாரத்தைக் கவனிப்பதற்கே பொழுது சரியாக இருக்கிறது... இது எப்படி இருக்கிறது?"

"அதுதான் சொன்னேனே. ரொம்ப நன்றாக இருக்கிறது. இந்தக் கட்டுரை மிக மிகப் பிடித்திருக்கிறது எனக்கு. ஜப்பானியர்களுக்குக் கோபமே வராதாம். வந்தாலும் தாறுமாறாகக் கத்த மாட்டார்களாம்."

யோஷிகி சிரித்தார். "ஜப்பானிய மக்கள் பொறுமைசாலிகள்" என்றார். பிறகு தொடர்ந்து பேசினார்:

"உங்கள் நாட்டு யோகம் பற்றிக் கொஞ்சம் படித்திருக்கிறேன். யோகம் என்றால் எது வந்தாலும் ஒரே நிலையில் மனத்தை வைத்திருப்பது இல்லையா? துன்பம் வந்தாலும் இன்பம் வந்தாலும் மனம் ஆடக் கூடாது. பொங்கிவழியவும் வேண்டாம்; சோர்ந்து மடியவும் வேண்டாம்."

"அதற்காகச் செத்தால்கூடச் சிரிக்க முடியுமா?"

"அழுது மட்டும் என்ன ஆகிவிடப் போகிறது?"

"இப்படி இருந்தால் பைத்தியமல்லவா பிடித்துவிடும்?"

"அழுகிற பைத்தியத்தை விடச் சிரிக்கிற பைத்தியம் பார்க்க அழகாகத் தானே இருக்கும்?" என்று யோஷிகி சிரித்தார்.

ஹிரோமி வந்தாள். "ஏதாவது சாப்பிடுகிறீர்களா?" என்று கேட்டாள்.

தி. ஜானகிராமன்

நான் பால் கேட்டேன். யோஷிகி பீர் கேட்டார். "வேறு ஏதாவது வேண்டுமா?"

பதில் சொல்வதற்குள் போன் மணி அடித்தது. ஹிரோமி எழுந்தாள். "ஹை... சொத்தொ... உங்களுக்குத்தான்" என்று யோஷிகியிடம் 'வாங்கி'யை நீட்டினாள்.

"வேறு ஒன்றும் வேண்டாம்" என்றேன் நான்.

ஹிரோமி வெளியே போனாள்.

யோஷிகி போனில் பேசினார். பேச்சு முடிந்ததும் வாங்கியை வைத்துவிட்டு ஐந்தாறு விநாடிகள் சும்மா இருந்தார். கைகடிகாரத்தைப் பார்த்தார்.

"என்ன, மணியைப் பார்க்கிறீர்கள்?"

"மணி பத்தாகிவிட்டது. புறப்பட வேண்டும்."

"பீரைச் சாப்பிட்டுப் போகலாம்."

உட்கார்ந்து நிதானமாகப் பீரை சுவைக்கிறவர் நிமிஷத்தில் முடித்துவிட்டார்.

ஹிரோமியிடம் பாதிப் பாட்டிலைக் காட்டி, "சாப்பிடுகிறாயா?" என்று கேட்டார்.

நன்றி கூறிவிட்டு அவளும் சாப்பிடத் தொடங்கினாள். ஜப்பானிய மொழியில் ஒரு ஐந்து நிமிஷம் அவளோடு பேசினார்.

"ஸோ தெஸ்னே!" என்று அவள் நடுநடுவே கூறிக்கொண்டிருந்தாள். அதற்கு "ஓகோ! அப்படியா?" என்று அர்த்தம் போலிருக்கிறது.

அவள் குடித்து முடிக்கிற வரையில் காத்திருந்து, "அப்ப?" என்று புன்முறுவல் செய்தார் யோஷிகி. "நான் விடை பெறலாமா?"

"ரொம்ப நன்றி... உங்களோடு மிகவும் உபயோகமாகப் பொழுது போயிற்று. உங்கள் உதவியை மறக்கவே முடியாது."

"குருமூர்த்தியிடம் சொல்லுங்கள்" என்று எழுந்தார் அவர்.

"இந்தியாவுக்கு எப்பொழுது மறுபடியும் வருவீர்கள்?" என்று கேட்டேன்.

புறப்படுமுன் கோட் பையில் கையை விட்டு ஒரு முத்துப் பதித்த தங்கக் கழுத்துப் பட்டி கிளிப் ஒன்றை என் கழுத்துப் பட்டியில் மாட்டினார்.

"அடடே, என்ன இது?"

பாயசம் 269

"இருக்கட்டும், என் ஞாபகம்" என்று எழுந்தார். ஹிரோமியிடம் நின்று சொல்லிக் கொண்டார். அவர்கள் பாணியில் குனிந்து வணங்கினார். ஹிரோமி அவருக்குக் கதவைத் திறந்துவிட்டு, லிப்டில் அவரோடு இறங்கிப் போய் வாசல்வரை கொண்டு விட்டு வந்தாள். வந்ததும் சொன்னாள். "அவருக்கு ரொம்ப வருத்தம், உங்களோடு நாளைக்கும் இருக்க முடியவில்லையே என்று. மறுபடியும் மன்னிக்குமாறு என்னைக் கேட்டுக்கொள்ளச் சொன்னார். நீயாவது ஒரு நாள் லீவு எடுத்துக்கொண்டு அவரை இன்னும் பார்க்காத இடங்களுக்கு அழைத்துப் போயேன் என்றார்."

"நீ என்ன சொன்னாய்?"

"நாளைக்கு லீவு எடுத்துக்கொள்ள வேண்டிய அவசியமில்லை. எனக்கு நாளைக்கு விடுமுறை நாள்தான் என்றேன்."

"ரொம்ப நல்லதாயிற்று."

மறுநாள் ஹிரோமியோடு பட்டுநெசவு, பட்டுக்கண்காட்சிகளை யெல்லாம் சுற்ற முடிந்தது.

ஊருக்குக் கிளம்பியபோது, "நான் ஸ்டேஷன் வரையில் வரலாமா?" என்று கேட்டாள் ஹிரோமி.

"நிச்சயமாக."

ஸ்டேஷன் போன பிறகுதான் ஞாபகம் வந்தது. தோல் பையைப் பிரித்து ஹிரோமியின் புத்தகங்கள் இரண்டையும் எடுத்துக்கொடுத்தேன்.

"அது உங்களுக்குத்தான்" என்றாள் ஹிரோமி.

"அப்படியா? ரொம்ப நன்றி. உன் ஞாபகமாக இருக்கட்டும்."

"அது மட்டுமில்லை. இந்த உலகத்தில் எல்லாம் தற்செயலாகத்தான் நடக்கிறது. காரண காரியமே கிடையாது என்று என் சிநேகிதன் சொல்லுகிற வழக்கம். அது எவ்வளவு தூரம் உண்மையோ தெரியாது. நான் அதை நம்புகிறதே இல்லை. ஏனென்றால் கடவுளைக்கூட நம்ப முடியாது போய்விடும் – அவன் சொல்வதை நம்பத் தொடங்கினால். ஆனால் இந்த ஒரு சம்பவம் மட்டும் அவன் சொன்னதைச் சரி என்று நிரூபித்துவிட்டது" என்றாள் ஹிரோமி.

"எந்த சம்பவம்?"

"நீங்கள் வந்தது, நான் இந்தப் புத்தகம் கொடுத்தது. யோஷிகி வந்தது – எல்லாம்தான்" என்றாள் அவள்.

"எனக்குப் புரியவில்லையே!"

தி. ஜானகிராமன்

"யோஷிகி பழைய பசலி. இல்லாவிட்டால் மனிதன் மாதிரி நடந்து கொண்டிருப்பார். இப்படி ஜப்பான்காரராக நடந்துகொண்டிருக்க மாட்டார்" என்றாள் அவள்.

"அப்படியென்றால்?"

"நீங்கள் வந்த அன்று நாலு மணிக்கு ஹோட்டலுக்கு வந்து உங்களைச் சந்திப்பதாகச் சொல்லியிருந்தாராமே."

"ஆமாம். வர முடியவில்லையாம்!"

"எப்படி வர முடியும்? முதல் நாள் கோபேயில் உள்ள அவருடைய கடை எரிந்து சாம்பலாகி விட்டது."

"என்னது!"

"ஆமாம். கோபே நகரில் அவருக்குக் கிளைக்கடை ஒன்று உண்டு. மின்சாரக் கோளாறினால் தீப்பற்றி, கடையே எரிந்து கருகிவிட்டது. கிட்டத்தட்ட இருபதாயிரம் டாலருக்கு மேல் நஷ்டம். அவருடைய தம்பிக்குத் தீப்பட்டு மேலெல்லாம் காயமாம். ஆஸ்பத்திரியில் சேர்க்க வேண்டியதாகி விட்டது."

"என்னது! ஒன்றுமே சொல்லவில்லையே அவர். என்னோடு சிரித்துச் சிரித்துப் பேசிக்கொண்டு ஊரெல்லாம் சுற்றினாரே!"

"எத்தனையோ தூரத்திலிருந்து நீங்கள் வந்திருக்கிறீர்கள். இந்தச் செதியைச் சொல்லி உங்களை நோகச் செய்வானேன் என்று இருந்துவிட்டார். அதனால்தான் சொன்னேன், அவர் பழைய காலத்து ஜப்பானியராக நடந்து கொண்டு விட்டார் என்று. இப்போதெல்லாம் அப்படி துக்கத்தை மென்று விழுங்கும் வழக்கம் போய்விட்டது. துக்கமாயிருந்தால் கொஞ்சமாவது அழுது தீத்துவிடக் கற்றுக்கொண்டு விட்டார்கள். சந்தோஷம் வந்தாலும் சிரித்துத் தீர்த்துவிடுகிறார்கள்."

"சரி, யோஷிகி கடைத் தீயைப்பற்றி உனக்கு எப்படித் தெரியும்?"

"அவர்தான் சொன்னார். அவர் உங்களிடம் விடைபெற்றுப் போகுமுன் போன் வந்ததில்லையா? அப்போது அவர் தம்பிக்கு உடம்பு அதிகமாக இருப்பதாகச் செய்தி வந்தது. இன்னும் இரண்டு, மூன்று மணி நேரம்கூடத் தாங்காது என்று அவர் மனைவி அவசரமாக அவரைக் கூப்பிட்டனுப்பினாள். பிரக்ஞை தப்பிவிட்டதாம். எத்தனையோ வைத்தியம் செய்தும் பயனில்லையாம். ஏகச் செலவுசெய்து பெரிய டாக்டர்கள்கூட பார்த்தார்களாம்.

பாயசம்

"ஆ!" – எனக்கு மூளை நின்றுவிட்டது போலிருந்தது. அ! அ! இதைத் தவிர வேறு பேச நாக்குப் பயன்படவில்லை.

"பிரக்ஞை தப்பிவிட்டது என்று தெரிந்த பிறகுதான் இவருக்குத் துக்கம் தாங்கவில்லை. அதுவரை எப்படியோ தாங்கிக் கொண்டு விட்டார். இனிமேல் ஒரு வார்த்தை கூட அவன் பேச மாட்டான் என்றார் என்னிடம். அதைச் சொல்லும்போது அவர் நெஞ்சு தழுதழுத்துவிட்டது. கடைசியில் இதைப் பற்றி யெல்லாம் உங்களிடம் பிரஸ்தாபிக்கவே கூடாது என்று வேறு என்னை எச்சரித்து விட்டுப்போனார். ஆனால் எனக்கு எப்படிச் சொல்லாமல் இருக்க முடியும்? இவ்வளவு தூரத்திலிருந்து வந்த ஒரு நல்ல நண்பரிடம் கூடத் தம் துக்கத்தைப் பகிர்ந்து கொள்ளத் தவறிவிட்டாரே, பாவி மனுஷன். இவர்களெல்லாம் மனுஷனாக இருக்கக் கூடாதோ?" என்று தூரத்துக் குன்றுகளைப் பார்த்தாள் அவள்.

என்னால் தாங்க முடியவில்லை தீச்சுட்ட புண்ணோடு, நினைவிழந்த இளம் உடல் என் கண்ணை மறைத்தது.

வண்டி வர இருபது நிமிஷம் இருந்தது. நான் பேசவில்லை. ஹிரோமியும் பேசவில்லை.

வண்டி வந்து ஏறும்போது, "கடைசி நேரத்தில் நானும் உங்களைக் கஷ்டப்படுத்திவிட்டேன்" என்று ஓர் இரக்கப் புன்னகையுடன் ஹிரோமியின் குரல் தணிந்து ஒலித்தது.

"நீயும் ஜப்பான்காரியாகத்தான் இருக்கிறாய் என்று என்னால் சொல்லாமல் இருக்க முடியவில்லை."

வண்டி இரண்டு நிமிஷம்தான் நின்றது. புறப்பட்டது. நூறு மைல் போய்த்தான் அடுத்த ஸ்டேஷன். வேகமும் மணிக்கு நூற்று நாற்பது மைல். இந்த ஹிக்காரி எக்ஸ்பிரஸ் உலகமே இதுவரை சாதிக்காத சாதனை. ஆடாமல் அசங்காமல் பைன் மரங்களுக்கிடையே கனவு போல் விரைகிறது.

ஜப்பானியர்களின் எத்தனையோ சாதனைகளில் இந்த ரயிலும் ஒன்று. அவர்களுடைய புன்சிரிப்பைப் போல ஆடாமல் அசங்காமல் சீறிச் செல்கிறது.

கல்கி, ஏப்ரல் 1965

தி. ஜானகிராமன்

$$\text{ஸ்டிஎன்} = \frac{\text{ரபெ}}{\sqrt{5\text{ஆர்} \times \text{க}}}$$

"நமஸ்காரம், டாக்டர் கோஸ்வாமி!"

"நமஸ்காரம். டாக்டர் என்று சொல்லத் தேவையில்லை. வெறுமே கோஸ்வாமி என்று சொன்னாப் போதும்."

"ஏன் அயல் நாட்டுப் பல்கலைக்கழகம் ஒன்று உங்கள் தகுதியை ஆராய்ந்து கொடுத்திருக்கிற பட்டமாச்சே அது!"

"என்ன பிரயோசனம்? என் திட்டம் இப்படிச் சந்தி சிரிக்க ஆரம்பித்துவிட்ட பிறகு பட்டமும் விருதும் எதற்கு?"

"என்ன சந்தி சிரித்துவிட்டது இப்போது? உங்கள் அரிய திட்டம் ஏன் வெற்றி பெறவில்லை. ஆறு கோடி ரூபாய் செலவழித்தும் ஏன் வெற்றி பெறவில்லை என்று அறிய நம்மை ஆள்கிறவர்கள் கவலைப்படு கிறார்கள். ஒரு பெரிய விஞ்ஞானிக்குக் கொடுத்த உதவி சரியாக அவர் மனசுப்படி செலவாயிற்றா என்று அவர்கள் அறிய நினைக்கிறார்கள். உங்களுக்கு உதவி செய்கிற எண்ணம்தானே அது..?"

"ரொம்ப நன்றி. என் மனசுப்படி அந்த உதவித்தொகை செலவாயிற்றா என்று நீங்கள் இப்போது குறிப்பிட்டீர்களே. ரொம்பச் சரியாகச் சொன்னீர்கள். நடுநிலையுடன் நீங்கள் விசாரித்தால் உங்களுக்கு உண்மை புலனாகிவிடும்."

"உண்மையைக் கண்டுபிடித்து உங்களுக்கு உதவத்தான் வந்திருக்கிறேன்."

"ரொம்ப நன்றி. நீங்கள் எது வேண்டுமானாலும் கேளுங்கள். விடையளிக்கிறேன்."

"நன்றி. உங்கள் முழுப் பெயர் என்ன?"

"கணேச சந்திர விஞ்ஞான சாகரன்."

"கோஸ்வாமி..?"

"அது பட்டப் பெயர்."

"குடும்பப் பட்டமா?"

"இல்லை. அதைவிடப் புனிதமானது, ஹிமாலயத்தில் ஈச்வர்சட்டி என்ற இடத்தில் உள்ள புராதன மடத்தின் பீடாதிபதி பிரம்மக் ஞானானந்தர் அருளிய பட்டம் அது."

"எதற்காக அருளினார் என்று நான் கேட்கலாமா?"

"நீங்கள் கேட்காமலே நான் சொல்லுவேன். பசுக்களிடத்தில் எனக்குள்ள கருணையையும் ஊக்கத்தையும் கண்டுதான் கோஸ்வாமி என்ற பட்டமளித்தார் அவர். பத்து ஆண்டுகளுக்கு முன்னால் கோமாதா என்ற பத்திரிகையில் நான் என்னுடைய சூத்திரத்தை வெளியிட்டு, பசும் சாணத்திலிருந்து ரயில் பெட்டிகளும் ரயில் என்ஜின்களும் செய்ய முடியும் என்று எழுதியிருந்தேன், அதைப் படித்த பிரம்மக் ஞானானந்தர் விரைவில் புறப்பட்டு வரும்படி எனக்குத் தந்தி அனுப்பினார். உடனே மத்தியப் பிரதேசத்திலிருந்து நான் விமானத்தில் சென்று பின்பு கோவேறு கழுதை மீது ஒன்பது நாள் பிரயாணம் செய்து அந்த மடத்தை அடைந்தேன். அவரிடம் என் திட்டத்தை விளக்கினேன். பரவசமாகிவிட்டார். எத்தனை தீர்க்க தரிசனத்துடன் தான் நம் முன்னோர்கள் பசுவைத் தெய்வமாகக் கொண்டாடினார்கள் என்று மெய்சிலிர்த்தார். இனி நம் பசுக்களுக்கு நல்ல காலம் பிறந்து விடும், பசுஞ்சாணத்திலிருந்து ரயில் செய்ய முடியும் என்றால் இனிமேல் நம் மக்களும் அதிகாரிகளும் அதைப் புறக்கணிக்கமாட்டார்கள். இந்தப் பெரிய ஞானோதயப் புரட்சிக்கு நீ காரணமாக இருப்பதால் 'கோஸ்வாமி' என்று உனக்குப் பட்டமளிக்கிறேன் என்று என்னை ஆசீர்வதித்தார். விஞ்ஞானியாக இருந்தாலும் அவருடைய கருணை என்னை உணர்ச்சிவசப்படுத்திவிட்டது. அதிலிருந்து விஞ்ஞான சாகர கோஸ்வாமி என்று என் பெயரையே சுருக்கி மாற்றி கெஜட்டிலும் பதிவு செய்துவிட்டேன்."

தி. ஜானகிராமன்

"விஞ்ஞானப் பண்பு, இந்திய ஆன்மிகப் பண்பாடு – இரண்டும் இசைந்த அரிய புருடர் நீங்கள்."

"வேறு எப்படி நாம் இருக்க முடியும்? அணோரணீயான் மஹதோர் மஹீயான் என்று விளக்கப்பட்ட பரம விஞ்ஞானத்தின் வாரிசுகளில்லையா நாம்?"

"ரொம்ப சரி. உங்கள் சூத்திரத்தைச் சற்றுப் பார்க்கலாமா? ஸீடீஎன் / 5 ஆர் X க = ரபெ என்பதுதானே உங்கள் சூத்திரம்?"

"ஆமாம்."

"h என்றால் என்ன?"

"கௌ டங். அதாவது பசும் சாணம், அதில் ஒரு குறிப்பிட்ட அளவை 5 ஆர் X 4, என்பதன் வர்க்க எண்ணால் வகுத்தால் ரயில் பெட்டி செய்யும் முறை புலனாகிவிடும்."

"டெ என்றால் கௌ டங், அதாவது பசும் சாணம். 5. ஆர், க என்பவை என்ன?"

"அதை நான் சொல்ல முடியாமைக்கு வருந்துகிறேன்."

"ஏன்?"

"அது விஞ்ஞான ரகசியம், அதைக் கூறிவிட்டால் மற்ற நாட்டார்கள் ரயில் பெட்டிகளையும் எஞ்ஜின்களையும் மிக எளிதாகச் செய்து குவிப்பார்கள். நாம் இத்தனை காலமாகப் பட்ட கஷ்டம் போதும். மீண்டும் அன்னியர்களின் பொருளாதார அடிமையாக வேண்டாம்."

"ஆர், க – இரண்டும் தாதுக்களா?"

"இல்லை. அவை பச்சிலைகள், இதோ பாருங்கள். சூத்திரத்தை என்னிடம் கேட்காதீர்கள். அது விஞ்ஞானிகளுக்குத்தான் புரியும். சிக்கலான கால்குலஸ் கணக்கு அது. நான் நாலு வருஷங்கள் மண்டையை உடைத்துக்கொண்டு கண்டுபிடித்த சூத்திரம். இந்த மாதிரி ஒரு விசாரணையில் விளக்க முடியாது; விளக்கவும் நான் விரும்பவில்லை என்பதற்குக் காரணம் சொல்லிவிட்டேன். உங்களுக்கு வேண்டுமானால் ஆர் ஒரு பச்சிலை, க என்பது நாம் தினமும் பயன்படுத்தும் ஒரு பொருள் என்றுமட்டும் சொல்லத் தயார்."

"கடுகா?"

"இல்லை."

"கத்தரிக்காயா?"

"இல்லை."

"கரிசிலாங்கண்ணியா?"

"இல்லை"

"கண்டந்திப்பிலியா?"

"அதை நாம் தினமும் உபயோகிப்பதில்லையே." "கருவேப்பிலையா?... கருஞ்சீரகமா? கற்கண்டா?... கடலைப் பருப்பா?... கல்லுரலா?... கருணைக்கிழங்கா?..."

"நீங்கள் உயர்நீதிமன்றங்களில் மிகப் பெரும் பதவி வகித்தவர்கள். தேசத்தின் பொருளாதார உயர்வைக் காக்கும் நோக்கத்துடன் இந்தச் சூத்திரத்தின் ரகசியத்தை என் மனத்தில் பூட்டி வைத்திருக்கிறேன்; அதை நான் அஜாக்கிரதையாக வெளியிடக்கூடாது; இதில் நீங்கள் எனக்கு உதவுவதற்குப் பதிலாக வெளியிடும்படி நோக்க முயலுகிறீர்கள்."

"மன்னிக்க வேண்டும். கணிதத்தில் உள்ள அபார ஆவலால் சொந்த முறையில் கேட்டுவிட்டேன். நீங்கள் சொல்ல வேண்டாம், நான் கேட்டதை மறந்துவிடுங்கள். சரி, பசும் சாணத்திலிருந்து ரயில் செய்யலாம் என்று எப்படித் தோன்றிற்று உங்களுக்கு?"

"ஒரு தடவை தென்னிந்தியாவுக்குப் போயிருந்தேன். என் தாத்தாவும் பாட்டியும் ராமேசுவரம் போனார்கள், நானும் உடன் போனேன். அப்போது எனக்கு வயது பதினான்கு. வேத பாடசாலையில் படித்துக்கொண்டிருந்தேன்."

"வேத பாடசாலையிலா?"

"ஆமாம்."

"நீங்கள் வேதம் படித்திருக்கிறீர்களா?"

"பதினாறு வயதுவரை வேதம்தான் படித்தேன், நான் வேதம் சொல்வதை ராமேச்வரம் கோயிலில் கேட்ட அமெரிக்கர் ஒருவர் என் விலாசத்தைக் குறித்துக்கொண்டார், பின்பு மறு வருடமே எனக்கு உபகாரச் சம்பளம் கொடுத்து என்னை அமெரிக்காவுக்குத் தருவித்துப் படிக்கவைத்தார். அங்குதான் விஞ்ஞானத்தில் டாக்டர் பட்டம் பெற்றேன்."

"ஓகோ! சார், ராமேச்வரம் போனதாகச் சொன்னீர்கள் தாத்தாவோடு ..."

"ஆமாம், தென்னிந்தியக் கிராமங்களில் சுவர்மீது ஒட்டிக் கொண்டிருந்த சாணவரட்டிகளைப் பார்த்தேன், ஆச்சரியமாக இருந்தது. கையால் விள்ள முடியவில்லை. அது அடுப்பெரிக்கப்

பயன்படுகிறது என்று தெரிந்ததும்தான் ஏன் சாணத்திலிருந்து ரயில் செய்யக் கூடாது என்று தோன்றிற்று. ஆனால் அப்போது எனக்குக் கணித அறிவோ மேனாட்டு விஞ்ஞான அறிவோ கிடையாது. அமெரிக்காவில் படித்துத் திரும்பிய பிறகுதான் அதைப் பற்றி யோசிக்கலானேன், நான்கு ஆண்டுகள் முயன்று இந்தச் சூத்திரத்தைக் கண்டுபிடித்தேன்."

"சம்பிரதாய முறையில், அதாவது இரும்பு, எஃகு, அலுமினியம், மரம் இவற்றைக் கொண்டு செய்யும் ரயில் பெட்டி என்ஜின்களுக்கும் நீங்கள் உருவாக்கவிருக்கும் ரயிலுக்கும் என்ன வித்தியாசம்?"

"உருவாக்கவிருக்கும் என்று ஏன் சொல்கிறீர்கள். நான் ஒரு சிறிய மாதிரி ரயிலை உருவாக்கிக் காட்டிய பிறகுதானே அமைச்சர் ஆறு கோடி ரூபாய் அனுமதித்தார்."

"நான் பெரிய ரயிலைச் சொன்னேன், மன்னிக்க வேண்டும்."

"நான் உருவாக்க நினைத்த ரயிலைச் செய்ய மரம், இரும்பு, எதுவுமே தேவையில்லை, சாணத்தினாலேயே அதன் உடல், சக்கரம் எல்லாம் அமைந்திருக்கும். அதை ஓட்ட நீர், நிலக்கரி, டீசல் எண்ணெய் ஒன்றுமே தேவைப்படாது. பசும் சாணத்திலிருந்து மிதேன் என்ற எரிவாயு உண்டாகிறது. அதைக்கொண்டே அந்த என்ஜின் ஓடும். அந்த வாயுவே ரயிலில் உள்ள மின் விளக்குகளை எரியவைக்கும், மேலும் பசும் சாணத்தில் சில அரிய மருந்துச் சக்திகள் உண்டு. எனவே இந்த ரயில் பிரயாணம் செய்பவர்களுக்கு நோய் வராது. சாதாரண ரயில்களில் அனாதி காலமாக வாசம் செய்யும் மூட்டைப் பூச்சிகளும் மற்ற கிருமிகளும் இந்தக் கோமய ரயிலில் உயிரோடு இருக்க முடியாது. இந்த ரயில் என்ஜினின் அடக்க விலை நாற்பதாயிரம் ரூபாய்க்குள் முடிந்துவிடும். ஒரு பெட்டியின் விலை பதினாயிரம் ரூபாய்க்கு மேல் ஆகாது. குளிர்காலத்தில் வெதவெதென்றும், கடும் கோடையில் குளுகுளுவென்றும் இருக்கும் இந்தப் பெட்டிகள். அப்படி வெப்ப நிலையைச் சீராக்குவதும் இந்தப் பசும் சாண வாயுவால்தான். சுருங்கச் சொன்னால் தன் உடலின் சக்தியைக் கொண்டே இது ஓடுகிறது. வெளிப் பொருட்களே தேவையில்லை. என் சூத்திரத்தின்படி செய்தால் பசும் சாணம் இரும்பை விட, எஃகைவிடப் பன்மடங்கு உறுதியாகிவிடும். எனவே தேயாமல் நீடித்து உழைக்கவும் செய்யும், இத்தனை பண்புகளையும் நான் செய்து காட்டிய, மாதிரி ரயிலில் நிரூபித்துக் காட்டியிருக்கிறேன், அதைப் பார்த்துத் திருப்தி அடைந்த பிறகுதான் அமைச்சர் ஆறு கோடி ரூபாய் அனுமதித்தார்."

"கேட்கக் கேட்க ஆச்சரியமாக இருக்கிறது. பசும் சாணத்திலிருந்து ரயில். இரும்பு, எஃகு, நிலக்கரி கிடையாது. தன் உடல் சக்தியைக் கொண்டே ஓடுகிறது. வெப்பதட்பம் தருகிறது. விளக்கு, விசிறிகளை இயக்குகிறது. விலை முப்பதாயிரம்தான், உறுதியோ இரும்பைவிட. கேட்கக் கேட்க..."

"பார்த்தால் இன்னும் பிரமிப்பீர்கள். மாதிரி ரயிலை வந்து பாருங்கள்."

"இவ்வளவு அழகான திட்டம் ஏன் இன்னும் நடைமுறையில் சாத்தியமாகவில்லை? ஒரு பெட்டி, ஓர் என்ஜின் உருவாகும் முன் எப்படி ஆறு கோடியும் செலவழிந்தது?"

"சாமி வரம் கொடுத்தாலும் பூசாரி கொடுக்க வேண்டாமா? இந்த ஆறு கோடியை என்னிடம் கொடுப்பதற்குப் பதிலாக யாரோ ஒரு நிர்வாக அதிகாரியை ஏதோ ஓர் இலக்காவிலிருந்து மாற்றிக்கொண்டுவந்தார்கள். நிர்வாக அதிகாரிக்கும் பசும் சாண ரயிலுக்கும் என்ன சம்பந்தம்? வரதட்சிணைக்குச் சம்பந்தம் இருக்கலாம்."

"வரதட்சிணையா?"

"ஆமாம், நான் விசாரிக்காமல் சொல்லவில்லை. இந்தத் திட்டத்தின் நிர்வாக அதிகாரி, தன் கலியாணத்துக்கு மூன்று லட்ச ரூபாய் பெண்ணின் தகப்பனாரிடமிருந்து வரதட்சிணையாகக் கறந்தவர். பிரச்சினைக்கும் இதற்கும் சம்பந்தமில்லை. ஞாபகம் வந்தது சொன்னேன். மனைவியாக வருகிறவளின் தந்தையிடமிருந்து இப்படிக் கறந்தவருக்கு எவ்வளவு அனுதாப உணர்வு இருக்கும்?"

"மேலே சொல்லுங்கள்."

"அவருக்கு இந்தத் திட்டத்தில் நம்பிக்கை இல்லை போலிருக்கிறது. அடிக்கடி என்னைப் பற்றிக் கிண்டலாகப் பேசிக்கொண்டிருந்தாராம். ஆனால் இருபது லட்சம் ரூபாய் செலவில் ஆபீஸ் கட்டிடம் கட்டுவதை அவர் நிறுத்தவில்லை. அறுநூறு குமாஸ்தாக்கள், அதிகாரிகள் கொண்ட பட்டாளம் ஒன்றை எழுப்புவதை நிறுத்தவில்லை. இத்தனை பேருக்கும் வீடு கட்டிக்கொடுத்து, சாலைகள் போட்டு, பள்ளிக்கூடமும் ஆஸ்பத்திரியும் பொழுதுபோக்கு நிலையங்களும் கட்டுவதை நிறுத்தவில்லை. தொழிற்சாலை கட்டிக் கால்வாசி எழுவதற்குள் பணம் தீர்ந்துவிட்டது. மூலப்பொருள் வாங்கப் பணம் இல்லை. அதற்குள் பார்லிமெண்டில் கேள்வியும் கேட்டுவிட்டார்கள். கேள்வி கேட்பதை நான் தவறு என்று சொல்லவில்லை, ஒருவிதத்தில் நல்லதுதான். ஆனால் பணம் சரியாகச் செலவாக

தி. ஜானகிராமன்

வில்லை என்று எப்படி மக்களுக்குத் தெரியப்போகிறது? திட்டமே மோசம் என்று என்மீதே, என் விஞ்ஞான உணர்வின்மீதே சந்தேகத்தைக் கிளப்பிவிட்டதே என்ற துயரம்தான் எனக்கு. பத்திரிகைக்காரர்களே ஒரு திநுசு. நாலு வாக்கியம் அழகாக, உரப்பாக எழுதத் தெரிந்தவுடன், எல்லாம் தெரிந்த மாதிரிப் பேச ஆரம்பித்துவிடுவார்கள். சத்தம் போட்டால்தானே அஞ்ஞானம் தெரியாமலிருக்கும்!"

"உண்மை தெரிந்தால் எல்லாம் சரியாகிவிடும். கவலைப் படாதீர்கள். மூலப்பொருள் வாங்கித் தரக்கூட ஏற்பாடு செய்யவில்லை என்பதைக் கேட்டு எனக்குக் கோபமும் வருத்தமுமாக வருகிறது. நீங்கள் என்ன மூலப்பொருள் கேட்டீர்கள்?"

"என் ரயிலுக்கு மூலப்பொருள் பசும் சாணம். சாணத்துக்கு மூலம் பசுக்கள். நான் முதலில் இரண்டு கோடி ரூபாய்க்குப் பசுக்கள் வாங்க வேண்டும் என்று கேட்டேன். உண்மையில் முதல்முதல் இதற்குத்தான் பணம் செலவழித்திருக்க வேண்டும். பசுக்களை வாங்கி, அத்தனைக்கும் கொட்டில்கள் கட்டி, அவற்றுக்கான புல் விளையப் பக்கத்து நிலங்களை வாங்கியிருக்க வேண்டும். வீடுகளும் ஆபீசும் கட்டுவதற்குப் பதில் கொட்டில் கட்டியிருக்க வேண்டும். குமாஸ்தாக்களுக்குப் பதிலாகப் பசுக்களை வாங்கியிருக்க வேண்டும். அப்படிச் செய்திருந்தால், ரயில்களை உற்பத்தி செய்து அந்த லாபத்திலேயே இந்த வீடுகளைக் கட்டியிருக்கலாம். அதற்கான விளக்குகள், தண்ணீர் சப்ளை, இயந்திரம் இவற்றையெல்லாம் இயக்கும் முழுவதையும் நான் இந்தப் பசும் சாண வாயுவிலிருந்தே தந்திருப்பேன்."

"சரி, இனிப் பேசிப் பயனில்லை. எடுத்த காரியத்தை விடக் கூடாது. ஏற்கெனவே குமாஸ்தாக்கள் ஒருமுறை வேலை நிறுத்தம் செய்து சம்பள விகிதத்தைக்கூட உயர்த்திக்கொண்டுவிட்டார்கள். என்ன செய்தால் காரியம் விரைவில் நிறைவேறும் சொல்லுங்கள்?"

"திடீரென்று கேட்டால் நான் என்ன சொல்லுவேன்? இருந்தாலும் முக்கியமானவற்றைச் சொல்லுகிறேன். இன்னும் ஒரு நாலு கோடி ரூபாய் கொடுங்கள். அதை என்னிடம் கொடுங்கள். இரண்டு கோடிக்கு இல்லாவிட்டாலும் ஒரு கோடிக்காவது பசு மாடு வாங்குகிறேன். நிர்வாகத்தை என்னிடம் ஒப்படையுங்கள், மூன்றாவதாகத் தொழிற்சாலையைச் சுற்றிப் பதினாயிரம் ஏக்கர் நிலம் வாங்கி மேய்ச்சல் நிலமாக மாற்றுங்கள், ரயில் மட்டும் இல்லை, உலகமே அதிசயிக்கும். பால் பண்ணையும் பால் பொருள் பண்ணையும் நான் இதன் துணைத் திட்டங்களாகச் செய்து காண்பிக்கிறேன். நிறையச் சாணம் தரும் பசுக்கள் நமக்குத்

தேவை. எனவே அமெரிக்கா, மத்தியப் பிரதேசம், அர்ஜண்டினா, ஆஸ்டிரேலியா, டென்மார்க் – இந்த நாடுகளிலிருந்து பதினாயிரம் பசுக்கள் நமக்குத் தேவை. அவை இங்கே வந்தால் பத்து ஆண்டுகளில் அவை மூன்று நாலு லட்சமாகிவிடும். அப்படிப் பசுக்களை இறக்குமதி செய்ய முடியாவிட்டால், ஐந்து கோடி டன் பசும் சாணமாவது இறக்குமதி செய்துகொடுங்கள். உங்களுக்குக் கோடிப் புண்ணியமுண்டு. இறக்குமதி செய்யச் சொல்லிவிட்டு ஒரு ராத்தல் சாணத்துக்கு ஒண்ணே முக்கால் ரூபாய், இரண்டு ரூபாய் என்று சுங்க வரி விதித்துவிடாதீர்கள். எந்த வரியும் இன்றிச் சாணம் இந்த நாட்டுக்கு வந்தால்தான் திட்டம் நிறைவேறும்."

"அவ்வளவுதானே!"

"அறுநூறு குமாஸ்தாக்களும் அதிகாரிகளும் தேவையில்லை, நூறுபேர் போதும்."

"ஐநூறு குடும்பங்களை வயிற்றில் அடிக்காதீர்கள். நீங்கள் விஞ்ஞானி. கொஞ்சம் கருணையும் காட்டுங்கள். கோமாதாவிடம் உள்ள கருணையை இந்த மனிதப் பஞ்சைகளிடமும் காட்டுங்கள்."

"நீங்களே சொல்லும்போது நான் என்ன சொல்ல?"

"நான் உங்கள் யோசனைகளை மேலே அனுப்புகிறேன். ஈச்வர யத்தனத்தில் எல்லாம் சரியாக நடக்கட்டும்."

"தொழிற்சாலை வெற்றிகரமாக எழுந்து, முதல் பசுஞ்சாண ரயில் தயாரானதும் அதை பிரம்மக் ஞானானந்தர் கையால் வெள்ளோட்டம் விடச் செய்ய வேண்டும்."

"நீங்கள் ஏன் மதத்தைப் புகவிடுகிறீர்கள் இதில்? நாலு பேர் அந்தமாதிரி எதையாவது கிளப்பிவிடுவார்கள். செய்ததை எல்லாம் செய்துவிட்டு, இந்த மாதிரி ஒரு அபிப்பிராயத்துக்கு இடம் கொடுப்பானேன்?"

"நீங்கள் சொல்வது புரியவில்லை எனக்கு. இருந்தாலும் காரியம் எப்படியாவது நிறைவேறினால் சரி என்ற எண்ணத்துடன் நான் விட்டுக்கொடுக்கிறேன்."

"வணக்கம், டாக்டர் கோஸ்வாமி!"

"வணக்கம்... ஒரே ஒரு விஷயம்: விடைபெறுவதற்கு முன்னால் சொல்லிவிடுகிறேன். ஒரு கடுமையான தேச பக்தி உணர்வால்தான் நான் இங்கேயே வேலை செய்கிறேன், அயல் நாடுகளிலுள்ள பல விஞ்ஞானிகளும் தொழிலதிபர்களும் இந்தத் திட்டத்தில் ஊக்கமாயிருக்கிறார்கள். இந்தத் திட்டம்

தி. ஜானகிராமன்

நிறைவேற இந்தத் தேசத்தில் எனக்கு ஊக்கமும் உதவியும் கிடைக்காவிட்டால் அந்த நாடுகள் என்னை அங்கு வரவழைத்து வேண்டிய வசதிகளைச் செய்து தரக் காத்திருக்கின்றன. ஆனால் கோடிக்கணக்கில் கொடுத்தாலும் சரி, இரட்டை நோபல் பரிசு வருவதாக இருந்தாலும் சரி, நான் அப்படியெல்லாம் செய்ய மாட்டேன். இந்தத் தேசத்தில் இது நிறைவேறாவிட்டால், இவர்கள் அறியாமல் செய்கிறார்கள், இந்தத் தேசத்துப் பெரியவர்களுக்கு நல்ல புத்தி கொடு என்று பிரார்த்தனை செய்து, இங்கேயே செத்தாலும் சாவேனே தவிர, அந்நியனுக்கு இந்த ரகசியத்தை விற்கமாட்டேன். அது விஞ்ஞான உணர்வுக்குப் புறம்பான மனப்பான்மை. உண்மைக்கு இந்தத் தேசம் அந்த தேசம் என்று எல்லைகள் கிடையாது. ஆனாலும் தாய்ப் பாசம் என்னை விடவில்லை. என்னைப் பெற்று வளர்த்த புண்ணிய நாடாயிற்றே. வேதங்களும் ரிஷிகளும் தோன்றிய புனித பூமியாயிற்றே!

"உங்கள் தேசபக்தி என்னைப் பரவசமாக்குகிறது.

விஞ்ஞானிக்கு இருதயம் இராது என்பார்கள். நீங்கள் இருதயத்தாலே செய்த விஞ்ஞானி என்று தோன்றுகிறது."

"உங்கள் கண்ணைத் துடைத்துக்கொள்ளுங்கள். யாராவது பார்த்தால் நடுநிலை பிசகி, என் வலையில் விழுந்துவிட்டதாக உங்களைக் குற்றம் சாட்டுவார்கள். உலகம் பொல்லாதது. அதனால்தான் "யதா ஸ்த்ரீணாம் ததா வாசா ஸாதுத்வே துர்ஜனோ ஜனஹ" என்று பவபூதி கதறிவிட்டுப் போனான் ... நான் வருகிறேன்."

"வணக்கம், டாக்டர் கோஸ்வாமி!"

கல்கி, ஆண்டுமலர், ஆகஸ்ட் 1965

சாப்பாடு போட்டு நாற்பது ரூபாய்

"மணியார்டராா! எனக்கா!"

"ஆமா ஸ்வாமி! உங்களுக்கேதான்!"

"உத்ராபதி, உனக்கு வயசு நாப்பதாயிருக்கும். சாளேசரம் போட்டுக்கற வயசு! நல்லா பாத்துச் சொல்லு. நான் வாணா கண்ணாடி தரட்டுமா?" என்று துருப்பிடித்த வினோலியா ரோஸ் சோப் பெட்டியைத் திறந்து, வெற்றிலைக்கும் வெட்டுப்பாக்குக்கும் மேல் படுத்துக்கொண்டிருந்த மூக்குக் கண்ணாடியைத் தொட்டார் முத்து.

"கண்ணாடியும் வாணாம், சீப்பும் வாணாம். உங்களுக்குத்தான் வந்திருக்கு. நீங்களே அந்தக் கண்ணாடியை மாட்டிக்கிட்டுப் பாருங்க... எம். சாம்பழூர்த்தி யாரு?"

"சாம்பழூர்த்தியா? நம்ம அக்கணாக் குட்டிதான்."

"அக்கணாக்குட்டியா? நம்ம புள்ளையா? இப்ப மெட்ராஸிலேயே இருக்கு அது?"

முத்து அவசர அவசரமாக மூக்குக் கண்ணாடியை எடுத்து மாட்டி, இடது காதில் நூலைச் சுற்றிக் கொண்டார்.

"ஆமா, வேலைக்குப் போயிட்டானே அக்கணாக்குட்டி ஒரு மாசத்துக்கு முன்னால. உனக்குத் தெரியாது?"

தி. ஜானகிராமன்

"தெரியாதே. எங்க வேலையோ?" என்று மணியார்டர் பார்த்தில் இரண்டு இடத்தில் இண்டு போட்டுக் கொடுத்தார் உத்ராபதி. கையெழுத்தானதும் அடிக்கடித்தைக் கிழித்து முப்பத்தொன்பது ரூபாய்க்கு நோட்டும் ஒரு ரூபாய்க்குச் சில்லறையுமாகப் பையிலிருந்து எடுத்து நீட்டினார்.

"சில்லறையும் மாத்திப்ட்டு நாற்பது ரூபாயைக் கொடுப்பானேன்? அரை ரூபாயைக் குறைச்சுண்டு கொடுக்கப்படாதோ?" என்று அரை ரூபாயை நீட்டினார் முத்து.

"நாலணாப் போதும் சாமி. உங்ககிட்ட அதுக்கு மேலே வாங்கறது பாவம்" என்று பாதியைத் திரும்பிக் கொடுத்து விட்டார் உத்ராபதி.

"முதல் சம்பளம் வாங்கி அனுப்பிச்சிருக்கான் அக்கணாக்குட்டி. எட்டணாவாத்தான் இருக்கட்டுமேன்னு நினைச்சேன்" என்று நாலணாவைத் திரும்பி வாங்கிக் கொண்டார் முத்து.

"பிறத்தியார் பணம் அனுப்பிச்சா, ரண்டு கையாலும் வீசி வீசி தருமம் பண்ணுவாங்க சாமி" என்று சொல்லிக்கொண்டே குறட்டில் இறங்கி வந்தாள் அவர் மனைவி.

"ஏழைக்குத்தாம்மா தெரியும் ஏழை கஷ்டம். நீங்க சொல்றீங்களே. மாசம் நானூறு ரூபா அனுப்பறாரு ரட்டைத் தெரு மகாலிங்கய்யரு மகன், மிலிட்டரியிலே கர்னலா இருக்குறாராமே. மகாலிங்கய்யரு அப்படியே வாங்கிட்டு குந்தினாப்பல உள்ளே போயிடுவாரு. ஒரு பத்துகாசு டீத்தண்ணிக்கு? மூச்சுப் பரியப்படாது... முகத்தைப் பார்த்தாத் தானே?... அக்கணாக்குட்டி என்ன வேலையாயிருக்கு?"

"என்ன வேலையோ? நம்ம எம்.கே.ஆர். கிட்ட போய் புலம்பினேன் ஒரு நாளைக்கு, நம்ம பையனுக்கு ஒரு வழி பண்ணப்படாதா செட்டியார்வாள்! இப்படி உதவாக்கரையாத் திரியறானேன்னு நின்னேன். ஒரு மாசம் கழிச்சு சொல்லியனுப்பிச்சார். போனேன். உம்ம பையனை அனுப்புரீராய்யா மெட்ராசுக்கு? ஒரு பெரிய மனுஷன் வீட்டிலே கூட மாட ஒத்தாசையா இருக்கணுமாம். ஒரு பையன் இருந்தாத் தேவலைன்னு சொல்றாங்க. பெரிய இடம், புள்ளீங்க பள்ளிக்கூடத்துக்குப் போகும். கொண்டு விடணும், கடை கண்ணிக்கு போகணும். இப்படிச் சில்லறை வேலையா இருக்கும் போலிருக்கு. நல்லாக் கவனிச்சிப்பாங்க. வீட்டோடு சாப்பாடு போட்டு வைச்சிப்பாங்கன்னார் எம்.கே.ஆர்.

"அனுப்புரீமான்னு கேக்கணுமா? நான்தான் கஞ்சிவரதப்பான்னு தவிச்சிண்டு கிடக்கேன். இன்னிக்கே

பாயசம் 283

அனுப்பிக்கறேன்னேன். நாலு நாக்கழிச்சி அவர் காரியஸ்தர் மெட்ராஸ் போனார். அக்கணாக்குட்டியை அழச்சிண்டு போயிட்டார். சரியா ஒண்ணரை மாசம் ஆச்சு. பணம் வந்திருக்கு."

"என்னமோ சாமி கண்ணைத் திறந்தாரு. நீங்க முன்னாலே, இந்த மூக்கு கண்ணாடிக்கு அந்த நூலை எடுத்திட்டு ஒரு காது வாங்கிப் போடுங்க. அப்புறம் ஒரு உறையிலே போட்டு வச்சிக்குங்க. இப்படியே சீவல் மேலேயும் பாக்கு மேலேயும் வச்சிட்டிருந்தா பழங்கோலி மாதிரி கீறல் விளாம என்ன பண்ணுமாம்!" என்று சொல்லிக் கொண்டே உத்திராபதி நகர்ந்தார்.

சம்சாரம் முத்துவைப் பார்த்தாள்.

"இப்படி கொடுத்திட்டு நேரே உள்ள வரட்டும். பறமோளம் மாதிரி ஊரெல்லாம் போய் தம்பட்டம் கொட்டிண்டு நிக்க வேண்டாம்" என்று பல்லோடு பல்லாகச் சொல்லி வெற்றிலைப் பெட்டி மேலிருந்த நோட்டுகளைப் பெட்டிக்குள் போட்டு மூடி, பெட்டியையும் எடுத்துக்கொண்டு உள்ளே போனாள்.

வெற்றிலைப் பெட்டி கையை விட்டுப் போனதும் கூடவே விரைந்தார் முத்து. அவர் உள்ளே வந்ததும் கதவைத் தாழிட்டாள் சம்சாரம்.

முத்து தோளிலிருந்த மூன்று முழம் ஈரிழையை இடுப்பில் கட்டி, அவள் கையிலிருந்த பெட்டியை வாங்கித் திறந்து நோட்டுகளை எடுத்து, பறையிலிருந்த பரமேச்வரனின் படத்தின் அடியில் வைத்து, நெடுங்கிடையாக விழுந்து மூன்று தடவை நமஸ்காரம் செய்தார்.

"ஏன் நிக்கிறே! நீயும் பண்ணேன்!"

"எல்லாம் பண்றேன்" என்றுதான் அவள் வழக்கமாகச் சொல்லிவிட்டு நின்றிருப்பாள். ஆனால் மனசு பாகாகிக் கிடந்த தால் அவரே சம்பாதித்து விட்டார்போல, பதில் பேசாமல் கீழே குனிந்து மூன்று முறை வணங்கி எழுந்தாள். அவளுக்கு, அந்தக் காலத்து முத்துவின் ஞாபகம் வந்தது ஏழு வருடங்களுக்கு முன்னால் முத்து இப்படி கிழம் சென்று போகவில்லை. மயிர் கருகருவென்றிருக்கும், அள்ளிக்கட்ட வேண்டிய கூந்தலாக இருக்கும். மூக்கிலிருந்து இரண்டு கோடுகள் இந்த மாதிரி விழவில்லை. மார்பும் இரு பிளவாக, அடித்தென்னை மட்டை மாதிரி வைரமாக இருக்கும். இப்படிச் சரியவில்லை. தோள்பட்டை இப்படிச் சூம்பவும் இல்லை. ஆடசதை, துடைச்சதை எல்லாம் இப்படிக் கழளவுமில்லை. அப்போது வெற்றிலைப் பெட்டி பித்தளைப் பெட்டி. இப்பொழுது குப்பைத் தொட்டி போல ஒரு வயசான தகரப்பெட்டி. அப்பொழுது வெள்ளிச் சுண்ணாம்புக்

தி. ஜானகிராமன்

கரண்டான். இப்பொழுது பிரம்மோத்சவத்தில் தெருவோரக் கடைப்பரப்பில் வாங்கின தகரக்குழாய். அதுவும் துரு. கழுத்துக்குழியைத் தங்க ருத்ராட்சக் கொட்டை மறைத்துபோய், இப்போது குழிதான் தெரிகிறது. மேனிபோய், தெம்பு போய் கங்காளி மாதிரி நிற்கிறதைப் பார்த்துத்தான் "ரண்டாம் தாரமாம்மா?" என்று போன வருஷம் அமர்த்தின புதுத்தயிர்க்காரி கேட்டாள் போலிருக்கிறது. இப்படியா விசுக்கென்று இந்த பிராமணன் கிழண்டு போகும்! மருத்துக்குக்கூட மயிரில் கறுப்பில்லாமல், கூந்தல் கொட்டைப் பாக்காகி... பல் விழவில்லை, ஆனால் கோணவும் பழுப்பேறவும் ஆரம்பித்துவிட்டது.

ஆனால் இது ஒன்றும் அவள் கண்ணை இந்தக் கணம் உறுத்தவில்லை. "என்ன இருந்தாலும் இதுக்கு இருக்கிற சாமர்த்தியம் சாமர்த்தியம்தான்" என்று உவந்தாள்.

அவளுக்குச் சற்று சிரிப்பாகக்கூட இருந்தது. நம் பிள்ளையைப் பார்த்து நாற்பது ரூபாய் சம்பளம் போட்டு சாப்பாடும் போடத் தோன்றிற்றே ஒருவனுக்கு! இந்த உலகத்தில் எத்தனை அசடுகள் இருக்கமுடியும்!

இல்லை... அக்கணாக்குட்டி நிஜமாகவே சமர்த்து தானே! நமக்கு ஒரு பிள்ளை. செல்லப்பிள்ளை. அசட்டுத்தனமேதான் கண்ணில் பட்டது. வெளியே போனதும் மறைந்திருந்த சமர்த்து வெளியே வந்துவிட்டதோ என்னவோ.

... இல்லை... பணத்தையே தின்று, பணத்தையே உடுத்தி, பணத்திலேயே படுத்துப் புரளுகிற கொழுப்பு ஜன்மங்களாய் இருக்க வேண்டும். இல்லாவிட்டால் சாப்பாடு போட்டு, துணிமணி வாங்கிக் கொடுத்து நாற்பது ரூபாய் கொடுக்கவாவது!... கொழுப்போ டம்பமோ, மனது நல்ல மனது. இந்தப் பாச்சைக்கு, பேச்சைக்காலும் பேச்சைக் கையும் கொன்னல் பேச்சுமாக இது கிடக்கிற லட்சணத்துக்கு இப்படி ஆதரிக்க வேண்டும் என்று தோன்றிற்றே.

"தட்சிணாமூர்த்தே, வைதீச்வரா, லோகமாதா! நீங்கள்ளாம்தான் காப்பாத்தணும்" என்று பயந்து போய் நின்றாள் அவள்.

"சரி, காவேரியிலே போய் ஸ்னானம் பண்ணிட்டு வந்துடறேன்... சில்லறை ஏதாவது கொடேன். கிரைத்தண்டு பார்காய்னு ஏதாவது வாய்ண்டுவரேன்" என்று முடுக்கினார் முத்து. "இன்னிக்குக் கூடவா வத்தக்குழம்பும் சுட்ட அப்பளமும்?" என்று சொல்லாமல் பிணங்குகிற முறுக்கு அது. நாலணாவை எடுத்துக் கொடுத்தாள். கன்னத்தில் அவளை செல்லமாக நிமிண்டிவிட்டு அவர் வெளியே

பாயசம் 285

போகிறார். பணம் வந்தால் இந்த நிமிண்டல், குழையல் எல்லாம் இரண்டுபேருக்கும் சகஜம்.

அவர் குளிக்கப்போனது நடந்து போகிற மாதிரி இல்லை. குதி போடுகிறது போலிருந்தது. அவனை – அதை, ரூபாய் அனுப்பும்படி யாரும் சொல்லவில்லை. அது வேலை என்று போனால் போதும் என்றிருந்தது. அது போய் நாற்பது ரூபாய் அனுப்பவாவது!" நீ உருப்பட மாட்டே, நீ உருப்படவே மாட்டே" என்று அவனைச் சபித்ததெல்லாம் நினைவுக்கு வந்தது, வயிற்றில் பிறந்த பிள்ளையை இப்படியா சபிப்பார்கள்! நம்ம புத்தி இவ்வளவு கட்டையாக ஏன் போயிற்று? இப்பொழுது பணத்தை அனுப்பி நம்ம புத்தியில் கரியைப் பூசி விட்டதே! இந்தப் பிள்ளை! அக்கணாக்குட்டி, இனிமேல் உன்னை சபிக்க மாட்டேன், வெய்ய மாட்டேன் – ஏய்! உன்னை அதட்டக் கூட மாட்டேண்டா என்று தன்னைத் திட்டிக்கொண்டு நடந்தார் முத்து. ஒரு பிள்ளை!

பிள்ளைகளெல்லாம் தாயையும் தகப்பனையும் கொள்ளாமல் பாட்டனையும் பாட்டியையும் கொள்ளுமாமே – அது அக்கணாக்குட்டியைப் பற்றிய வரையில் மெய்தான். அவன் முத்துவின் மாமாவைக் கொண்டு விட்டான். முத்துவைக் கொண்டிருந்தால் அண்டா, தவலைகளை அலட்சியமாக உருட்டுகிற வலுவு வந்திருக்கும். ஆயிரம் பேருக்கானாலும் ஒரு கல் உப்போ, புளியோ ஏறாமல் குறையாமல் சமைத்துப் போடுகிற நளபாகம் கை வந்திருக்கும். முத்துவின் சம்சாரத்தைக் கொண்டிருந்தால் பார்க்கவாவது லட்சணமாக வளர்ந்திருக்கலாம்.

மீனாட்சி லட்சணம்தான். சமையற்கார முத்து பெண்டாட்டி என்று யார் சொல்ல முடியும்? நூற்றம்பது வேலி பண்ணைவீட்டு எஜமானி எண்ணெய் ஸ்நானத்துக்காக நகைநட்டுகளைக் கழற்றி வைத்தார் போலிருக்கும்... "ஸ்நானம் செய்துவிட்டுத் திரும்பி உள்ளே நுழைந்த கையோடு ஈர வேட்டியோடேயே அவளை அப்படியே அம்மென்று திணறத்திணறக் கட்டிக்கொள்ள வேண்டும். ம்க்கும்... ம்க்கும் இது வேறயாக்கும் என்று சொன்னாலும் சொல்லுவாள். கட்டிண்டு தொலை என்று சொல்வது போல மரம் மாதிரி நின்றாலும் நிற்பாள். அவளுக்குப் பிறந்த பிள்ளை அந்த மாதிரி மூக்கும் முழியுமாக இருக்கக் கூடாதோ? மூக்கில் வற்றாத ஜலதோஷம். ஹ் ஹ் என்று நிமிஷத்துக்கு ஒரு உறிஞ்சல். முட்டிக்கால், முட்டிக்கை. குதிகால் கீழே படாமல் இரண்டு குதியிலும் முள் குத்தினாற் போன்ற விந்து நடை, வாயைச் சற்று திறந்தாலே ஓட்டுக் கூரை மாதிரி பல் வரிசை – வரிசை இல்லை, கோணல் – ஓடு மாற்றி நாலு வருடமானாற்போல. அந்தப்பல்லுக்கு ஏற்ற சொல், எச்சிலில் குளித்துக் குளித்து வரும் ஒவ்வொரு பேச்சும். எப்ப வந்தேல்

தி. ஜானகிராமன்

மாமா சேக்யமா? நாலானன் சேக்யமார்க்கனா, (நாலானன் என்றால் நாராயணன்) செலுப்பு பிஞ்சு போச்சுப்பா இன்னிக்கு காவேரி ரண்டால் ஆலம்... வயசு பதினைந்து முடிந்தும் இதே பேச்சுதான். படிப்பு வரவில்லை. எலிமெண்டரிக்கு மேல் ஏறவில்லை. ஐந்து வருஷம் வீட்டோடு கிடந்ததும் போன வருஷம் ஒரு மளிகைக்கடையில் இழுத்துவிட்டார். அங்கே ஒரு நாள் எண்ணெயைக் கொட்டி ரகளை. வேலை போய்விட்டது. சைக்கிள் பழுது பார்க்கிற கடையில் கொண்டு விட்டார். நாலு நாளைக்குப் போய்விட்டு வந்து ஜுரமாகப் படுத்துக் கொண்டு விட்டது. நான் மாட்டேன், சைக்கிளுக்குப் பம்பு அடிக்கச் சொல்றான். கண்டு கண்டா மார் வலிக்குது. நான் மாட்டேன் போ என்று திண்ணையிலேயே உட்கார்ந்துவிட்டது. முத்து அலையாத இடமில்லை. பையனை அழைத்துக்கொண்டு வரச் சொல்லுவார்கள். போவார், பையனைப் பார்த்தும் சொல்லியனுப்புகிறேன் என்று அனுப்பிவிடுவார்கள். விறகுக் கடையில் கூட வேலைக்கு வைத்துப் பார்த்தாயிற்று. ஒரு கட்டையைத் தூக்க நூறு முக்கல். தினமும் நகத்திலும் விரல் இடுக்கிலும் சிலாம்பு. வீட்டுக்கு வந்து போகமாட்டேன் என்று அடம். நீ உருப்படவே மாட்டே என்று அப்பா அம்மா பாட்டு! ஒன்றையும் காதில் போட்டுக் கொள்ளவே மாட்டான் அவன். பேசாமல் போய்த் திண்ணையில் உட்கார்ந்து வாசலில் போகிற வெள்ளாட்டையும் குட்டியையும் மூக்கை உறிஞ்சி உறிஞ்சிப் பார்த்துக்கொண்டிருப்பான். இல்லாவிட்டால் வீட்டுக்கார வாத்தியார் பெண்ணோடு 'நேத்திக்கு ரிசவாகனம் பாக்கலியே நீ தூங்கிப் போயிட்டியே' என்று திருநாள் சேதிகளைப் பேசிக்கொண்டிருப்பான்.

ஸ்வாமி நினைத்தால் என்ன செய்ய மாட்டார்! ஊமைக்கும் அசடுகளுக்கும் அவர் தானே கண். என்னப்பா! வைத்தீச்சுவரா! இந்த மட்டுமாவது பாதை காட்டினியே!

முதல் தடவை பணம் வந்து ஆச்சர்யத்தில் கழிந்தது. இரண்டாம் தடவைகூட அந்த ஆச்சரியம் குறையவில்லை. மூன்றாம் தடவை இரண்டு மூன்று நாள் தாமதமாயிற்று. வேதனையாயிருந்தது. பயமாக இருந்தது. ஐந்தாவது தடவை ஒரு வாரம் தாமதம். கோபம் வந்தது. கோபத்தை சமாளித்துக் கொண்டு என்ன கஷ்டமோ இடைஞ்சலோ என்று சமாதானம் செய்து கொண்டு சாந்தமான சமயத்தில் பணம் வந்து குதித்துவிட்டது. "இது சம்பாதிச்சு நான் சாப்பிடணுங்கறது இல்லை ஸ்வாமி. என்னமோ முன்ன மாதிரி கண் சரியாகத் தெரியலை. கை நடுங்கறது. என்னமோ குழப்பம். மொளகாப் புளியெல்லாம் முன்ன மாதிரி திட்டமா விழமாட்டேங்கிறது.

இல்லாட்டா என்ன விட்டுட்டு ஆனந்தம் பயலைக் கூப்பிடுவாளோ ஏலாவூர் பண்ணையிலே! எத்தனை கலியாணத்துக்கு அங்கே டின்னரும் டிபனுமா பண்ணிப்போட்டிருக்கேன்? இந்தப் பய இப்படிப் பிள்ளையாப் பிறந்து இப்படி நிக்கறதேங்கிற கவலையிலே எனக்குக் கையி, தீர்மானம், தைரியம் எல்லாம் ஆடிப்போச்சு ஸ்வாமி. இப்ப அது நிமிர்ந்திட்டுது. என் குழப்பம் நிமிரலே, என்ன பண்றது! இல்லாட்டா இது சம்பாரிச்சா நான் சாப்பிடணும் தலையெழுத்து" என்று மணியார்டர் வாங்கும்போது வந்து, விசாரிக்கிற பார்வையாகப் பார்த்த வீட்டுக்கார வாத்தியாரிடம் உருகினார் முத்து.

அந்தச் சமயத்தில்தான் வண்டிக்காரத் தெருவிலிருந்து வக்கீல் குமாஸ்தாவின் காரியஸ்தன் வைத்தியநாதய்யன் வந்து செய்தி சொல்லிவிட்டுப் போனான். மத்தியானம் முடிந்தால் வீட்டுப்பக்கம் வந்துவிட்டுப் போகச் சொன்னாராம் அண்ணாவையர்.

வக்கீலுக்குக் குமாஸ்தா. அந்த குமாஸ்தாவுக்கு ஒரு காரியஸ்தனா? இது உலகத்தில் இல்லாத ஆச்சரியம் இல்லையோ? ஆனால் நடக்கிறதே. அண்ணாவையனுக்கு காரியஸ்தன் ஒருவன் இல்லை, இரண்டு மூன்று பேர் உண்டு. இந்தா என்றால் ஏன் எங்கேயென்று ஓடக் காத்திருக்கிற எடுபிடி ஆட்கள் மூன்று பேர் – அண்ணாவையன் முத்துவுக்குக் கீழ் சமையலாக இருந்தவன்தான். திடீரென்று ஒரு நாளைக்கு வக்கீல் ஐகதுவுக்கு குமாஸ்தாவாக ஆனான். மூன்று வருஷத்தில் ஐகதுவையே உக்கார்த்தி வைத்துவிட்டான். தானே வக்கீல் மாதிரி தொழில் நடத்தத் தொடங்கிவிட்டான். முதலிமார் கேஸ்கள், செட்டிநாட்டுக் கேஸ்கள் – பாகப் பிரிவினைகள் வியாஜ்யங்கள் என்று பிரளயமாடுகிறான். கோர்ட்டு ஏராமலே எத்தனை மத்தியஸ்தங்கள்! பல மத்தியஸ்தங்கள் வாசல் திண்ணையில் நீட்டின கால்களை மடக்காமலே நடக்கும். மலையாளத்து இரட்டைத் தாழம் பாயில் திண்டு மீது சாய்ந்து... ஏ அப்பா! என்ன கார்வார்! என்ன மோஸ்லா!

முத்து கீரைத்தண்டு சாம்பார் சாதத்தைச் சாப்பிட்டு வினோலியா டப்பாவுடன் வண்டிக்காரத் தெருவுக்குப் போனார். போகாமல் எப்படி இருக்க முடியும்! விறகுக் கடையிலும் சைக்கிள் கடையிலும் அக்காணாக்குட்டியை வேலைக்கு வைத்தது அண்ணாவையன் தானே. இது வேலையை விட்டால் அவன் என்ன செய்வான்?

வழக்கம் போல நீட்டின காலை மடக்காமலே "வா முத்து, உக்காரு" என்று அண்ணாவையன் திண்ணையில் தாழம்பாயில் சாய்ந்தவாறே அழைத்தான்.

தி. ஜானகிராமன்

"வைத்தா வந்து சொன்னாள், அய்யர்வாள் கூப்பிட்டார்னு"

"ஆமா. முத்து" என்று எழுந்து புகையிலையை உமிழ்ந்துவிட்டு வந்து, "ராத்திரி மெட்ராஸ் போறேன். இந்தத்தடவை யாராவது கூட இருந்தா தேவலை போலிருக்கு. ஒரு வாரமா ஜூரம். முந்தாநாத்தான் ஜலம் விட்டுண்டேன். நாளைக்கு அர்ஜண்டா கேஸு ஹைகோர்ட்டிலே. பத்தியச் சாப்பாடு. ஹோட்டல்ல தங்கப்போறதில்லெ. தம்முடு கலியாண மண்டபத்திலே தங்கப் போறேன். நீ கூட வந்து ஒரு ரசம் சாதமோ தொகையலோ பண்ணிப் போட்டா தேவலைன்னு தோணறது. அதான் கூப்பிட்டனுப்பிச்சேன்."

"அதுக்கென்ன செஞ்சுபிடறது."

"நீ தீர்க்காயுசா இருக்கணும். நாலாநாள் திரும்பிவிடலாம். நீ போறதுக்கு ரெடி பண்ணிக்கோ. நாளை நாளன்னிக்கு ஒண்ணும் அச்சாரம் வாங்கலியோ"

"இப்ப என்ன ஆடி மாசத்திலெ அச்சாரம்?"

"ரொம்ப நல்லது போ. அப்ப ரண்டு நாள் கூடத்தங்கினாலும் பாதகமில்லேன்னு சொல்லு."

"ஒரு மாசமாத்தான் இருக்கட்டுமே. நீங்க கூப்பிடறச்சே நான் வெட்டி முறிக்கப் போறேனோன்னேன். என்ன பேச்சு இது?"

"சரி, இந்தா – இதோ இருவது ரூவா இருக்கு. மீனாட்சிகிட்ட கொடு. செலவுக்கு வேணுமே அவளுக்கு..." ராத்திரி ஏழு மணிக்கு வந்துடு. இங்கேயே சாப்பிட்டுப் புறப்படலாம்.

"சாப்பிடறேன். இது என்னத்துக்கு?" என்று உபசாரமாகப் பணத்தை மறுத்தார் முத்து.

"எது என்னத்துக்கு? – கொடுத்தா பேசாம வாங்கி வச்சுக்கோயேன். நீதான் மகாப் பிரபுன்னு தெரியுமே எனக்கு."

"சரி" என்று புன்சிரிப்புடன் இரண்டு நோட்டையும் வினோலியாப் பெட்டிக்குள் வைத்து மூடி "நானே போகணும் போகணும்னு நெனச்சிண்டிருந்தேன். நீங்க கூப்பிட்டுது பால்லெ பழம் விழுந்தாப்பல ஆயிட்டுது" என்றார் முத்து.

"என்ன?"

"நம்ம அக்கணாக்குட்டி அங்கதானே இருக்கான்... போரபோது அவனையும் ஒருநடை பார்த்துட்டு வந்துடலாமே."

"ஓஹோஹோ. ரண்டு மாசம் முன்னாலேயே சொன்னியே – யாராத்திலெயோ இருக்கான்னு. எனக்கு மறந்தே போயிடுத்து

பாயசம் 289

பாரேன். பலசரக்குக் கடைக்காரனுக்குப் பைத்தியம் புடிச்சாப்பல ஆயிடுத்து என் புத்தி... பேஷ் –"

பட்டணத்துக்கு வந்த நாலாம் நாள்தான் முத்துவுக்கு ஒழிந்தது. அண்ணாவையருக்குச் சமைத்துப் போட்டுவிட்டு அவரோடும் சுற்ற வேண்டியிருந்தது. மூன்று நாளுக்குப் பிறகுதான் அண்ணாவையருக்குத் தைரியம் வந்தது. தனியாக நடமாடலாம் என்று. அன்று சனிக்கிழமை. வேங்கடாசலபதி பெயரைச் சொல்லி ஒரு சர்க்கரைப் பொங்கல் பண்ணச் சொன்னார் அண்ணாவையர். அவருக்குச் சாப்பாடு போடுவதற்கு முன்னமே சொல்லிவிட்டார் அவர். "முத்து, நான் சாப்பிட்டுக் கோர்ட்டுக்குப் போறேன். நீ அக்கணக்குட்டியைப் பார்த்துட்டு சாயங்கலாத்துக்குள்ள வந்துரு. ராத்திரி வண்டிக்கேகிளம்பும்படியா இருக்கும். முடிஞ்சா அந்த பயலையும் அழச்சிண்டு வா. நானும் பார்க்கறேன்" என்று அவர் சொன்னதும் அவிழ்த்து விட்ட கழுதை மாதிரி ஓட வேண்டும் போலிருந்தது முத்துவுக்கு. நெஞ்சுக்குள் குதியாகக் குதித்தது. சிரமப்பட்டு அடக்கிக்கொண்டு, அவருக்குச் சாதத்தைப் போட்டார். டாக்சி பிடித்துக் கொண்டு அவரை ஏற்றி வழியனுப்பிவிட்டு, ஒரு எவர்சில்வர் டப்பாவில் சர்க்கரைப் பொங்கலைப் போட்டுக்கொண்டு மாம்பலம் பஸ்ஸில் ஏறினார்.

வீடு கண்டுபிடிப்பது சிரமமாக இல்லை. வீடா அது பங்களா. பங்களா கூட இல்லை. சின்ன அரண்மனை. ஒரு மாஞ்சோலைக்கு நடுவில் இருந்தது. கேட்டைக் கடந்து நுழைந்ததும் நடுவில் ஒரு நாகலிங்க மரம். இப்பாலும் அப்பாலும் இரண்டிரண்டு மாமரங்கள். ஒரே நிழலாக இருந்தது. தள்ளிப் போனால் கார் நிற்கும் முகப்பு. காரும் இருந்தது. நாகலிங்க மரத்துக்குப் பக்கத்தில் சிமெண்டு சோபா இரண்டு திண்ணைபோல கட்டியிருந்தன. அங்கே நான்கு பையன்கள் உட்கார்ந்து பேசிக்கொண்டிருந்தார்கள்.

"அம்பி!" என்று இரண்டு தடவை கூப்பிட்டார் முத்து. அவர்கள் கவனித்ததாகத் தெரியவில்லை. மாமரத்தில் ஒரு குயில் கத்திற்று. கீழே நாகணவாய் இரண்டு மஞ்சள் மூக்கும் குழைந்த கூவலுமாக ஆடி ஆடி நடந்துகொண்டிருந்தன.

"நான் டபிள்ஸ் எத்தனையோ தடவை போயிருக்கேண்டா இதே சைக்கிள்ளே என்ன செஞ்சிடுவாங்க? எங்க தாத்தா ஹைகோர்ட் ஐட்ஜி கான்ஸ்டபிள் என்னைப் பிடிச்சிடுவானா?"

"ம்கம்... நீயார் க்ராண்ட்ஸன்னாயிருந்தா போலிஸ்காரனுக்கு என்னடா? அவன் டூட்டி செய்யத்தான் செய்வான்."

"பெட்டு?" – நான் டபுள்ஸ் போறேன், மணியோட... பிடிக்கிறானா பார்ப்பமா? அஞ்சு ரூபா பெட்டு! இந்தா" என்று

தி. ஜானகிராமன்

சட்டைப் பையிலிருந்து ஐந்து ரூபாயை எடுத்து வைத்தான் அந்தப் பையன்.

பன்னிரண்டு வயதுக் குழந்தையின் பையிலிருந்து "பெட்டு"க் கட்ட ஐந்து ரூபாய் பணம் வருவதைப் பார்த்து முத்து பயந்து போய்விட்டார். இந்தப் பையன்களைத்தான் அக்கணாக்குட்டி பள்ளிக்கூடத்திற்குக் கொண்டு விடுகிறானா! அவருக்குப் பயமாகவும் இருந்தது. பெருமையாகவும் இருந்தது.

"அம்பி!" என்று மறுபடியும் கூப்பிட்டார். பதிலில்லை. அன்று சனிக்கிழமை, பள்ளிக்கூடம் இல்லை போலிருக்கிறது.

மறுபடியும் கூப்பிட்டார்.

"யாரு?"

"சாம்பமூர்த்தின்னு ஒரு பையன் கும்மாணத்திலிருந்து வந்திருக்கானே அவன் இஞ்சதானே இருக்கான்."

"தெரியாது."

"இதுதானே குப்புசாமி அய்யர் பங்களா!"

"யார்றா குப்புசாமி அய்யர்?"

"போடா! நம்ம மோகன் தாத்தா தாண்டா. அவர் வீடுதான்."

"நீங்க இந்த வீடு இல்லையா?"

"இல்லை. நாங்க எங்க ப்ரண்டு மோகனைப் பார்க்க வந்திருக்கோம். மோகன் உள்ளே சாப்பிடப் போயிருக்கான்."

முத்து மெதுவாக நகர்ந்து வீட்டின் முகப்புக்குப் போனார். அங்கு யாருமில்லை. உள்ளே ஹாலுக்குப் போனார். பாதி இருட்டு. அங்கே பெரிய மைசூர் மகாராஜா ராணியோடு நிற்கிற படம், கொம்பு, மான்தலைகள், யாரோ தலைப்பாகை நீளக்கோட்டு கால்சட்டை போட்ட மனிதரின் படம் எல்லாம் மாட்டியிருந்தன. அங்கும் யாருமில்லை. அதையும் தாண்டினார். ஒரு கிழவன் அந்தண்டை நடையில் ஒரு ஸ்டூல் மீது உட்கார்ந்திருந்தான்.

"யாரு?"

"ஏம்பா சாம்பமூர்த்தின்னு ஒரு பையன் இங்க இருக்கானே தெரியுமோ?"

"பையன்னா? எந்தப்பையன்?"

"இங்கே வேலைக்கிருக்கான்பா ஒரு பையன் – கும்மாணத்தி லிருந்து வந்திருக்கான்."

பாயசம்

"அப்படிச் சொன்னால்ல தெரியும்? சாம்புவைத்தானே கேக்கறீங்க– பெரிய அய்யரோட இருக்கே அந்தப் பையன்தானே?"

"அது என்னமோ, இங்க வேலையாயிருக்கான் அந்தப் பையன்?"

"கும்பகோணத்துப் பையன்தானே?"

"ஆமாம்."

"அப்ப இப்படி இறங்கி அதோ அங்கே போங்க – காட்டேஜுக்கு, அங்கதான் இருப்பான் பையன். இப்பதான் அய்யரோட வெளியே போய் வந்தான்."

"இங்கே?" என்று நடை முடிவில் இருந்த வாசற்படியைக் காட்டினார் முத்து.

"இங்க சின்ன ஐயா ரண்டுபேரும் இருக்குறாங்க... பெரியய்யா இருக்கிற இடம் அதுதான். அங்கதான் அந்தப் பையன் இருக்கான்... நீங்க யாரு?"

"நான் அந்தப் பையனோட தோப்பனார்."

"அப்படியா! சரி சரி, போங்க போங்க."

முத்து நடையிலிருந்து இறங்கி தோட்டத்தோடு போனார். ஏ அப்பா எத்தனை பெரிய வீடு! எத்தனை மரங்கள் ஒரு ஆளைக் காணவில்லை. வாசலை இப்படி ஹோவென்று போட்டுவிட்டு உள்ளே எங்கேயோ இருக்கிறார்களாம். ஒரு ஈ காக்கையைக் காணோம்! முன்நெற்றி மயிரைப் பிடித்தாலும் தெரியாது போலிருக்கிறது.

ஒரே நிசப்தமாக இருந்தது. தோட்டப்பாதையில் நடந்து அங்கே காட்டேஜின் படி ஏறினார் முத்து.

தாழ்வாரத்தில் வந்து "சார்" என்றார்.

"யாரு?"

"நான்தான்" என்று சொல்லிக்கொண்டே உள்ளே நுழைந்தார்.

அங்கே ஒரு பெரிய மேஜை. அதன் மேல் தடிதடியாகக் கணக்குப் புத்தகங்கள். அதன் பின்னால் நாற்காலியில் ஒரு பெரியவர் உட்கார்ந்திருக்கிறார். அவர் முகத்தில் கறுப்பாக மூக்குக் கண்ணாடி, மேஜையில் ஒரு நீலக்கடுதாசி. அதன் மேல் வரைப்படம். அதைத்தான் பார்த்துக் கொண்டிருக்கிறார். ஒரு பையன் பக்கத்தில் நின்று அவருடைய தலையை, கிராப்புத்தலையை வரக்கு வரக்கு என்று சொறிந்துகொண்டிருக்கிறான்.

தி. ஜானகிராமன்

கறுப்புக் கண்ணாடியின் உடலும் லேசாகக் கறுப்புத்தான். முத்து உள்ளே நுழைந்ததும் அவர் கறுப்புக் கண்ணாடியைக் கழற்றாமலே அவரை நிமிர்ந்து பார்க்கிறார்.

"யப்பா" என்று ஒரு குரல்.

அக்கணாக்குட்டியின் குரல்தான், மேஜை மீதிருந்த மங்கிய விளக்கின் கறுப்பு மறைவுக்குப் பின்னால் அக்கணாக்குட்டியின் முகம் தெரிந்தது.

"எப்பப்பா வந்தே?" என்று! ஹ என்று உறிஞ்சிக்கொண்டே சிரிக்கிறான் அவன்.

"யார்றா சாம்பு?"

"எங்கப்பா மாமா" என்று அவர் தலையைச் சொறிந்து கொண்டே அக்கணாக்குட்டி "எப்பப்பா வந்தே?" என்று சிரித்தான்.

"நமஸ்காரம்" என்றார் முத்து.

"நமஸ்காரம். சாம்பு அப்பாவா – வாங்கோ!"

"வந்தேன்"

"உட்காருங்கோ."

ஒரு நாற்காலியில் உட்கார்ந்தார் முத்து. வெயிலிலிருந்து உள்ளே வந்ததும் கண்ணை மறைத்த இருள் மெதுவாக விலகிற்று. கண் நன்றாகத் தெரியத் தொடங்கிற்று.

"சௌக்கியமா?" என்றார் கறுப்புக்கண்ணாடி.

"சௌக்யம்."

முகத்தை நன்றாகப் பார்த்தார் முத்து. உதடு அறுந்தது மாதிரி அதைத்துத் தொங்கிற்று. கன்ன எலும்பில் இரண்டு அதைப்பு. காது வளையமெல்லாம் அதைப்பு. மேஜைமீது படிந்திருந்த கைகளைப் பார்த்தார். கைகள் படியவில்லை. கட்டைவிரல் மற்ற விரல்களெல்லாம் மடங்கியிருந்தன. நீட்ட முடியாத விரல்கள் என்று பார்த்தாலே தெரிந்தது.

"எப்பப்பா வந்தே... ஹ?" என்று பல் வரிசையைக் காட்டிக்கொண்டே கேட்டான் அக்கணாக்குட்டி. அவருடைய தலையைச் சொறிவதை மட்டும் நிறுத்தவில்லை.

"இப்ப தாண்டா வரேன்."

"இப்ப ஏதுப்பா வண்டி ... ஹ?"

"வண்டி முந்நூறு நிமிஷம் லேட்டு. தெரிஞ்சவா வீட்டிலே வந்து இறங்கினேன். சாப்பிட்டேன், உடனே புறப்பட்டு வரேன்" என்று தன்னறியாமல் பொய் சொன்னார் முத்து.

அப்பொழுது கறுப்புக் கண்ணாடிப் பெரியவர் கன்னத்தைச் சொறிந்துகொண்டார். எல்லாரும் விரல் நுனியால் நகத்தால் சொறிந்து கொள்வார்கள். இவர் மடக்கின விரலின் பின்பக்கத்தால் சொறிந்து கொண்டார். முத்துவுக்குப் பகீர் என்றது. இரண்டு மூன்று விரலின் நகமே இல்லை.

முத்துவுக்கு உட்கார முடியவில்லை. மேலெல்லாம் அரிப்பது போலிருந்தது. அந்த அறையில் காலைப் பாவவிட்டாலே உள்ளங்கால் அரிக்கும் போலிருந்தது. முள்மேல் உட்கார்வது போலக் குறுகிக்கொண்டார்.

பெரியவர் என்னென்மோவெல்லாம் கேட்டார். தப்பும் தவறுமாக பதில் சொல்லிக்கொண்டிருந்தார் முத்து. காதில் ஒன்றையும் சரியாக வாங்கிக்கொள்ளவில்லை. அவருக்கு உள்ளே பூஞ்சதை நரம்பெல்லாம் அழுவதுபோல் ஒரு கசிவு.

'போரும்டா சாம்பு' என்றார் பெரியவர்.

அக்காணக்குட்டி சொறிவதை நிறுத்தினான்.

"பையன் ரொம்ப சமர்த்தாயிருக்கான். அவன் இருக்கிறது எனக்கு ஆயிரம் பேர்கூட நிற்கிறாபோல இருக்கு" என்றார் பெரியவர். சொல்லிவிட்டு "சித்தெ இருங்கோ, இதோ வந்துடறேன் – சாம்பு இப்படி வாயேன்" என்றார்.

அக்கணாக்குட்டி அருகில் வந்து நின்றான். பெரியவர் எழுந்து அவன் தோளில் கையைப் போட்டுக்கொண்டார். அக்கணா நடந்தான். அவரும் விந்தி விந்தி துணி பூட்ஸ் காலால் நடந்தார். அவரை ஹாலின் ஒரு கோடியில் உள்ள கதவைத் திறந்து உள்ளே விட்டு வெளியே காத்து நின்றான்.

"உங்க மாதிரி யார் இருப்பா? விளக்கேத்தி வச்சேளே என் குடும்பத்துக்கு. நிஜமாகச் சொல்றேன். அக்கணாக்குட்டி அனுப்பிக்கிறானே மாசாமாசம் அதிலேதான் வயிறு ரொம்பறது. யார் செய்வா இந்த மாதிரி இந்தக் காலத்திலே? அவனையும் ஒரு ஆளாக்கி... அவன் ஒரு கால் காசைக் கண்ணாலே காணப்போறானோன்னு ஒடிஞ்சு போய் விட்டேன். ஸ்வாமிதான் உங்க ரூபத்திலே வந்து அவன் கண்ணைத் திறந்து விட்டார்..." அக்கணாக்குட்டியைப் பார்க்க போகும்போது அவனுடைய எஜமானரைப் பார்த்தால் இப்படி என்னென்னவெல்லாமோ சொல்ல வேண்டும் என்று நினைத்துக் கொண்டே வந்திருந்தார் முத்து.

தி. ஜானகிராமன்

இப்போது வாயைத் திறக்கவில்லை. முடியவில்லை. அந்த நினைவெல்லாம் தோன்றிய சுவடே இல்லை. மனசில் ஒரு பீதி. ஒரு குமைச்சல். குமட்டல். ஒரு கோபம். "பாவி! நீ நன்னாயிருப்பியா?" என்று அடிவயிற்றிலிருந்து கதற வேண்டும் போலிருந்தது. அக்கணாக்குட்டி ஹால் ஓரத்தில் பெரியவர் வருவதற்காகக் காத்து நின்றவன் அப்பாவைப் பார்த்துப் புன்சிரிப்பு சிரித்தான். ஹ் என்று உறிஞ்சினான்.

முத்துவுக்கு நெஞ்சில் கட்டி புறப்பட்டாற்போல் வலித்தது. இவனையும் தாண்டி கதவைப் பார்த்தது அவர்கண். வெளியே நெளியப்போகும் நல்ல பாம்பைப் பார்ப்பதுபோல ஒரு கிலி வேறு சூழ்ந்துகொண்டது.

"இந்தண்ட வாடா" என்று வாயால் தலையை அசைத்தார் — அவசரமாக, சுளிப்பாக.

அவன் புரிந்துகொள்ளவில்லை. புன்சிரிப்புடனேயே சாத்தியிருந்த கதவைக் கையால் காண்பித்து சைகை காட்டினான்.

பெரியவர் காவி பூட்ஸும் காலுமாக வந்தார். சுவரில் பதிந்த ஒரு பளபள கம்பியிலிருந்து ஒரு துண்டை எடுத்து அவரிடம் நீட்டினான் அக்கணா. அவர் கையைத் துடைத்துக்கொண்டதும், தோளைக் கொடுத்தான். பிடித்துக்கொண்டு வாத்து நடை நடந்து நாற்காலியில் உட்கார்ந்துகொண்டார்.

முத்து ஆரம்பித்தார். "சம்சாரத்துக்கு ஊரிலே உடம்பு ரொம்ப மோசமாயிருக்கு. பதினஞ்சு நாளா படுத்த படுக்கையாயிருக்கா. பிள்ளையைப் பார்க்கணும் பார்க்கணும்னு புலம்பறா. ஜுரம் இறங்கவே இல்லை..."

"அடடா ... நீங்க ஒரு வார்த்தை எழுதப்படாதோ?"

"என்னமோ சாதாரண ஜுரம்னு நெனச்சிண்டிருந்தேன். அது என்னடான்னா இறங்கற வழியாயில்லெ. அப்பறம் அவ தங்கைக்கு லெட்டர் போட்டு வரவழைச்சேன், கிராமத்திலேர்ந்து. இவளானா புலம்பறா. உங்ககிட்ட விஷயத்தைச் சொல்லி பயலை அழைச்சிண்டு போகலாம்னு வந்திருக்கேன்" என்று அடுக்கிக் கொண்டே போனார் முத்து.

பெரியவர் நிமிர்ந்து அவரைப் பார்த்தார். கறுப்புத்தான் கண்ணை மறைந்திருக்கிறதே என்ன தெரியும்? அந்த முகத்தில் தான் என்ன தெரியும்? தடிப்புத்தான் தெரிந்தது.

முத்துவுக்கு மட்டும் தான் சொன்னதை அவர் நம்ப வில்லையோ என்று வயிற்றில் கனத்தது.

பெரியவர் அப்படியே பார்த்துக் கொண்டிருந்தார்.

"ஊர்லே சிநேகிதர் ஒருத்தர் காரிலே வந்திருக்கார். சேர்ந்து போயிடுவமேன்னார். ரயில்காரனுக்கு கொடுக்கறதையாவது மிச்சம் பண்ணலாம்னு நினைச்சேன்."

பெரியவர் வாய்த்தடிப்பு ஒரு புன்னகையாக மலர்ந்தது. சிரித்தால் அழகாகத்தான் இருக்கிறது. யார் சிரித்தால் என்ன என்று தோன்றிற்று முத்துவுக்கு.

"பெரிய மனசு பண்ணி மன்னிக்கணும்" என்றார் முத்து.

"பாதகமில்லை" என்று ஒரு புத்தானை அழுத்தினார் பெரியவர்.

"சாம்பு, அப்பா கூப்பிடறாரேடா போறியா?" என்று கேட்டார்.

"அம்மா ரொம்ப ஜுரமாக் கிடக்காதா. உன்னைப் பார்க்கணும்னு பேத்திண்டேயிருக்கா – ராவில்லே பகலில்லே" என்றார் முத்து.

"சரிடா சாம்பு. வேட்டி சட்டையெல்லாம் எடுத்து வச்சுக்கோ" என்றார் பெரியவர். "பையன் ரொம்ப ஒத்தாசையாயிருந்தான் ஸ்வாமி. சுருக்கக் கொண்டு விட்டுவிடுங்கோ."

"ம்! உடம்பு சரியாயிருந்தா, அங்கே என்ன வேலை?" என்றார் முத்து.

அக்கணா பின்னாலிருந்த இன்னொரு அறைக்குப் போனான்.

வாசலிலிருந்து ஒரு தட்டில் டிபன் காபி எல்லாம் பரிசாரகன் கொண்டு வந்தான். அதற்குத்தான் புத்தானை அழுத்தினார் போலிருக்கிறது பெரியவர்.

"சாப்பிடுங்கோ."

"நான் இப்பத்தானே சாப்பிட்டேன்."

"இங்கே வந்து வெறும் வயத்தோட போகலாமோ?"

முத்துவுக்குச் சொல்ல மெல்ல முடியவில்லை. "பாலாம்பிகேச வைத்யேச" என்று மனத்துக்குள் சுலோகம் சொல்லிக் கொண்டே காபியை மட்டும் எடுத்து கண்ணை மூடி மளமளவென்று விழுங்கினார். பரிசாரகன் பாத்திரங்களை எடுத்துப்போனான்.

அக்கணாக்குட்டி பையும் கையுமாக வந்தான். வெளிச்சத்தில் நன்றாகப் பார்க்கும்போது அவன் எவ்வளவு மாறிவிட்டிருக்கிறான் என்று தெரிந்தது. தலையை வழவழவென்று சீவி விட்டிருந்தான்.

வெள்ளை வெளெரென்ற சட்டை, வெள்ளை வேட்டி, முகத்தில் ஊட்டத்தின் பொலிவு, சட்டைக்கு வெளியே தெரிந்த முன்னங்கை கூட பளபளவென்று நிறம் ஏறியிருந்தது.

"என்னை ரொம்ப மன்னிச்சிக்கணும்" என்று எழுந்து கும்பிட்டார் முத்து.

"எதுக்காக? ரொம்ப நன்னாருக்கே."

"நமஸ்காரம் பண்ணிட்டு போய்ட்டு வரேன்னு சொல்லிக்கோடா" என்றார் முத்து.

அக்கணா விழுந்து வணங்கி எழுந்து "போய்ட்ரேன் மாமா" என்றான்.

"போய்ட்டுவா. போய் லெட்டர் போடு, அம்மாவுக்கு உடம்பு எப்படியிருக்குன்னு. எப்ப வரேன்னும் எழுதணும்."

"சரி மாமா."

இருவரும் வெளியே நடந்தார்கள்.

இவ்வளவு சீக்கிரம் காரியம் நடக்கும் என்று நினைக்க வில்லை. சிங்கத்தின் குகையிலிருந்து வருவது போல, திரும்பிப் பார்க்காமல் வேகமாக வெளியே வந்து தோட்டத்தைத் தாண்டி தெருவுக்கு வந்து சாலைக்கு வந்தார் முத்து. "மெதுவாப் போப்பா" என்று கூடவே விரலால் நடந்து சிறு ஓட்டமாக ஓடிவந்தான்.

சாலைக்கு வந்து பஸ் ஏறினதும்தான் வாயைத் திறந்தார் முத்து.

"ஏண்டா மக்கு! இந்த மாதிரி உடம்பு அந்த மாமாவுக்குன்னு நீ சொல்லவே இல்லியே" என்றார்.

"என்ன உடம்பு?"

"உனக்குத் தெரியலையா? ரொம்ப கரிசனமா தலையைச் சொறிஞ்சு விட்டியே, புத்திதான் இல்லை, கண்ணுகூடவா அவிஞ்சு போச்சு?"

"அது ஒட்டிக்காதாம்பா?"

"ஒட்டிக்காதா! யார் சொன்னா?"

"அவாத்து மாமி, மாமா, மோகன் எல்லோரும் சொல்வாலே."

"பின்னே அந்த மோகன், மாமி, மாமா எல்லோரும் வந்து அவர் தலையைச் சொறியப்படாதோ?"

பாயசம்

"அவாலுக்கெல்லாம் வேலையில்லியாக்கும்? மோகன் பல்லிக்கூடம் போறான். மாமா என்ஜீனியர், மாமிப்பூ நூல்லே பை பனியன்லாம் போடறா. அவாலுக்கு டயம் ஏது? அவா சொறியப்படாதோங்கறியே."

"உன்னை ஏமாத்தியிருக்காடா எல்லாரும், அசட்டுப்பொணமே."

"ஒண்ணும் இல்லே. இத பாரு பேப்பர்லேயே போட்டிருக்கு" என்று பையின் பிடியை அகட்டி உள்ளேயிருந்து நாலு சினிமாப் பாட்டுப் புத்தகங்களை எடுத்தான் அக்கணா. ஒரு புத்தகத்தைப் பிரித்து அதிலிருந்து ஒரு தினசரித்தாள் பக்கம் ஒன்றை எடுத்தான். அதிலே ஒரு வெள்ளைக்காரப் பெண் யாரோ ஒரு ஆணின் கையைப் பிடித்துத் தடவிக்கொண்டு நிற்கிறாள். கருப்புக் கண்ணாடிக்காரருக்கு இருந்த மாதிரியே கை, மூக்கு எல்லாம்..." இது யாரு தெரியுமா? வெல்லைக்கார தேசத்திலே ராணி. போன மாசம் மெட்ராசுக்கு வந்தா – ராஜாவோட. இந்த ஊருக்கு வந்து சினிமா, டிராமால்லாம் பார்க்கலியாம், காரை எடுத்துண்டு ஒரு கிராமத்துக்குப் போனாலாம். மாமா மாதிரி அங்கே முப்பது நாப்பதுபேர் இருக்கலாம். மருந்து சாப்பிடறாலாம். அவால்லாரையும் பார்த்து, கையெல்லாம் தடவிக் கொடுத்தா வெல்லைக்கார ராணி, போட்டோ போட்டிருக்கா பாரு தடவிக் கொடுக்கறாப்பல, ஒட்டிக்கும்னா ராணி தடவிக் கொடுப்பாலா, பேத்தியம் மாதிரி பேசறியே?"

"பேத்யம் மாதிரியா? நானா பைத்தியம்?" என்று படத்தைப் பார்க்க ஆரம்பித்தார் முத்து.

"படத்தை மட்டும் பாக்கறியே. கீலே எழுதியிருக்கு பாரு" என்று விரலை அந்த வரிகள் மீது ஒட்டிக் காண்பித்தான் அக்கணா.

"பாலாம்பிகேச வைத்யேச" என்று சுலோகம் சொல்லிக் கொண்டே வினோலியா பெட்டியைத் திறந்து கண்ணாடியை எடுத்து மாட்டிக்கொண்டு படிக்க ஆரம்பித்தார் முத்து.

தீபம், ஆகஸ்ட் 1966

தி. ஜானகிராமன்

பாயசம்

சாமநாது அரசமரத்தடி மேடை முன்னால் நின்றார். கல்லுப் பிள்ளையாரைப் பார்த்தார். நெற்றி முகட்டில் குட்டிக்கொண்டார். தோப்புக்கரணம் என்று காதைப் பிடித்துக்கொண்டு லேசாக உடம்பை மேலும் கீழும் இழுத்துக்கொண்டார்.

"நன்னா முழங்காலை மடக்கி உட்கார்ந்து எழுந்துண்டு தான் போடேன் நாலு தடவை. உனக்கு இருக்கிற பலம் யாருக்கு இருக்கு? நீ என்ன சுப்பராயன் மாதிரி நித்ய கண்டம் பூர்ண ஆயுசா? சுப்பராயன் மாதிரி மூட்டு வியாதியா, ப்ளட் ப்ரஷரா, மண்டைக் கிறுகிறுப்பா உனக்கு?" என்று யாரோ சொல்வது போலிருந்தது. யாரும் சொல்லவில்லை. அவரேதான் சொல்லிக்கொண்டார். அந்த மனதே மேலும் சொல்லிற்று. "எனக்கு எழுபத்தேழு வயசுதான். சுப்பராயனுக்கு அம்பத்தாறு வயசுதான். இருக்கட்டும். ஆனா யாரைப் பார்த்தா எழுவத்தேழுன்னு சொல்லுவா? என்னையா, அவனையா? பதினஞ்சு லக்ஷம் இருபது லக்ஷம்னு சொத்து சம்பாதிச்சா ஆயிடுமா? அடித்தென்னமட்டை மாதிரி பாளம் பாளமா இப்படி மார் கிடைக்குமா? கையிலேயும் ஆடுசதையிலியும் கண்டு கண்டா இப்படிக் கல்லுச் சதை கிடைச்சுடுமா? கலியாணம் பண்ணுறானாம் கலியாணம்! உலகம் முழுக்கக் கூட்டியாச்சு! மோளம் கொட்டி, தாலிகட்டி கடைசீ பொண்ணையும் ஜோடி சேத்து, கட்டுச்சாதம் கட்டி எல்லாரையும் வண்டி ஏத்திப்புட்டு, நீ என்ன பண்ணப் போறே? கோதுமைக் கஞ்சியும் மாத்திரையும் சாப்பிட்டுண்டு,

பொங்கப் பொங்க வெந்நீர் போட்டு உடம்பைத் துடச்சுக்கப் போறே! கையைக் காலை வீசி இப்படி ஒரு நாளைக்கு வந்து காவேரியிலே ஒரு முழுக்கு போட முடியுமான்னேன்!"

சாமநாது சுற்றுமுற்றும் பார்த்தார். அரசமரத்து இலைகள் சிலுசிலுவென்று என்னமோ சொல்லிக்கொண்டிருந்தன. காவேரிக்குப் போகிற சந்தில் இந்தண்டையும் அந்தண்டையும் குளித்தும் குளிக்கவும் ஆண்கள், பெண்கள், குழுவான்கள் எல்லாம் கடந்துகொண்டிருந்தார்கள். முக்கால்வாசி புதுமுகங்கள் – போகிற வாக்கில் பட்டுப் புடவைகள், வெறுங்குடங்கள் – வருகிறவாக்கில் சொளப்சொளப்பென்று ஈரப் பட்டுப்புடவைகள், நிறைகுடங்கள். ஈரக்காலில் பாதை மண் ஒட்டி மிளகு மிளகாத் தெறிக்கிறது. (கிரைத்தண்டு மாதிரி ஒரு குட்டி – ஐந்தாறு வயசு – குளித்துவிட்டு அம்மணமாக வருகிறது.) காவேரியில் குளித்துவிட்டு அங்கேயே உடைமாற்றி, நீல வெளுப்புடன் சேலம் பட்டுக்கரை வேஷ்டிகள் நாலைந்து வருகின்றன. முக்காலும் தெரியாத முகங்கள்.

"கலியாணமா?" என்று ஒரு சத்தக் கேள்வி. ஒரு நீல வெளுப்பு வேட்டிதான் கேட்டது.

"ஆமாம்" என்று சாமநாது அந்த முகத்தைப் பார்த்தார். கண்ணில் கேள்வியோடு. மனசிற்குள் 'ஏன் இப்படிக் கத்தறே? நான் என்ன செவிடுன்னு நெனச்சுண்டியா?' என்று கேட்டார்.

"தெரியலியா?" என்றது அந்தச் சலவை ஜரிகை வேஷ்டி. "நான்தான் சீதாவோட மச்சினன் – மதுரை!"

"அப்படியா?... ஆமாமா இப்பத் தெரியறது. சட்டுனு அடையாளம் புரியலெ... இன்னும் பலகாரம் பண்ணலியே. போங்கோ... ராத்திரி முழுக்க ரயில்லெ வந்திருப்பேள்" என்று உபசாரம் பண்ணினார் சாமநாது.

"இவா, சுப்பராயரோட சித்தப்பா. குடும்பத்துக்கே பெரியவாளா இருந்துண்டு, எல்லாத்தையும் நடத்தி வைக்கறவா" என்று பக்கத்திலிருந்த இன்னொரு சலவை வேட்டியிடம் அறிமுகப்படுத்திற்று மதுரை வேட்டி. அவர் போனார்.

"இவர் வந்து..." என்று என்னமோ யாரோ என்று அறிமுகப்படுத்தவும் செய்தது.

"நீங்க போங்கோ – நான் ஸ்நானம் பண்ணிவிட்டு வந்துடறேன்" என்ற சாமநாது அவர்களை அனுப்பினார்.

மனசு சொல்லிற்று. "சீதாவுக்கு மச்சுனனா? சுப்பராயா, எப்படிடா இப்படி ஏழு பெண்ணைப் பெத்தே! ஒரோரு குட்டிக்குமா கலியாணம்னு ரயில் ரயிலா சம்பந்திகளையும்

தி. ஜானகிராமன்

மாப்பிள்ளைகளையும் மச்சுனன்களையும் கொண்டு இறக்கறே. காவேரியிலே கால் தட்டறதுக்குள்ளே இன்னும் எத்தனை மச்சுனன்களைப் பாக்கப் போறேனோ!"

அரசமரத்தை விட்டு, பாதை அதிர அதிர, காவேரியை நோக்கி நடந்தார் சாமநாது. நுனியை எடுத்து இடுப்பில் செருகி, முழங்கால் தெரிகிற மூலக்கச்சம். வலது தோளில் ஒரு ஈரிழைத்துண்டு – திறந்தபாள மார்பு, எக்கின வயிறு, சதை வளராத கண், முழுக்காது – (இவ்வளவையும் தானே பார்த்துக்கொண்டார்.)

காவேரி மணலில் கால் தட்டு முன்பே, தெருவிலிருந்து தவுல் சத்தம் தொடங்குவது கேட்டது. நாகஸ்வரமும் தொடர்ந்தது. பத்தரை மணிக்குமேல்தான் முகூர்த்தம். மணி எட்டுக்கூட ஆகவில்லை. சும்மா தட்டுகிறான்கள். அவனுக்குப் பொழுது போகவேண்டும். சுப்பராயனும் பொழுது போகாமல்தானே ஏழு பெண்களையும் நாலுபிள்ளைகளையும் பெற்றான்.

தண்ணீர் முக்கால் ஆறு ஓடுகிறது. இந்தண்டை கால் பகுதி மணல். ருய்ருய் என்று அடியால் மணலை அரைத்துக்கொண்டு நடந்தார்.

மேளம் லேசாகக் கேட்கிறது. கூப்பிடுவார்கள். குடும்பத்திற்குப் பெரியவன். சித்தப்பா என்ற சுப்பராயன் கூப்பிட்டுக்கொண்டு வருவான் – இல்லாவிட்டால் அவன் தம்பிகள் கூப்பிடுவார்கள் – என்னமோ நான்தான் ஆட்டி வைக்கிறாற்போல... கூப்பிடட்டும்...

சாமநாது பார்த்தார் – இடது பக்கம்.

ஆற்றின் குறுக்கே புதுமாதிரிப் பாலம் – புதுப்பாலம் – சுப்பராயனா அது நடந்துபோவது..? இல்லை... எத்தனையோ பேர் போகிறார்கள். லாரி போகிறது; சுமை வண்டிகள், நடை சாரிகள் – எல்லாமே சுப்பராயன் மாதிரி தோன்றுகின்றன – லாரிகூட, மாடுகூட. சுப்பராயன்தான் பாலம் இந்த ஊருக்கு வருவதற்குக் காரணம். அவன் இல்லாவிட்டால் நாற்பது மைல் தள்ளிப் போட்டிருப்பார்கள். சர்க்காரிடம் அவ்வளவு செல்வாக்கு...

வலது பக்கம் – பின்னால் – வேளாளத் தெருவில் – புகை – வெல்லம் காய்ச்சுகிற புகை. புகை பூத்தாற்போல, அந்தண்டை கருப்பம் பூக்கள் – காலை வெயில் பட்டுப் பாதிப் பூக்கள் சிப்பிப் பூக்களாகியிருக்கின்றன – கூர்ந்து பார்த்தால் சுப்பராயன் மாதிரி இருக்கிறது... சுப்பராயன் மாதிரி இருக்கிறது – சுப்பராயன்தான் கரும்புப் பயிரைக் கொண்டுவந்தான் ஊருக்கு – எதிரே அக்கரையில் நாலு இடத்தில் புகை. வெல்ல ஆலைப் புகை – எல்லாம் சுப்பராயன்.

அதோ பள்ளிக்கூடம் – சுப்பராயன்.

பாலத்துக்கு ஓரமாகக் கோவாப்பரட்டி – சுப்பராயன்.

"ஏன் கிடந்து வேகறேள்! உங்க அண்ணா பிள்ளைதானே அவன்! நானும் உங்க கையைப் பிடிச்சுண்டு படியேறி இருபது வருஷம் பாதி நாளைக்குப் பழையது, வத்தக்குழம்பு, இந்தப் பவழமாலை – வேற என்னத்தைக் கண்டேன்? சுப்பராயனுக்கு மாசம் நாலு ரூவா சம்பளம் அனுப்பிக்க முடிஞ்சுதா, உங்களாலியும் உங்க அண்ணாவாலேயும்! யாரோ உறவுன்னு ஒருத்தரைப் பிடிச்சு மலைக்கோட்டையிலே கொண்டு படிக்க வச்சேளே – நன்னாய் படிக்கிறான்னு – அதுதான் முழுக்க முடிஞ்சுதா உங்களாலே, உங்க அண்ணாவாலே? முக்காலரைக்கால் கிணறு தாண்ட வச்சாப்பல, கடசீ வருஷத்திலே போறும் படிச்சதுன்னு இழுத்துண்டு வந்தேள். குழந்தை ஆத்திரமாத் திரும்பி வந்தான். அலையா அலைஞ்சான். ஓடாக் காஞ்சான். லக்ஷ்மி வந்து பளிச் பளிச்சுன்னு ஆடலானா, குடும்பத்துக்குள்ளே..."

சாமநாதுவுக்குக் கேக்க இஷ்டமில்லை. அது அவர் மனைவி குரல். இப்போது காற்றில் கேட்கிறது. ஏழெட்டு வருஷம் முன்பு, நேரில் கேட்டது.

சுப்பராயனைப் படிக்கவைக்க முடியவில்லைதான். ஊருக்கு வந்தான். ஓடிப்போனான். கோட்டையில் கடையில் உட்கார்ந்து கணக்கு எழுதினான். அங்கே சண்டை. கடை வாடிக்கை ஒருவரிடமே கடன் வாங்கி பாதி பங்கு லாபத்திற்கு அதே மாதிரி மளிகைக்கடை வைத்தான். பயலுக்கு என்ன ராசி! முகராசியா! குணராசியா! சின்னக் கடை மொத்தக் கடையாகி, லாரி லாரியாக நெல் பிடித்து, உளுந்து பிடித்து, பயறு பிடித்து இருபது வருஷத்துக்குள் இருபது லட்சம் சொத்து. உள்ளூரிலேயே கால் பங்கு நிலம் வாங்கியாகிவிட்டது.

அதையே பாகம் பண்ணி சாமநாதுவுக்குப் பாதி கொடுத்தான். சாமநாதுவுக்குக் கோபம். அவர் பங்கு ஊருக்கு சற்று எட்டாக் கையில் விழுந்தது. அது மட்டுமில்லை. ஆற்றுப் படுகைக்கும் எட்டாக்கை. சண்டை. அப்போதுதான் வாலாம்பாள் சொன்னாள்: "என்ன! கொடுத்து வச்சேளா? உங்க பாட்டா சம்பாதிச்ச சொத்தா, இல்லே உங்க அப்பா சம்பாதிச்சதா? ஒண்டியா நின்னு மன்னாடி சம்பாதிச்சதை, பாவம் சித்தப்பான்னு கொடுக்கறான். இந்தத் தானமாட்டுக்கு பல்லு சரியாயில்லெ, வாலு சரியாயில்லியா? பேசாம கொடுத்ததை வாங்கி வச்சுக்கட்டும். ஊரிலே கேட்டா வழிச்சுண்டு சிரிப்பா. நான் ஊர்ப் பெரியவாள்ள ஒருத்தியா இருந்தேனோ"

தி. ஜானகிராமன்

"நீ இப்பவேதான் வேறயா இருக்கியே! நீ அவனுக்குப் பரிஞ்சுண்டு கூத்தாடறதைப் பாத்தா, நீ என் ஆம்படையாளா எங்க அண்ணா ஆம்படையாளன்னே புரியலியே –"

"தூ, போறும்... அசடு வழிய வாண்டாம்" என்று வாலாம்பாள் நகர்ந்துவிட்டாள்.

"ம்ஹஹ" என்று அவருடைய அடித்தொண்டை மாட்டுக் குரலில் சிரித்தது – பெருமையோடு, பெருமை அசட்டுத்தனத்தோடு. பிறகு அவராகவே குழைந்து தொடர்ந்தார். "கோச்சுக்காதெ. உன் மனசு எப்படியிருக்குன்னு பார்த்தேன்."

"போரும், என்னோட பேச வாண்டாம்."

மூன்று நாள் வாலாம்பாள் பேசத்தான் இல்லை – அந்த அசட்டு விஷமத்திற்காக.

அவள் கண்ணை மூடுகிற வரையில் சொத்துத் தகராறு இல்லை. பாகம் பிரித்தாகிவிட்டது. ஏற்றுக்கொண்டாகிவிட்டது. இனிமேல் என்ன?

ஆனால் முழு பாகமும் கிடைக்கவில்லை. சாமநாதுவின் வாலாம்பாள் இப்போது இந்த உலகத்தில் இல்லை. அவள் பெற்ற முதல் இரண்டு பிள்ளைகள் இந்த உலகத்தில் இல்லை. மூன்றாவது பெண் – இல்லை. நாலாவது, பெண் – கல்யாணமாகி மூன்றாவது வருடம் கணவனை இழந்து, பிறந்த வீட்டோடு வந்துவிட்டாள். பழுப்பு நார்மடி கட்டிக்கொண்டு பிறந்த வீட்டோடு வந்துவிட்டாள். குடும்ப வழக்கப்படி தலைமுடியை வாங்கி நார்ப்பட்டுப் புடவை அணிவித்தார்கள். சுப்ரயனுடைய மூன்றாவது பெண்ணோடு ஒரே பந்தலில்தான் அந்தக் கலியாணம் நடந்தது. ஐந்தாவது – பையன் – டில்லியில் ஏதோ வேலையாய் – சித்திரம் வரைகிறானாம் – ஆறாவது– பையன் – எடுப்பாள் மாதிரி இந்த சுப்ராயனின் இந்த ஏழாவது பெண் கலியாணச் சந்தடியில் அலைந்துகொண்டிருக்கிறான். "போய், குளிச்சுட்டு வாங்களேன், சட்சட்டுனு. பெரியவாளா யாரு இருக்கிறது?" என்று அவன்தான் அவரைக் காவேரிக்குக் குளிக்கத் துரைபடுத்தி அனுப்பினவன்.

ஈரிழையை இடுப்பில் கட்டி முடிச்சிட்டு சாமநாது தண்ணீரில் இறங்கினார். முழுக்குப்போட்டு, உடம்பைத் தேய்த்தார்.

பாலத்தின் மீது பஸ் போகிறது. பஸ்ஸின் தலைக்கட்டுமேல் வாழை இலைக்கட்டு, ஒரு சைகிள், நாலைந்து மூட்டைகள், கருப்பங்கட்டு – எல்லாம் சுப்ராயன். "அப்படியே அந்தப் பயலைக் கழுத்தைப் பிடித்து உலுக்கி, கண்ணு பிதுங்க... அவன்

பெண்பிள்ளைகளை எல்லாம் ஒரு சாக்கில் கட்டி ..." அவர் பல்லை நெறித்தார்.

"காவேரியிலே கொண்டு அமுக்கட்டும். அப்பதானே கரையேறாத நரகத்திலே கிடக்கலாம். இப்பவே போங்கோ..."

அவளேதான். வாலாம்பாள்தான். துவைக்கிற கருங்கல்லில் அவள் மாதிரி தெரிகிறது. கறுப்பு நிறம். அலைபாய்கிற மயிர் – பவுழமாலை. கெம்புத்தோடு. ரவிக்கையில்லாத உடம்பு. நடுத்தர உடம்பு. அவள் காவேரியில் குளிக்கும்போது எத்தனையோ தடவை அவரும் வந்து சற்றுத் தள்ளி நின்று குளித்திருக்கிறார். யாரோ வேற்றுப் பெண்பிள்ளையைப் பார்ப்பதுபோல, ஓரக்கண்ணால் பார்த்திருக்கிறார். அந்த ஆற்றுவெளியில், வெட்டவெளியில் ஈரப்புடவையை இடுப்பு, மேல்கால் தெரிந்துவிடாமல் சிரமப்பட்டு அவள் தலைப்பு மாற்றிக்கொள்ளும்போது ஒரு தடவை அவர் பார்த்துக்கொண்டேயிருந்து, அவள் அதைக் கவனித்ததும் சரேலென்று அவர் ஏதோ தப்புப் பண்ணிவிட்டதுபோல, அயல் ஆண்போன்று நாணினது...

இப்போதும் அது தெரிகிறது! ஏன் அவள் மேலுலகத்துக்கு முந்திக்கொண்டாள்?

"சம்பாதிச்சதிலே பாதி நமக்குக் கொடுத்திருக்கான். மீதியை தன் தம்பியோட பாகம் பண்ணிண்டிருக்கான் சுப்பராயன். அவன் பிள்ளைகளுக்கு அதிலியும் கால் கால்னுதான் கிடைக்கும். ஏன் இப்படிக் கரிக்கறேள்..?" என்று இந்தக் காவேரியில்தான் அவரைப் பிடித்து அலசினாள் அவள் ஒருநாள்.

ராட்சச முண்டை! கடைசி மூச்சுவரைக்கும் என்ன நியாய புத்தி! என்ன தர்ம புத்தி!

"என்னை மனுஷனா வச்சிருந்தியேடி, என் தங்கமே... போயிட்டியேடி" என்று முனகினார். கண்ணில் நீர் வந்தது. திரும்பிப் பார்த்தார். அடுத்த துவைகல் எங்கோ இருந்தது. யாரும் கேட்டிருக்க மாட்டார்கள். கேட்டாலும் சுலோகம் போலிருந்திருக்கும்.

நர்மதே சிந்து காவேரி என்று சுலோகம் சொல்லிக்கொண்டே பிழிந்து உடம்பைத் துடைத்துக்கொண்டு அரை வேட்டியைப் பிழிந்து கொசுவி உதறிக் கட்டிக்கொண்டு விபூதி பூசிக்கொண்டு நடந்தார் சாமநாது. சித்தப்பா சித்தப்பா என்று அரற்றுவான் சுப்பராயன் பாவம்.

நாயனமும் தவுலும் நெருங்கிக்கொண்டிருந்தன. அரசமரத்து மேடை முன் நின்று பிள்ளையாரையும் கல் நாகங்களையும் கும்பிட்டுவிட்டு விரைந்தார். தெருவில் நுழைந்தார்.

தி. ஜானகிராமன்

கிராமமே கலியாணப் பெண் போல ஜோடித்துக்கொண் டிருக்கிறது. புதுப் புடவைகளும் நகைகளும் சிவப்புப் பாதங்களும் சிவப்பு ஆடைகளும் முகங்களும் வீடு வீடாக ஏறி இறங்கிக் கொண்டிருக்கின்றன. நாலு திண்ணைகளில் சீட்டாட்டம். தெருவெல்லாம் சலவை வேஷ்டி நாலு மூலைத்தாச்சி பாய்கிற குளுவான் இரைச்சல்கள்.

"மணலூரார் கலியாணம்னா கலியாணம்தான்" – சாமநாதுவே சொல்லிக்கொண்டார். அவர் குடும்பம் இந்த ஊரே இல்லை. மூன்று தலைமுறைகளுக்கு முன்னால் புரோகிதப் பிழைப்புக்காக மணலூரை விட்டு இங்கு குடியேறி, ஒரு அக்ரஹாரத்து ஓரத்தில் ஒரு குச்சில் நுழைந்தது. இப்போது தெரு நடுவில் பக்கம் பக்கமாக இரண்டு மூன்று கட்டு வீடுகளில் சொந்த இடம் பிடித்துவிட்டது. மணலூர்ப் பட்டம் போகவில்லை. உள்ளூரான்களை எகிறி மிஞ்சி வந்த இந்த நிலை சாமநாதுவின் பார்வையிலும் நடையிலும் இந்தக் கணம் எப்படித் தெரிக்காமல் போகும்? உள்ளூர், வந்தவர்கள் எல்லாரும் பார்க்கட்டும்.

அவர் வீடு, சுப்பராயன் வீடு இரண்டும் அண்ணன் தம்பியாக நிற்கின்றன. இரண்டு வாசல்களையும் அடைத்துப் பந்தல், திண்ணையெல்லாம் புது வேட்டிக் கூட்டம். உள்ளே கூத்தில் பூ, பிச்சாணா, குழந்தைகள் இரைச்சல், ட்ரங்குகள்...

தாண்டிக்கொண்டு உள்ளே போனார். வேட்டியைக் கட்டிக் கொண்டார். கொல்லைக்குப் போய்க் காலை அலம்பி வந்து ஜபத்திற்கு உட்கார்ந்தார். முன்பெல்லாம் அறையின் நான்கு சுவர்களிலும் கிருஷ்ணன், ராமன், பிள்ளையார் என்று வரிசையாகப் படங்கள் மாட்டியிருக்கும். இப்போது ராமனும் கிருஷ்ணனும் பிள்ளையாரும் பூஜை அலமாரிக்குள் மட்டும் இருந்தார்கள். சுவர்களில் மாது எழுதின படங்களாக மாட்டியிருக்கின்றன.

மாது – அவருடைய மூன்றாவது பையன் – கலியாணத்திற்கு வரவில்லை. சுப்பராயன் பெண்கள் பிள்ளைகள் என்று எத்தனை கலியாணத்திற்குத்தான் வருவான்?

"அப்பா!"

கூப்பிட்டது அவர் பெண்தான். நார்மடியும் முக்காடுமாக நின்ற பெண்.

"மாப்பிள்ளையை அழைச்சு மாலை மாத்தப் போறா. பரதேசக் கோலம் புறப்படப் போறது. போங்களேன். நாளைக்கு ஜபம் பண்ணிக்கலாமே."

"சரி சரி – வரேன் போ."

அவள் ஏறிட்டுப் பார்த்தாள் அவரை. குழப்பம்.

பாயசம்

"போயேன். அதான் நான் இதோ வரேன்னேனே... இதான் வேலை" கடைசி வார்த்தைகள். அவள் காதில் விழவில்லை.

மொண்டனம் செய்த தலை. முப்பத்தொரு வயது. கன்னத்திலும் கண்ணிலும் இருபது வயது பாலாக வடிகிறது.

"போன்னா போயேன். வரேன்."

அவள் நகர்ந்தாள் – கதவை லேசாகச் சாத்திக்கொண்டு. அவர் கழுத்துக்குள் அனலாகச் சுடுகிறது.

சுற்றுமுற்றும் பார்த்தார். மாது வரைந்த படங்கள். கூர்ந்து பார்த்தார். சிரிப்பு வருகிறது. ஒரு படம் முழுதும் வெறும் முழங்கால். அதில் ஒரு கண். கண்ணில் ஒரு சீப்பு செருகியிருக்கிறது. இன்னொன்று பெண்பிள்ளை மாதிரி இருக்கிறது. ஒரு கால் பன்றிக்கால். வயிற்றைக் கிழித்துக் காட்டுகிறாள். உள்ளே நாலு கத்தி – ஒரு பால் டப்பா – ஒரு சுருட்டின சிசு. இன்னொன்று – தாமரைப்பூ – அதன் மேல் ஒரு செருப்பு. பாதிச் செருப்பில் ஒரு மீசை...

என்ன இதெல்லாம்! திகைப்பூண்டு மிதித்தாற்போல மனம் ஒடுங்கிப் பார்த்துக்கொண்டே நின்றார். கால் வலிக்கிறது. எனக்குக்கூடவா?

மேளச்சத்தம்.

"அப்பா, கூப்பிடுறாப்பா" – நாற்மடித் தலை எட்டிப் பார்த்தது. சிறிசு முகம்.

"இதோ."

சாமநாது வெளியே போனார்.

"சித்தப்பா, எங்க போய்ட்டேள்?"

சுப்பராயன் குரல். மூச்சு வாங்குகிற குரல், கூனல் முதுகு.

மாலை மாற்றுகிறார்கள் – பெண்ணும் பிள்ளையும். அதையும் ஊஞ்சலையும் பார்த்தால், பார்வதி பரமேஸ்வரனை, லஷ்மி நாராயணனைப் பார்க்கிற புண்யமாம். ஊரிலிருக்கிற விதவைகள்கூட மூலை முடுக்கெல்லாம் வந்து நிற்கிறார்கள். எங்கு பார்த்தாலும் பல். ஒடிந்த பல், அழுக்கிடுக்குப் பல், தேய்ந்த பல், விதவைப் பல், பொக்கைப் பல், சமையற்காரன்கூட வந்து நிற்கிறான்.

"கண்ணுரஞ்சலாடி நின்றார்..."

நாயனக்காரன் வாங்கி வாசிக்கிறான் அந்த 'ஊஞ்சலை'!

தி. ஜானகிராமன்

சாமநாதுக்கு மூச்சு முட்டிற்று. மெதுவாக நகர்ந்தார். வியர்வை சுடுகிறது. காற்றுக்காகக் கொல்லைப்பக்கம் நடந்தார். கூடத்தில் ஈ காக்காய் இல்லை. கொல்லைக்கட்டு வாசற்படி தாண்டிக் கடைசிக்கட்டு. அங்கும் யாருமில்லை. கோட்டையடுப்புகள் 'மொலா மொலா' என்று எரிகின்றன. கூட்டம் கூட்டமாக நெருப்பு எரிந்தது. தவலை தவலையாகக் கொதிக்கிறது. சாக்கு மறைவில் எண்ணெய்ப் பாடத்தோளும் அழுக்குப் பூணூலுமாக ஒரு பயல் வெள்ளரிப் பிஞ்சு நுறுக்குகிறான். வேறு ஒரு பிராணி இல்லை. பார்வதி பரமேச்வராள் மாலை மாற்றுகிற காட்சியில் இருக்கிறான்கள்.

கோட்டையடுப்புக்கு இப்பால் மேடைமீது ஒரு பாரிஜோட்டுத் தவலை. இடுப்பளவு – மேல் வயிறளவு – உயரம் பாயசம் மணக்கிறது. திராட்சையும் முந்திரியுமாக மிதக்கிறது. எப்படித்தான் தூக்கி மேடைமீது வைத்தான்களோ? மேல் வளையங்களில் கம்பைக் கொடுத்து பல்லக்கு மாதிரி இரண்டு பேராகத் தூக்கினால்தான் முடியும். ஐந்நூறு அறுநூறு பேர் குடிக்கிற பாயசம்.

நான் ஒண்டியாகவே கவிழ்த்துவிடுவேன்.

சாமநாது இரண்டு கைகளையும் கொடுத்து மூச்சை அடக்கி, மேல்பக்கத்தைச் சாய்த்தார். ப்பூ – இவ்வளவுதானே. அடுத்த நொடி, வயிறளவு ஜோட்டி, மானம் பார்க்கிற வாயை, பக்கவாட்டில் சாய்த்துப் படுத்துவிட்டது. பாயசம் சாக்கடையில் ஓடிற்று.

வெள்ளரிப் பிஞ்சு நுறுக்கிற பயல் ஓடிவந்தான்.

"தாத்தா தாத்தா!"

சாமநாதுவுக்கு முகம், தோலிலெல்லாம் மணல் படர்ந்தது.

அரிவாள்மணையை எடுத்துண்டுன்னா வரான் பயல்!

கை கால் உதறல். வாய் குழறிற்று.

"படவாக்களா, எங்கே போயிட்டேள் எல்லாரும் – இத்தனை பெரிய எலியைப் பாயசத்திலே நீஞ்சவிட்டுவிட்டு. இத்தனை பாயசத்தையும் சாக்கடைக்கா படைச்சேள் – கிராதகன்களா! மூடக்கூடவா தட்டு இல்லே?"

ஒரு வேலைக்காரி ஓடிவந்தாள்.

"என்னா பெரியசாமி!"

பாயசம்

"ஆமாண்டி – பெரியசாமி பார்க்காட்டா, பெருச்சாளி முழுகின பாயசம்தான் கிடைச்சிருக்கும். போங்கோ, எல்லாரும் மாலை போட்டுண்டு ஊஞ்சலாடுங்கோ..."

இன்னும் நாலைந்து பேர் ஓடிவந்தார்கள்.

நார்மடியும் முக்காடுமாக அந்தப் பெண்ணும் ஓடி வந்தாள்.

வேலைக்காரி அவளிடம் சொன்னாள். "எப்படிப்பா இத்தனாம் பெரிய ஜோட்டியை சாச்சேள்!"

அவள் உடல், பால்முகம் எல்லாம் குரு படர்கிறது.

"போ அந்தண்டை" என்று ஒரு கத்தல். "நான் இல்லாட்டா இப்ப எலி பாஷாணம்தான் கிடைச்சிருக்கும். பாயசம் கிடைச்சிருக்காது."

பெண் அவரை முள்ளாகப் பார்த்தாள். கண்ணில் முள் மண்டுமோ?

சாமநாதுவுக்கு அந்தப் புதரைப் பார்க்க முடியவில்லை. தலையைத் திருப்பிக்கொண்டு, "எங்க அந்த சமையக்காரப் படவா?" என்று கூடத்தைப் பார்க்கப் பாய்ந்தார்.

– பெ பெ பே பே

பே பெ பே பே எ –

ஆனந்த பைரவியில் ஊஞ்சல் பாட்டை வாங்கி நாயனம் ஊதுகிறது.

வாலாம்பாள் பாடுகிற மாதிரியிருக்கிறது.

கணையாழி, ஆகஸ்ட் 1971

தி. ஜானகிராமன்

கிழவரைப் பற்றி ஒரு கனவு...

"இருபத்தஞ்சு வருஷம் உன்னை வளர்த்து, ஆளாக்கி, பல்லெக் காட்டாத இடமெல்லாம் காட்டி இளிச்சு, ஸ்காலர்ஷிப்பெல்லாம் வாங்கிக் கொடுத்துப் படிக்கவச்சதுக்கெல்லாம் நல்ல கைம்மாறு கிடைச்சுட்டுதுன்னு எழுதிக் கொடுத்துட்டேன்." கிழவர் இடது கையை ஆட்டி ஆட்டி வெதும்பினார். வலது கை சாப்பிட்டுக்கொண்டிருந்தது. ஒரிரண்டு முறை கண்ணைத் துடைத்துக்கொண்டார். துயரத்தினாலோ, எண்பத்துமூன்று வயசில் கண்படும் அவதிகளாலோ? தெரியவில்லை. இரண்டுமிருக்கலாம்.

இடம் என் வீடு. அவர் நாளைக் காலை ரயிலில் ஊருக்குப் போகிறார். ஒன்றுலரை நாள் பயணம். சாப்பிட வந்திருக்கிறார்.

"இங்க சாப்பிடறத்தைப்பத்தி ஒண்ணுமில்லெ. ஆனா அவன் என்ன சொல்லுவானோ? மாட்டுப் பொண் என்ன சொல்லுவாளோ? அவனுக்கு ரொம்ப க்ரூக்கட் மைண்ட். ஒரு வார்த்தை சிரிச்சுண்டு, சுமுகமாய்ப் பேசத் தெரியாது. தெரியுமோ என்னவோ, என்கிட்ட பேசினது கிடையாது. நான் இங்கு வந்து சாப்பிட்டேன்னு தெரிஞ்சுதோ என்ன சொல்லுவானோ தெரியாது. கழுத்தைப் பிடிச்சுத் தள்ளினாலும் தள்ளிப்பிடுவான். அதனால்தான் ஊருக்குப்போறதுக்கு முன்னால இங்க ஒரு வேளை மட்டும் சாப்பிடறதுன்னு வச்சுண்டேன்."

அவர் பேசியது தன் பிள்ளையைப் பற்றி. பிள்ளை ஒரே பிள்ளை. சர்க்காரில் பெரிய வேலை. ரொம்பப் பெரிய வேலை. தரையிலே கிடந்தவன் பாயில் ஏறினான் என்பார்களே அந்தக் கதை. அவர் எலிமெண்டரி பள்ளிக்கூட வாத்தியார். டில்லியில் பெரிய பெரிய பதவிகளில் அதிகாரக் குரல் கொடுக்கும் பல வாத்தியார் பிள்ளைகளில் ஒருவன் அந்தப் "பையன்"; அதாவது ஐம்பது ஐம்பத்திரண்டு வயது பிள்ளை.

கிழவருக்கு மனைவி இல்லை. அந்தப் பையனுக்குப் பன்னிரண்டு வயதாகும்போது இறந்துவிட்டாளாம். ஒன்றிக் கட்டையாக இருந்து பையனுக்குச் சமைத்துப் போட்டு வளர்த்திருக்கிறார். இரண்டாம் தாரம் வந்தால் என்ன ஆகுமோ என்ற கவலை. மீண்டும் பிரம்மச்சர்யத்தை மேற்கொண்டு, கெஞ்சாத கெஞ்செல்லாம் கெஞ்சி ஊராரின் உதவி, சர்க்கார் உதவி எல்லாம் வாங்கி ஒரே குழந்தையை எம்.ஏ. வரையில் படிக்க வைத்துவிட்டார். அந்தப் பையனைத் தென்னை மரத்தில் காய் வரையில் தாங்கவேண்டிய அவசியம் இல்லை. படுசூரப்புத்தி. தானே தன் முயற்சியால் உச்சி வரையில் ஏறத் தொடங்கினான்.

அவனுடைய வருங்காலத்தையும் அறிவையும் பார்த்து, ஒரு பிரபல நடு வயது சர்க்கார் புள்ளி அவன் எலிமெண்டரி வாத்தியார் பிள்ளையாயிருந்தாலும், தன் பெண்ணைக் கொடுத்து, கையும் கொடுத்து, உச்சிக்குக் கொண்டுவரத் தன் பங்கைச் செய்தார். அந்தக் கலியாணம் ஆன நாளிலிருந்து இந்தக் கிழவர் பையனோடு இருந்ததில்லையாம். வாத்தியார் வேலையை அக்கறையாகப் பார்த்துக்கொண்டு வந்திருக்கிறார். பதவியி லிருந்து ஓய்வு பெற்ற பிறகும் வேறு பள்ளிக்கூடங்களில் வேலை பார்த்திருக்கிறார். இயன்றவரையில் சுதந்திரமாக இருப்போம் என்ற இயல்பு. அறுபத்தைந்து வரையில் மாறி மாறிப் பல பள்ளி களில் வேலை பார்த்தார்.

'பிறகு, மேலும் யாரும் வேலை கொடுக்கவில்லை; ஒரு கோயிலில் கணக்கு எழுதினாராம். ஒரு கடையில் கணக்கு எழுதினாராம். எழுபத்தைந்து வயதுக்குப் பிறகும் யார் வைத்துக் கொள்வார்கள்? வாத்தியார்கள் பெரியவர்கள் என்று சர்க்கார் தரும் சிறிய பென்ஷனை வைத்துக்கொண்டு காலத்தை ஓட்டி வந்தாராம். அப்படி ஒரு ஏழெட்டு வருஷம் – இல்லை, சரியாக எட்டு வருஷம் (கிழவர் எண்ணிக்கை தவறுவதில்லை) இரண்டு மாதம் முன்பு, தாளாமை வந்து தானே சமைத்துச் சாப்பிட முடியவில்லையாம். பிள்ளைக்கு எழுதினாராம். நான் வந்து உன்னோடு இருக்கிறேன் என்று. பிள்ளைக்குக் கல்யாணம் ஆன பிறகு இருபத்தாறு வருடங்களில் (எண்ணிக்கை இன்னும் தவறவில்லை) இரண்டே இரண்டு தடவை பிள்ளையோடு வந்து

தங்கியிருக்கிறாராம். ஒரு தடவை ஒரு மாதம். இன்னொரு தடவை பதினெட்டு நாள். எண்பத்து மூன்று வயதானபின் தனியாக இருப்பது சரியில்லை என்று பிள்ளைக்கு எழுதினாராம் – மூன்று கடிதம் – பதில் இல்லை. எழுத நேரம் இல்லைபோலும் என்று சொல்லி ஒரு சின்ன பாத்திர மூட்டையுடனும் ஒரு சின்ன டிரங்கு பெட்டியுடனும் ரயிலேறி வந்துவிட்டாராம்.

வந்த மறுநாளே என் வீட்டுக்கு வந்தார். யாரோ தெரிந்த முகமாக இருக்கிறதே என்று நான் தயங்குவதற்குள் என்னை ஞாபகப்படுத்தத் தொடங்கினார். நான் சின்னப் பையனாக இருந்தபோது, எலிமென்டரி வாத்தியார்களைக்கூட ஊருக்கு ஊர் மாற்றல் செய்யும் சர்க்காருடைய தயவில் எங்கள் ஊருக்கு மாற்றலாகி வந்து ஒரு மூன்று வருஷம் எதிர்வீட்டில் குடியிருந்தது – கிட்டத்தட்ட நாற்பது வருஷத்திய பழைய செய்தி.

அப்போது அந்தப் பையனுக்கு ஏழெட்டு வயதிருக்கும். அந்த அம்மாளும் உயிரோடு இருந்த கால்ம். நானும் சின்னப் பையன். அவன் எனக்கு விளையாட்டுத் தோழனாகவும், அவர் என் தகப்பனாரின் நண்பராகவும், தாயார் என் தாயாரின் பேச்சுத் தோழியாகவும் மூன்று வருஷம் கழிந்தது. பிறகு திடீர் என்று வேறு ஊருக்கு மாற்றலாகி விட்டது.

ஒரு எலிமென்டரி வாத்தியார் மூன்று வருஷத்திற்கு மேல் ஒரு ஊரில் இருந்தால் வேரூன்றிக்கொண்டு லஞ்சம் கிஞ்சம் வாங்கி லட்சப் பிரபுவாக ஆகிவிடுவாரோ என்ற பயத்தில் சர்க்கார் அவரை மாற்றிவிட்டது. மாற்றலாகிப் போனவர்கள்தான். பிறகு சேதியில்லை. ரயில் சிநேகம் மாதிரி. திடீர் என்று நாற்பது வருஷம் முன்னால் பார்த்த, முப்பது வருஷம் முன்னால் பார்த்த முகங்கள் காரணமில்லாமல் நினைவுக்கு வருவது போல, இவர்கள் முகமும் ஓரிரு முறை வந்ததுண்டு எனக்கு. அந்த மாதிரி சம்பவங்களில் இந்த முகங்கள் எல்லாம் இப்போது எங்கிருக்கின்றனவோ, இருக்கோ இல்லையோ என்ற ஒரு எண்ணமும் வருவதுண்டு. "உங்க தகப்பனார் இப்ப..." என்று சிலர் என்னிடம் ஆரம்பிப்பார்கள் ... "ஊர்ல இருக்கார் – வயசாயிடுத்து" என்று நான் விழுந்து முந்திக்கொள்வேன். அவர்கள் குரலில் சந்தேகம் தீர்ந்த களிப்பு கேட்கும். முகத்தில் ஒரு அசட்டுச் சுதாரிப்பு நிழலாடும்.

கிழவர் வந்ததும் வராததுமாக அதற்கெல்லாம் இடம் கொடுக்காமல் தானே அறிமுகப்படுத்திக்கொண்டார். அவருடைய நாற்பது வயது முகம் நினைவு வந்தது. குடுமி, சிகப்புக் கடுக்கன், மாநிறம், ஒரு தினுசான எப்போதும் மலர்ந்த புன்னகைக்கிற முகம். இப்போது? உடல் கருத்து ஒரு சின்ன கூசல். பெருத்த

பாயசம் 311

தலை. கருவிழியிருந்த இடத்தில் வெள்ளை பூப்பு. சுருக்கம் விழுந்த தோல். பல் போன வாய். அவர் மனைவி இறந்த செய்தியும் இப்போது அவர் சொன்ன பிறகுதான் தெரிந்தது. அவர் பிள்ளை இந்த ஊரில் பத்து வருஷமாக இருக்கிறாராம். உத்தியோகத்தைக் கேட்டதும் எனக்கு மலைத்துவிட்டது. ரொம்ப ரொம்பப் பெரிய உத்தியோகம்.

"இந்த ஊரிலா! பத்து வருஷமா!" என்று வாயைப் பிளந்தான்.

"ஆமா. ஜாகைகூட இதோ தான். ரெண்டு ரோடு தாண்டி அடுத்த ரோடு."

"அப்படியா? நான் இங்கே இருக்கிறது எப்படித் தெரியும் உங்களுக்கு?"

"நான்தான் கேட்டேன். நீங்க இந்த ஊரில் இருக்கிறது தெரியும். அட்ரஸ் விசாரிக்க முடியுமோன்னேன். உங்க ஆபீஸ்லே யாரையோ விசாரிச்சு இன்னிக்குக் காலமே சொன்னான்.

கிழவர் நாற்பது வருஷக் கதையைக் சொன்னார்.

"இன்னமே இங்கே இருக்கிறதாக வந்துட்டேன். தனியா சமாளிச்சுப் பார்த்தேன். முடியல. வந்துட்டேன்" என்றார்.

"நீங்க தனியா வந்திருக்காப்பல இருக்கே. உங்க பையனும் வரப்படாதா?"

"வருவன், வருவன். ஒரு நாளைக்கு வருவன். நீங்கள்ளாம் சின்னப்போ சேர்ந்து விளையாடினவாளாச்சே. கட்டாயம் வருவான்" என்றார் கிழவர்.

ஒருமணி நேரம் பேசிவிட்டு விடைபெற்றுக்கொண்டார். நான் கொண்டு விடுவதாகச் சொன்னேன், "அதெல்லாம் வாண்டம். நான் போயிடுவேன்" என்று அவசர அவசரமாகக் கிளம்பி விட்டார்.

எண்பத்துமூன்று வயதில் கண்தான் சிறிது பழுது. காது படு கூர்மை. கன்று, பசுவெல்லாம் காதை உயர்த்துவது போல, காது சின்ன ஓசைக்குக்கூட அந்தப் பக்கம் திரும்பும்.

அவர் போன பிறகு அந்தக் காலத்து முகங்கள் எல்லாம் நினைவுக்கு வந்தன. இப்போது காரணம் தெரியாமல் வரவில்லை. நானே தருவித்துத் தருவித்து நினைவை ஓட்டினேன். நாற்பது நாற்பத்தைந்து ஆண்டுகள்! அந்தப் பையனோடு விளையாடியதெல்லாம் ஞாபகம் வந்தது. என்னை விட வயதில் சற்றுச் சிறியவன். ஒரு பெரிய இலாகாவுக்கு அதிபதி இப்போது. அந்தச் சின்ன வயது முகம். அவன் குறுகுறுப்பு. முகக்களை ...

தி. ஜானகிராமன்

அது சரி, பத்து வருஷமா, நானும் தான் இந்த ஊரில் இருக்கிறேன். நான் பார்த்ததில்லை அவனை. பார்த்திருந்தாலும் அடையாளம் புரிந்திராது. இந்தக் கிழவரின் பிள்ளை என்றெல்லாம் சேர்த்துப் பார்க்க எந்தச் சுவடும் இல்லை.

கிழவர் பிறகு ஒரு மாதம் வரவில்லை.

திடீர் என்று ஒருநாள் வந்தார். கொண்டுவந்த விபூதி தீர்ந்துவிட்டதாம், ஒரு பொட்டணமாகக் கட்டி வாங்கிக்கொண்டு போனார்.

"நான் கொண்டு விடட்டுமா?"

"பரவாயில்லே. நான் போய்க்குவேன்" என்று நடையைக் கட்டிவிட்டார்.

மூன்று வாரமாயிற்று. ஒருநாள் வந்தார். வந்ததும் வராததுமாக, "இப்ப ரொம்ப மனசு ஒடிந்துபோய் வந்திருக்கேன்" என்றார்.

"என்ன?"

"தாங்க முடியாத ஹிம்சை."

"என்ன?"

"நீ புறப்பட்டு ஊருக்குப் போ என்கிறான் பிள்ளை."

"ஏன்?"

"அழைக்காமல் வந்துவிட்டேனாம்."

"என்னது?"

"ஒரு வாரமா பிடுங்கறான் – எப்ப ஊருக்குக் கிளம்பப் போறேன்னு."

"எந்த ஊருக்கு?"

"ஏதாவது ஊருக்கு. எனக்கு ஏது ஊர்? மெட்ராஸ்லே ஒரு ரூமிலே இருந்தேன். காலி பண்ணிண்டு வந்துட்டேன் – இவன் கிட்ட இருக்கலாம்னு. நான் உன்னைக் கூப்பிட்டேனா? உன்னை யார் வரச்சொன்னா? இம்மீடியட்லி நீ ஊருக்குப் போகணும்கறான்."

"நீங்க இருந்தா என்னவாம், ஒரு பிள்ளைதானே அவர்."

"நான் இருக்கறது சங்கடமாயிருக்காம். நீங்க பாட்டுக்கு இன்னும் இருபது வருஷம் இருந்தா, நான் சமைச்சுப் போட்டுண்டிருக்க முடியுமா என்கிறாள் மாட்டுப் பொண்ணு."

"என்னது!"

பாயசம்

"உங்களுக்கு அதிர்ச்சியாயிருக்கு. எனக்கும் அப்படித்தான் இருந்தது. இப்படி ஒரு பொம்மனாட்டி பேசுவாளோ? அதைக் கேட்டப்பறம், சரி, போறேன். டிக்கெட் வாங்கிக் கொடுன்னேன். பணத்தை யெடு. புக் பண்ணிண்டு வரேன்னான். நூத்தம்பது ரூபா கொண்டு வந்திருந்தேன். நூறு ரூபாய்க்குச் சில்லறை வேணும். அதுக்குத்தான் வந்தேன்.

"போ போன்னுதான் விரட்றா. டிக்கெட்டு கூட வாங்கி கொடுக்கப்படாதா இத்தனை பெரிய வேலையிலே இருக்கிறவர்?"

"நானும் அதைத்தான் கேட்டேன். நீங்க ரெண்டு மாசம் சாப்பிட்டதுக்கு பணம் கேக்கலியே? டிக்கெட்டுக்குக்கூட நாங்க பணம் கொடுக்கணுமாங்கறா மாட்டுப்பொண்ணு."

எனக்குத் திடீரென்று சிரிப்பு வந்தது. அடி வயிற்றில் புகைந்தது.

என்ன இது!

இப்படிப் பெற்றோர்களை நடுத்தெருவில் விடும் பல 'கேஸ்'களை நான் பார்த்திருக்கிறேன். கணக்குப் பார்த்தால் அமைதிக்கும் இயற்கைக்கும் இருப்பிடம் என்று சொல்லப்படும் கிராமங்களில்தான் இது அதிகம். நகரங்களில் இவ்வளவு மோசமாக நான் பார்த்த ஞாபகம் இல்லை. சின்னப் பையனாக இருந்தபோது இந்த மாதிரி இரண்டு மூன்று நபர்களைப் பார்த்திருக்கிறேன். அவர்கள் தெருவில் போகும்போது, "மாதாவை ஒரு நாளும் மறக்க வேண்டாம்" என்று ஒரு கூச்சல் ஜன்னலண்டை போட்டுவிட்டு, முகம் திரும்பும்போது மறைந்துகொள்வேன். தெருவில் எதிர்ப்படுகிற ஒரு பிள்ளையைப் பார்த்து, "அன்னையும் பிதாவும், முன்னறி தெய்வம்" என்று சத்தம் போட்டுக்கொண்டே நடப்பேன்.

இதை அடிக்கடி செய்து, என் தகப்பனார் காதில் விழுந்து ஒரு தடவை அவர் கண்டித்து, நான் அதைக் கேட்காமல் மறுபடியும் செய்ததற்காக, அவர் என் கண்ணில் கலிக்கம் போட்டதுண்டு. இப்போது எனக்கு வயதாகிவிட்டது. ரொம்பப் பெரிய உத்தியோகத்தில் இருப்பவர், இந்த அநாகரிகம் இழைப்பாரா என்று யோசிக்கத் தொடங்கினேன். திண்ணை யில் உட்கார்ந்திருந்த ஒரு தகப்பனாரை இவர் என்னுடைய சமையல்காரர் என்று ஒரு வெள்ளைக்காரருக்கு ஒரு இந்திய ஐ.சி.எஸ். அறிமுகப்படுத்திக்கொண்டே போனதாக அந்தக் காலத்தில் ஒரு கதை உண்டு.

புரோகிதர் அல்லது வாத்தியாரான தகப்பனைத் தகப்பன் என்று சொல்ல வெட்கப்படும் பெரிய பெரிய உத்யோகப் பிராமணப் பிள்ளைகளையும், வயல்காட்டு ஆளான தகப்பனைத்

தி. ஜானகிராமன்

தகப்பன் என்று சொல்லிக்கொள்ள நாணும் ஷெட்யூல் வகுப்புப் பெரிய புள்ளிகளையும் நான் கண்டதுண்டு. மாறாக அத்தகைய பெற்றோர்களை, கோவணம் கட்டாத குறையாகப் பேணும் பிள்ளைகளையும் பார்த்ததுண்டு.

ஆனால் இரண்டு மாசம் சாப்பிட்ட தகப்பனிடம் சோற்றுக்குப் பணம் கேட்காமல் விட்டால் பெருந்தன்மை என்று கூறுகின்ற கணவன் மனைவியை இனிமேல்தான் பார்க்க வேண்டும். கிழவர் இதைச் சொன்னபோது ஏதோ காரணம் இருக்க வேண்டும் என்று குழம்பத் தொடங்கினேன். கிழவரைக் கிண்டிக் கேட்டேன்.

"ஒரு காரணமும் கிடையாது. நான் அவனோடு இருந்ததே கிடையாது. ரண்டே ரண்டு தடவைதான் முப்பது நாள் பதினெட்டு நாள் இருந்திருக்கேன். அப்ப நான் ஒரு வார்த்தை சொன்னது கிடையாது. ஒரு மனஸ்தாபம் கிடையாது. ஒரு சமயம் நான் சந்தியா வந்தனம் பண்றது, விபூதி இட்டுக்கிறதெல்லாம் அவனுக்குப் பிடிக்கலையோ என்னவோ?"

என்னுடைய மகள் குமுறினாள். இரண்டு நாள் லீவில் வந்திருந்த என் மகன், "தாத்தா, ஒரு அரிவாளைக் கொடுக்கறேன். நீ என் புள்ளையே இல்லேன்னு ஓங்கி அவர் கழுத்தில போடுங்க" என்று கோபத்தில் உதடு துடிக்க வாய் குழற, குரல் கமற ஒரு கத்துக் கத்தினான். நானும் அந்த மாதிரி – அந்தக் காலத்தில் செய்த ஞாபகம் வந்தது. அவனை அடக்க ஐந்து நிமிஷம் ஆயிற்று. "வயசாக வயசாக ஃபீலிங் போயிடுமோ என்னவோ? கடவுள் என்னை இப்படிக் கல்லாங்காய் படாமல் காப்பாத்தணும்" என்று தன் தாயாரிடம் மெதுவாகச் சொன்னானாம். எனக்குக் கொஞ்சம் வெட்கம்தான். வயதானபிறகு, எல்லா அக்ரமங்களும் நடக்கத்தான் நடக்கும், இது உலகப் போக்கு. இதுதான் வாழ்க்கை என்று சொரணை மழுங்கிப்போகிற விந்தையைக் கண்டு வியந்துகொண்டிருந்தேன்.

கிழவர் சில்லறையை வாங்கிக்கொண்டார். போனார். மறுநாள் வந்தார்.

"பதினாலாம் தேதி. ரயில்லே ஸ்லீப்பர் புக் பண்ணி யிருக்கானாம். டிக்கெட்டைக் கொடுத்தான். பதினாலாம் தேதி சாயங்காலம் ஆறு மணிக்கப்பறம் இங்க இருக்கப்படாது. ஆறு அடிச்சு மூணாவது நிமிஷம் வாசல்லெ நிக்கணும்ன்னு வேற எங்கியோ பார்த்துண்டு டிக்கெட்டை ஒரு டப்பா மேலே வச்சுட்டுப் போனான்" என்றார்.

"அப்படி என்ன உங்க மேலே கோபம்?"

பாயசம் 315

"ஒரு காரணமும் இல்லை. தியாஜ கருணை உள்ளவன் கடவுள்னு சொல்வா. இது தியாஜ கோபக் கேஸு" என்றார் அவர். கோபமாகச் சிரிக்கவில்லை. வெறுப்பாக வெதும்பினார். ஒரு டம்ளரில் தண்ணீர் வாங்கிக்கொண்டு சந்தியாவந்தனம் செய்தார். விடைபெற்றுக்கொண்டார்.

என் விளையாட்டுத் தோழன் ஒருநாள் கிழவரோடு வருவான் வருவான் என்று எதிர்பார்த்ததுண்டு. ஆனால் அதற்கும் சமாதானம் செய்துகொண்டேன். டில்லியில் அந்தந்த சம்பளக் காரர்கள் அந்தந்த சம்பளக்காரர்களோடு தான் பேசுவார்கள் என்றும், அந்தஸ்தை இம்மி பிசகாமல் காத்துக்கொள்வார்கள் என்றும், அப்படி ஒருக்கால் அவர்கள் தவறினாலும் மனைவிகள் விடமாட்டார்கள் என்றும் நான் கேள்விப்படுவதுண்டு.

இந்த ஏற்ற இறக்கங்களுக்குப் பிராயச்சித்தமாக கார்னிவல், மேளா என்று ஏதாவது ஆண்டுக்கொருமுறை கொண்டாடி, வருடாந்திரத் திதிக்கு மறுநாள் முன்னோர்களை மறந்துவிடுவது போல மறந்துவிடுவார்கள் என்றும் கேள்விப்படுவதுண்டு. இதெல்லாம் ஏழை குமாஸ்தாக்கள் பொச்சரிப்பால் சொல்லும் வார்த்தைகள் என்போரும் உண்டு. இந்த ஏற்ற இறக்கம் – அந்தஸ்து – எல்லா ஊரிலும் இருக்கிற செய்திதான். டில்லி இதை ஒரு விசேஷப் பண்பாடாக வளர்த்திருக்கலாம். அதனால் என்? என் விளையாட்டுத் தோழன் கிழவரோடு வராதது பற்றி நான் முதலில் கவலைப்படவில்லை. இப்போது அவன் வராமல் இருப்பதே நல்லது என்று பட்டது. என் மகனுக்கு அரிவாள் கிடைத்தால் என்ன ஆகும்?

அன்றிரவு நானும் மனைவியும், மகளும் மகனும் கிழவரின் நிலைமை பற்றி ஒரு கருத்தரங்கு நிகழ்த்தினோம். ஒரே பிள்ளை இப்படி அநாகரிகம் செய்வதற்காக ஏதோ ஆழ்ந்த காரணம் இருக்க வேண்டும் என்று என் கட்சி. ஏதாயிருந்தாலும் ஒரு சாகவிருக்கும் கிழவனை இப்படி நட்டாற்றில் விடுவது அசுரத்தனம் என்பது மக்கள் கட்சி.

நாட்டுப்பெண் இரண்டு மாதம் சமைத்துப் போட்டதைச் சுட்டிக் காட்டியதற்கு அவளுடைய தாளாமை காரணமாக இருக்கலாம் என்று என் மனைவி வாதாடினாள். இந்த நிலையில் என்ன செய்யலாம் என்றும் விவாதிக்கப்பட்டது. கிழவர்கள் விடுதியில் சேர்க்கலாம் என்று மகன் கட்சி. நாமே வைத்துக்கொள்ளலாம் என்று மகள் கட்சி. பிள்ளை நம்மைப் பழிவாங்குவார் என்ற சந்தேகத்தில் அது கைவிடப்பட்டது. கிழவர்கள் விடுதி அன்பில்லாத பாலைவனமாகக் கருதப்

தி. ஜானகிராமன்

பட்டது. கடைசியில் இந்தப் பிள்ளை மோசமானவர் என்ற ஒரே தீர்மானத்துடன் டில்லியில் நடக்கும் எல்லா – சமூக பொருளாதார – அரசியல் கருத்து அரங்குகள் போலவே தீர்மானம் நிறைவேற்றுவதோடு எங்கள் அரங்கும் முடிந்தது.

பதினாலாம் தேதிக்கு இன்னும் நாலுநாள்தான். கிழவர் தினமும் வந்தார். ஒரு பாட்டம் அழுதார்.

ஊருக்குப் போகிற முதல் நாளிரவுதான் சாப்பிட இசைந்தார். சாப்பிட்டார். என் மனைவி பாயசம் சமைத்துப் போட்டாள். அப்போது தான் எழுத்து மூலம்தான் பிள்ளையோடு இரண்டு மாதங்களாகப் பேச்சு வார்த்தை நடக்கும் என்றும், உன்னை வளர்த்தற்கு நல்ல கைம்மாறு கிடைத்துவிட்டது என்று சற்று முன்புதான் எழுதிக் கொடுத்ததாகவும் கிழவர் இடது கையை ஆட்டி ஆட்டிச் சொன்னார்.

அவர் மறுநாள் ஊருக்குப் போனார். என் மனைவி ஸ்டேஷனுக்குப் போய் ரிசர்வேஷன் பட்டியலைப் பார்த்து அவர் வண்டியைக் கண்டுபிடித்து ஒரு இட்லிப் பொட்டணத்தை வழிக்காகக் கொடுத்துவிட்டு வந்தாள். பிள்ளை அவரை ஏற்றிவிட வந்திருந்தானாம். இவர்தானா உங்கள் பிள்ளை என்று ஒரு கேள்வி மட்டும் கேட்டுவிட்டு அந்தப் பிள்ளையைத் திரும்பிக்கூடப் பார்க்காமல் வந்துவிட்டாளாம்.

"நான் ஏன் பார்க்கறேன் அந்த மொகரக்கட்டையை!" என்று இறுமாந்து நின்றாள் மனைவி.

அன்றிரவு மகளுக்கு ஒரு சொப்பனம். அந்தப் பிள்ளை மனைவியைப் போட்டு கைத்தடி கொண்டு அடி அடி என்று அடித்தாராம். அவள் கூச்சல் போட அண்டை வீடெல்லாம் கூடி விலக்கிற்றாம் ... "இவளுக்காகதான்யா எங்கப்பாவை அப்படிப் படுத்தினேன். திருப்தியா? திருப்தியா, திருப்தியா? என்று மீண்டும், மீண்டும் சாத்தினாராம். கூட்டம் அவரைப் பின்கட்டு முறையாகக் கட்டி உட்கார வைத்ததாம். பிறகு நள்ளிரவில் மூட்டைப்பூச்சி மருந்தைச் சாப்பிட்டுவிட்டு உயிரை மாய்த்துக் கொண்டாராம். ஆஸ்பத்திரிக்குக் கொண்டுபோனபோது "நல்ல வேளையா ஃபுல்லா சாப்பாடு சாப்பிட்டுவிட்டு தின்னீங்க. மூட்டைப்பூச்சி மருந்தை வெறும் வயித்திலே தின்னிருந்தாலல்லவா தெரியும்?" என்று அவர் பிழைத்திருந்ததைப் பார்த்து கேலி பண்ணினான் வார்ட்பாய். அது தற்கொலை முயற்சி இல்லை என்று கேஸை அமுக்கி மூட சக அதிகாரிகள் குசுகுசுவென்று பேசிக்கொண்டார்களாம்.

இதைக் கேட்டு மனைவி சிரித்தாள்.

பாயசம்

"அவா ரண்டு பேரும் வாக்கிங் போயிண்டிருக்கா. நான் சித்தை முன்னாடிதான் பார்த்தேன். உங்க விளையாட்டுத் தோழனைப் பார்த்ததேயில்லேன்னேளேன்னு உங்களை எழுப்பலாம்னு பார்த்தேன். நீங்க நன்னாத் தூங்கிண்டிருந்தேள்" என்றாள் என் மனைவி. கனவுதான் நீதிமன்றம் என்று ஒரு கருத்தரங்கு தொடங்கிவிடுமோ என்று எனக்குக் கவலை வந்துவிட்டது.

தினமணி கதிர், நவம்பர் 1980

தி. ஜானகிராமன்

காலச்சுவடு பப்ளிகேஷன்ஸ் (பி) லிட்.
Published by Kalachuvadu Publications (Pvt. Ltd.),
669 K.P. Road, Nagercoil 629001, India
Phone: 91-4652-278525
e-mail: publications@kalachuvadu.com

12/2022/S.No. 1089, kcp 3969, 18.6 (2) 9ss